கவிதையும் அரசியலும்
ஈழத்து அனுபவம்

எம். ஏ. நுஃமான்

art of socio publication
சமூகம் இயல் பதிப்பகம்

கவிதையும் அரசியலும்: ஈழத்து அனுபவம்
(கட்டுரை)
ஆசிரியர்: எம்.ஏ.நுஃமான்
முதல் பதிப்பு: டிசம்பர் 2023
பக்கங்கள்: 494

வெளியீடு: சமூகம் இயல் பதிப்பகம்
317, பெருந்தெரு வடக்கு, ஈஸ்ட்ஹாம்,
லண்டன், ஐக்கிய ராச்சியம்
அலைபேசி: (0044) 78172 62980
மின்னஞ்சல்: eathuvarai@gmail.com

பிளாட் நெ. 12, வேல் நகர், ஆதம்பாக்கம்,
காஞ்சிபுரம், தமிழ்நாடு - 600 088

நூல் வடிவமைப்பு: சென்றாயகுமார்
அட்டை வடிவமைப்பு: சென்றாயகுமார்
அச்சாக்கம்: மணி ஆப்செட், சென்னை 600 077
ISBN எண்: 978-81-962275-3-1

விலை: **600 /-**

Kavithaiyum Arasiyalum: Eezhaththu Anupavam
(Articles)
Author: M.A.Nuhman

First Edition: December - 2023
Pages: 494
Published by Art of Socio Publication
317, High Street North, Eastham,
London, Uk
Mobile: (0044) 78172 62980
Email: eathuvarai@gmail.com

Flat No 12, Vel Nager Extn, Adambakkam,
Kancheepuram, Tamil Nadu - 600 088

Layout: Sentrayakumar
Wrapper Design: Sentrayakumar
ISBN : 978-81-962275-3-1

Price: 600 /-

எம்.ஏ. நுஃமான்

1944ல் கிழக்கிலங்கை கல்முனையில் பிறந்த இவர் ஓய்வுபெற்ற தமிழ்ப் பேராசிரியர். சமகாலத்தில் நம்மிடையே வாழ்ந்து கொண்டிருக்கும், தமிழியல் சார்ந்த முதன்மையான அறிஞர்களில் ஒருவர். மொழி, இலக்கியம், சமூக அரசியல் துறைகள் சார்ந்த படைப்பு, ஆய்வு, விமர்சனம் ஆகிய தளங்களில் ஆழமான பங்களிப்பினை வழங்கியவர்.

மொழியியலை சிறப்புத்துறையாகப் பயின்ற இவர், யாழ்ப்பாணப் பல்கலைக்கழகத்திலும், பேராதனைப் பல்கலைக்கழகத்திலும் 33 ஆண்டுகள் பணியாற்றியிருக்கிறார். இவை தவிர இலங்கை மற்றும் வெளிநாட்டுப் பல்கலைக்கழகங்களிலும் வருகைதரு பேராசிரியராகப் பணி செய்துள்ளார். உள்நாட்டிலும் வெளிநாடுகளிலும் நடைபெற்ற பல்வேறு ஆய்வரங்குகளிலும் கருத்தரங்குகளிலும் பங்குபற்றியதுடன் இலங்கையின் பல்வேறு கல்வித்துறை, ஆய்வுத்துறை நிறுவனங்களிலும், ஆணைக்குழுக்களிலும், அமைப்புகளிலும் ஆலோசகராகவும், உறுப்பினராகவும் செயற்பட்டுள்ளார்.

ஆசிரியர், இணையாசிரியர், பதிப்பாசிரியர், மொழிபெயர்ப்பாளர் என்ற வகையில் இதுவரை தமிழிலும் ஆங்கிலத்திலும் இவரது 35 நூல்கள் வெளிவந்துள்ளன. அவற்றுள் சில: பாரதியின் மொழிச் சிந்தனை: ஒரு மொழியியல் நோக்கு (1984), மார்க்சியமும் இலக்கியத் திறனாய்வும் (1988), தொடர்பாடல் மொழி நவீனத்துவம் (1993), ஆரம்ப இடைநிலை வகுப்புகளில் தமிழ்மொழி கற்பித்தல் (2003), மொழியும் இலக்கியமும் (2006), சமூக யதார்த்தமும் இலக்கியப் புனைவும் (2017), A Contrastive Grammar of Tamil and Sinhala (2000), Sri Lankan Muslims: Ethnic Identity within Cultural Diversity (2007)

பதிப்பக குழு

பா. சுதர்சன் (பிரித்தானியா)
தயாநிதி (நோர்வே)
பால.சபேசன் (பிரித்தானியா)
எம்.பௌசர் (பிரித்தானியா)
ரஞ்சித்குமார் இரத்தினசிங்கம் (கனடா)

உள்ளடக்கம்

1. பதிப்புரை 07
2. முன்னுரை 09
3. இனத்துவ முரண்பாடும் இலக்கிய வெளிப்பாடும் 14
4. ஆசிய நாடுகளில் விடுதலைப் போராட்டமும் கவிதையும் 71
5. கவிதையும் அரசியலும்: ஒரே புள்ளியில் தொடங்கிய நான்கு கவிஞர்கள் 98
6. மஹாகவியின் வாழ்க்கை நோக்கு 111
7. முருகையன் கவிதையும் அரசியலும் 120
8. நீலாவணன் கவிதைகள் 151
9. வேளாண்மையும் விளைச்சலும் 167
10. சில்லையூர் செல்வராசன் கவிதைகள் 176
11. புரட்சிக்கமால் கவிதைகள் 189
12. அன்பு முகையதீனின் மாதுளம் முத்துக்கள் 194
13. பாதை புதிது: சடாட்சரன் கவிதைகள் 202
14. ஆத்மாவின் அலைகள்: பஸீல் காரியப்பர் கவிதைகள் 214
15. மருதூர்க்கனியின் நெடுங்கவிதைகள் 221
16. சாமரையில் மொழிகலந்து: அன்புடீன் கவிதைகள் 233
17. பாலமுனை பாறூக்: கவிதைகளும் காவியங்களும் 241
18. சசியும் அவரது கவிதைகளும் 258
19. யேசுராசா கவிதைகள் 269
20. சிவசேகரம் கவிதைகள் 281
21. புதுக்கவிதையும் மேமன்கவியும் 291
22. ஆனந்தனும் அவனது கவிதைகளும் 300
23. எம்.எச்.எம் அஷ்ரஃபின் கவிதையும் அரசியலும் 309
24. தாஸிம் அகமதின் சுழற்சிகள் 316
25. சோலைக்கிளியின் கவிதைகள் 320
26. வாசுதேவனின் வாழ்ந்துவருதல் 328
27. எச். எம். பாறூக்கின் காணாமற்போன சில ஆண்டுகள் 333
28. உபா கவிதைகள் 337

29. ஐந்து கண்டங்களின் மண்: அஸீஸின் கவிதைகள்	*344*
30. அமைதி குலைந்த நாட்கள்: புதுசு கவிதைகள்	*358*
31. இளவாலை விஜயேந்திரனின் கவிதைகள்	*363*
32. கவிஞனாகிய அகதி: உவைஸ் கனியின் கவிதைகள்	*371*
33. சுல்பிகாவின் விலங்கிடப்பட்ட மானுடம்	*376*
34. யாருக்கும் இல்லாத பாலை: லதா கவிதைகள்	*381*
35. ஆதித்துயர்: ஃபஹீமா ஜஹான் கவிதைகள்	*390*
36. அனார் கவிதைகள்: எளிமையும் இருண்மையும்	*411*
37. நீயாகப் படரும் முற்றம்: ஷமீலா யூசுப் அலி கவிதைகள்	*421*
38. நளீம் கவிதைகள்	*427*
39. படைகளின் வரவால்: மஹரிஷி கவிதைகள்	*433*
40. செ.சுதர்சனின் தாயிரங்கு பாடல்கள்	*443*
41. சிவனு மனோஹரனின் மலைகளின் பாடல்	*449*
42. கிர்த்தியனின் நாளை வரும் மழை	*454*
43. தமிழில் காசி நஸ்ருல் இஸ்லாம் கவிதைகள்	*459*
44. கவியரங்கக் கவிதைகள்	*467*
45. ஈழத்துக் கவிதை இதழ்கள்	*477*
46. சிங்கள இலக்கியத்தில் நிசந்தஸ் கவிதைகள்	*488*

பதிப்புரை

அரசியலும் கவிதையும் என்கிற இத் தொகுப்பு பல்வேறு வழிகளில் முக்கியத்துவமுடையதாகும். காலனியத்துவத்திற்கு பிந்திய இலங்கையின் அரசியல் சமூகச் சூழலில், இனம், மதம், மொழி, பிரதேசம் என்பன ஆற்றிய பாத்திரம் குறித்த எழுத்துக்கள், ஆய்வுகள் ஒரளவு நம்முன் உள்ளன. இக்காலகட்டங்களில் இலக்கியம் ஆற்றிய பாத்திரம் குறித்த ஆழமான ஆய்வுகள் நம்மிடையே அதிகம் இல்லை எனலாம்.

அரசியலிலும், சமூக விவகாரங்களிலும் இலக்கியம் எந்தளவு முக்கியத்துமானது என்பதையும், அதன் வகிபாக நிலையையும் சமூக விஞ்ஞான கற்கைத்துறையையும் தாண்டி, நடைமுறை ரீதியாக நாம் கண்டு வந்திருக்கிறோம். எடுத்துக்காட்டாக இலங்கை தமிழ்ச்சூழலில் அனைத்து ஒடுக்குமுறைகளுக்கும் எதிரான குரலாக கவிதை செயற்பட்டு வந்திருக்கிறது. அது உள்ளடக்கம் எடுத்துரைப்புமுறையையும் தாண்டி, கருத்து நிலைகளை பிரதிபலிப்பதாகவும், செயற்பாட்டுத்தளத்தை கோருவதாகவும் இருந்துள்ளது.

நவீன தமிழ்க்கவிதைப் பரப்புக்கு ஈழத்து தமிழ்க் கவிதைகள் ஆற்றிய பணிகள் முக்கியமானவை. ஒட்டு மொத்த தமிழ்க்கவிதை வரலாற்றிலும் புதிய சில முக்கிய பண்புகளை, கூறுகளை ஈழத்து தமிழ்க் கவிதைகள் கொண்டு வந்து சேர்த்திருக்கின்றன. இந்த வரலாற்று போக்கினை இரு வகைகளில் இத் தொகுதியில் உள்ள எழுத்துக்கள் மதிப்பீடு செய்கின்றன.

முதலாவது: 1940க்குப் பின்னான நவீன தமிழ்க்கவிதைப் பரப்பில், ஈழத்து கவிதைகளுக்குள் அன்றிலிருந்து இன்று வரை நிலவி வரும் அரசியல், சமூக, பண்பாட்டுத் தளங்களிலான அதன் கருத்தியல் அடிப்படைகளை,உள்ளடக்கம் சார்ந்தும் வெளிப்பாடு சார்ந்தும் ஆராய்கின்றது. இந்த ஆய்வுக்கும் பார்வைக்கும் இத்தொகுதியில் உள்ள "இனத்துவ முரண்பாடும் இலக்கிய வெளிப்பாடும்", ''ஆசிய நாடுகளில் விடுதலைப் போராட்டமும்

கவிதையும்" என்கிற இரு கட்டுரைகளும் அடித்தளமாக உள்ளன.

இரண்டாவதாக: இந்த நிலப்பரப்பில் கிட்டத்தட்ட எண்பது வருடங்கள் முக்கிய பங்காற்றிய படைப்பாளுமைகள் பற்றியும், அவர்களது கவிதையின் விசேட தன்மைகள் குறித்தும், பிறமொழி, பிற பண்பாட்டு கவிதைகள் பற்றிய வாசிப்புடன் சேர்த்து, பரந்ததும் ஆழமானதுமான பார்வையை இத் தொகுதி நம்முன் திரட்டித் தருகிறது.

ஈழத் தமிழ்க் கவிதை குறித்து மட்டுமல்ல,நீண்ட நவீன தமிழ்க் கவிதை வரலாற்றை முறையாக மதிப்பிடுவதற்கு இத்தொகுதி பல வாசல்களை திறக்கும் உள்ளடக்கத்தினை தன்னகத்தே கொண்டுள்ளது. தமிழ் இலக்கியம் சார்ந்த ஆய்வாளர்கள், எழுத்தாளர்கள், மாணவர்கள் மட்டுமல்ல, அரசியல், சமூகவியல், பண்பாட்டியல் துறைசார்ந்தோருக்கும் இத்தொகுதி அதிகம் பயனுள்ளதாகும்.

இத்தொகுதியை வெளிக்கொணர ஒப்புதல் அளித்த மதிப்புக்குரிய எம்.ஏ.நுஃமான் அவர்களுக்கும், தனது நேரத்தினை ஒதுக்கிப் பங்களித்த கவிஞர் ஆழியாளுக்கும் எமது நன்றி!

தோழமையுடன்
எம்.பௌசர்
பதிப்பாளர்
சமூகம் இயல் பதிப்பகம்

முன்னுரை

கவிதையும் அரசியலும் பற்றிப் பேசுவது முழங்காலுக்கும் மொட்டைத் தலைக்கும் முடிச்சுப்போடுவது போன்றது என்று கருதும் இலக்கிய விற்பன்னர்கள் சிலர் இன்றும் இருக்கிறார்கள். அவர்களைத் தவிர்த்துப் பார்த்தால் கவிதை எப்பொழுதும் அரசியலுடன் ஏதோ ஒருவகையில் தொடர்புகொண்டே வந்திருப்பதை நாம் மறுக்கமுடியாது.

அரசியல் என்பதை நாம் எவ்வாறு புரிந்துகொள்கின்றோம் என்பது இங்கு முக்கியமானது. அதன் குறுகிய அர்த்தத்தில் அரசியல் என்பது ஆட்சி அதிகாரம் தொடர்பான விவகாரங்களைக் குறிக்கின்றது. ஆனால், அதன் பரந்த அர்த்தத்தில் அரசியல் என்பது மனிதர்களின் அனைத்து சமூக நடத்தைகளையும், செயற்பாடுகளையும், சமூகப் பிரச்சினைகளையும் உள்ளடக்கும். அவ்வகையில் பார்த்தால் அரசியலுக்குப் புறம்பான மனித விவகாரங்கள் எவையும் இல்லை எனலாம். மத அசியல், மொழி அரசியல், பண்பாட்டு அரசியல் என்றெல்லாம் நாம் இன்று பேசுகிறோம். இலக்கிய அரசியல், வாசிப்பின் அரசியல் என்பவற்றையும் நாம் இவற்றோடு சேர்த்துக்கொள்ளலாம். 1960களில் மேலை நாடுகளில் பெண்ணிலைவாதம் மேலோங்கிய பின்னணியில் தனிப்பட்ட விவகாரங்கள் என்று எவையும் இல்லை; தனிப்பட்ட விவகாரங்கள் எல்லாம் அரசியல் விவகாரங்களே என்ற பொருளில் Personal is political என்ற கருத்தாக்கம் பிரபலம் பெற்றதையும் நாம் அறிவோம்.

கவிதையும் அரசியலும் அல்லது கவிதையில் அரசியல் அல்லது அரசியல் கவிதைகள் என்று பேசும்போது இப்பரந்த அர்த்தத்திலேயே அரசியல் என்ற சொல்லை நாம் பயன்படுத்துகின்றோம். ஏனைய இலக்கிய வடிவங்கள் போல் கவிதையும் மனித வாழ்வுடன் ஒன்றிணைந்தது என்ற வகையில் கவிதையும் அரசியலும் ஒன்றிணைந்தவை, பிரிக்க முடியாதவை என்றும் நாம் வாதிடலாம்.

போரையும் வன்முறையையும் பற்றிய சங்ககாலப் புறத்திணைப் பாடல்கள் பெரும்பாலும் அரசியல் கவிதைகள்தான். அகத்திணைப் பாடல்களும்

முற்றிலும் அரசியல் தொடர்பு அற்றவை அல்ல. அவற்றிலும் நுண் அரசியல் மறைந்திருப்பதை நாம் காணலாம்.

ஓங்குபூ வேளத்துத் தூம்புடைத் திரள்கால்
சிறுதொழு மகளிர் அஞ்சனம் பெய்யும்
பூக்கஞல் ஊரனை உள்ளிப்
பூப்போல் உண்கண் பொன்போர்த்தனவே

என்ற ஐங்குறுநூற்றுப் பாடலை ஒரு எடுத்துக்காட்டாகத் தரலாம். தலைவனின் பரத்தையர் நாட்டத்தையும், தலைவியின் சோகத்தையும் வெளிப்படுத்துவதில் உள்ள நுண் அரசியலும், அதை வெளிப்படுத்துவதற்கு சிறுதொழு மகளிரின் மூடச் செயலைப் பயன்படுத்துவதில் மறைந்திருக்கும் நுண் அரசியலும் கவனிக்கத்தக்கது. சிலப்பதிகாரத்தின் அரசியல், அறநூல்களின் அரசியல், பக்தி இலக்கியத்தின் அரசியல் பற்றியெல்லாம் முக்கியமான ஆய்வுகள் பல வெளிவந்துள்ளன.

ஆயினும், அரசியல் கவிதைகள் என்ற ஒரு தனி வகைப்பாடு நவீன காலத்துக்கு உரியதுதான். முதலாளித்துவத்தின் வருகையும், சமூகத்தில் அது தோற்றுவித்த புதிய முரண்பாடுகளும், மோதல்களும், வெளிப்படையான அரசியல் கவிதைகள் என்னும் ஒரு புதிய வகையின் தோற்றத்துக்கு வழிவகுத்தன. உலகெங்கும் நவீன கால இலக்கிய வரலாற்றில் நாம் இப்போக்கைக் காணலாம். தமிழ் அதற்கு விலக்கல்ல. இருபதாம் நூற்றாண்டின் தொடக்கத்தில் பாரதியின் வருகையுடன்தான் தமிழிலும் வெளிப்படையான, வீறார்ந்த அரசியல் கவிதைகள் வெளிவரத் தொடங்கின. பாரதிதான் அதன் முன்னோடி. பாரதியின் தேசபக்திப் பாடல்கள், தேசிய விடுதலைப் பாடல்கள், சமூக பொருளாதாரப் பிரச்சினைகள் பற்றிய, பெண் விடுதலை பற்றிய, சாதிப்பிரச்சினை பற்றிய பாடல்கள் எல்லாம் தமிழுக்குப் புதியவை. கவிதை பற்றிய பாரம்பரியச் சிந்தனைகளில் ஒரு பெரிய வெடிப்பை ஏற்படுத்தியவை.

பாரதிக்குப் பின்னர் 1930களிலிருந்து இடதுசாரி இயக்கங்களும் திராவிட இயக்கங்களும் செல்வாக்குப் பெற்ற பின்னணியில், தமிழில் அரசியல் கவிதைகளில் வேறு பல போக்குகளை நாம் கண்கின்றோம். பாரதிதாசன் திராவிட இயக்கத்தின் அரசியலைத் தன் கவிதைக்குள் கொண்டுவந்து திராவிட இயக்கத்தின் பிரதான கவிஞராக விளங்கினார். அவருக்கென்று ஒரு பரம்பரையும் உருவாகியது. அவர்களுள் ஒருவராக

இருந்த தமிழ் ஒளி விரைவிலேயே இடதுசாரி இயக்கத்தின் முக்கியமான கவிஞராக வளர்ச்சியடைந்தார். தமிழகக் கவிதையில் இவ்விரு போக்குகளும் இன்றுவரை வெவ்வேறு அளவில் தொடர்வதைக் காணலாம். 1990களிலிருந்து தலித்திய, பெண்ணிய அரசியல் தமிழ்க் கவிதையில் முக்கிய இடம் பெற்றது அண்மைய வரலாறு.

ஈழத்தில் வெளிப்படையான அரசியல் கவிதையின் வரலாற்றை 1940களிலிருந்து தொடங்கலாம். இடதுசாரி இயக்கங்கள் முன்னணிக்கு வந்த அக்காலகட்டத்தில் கவிதையில் இடதுசாரிச் சிந்தனை முனைப்பாக வெளிப்படத் தொடங்கியது. அ. ந. கந்தசாமி இதில் முன்னோடி எனலாம். துரதிஷ்டவசமாக அவரது கவிதைகள் இதுவரை தொகுக்கப்படவில்லை. அவரைத் தொடர்ந்து 1970களின் இறுதிவரை ஈழத்துக் கவிதையில் இடதுசாரி அரசியல் முக்கியத்துவம் பெற்றிருந்தது. எல்லாவகையான பாகுபாடுகளுக்கும், ஒடுக்குமுறைகளுக்கும், சுரண்டலுக்கும் எதிராக அது குரல் எழுப்பியது. 1950களிலிருந்து இலங்கையின் அரசியலில் இனவாதம் மேலோங்கிய பின்னணியில், இனத்துவ அரசியலும் ஈழத்துக் கவிதையில் முக்கியத்துவம் பெறத் தொடங்கியது. 1956ல் நிறைவேற்றப்பட்ட சிங்களம் மட்டும் ஆட்சிமொழிச் சட்டத்துக்கு எதிராக, தமிழ்மக்களின் மொழி உரிமைப் போட்டத்துக்கு ஆதரவாக கவிஞர்களும் களத்தில் இறங்கினர். இக்காலப் பகுதியில் வீறார்ந்த மொழி உரிமைப் போராட்டக் கவிதைகள் ஏராளமாக வெளிவந்தன. மஹாகவி, முருகையன், நீலாவணன், ராஜபாரதி, காசி ஆனந்தன் முதலியோர் இதில் முக்கியத்துவம் பெற்றனர். இத்தகைய கவிதைகளின் தொகுப்புகளாக தமிழ் எங்கள் ஆயுதம், உயிர் தமிழுக்கு என்பன பின்னர் வெளிவந்தன.

இலங்கையில் இன முரண்பாடு முதிர்ச்சியடைந்த 1970களின் பிற்பகுதியிலிருந்து இனத்துவ அரசியலின் வெளிப்பாடாக, ஈழத்துக் கவிதை கிட்டத்தட்ட முழுமையாக, அரசியல் எதிர்ப்புக் கவிதையாக மாற்றமடைந்தது எனலாம். தமிழ் ஈழக் கோரிக்கையும், ஆயுதம் தாங்கிய விடுதலை இயக்கங்களின் எழுச்சியும், இன வன்செயல்களும், இராணுவ ஒடுக்குமுறையும், மூன்று தசாப்தங்கள் தொடர்ந்த யுத்தமும், பேரழிவுகளும், இடப்பெயர்வுகளும் ஈழத்துக் கவிதையின் அரசியலை, அதன் பாதையைத் தீர்மானித்தன. ஈழத்துக் கவிதை இனத்துவ அரசியலைத் தாண்டிச் செல்ல முடியாத நிர்ப்பந்தத்தை

ஏற்படுத்தின. யுத்தம் முடிவுக்குவந்து சுமார் பதினைந்து ஆண்டுகள் முடிந்தபின்னரும்கூட இனத்துவ அரசியலின் வெக்கை இங்கு இன்னும் தணியவில்லை. அதனால், ஈழத்துத் தமிழ்க் கவிதையிலும் அந்த வெக்கை இன்னும் தணியவில்லை.

கவிதையும் அரசியலும்: ஈழத்து அநுபவம் என்னும் இந்நூல் இது பற்றியே பேசுகின்றது. அவ்வகையில் இந்த நூல் சுதந்திரத்துக்குப் பிந்திய ஈழத்துத் தமிழ்க் கவிதையின் அரசியல் வரலாற்றைப் பேசுகின்றது எனலாம். இதில் மொத்தம் 45 கட்டுரைகள் உள்ளன. இவற்றுள் எட்டுக் கட்டுரைகளைத் தவிர ஏனையவை கவிதைத் தொகுதிகளுக்கு எழுதிய முன்னுரைகள். 'இனத்துவ முரண்பாடும் இலக்கிய வெளிப்பாடும்: பின் காலனிய இலங்கையில் தமிழ்க் கவிதை' என்ற தலைப்பிலான, சற்று விரிவான முதலாவது கட்டுரை, சுதந்திரத்துக்குப் பிந்திய இலங்கையில் அரசியல் கவிதையின் தோற்றத்துக்கான வரலாற்றுப் பின்னணியை ஒரு கோட்பாட்டுத் தளத்தில் ஆராய்கின்றது. 'ஆசிய நாடுகளில் விடுதலைப் போராட்டமும் கவிதையும்' என்ற இரண்டாவது கட்டுரை, இந்தியா, இலங்கை, பலஸ்தீன் ஆகிய நாடுகளின் அநுபவத்தை அடிப்படையாகக் கொண்டு விடுதலைப் போராட்டத்துக்கும் கவிதைக்கும் இடையிலான தொடர்பை ஆராய்கின்றது. 'கவிதையும் அரசியலும்: ஒரே புள்ளியில் தொடங்கிய நான்கு கவிஞர்கள்' என்ற மூன்றாவது கட்டுரை 1960களின் பிற்பகுதியில் இடதுசாரிச் செல்வாக்குடன் கவிதை எழுதத் தொடங்கிய நான்கு கவிஞர்கள் இனத்துவ அரசியலுக்கு எவ்வாறு முகம்கொடுத்தார்கள் என்பதை ஆராய்கின்றது. கடைசி நான்கு கட்டுரைகளைத் தவிர ஏனைய கட்டுரைகள் 1940களிலிருந்து 2020வரை சுமார் எண்பது ஆண்டுகளில் கவிதைத் துறைக்குள் வந்த பல தலைமுறைகளைச் சேர்ந்த 38 கவிஞர்களின் கவிதைகளை ஈழத்துச் சமூக அரசியல் வரலாற்றுப் பின்னணியில் அறிமுகப்படுத்துகின்றன.

சமூக, வரலாற்றுப் பின்னணியிலும், கோட்பாட்டு அடிப்படையிலும் சுதந்திரத்துக்குப் பிந்திய ஈழத்துத் தமிழ்க் கவிதையைப் புரிந்துகொள்வதற்கு இந்நூல் பெரிதும் பயன்படும் என்று நம்புகின்றேன். கவிதைபற்றி நாம் கட்டமைத்துள்ள ஏராளமான ஐதீகங்களை ஒருபுறம் ஒதுக்கிவைத்துவிட்டு நமது கவிதை உண்மையில் எவ்வாறு இருக்கிறது என்பதைப் புறநிலையாக நோக்குவதற்கு நான் முயன்றிருக்கிறேன். எனினும், எனது மதிப்பீடுகள் முடிந்த முடிவானவை அல்ல என்பதையும், மாற்றுக் கருத்துகள்

எப்போதும் மதிக்கத்தக்கன என்பதையும் நான் இங்கு பதிவுசெய்ய வேண்டும்.

இந்த நூலை வெளியிட முன்வந்த நண்பர் பௌசருக்கும் அவரது சமூகம் இயல் பதிப்பகத்துக்கும் எனது நன்றிகள்.

எம். ஏ. நுஃமான்

manuhman@gmail.com

19.11.2023

இனத்துவ முரண்பாடும் இலக்கிய வெளிப்பாடும்:
பின்காலனித்துவ இலங்கையில் தமிழ்க் கவிதை

அறிமுகம்

காலனித்துவத்தின் விளைவுகளுள் ஒன்றான இனத்துவ முரண்பாடு பின்காலனித்துவ இலங்கையில் தீவிரமான ஒரு சமூக - அரசியல் பிரச்சினையாக உருவெடுத்தது. இதன் விளைவாக வளர்ச்சியடைந்த இனமோதலும் உள்நாட்டு யுத்தமும் காரணமாக கடந்த சுமார் முப்பது ஆண்டுகளில் ஒரு இலட்சத்துக்கு அதிகமான மக்கள் கொல்லப்பட்டிருக்கிறார்கள். பத்து இலட்சத்துக்கு அதிமானோர் உள்நாட்டிலும் வெளிநாடுகளிலும் புலம் பெயர்ந்திருக்கிறார்கள்.

இலங்கையின் இனத்துவ முரண்பாடும் மோதலும் ஒப்பீட்டளவில் சிங்கள இலக்கியத்தைக் காட்டிலும் மிகப் பெருமளவில் இலங்கைத் தமிழ் இலக்கியத்தில் நேரடியான தாக்கத்தைச் செலுத்தியிருக்கிறது. பின்காலனித்துவ காலகட்டம் முழுவதிலும் இனத்துவ மோதலினால் நேரடியாகவும் மிக மோசமாகவும் பாதிக்கப்பட்டவர்கள் தமிழ்ப் பேசும் சமூகத்தவர்களே என்பது இதற்கு முக்கியமான காரணம் எனலாம்.

இலங்கைத் தமிழர், மலையகத் தமிழர், முஸ்லிம்கள் எனும்

தனித்துவமான மூன்று இனக்குழுமத்தினரால் இலங்கையில் தமிழ்மொழி தாய்மொழியாகப் பேசப்படுகின்றது. அவர்களுக்கே உரிய சில கிளைமொழி வேறுபாடுகளையும் நாம் அவதானிக்கலாம். இந்த மொழி வேறுபாடுகளும் இனத்துவத் தனிப் பண்புகளும் - வேறுபட்ட பண்பாட்டு அரசியல் கூறுகளும் இவர்களின் இலக்கியப் படைப்புகளிலும் வெளிப்படக் காணலாம். அவ்வகையில் இனத்துவ அடிப்படையில் பிளவுபட்ட சமகால இலங்கையில் தமிழ் இலக்கியம் அல்லது தமிழ்க் கவிதை என்று நாம் பேசும்போது இச்சொல் ஒரு பல்-இனத்துவ சமூக அரசியல் சூழலையும் உள்ளடக்குவதைக் கருத்தில் கொள்ள வேண்டும்.

இக்கட்டுரையில் இலங்கையில் இனத்துவ உருவாக்கத்தின் வரலாற்றுப் பின்னணியும், தமிழ்ப்பேசும் சமூகங்கள் மத்தியில் மேற்கிளம்பிய அடையாள அரசியலும், குறிப்பாக கவிதையை மையப்படுத்தி அவர்களின் இலக்கிய வெளிப்பாடும் சுருக்கமாக ஆராயப்படுகின்றது.

1. இலங்கைத் தமிழர்கள்:

மொழித் தேசியவாதமும், ஈழவிடுதலைப் போராட்டமும், கவிதையும்

இலங்கைத் தமிழர்களின் வரலாறு தொன்மையானது. சமீபகாலத் தொல்லியல் ஆய்வுகள் அவர்களது வரலாற்றுப் பழமையை உணர்த்துகின்றன. வரலாற்றுக்காலம் முதலே அவர்கள் இந்நாட்டின் ஏனைய சமூகக் குழுக்களுடன் சகவாழ்வு வாழ்ந்துவந்திருக்கின்றனர். 1981 ஆம் ஆண்டுக் கணக்கெடுப்பின்படி இவர்களின் மொத்தத் தொகை சுமார் 19 இலட்சம் ஆகும். மொத்தச் சனத்தொகையில் இது 12.71 வீதமாகும்.

இலங்கையில் தமிழரின் இருப்பு பழமையானது எனினும் தொடர்ச்சியான தமிழ் இலக்கிய வரலாறு 13ஆம் நூற்றாண்டில் இருந்தே ஆரம்பிக்கின்றது. எனினும், சங்க இலக்கியங்களில் ஈழத்துப் பூதந்தேவனாரின் கவிதைகள் சில காணப்படுகின்றன. அந்தக் கவிதைகளிலிருந்து கவிஞரின் இலங்கை அடையாளத்தை நிறுவமுடியாது எனினும், பண்டைய இலங்கையில் தமிழ் இலக்கியங்கள் பல எழுந்திருக்கலாம் என நாம் யூகிக்க

முடியும். இங்கு மேற்கொள்ளப்பட்ட அண்மைக்கால அகழாய்வுகள் மூலம் தென்னிந்தியாவில் காணப்பட்டது போன்ற பெருங்கற் பண்பாட்டுச் சின்னங்கள் பல இங்கும் கண்டெடுக்கப்பட்டுள்ளமை இதற்குச் சான்றாக அமைகின்றன. எட்டு முதல் பத்தாம் நூற்றாண்டுவரையிலான காலப்பகுதிக்குரிய சிகிரியாக் குகை ஓவியங்களுடன் காணப்படும் கவிதைகளுள், சில தமிழ்க் கவிதைகளும் காணப்படுகின்றன. இவையும் 13ஆம் நூற்றாண்டுக்கு முன்னரே இலங்கையில் தமிழ் இலக்கிய முயற்சிகள் இருந்திருப்பதை உணர்த்துகின்றன.

இலங்கையில் தமிழ் இலக்கியத்துக்கு ஒரு நீண்ட வரலாறு இருப்பினும் 19ஆம் நூற்றாண்டின் பிற்பகுதி வரையிலும் இனத்துவ உணர்வோ இன முரண்பாடோ இலக்கியத்தில் வெளிப்பட்டமைக்கான சான்றுகள் எவையும் இல்லை. இலங்கையில் இனத்துவ உணர்வும் இனத்தேசியவாதங்களும் மத, பண்பாட்டு மறுமலர்ச்சி இயக்கங்கள் என்ற வடிவில் 19ஆம் நூற்றாண்டின் பிற்பகுதியிலிருந்தே எழுச்சியடைந்தன. பௌத்த, இந்து, இஸ்லாமிய மறுமலர்ச்சி இயக்கங்கள் அவ்வச் சமூகங்கள் மத்தியில் அரசியல் தன்மை கொண்ட இனத்துவ அடையாளங்களை உருவாக்குவதிலும் உறுதிப்படுத்துவதிலும் இக்காலகட்டத்தில் தீவிரமாகச் செயற்பட்டன.

அரசியல் நலன்களை அடிப்படையாகக் கொண்ட இனத்துவ உணர்வும் இன அடிப்படையிலான சமூகப் பிளவுகளும் 20ஆம் நூற்றாண்டின் நடுப்பகுதிவரை இலங்கையில் படிப்படியாக வளர்ச்சியடைந்தன. 1931ல் டொனமூர் அரசியல் யாப்பின் கீழ் அறிமுகப்படுத்தப்பட்ட சர்வசன வாக்குரிமையும், தொகுதிவாரியான தேர்தல் முறையும் இதனை ஊக்கப்படுத்தின. அரசியல் சந்தர்ப்பவாதம் காரணமாக அரசியல் கட்சிகள் மக்களை இனத்துவ அடிப்படையில் ஒன்றுதிரட்டின. தமது உடனடி நன்மைகளுக்காக அரசியல் கட்சிகள் இனத்துவப் பிரச்சினைகளை தவறாகக் கையாண்டமை மோதலைத் தீவிரப்படுத்தியதோடு பிரிவினைக் கோரிக்கைக்கும், அரசியல் தீவிரவாதத்துக்கும், உள்நாட்டு யுத்தத்துக்கும், அழிவுக்கும் இலங்கையை இட்டுச் சென்றது.

ஆட்சிமொழிப் பிரச்சினை இத்தகைய தவறான கையாள்கைக்கு ஒரு உதாரணமாகும். சுதந்திரம் கிடைத்த சிறிதுகாலத்துக்குள் முதலாவது சிங்கள-தமிழ் இனக்கலவரத்துக்கும் இனத்துவப் பிளவுக்கும் இது இட்டுச்சென்றது. சிங்களம் மட்டும் ஆட்சிமொழிச் சட்டம் 1956 ஜூனில் பாராளுமன்றத்தில் நிறைவேற்றப்பட்டது. இது இலங்கையின் இனமுரண்பாட்டில் ஒரு திருப்புமுனையாகும். 1950களின் தொடக்கத்திலிருந்து பிரதானமான சிங்கள அரசியல் கட்சிகளால் முன்வைக்கப்பட்ட சிங்களம் மட்டும் ஆட்சிமொழிக் கொள்கைக்கு எதிராக இலங்கைத் தமிழர்கள் அரசியல்ரீதியில் எழுச்சியுற்றனர். இக்கட்சிகள் பேரினவாதப் பிரிவினரின் அழுத்தம் காரணமாக சிங்களமும் தமிழும் ஆட்சிமொழிகள் என்ற தமது முன்னைய கொள்கையைக் கைவிட்டிருந்தன.

1956ல் நடைபெற்ற பொதுத் தேர்தலில் ஆட்சிமொழிக் கொள்கை முக்கிய பிரச்சினையாக முன்வைக்கப்பட்டது. ஆட்சிக்குவந்த 24 மணிநேரத்தில் சிங்களம் மட்டும் ஆட்சிமொழியாக்கப்படும் என்ற வாக்குறுதியுடன் தேர்தலில் குதித்த பண்டாரநாயக்காவால் தலைமைதாங்கப்பட்ட மக்கள் ஐக்கிய முன்னணி மிகப் பெரும்பான்மையுடன் ஆட்சி அமைத்தது. அதற்கு எதிராக தமிழ் உணர்வை முன்னெடுத்த தமிழரசுக் கட்சி வடகிழக்கில் பெருவெற்றி பெற்றது. தமிழ்த் தேசியவாதம் இலங்கைத் தமிழரின் அரசியல் கருத்துநிலையாக மேற்கிளம்பியது. தமிழரசுக் கட்சி அரசின் மொழிக் கொள்கைக்கு எதிராக கொழும்பிலும் வடக்குக் கிழக்கிலும் நடத்திய போராட்டங்களை அரசு வன்முறையைப் பயன்படுத்தி அடக்கியது. 1961ல் மட்டக்களப்பு கச்சேரிக்கு முன் நடத்திய அத்தகைய ஒரு மறியல் போராட்டத்தின்போது பொலிஸ் சுட்டதில் எருவில் மூர்த்தி என்ற ஒரு இளங்கவிஞர் தன் கண்களிரண்டையும் இழந்தார்.

இத்தகைய அரசியல் சூழ்நிலையின் விளைவாக, இலங்கையில் தமிழ் இலக்கியம், குறிப்பாகத் தமிழ்க் கவிதை தமிழர்களின் இனத்துவ உணர்வைப் பிரதிபலிக்கத் தொடங்கியது. மொழித் தேசியவாதம் ஒரு பிரதான பாடுபொருளாக கவிதைகளில் இடம்பெறத் தொடங்கியது. 1950 முதல்

*1960*களின் முற்பகுதிவரை கவிஞர்களின் மொழிப்பற்றும் மொழித்தேசியவாதக் கருத்துநிலையும் சொற்றீவிரவாதத்துடன் *(Verbal Mlitency)*, வெளிப்பட்ட பல நூற்றுக் கணக்கான கவிதைகள் வடக்கையும் கிழக்கையும் சேர்ந்த ஏராளமான கவிஞர்களால் படைக்கப்பட்டன. மஹாகவி, முருகையன், நீலாவணன், இராஜபாரதி, காசியானந்தன் முதலிய கவிஞர்கள் இதில் முன்னணியில் நின்றனர். சமஷ்டிக் கட்சியின் பத்திரிகையான 'சுதந்திரன்' இத்தகைய மொழித்தேசியவாதக் கவிதைக்கான பிரதான ஊடகமாக விளங்கியது. தமிழ்ப்பற்று, சிங்கள மேலாதிக்கத்துக்கு எதிர்ப்பு, தமிழ் மொழியினதும், தமிழர்களதும் வெற்றியும் விடுதலையும் என்பனவே இக்கவிதைகளின் பிரதான தொனிப்பொருள்களாக அமைந்தன. கீழே தரப்படும் இத்தகைய கவிதைகளின் சில தலைப்புகளும் வரிகளும் இக்கவிதைகளின் பொருளையும் அவற்றின் சொற் தீவிரவாதத்தையும் காட்டப் போதுமானவை.

'உரிமைக் குரலைத் திருகத் தகுமோ'
'படையோடொரு படையாய் நட'
'பாதி இலங்கையை ஆள்க'
'சாவது போரினில் சர்க்கரை என்றொரு சங்கொலி
கேட்குதடா'
'பறையெலாம் அதிர்க நாம் பலமெலாம் திரள்கவே
பாதிநாடு எங்களுக் காகவென் றெழுகவே'

கவிஞர் நீலாவணன் ஒரு கவிதையில் தமிழ் உரிமைக்கான போரில் தான் இறந்துவிட்டால் தன் அருமை மகன் வேந்தனைப் போர்முனைக்கு அனுப்பு என்று தன் மனைவிக்குக் கூறுகிறார். பெரும்பாலான கவிஞர்களைப் பொறுத்தவரை தங்கள் மொழி உரிமையை மறுத்தல் என்பது தங்கள் இருத்தலை மறுப்பதற்குச் சமமானதாக இருந்தது. சாகும்வரை அதற்காகப் போராடுவது தங்களின் கடமையாகக் கருதப்பட்டது. அவர்கள் தமது கவிதைகளில் புறநானூற்றுப் பாடல்களின் சில கருப்பொருள்களையும் சொற்களையும் பயன்படுத்தினர்.

தமிழ்நாட்டின் இந்தி எதிர்ப்பு, சமஸ்கிருத எதிர்ப்பு காலகட்டத்தில் திராவிட இயக்கத்தினால் ஊட்டிவளர்க்கப்பட்ட மொழி உணர்வு, மொழித் தேசியவாதக் கருத்து நிலையாலும் அவர்கள் ஊக்கப்படுத்தப்பட்டனர். இக்கவிஞர்கள் தாங்கள் உருவாக்கிய கற்பனைப் போரில் மக்களையும் பங்குகொள்ளத் தூண்டும் வகையில் மிகை உணர்ச்சிப்பாங்கான மொழியையும் தாளக்கட்டு மிகுந்த யாப்பையும் பயன்படுத்தினர். சமஷ்டிக் கட்சியின் அரசியல் திட்டமான 'தமிழ் அரசு' இவர்களின் கவிதைகளில் ஓர் அழகியல் படிமமாக உருமாற்றம் பெற்றது.

இக்கவிதைகளுட் சில 1960களின் தொடக்கத்தில் 'தமிழ் எங்கள் ஆயுதம்', 'உயிர் தமிழுக்கு' ஆகிய தலைப்புகளில் தொகுப்பு நூல்களாகவும் வெளிவந்தன. எனினும், 50களின் மொழித்தேசியவாதக் கவிதைகள் 1958 இனக் கலவரத்தின் பின்னர் படிப்படியாக ஒரு முடிவுக்குவந்தன. இனத்துவ அரசியல் எழுச்சியின் மனிதத்தன்மையற்ற, வன்முறைசார்ந்த பின்விளைவுகளை கவிஞர்கள் உணர்ந்துகொண்டதும், 1960களின் தொடக்கத்திலிருந்து இடதுசாரிக் கட்சிகளின் பங்குபற்றலுடன் பிரதான அரசியல் நீரோட்டத்தில் மேலெழுந்துவந்த மார்க்சிய நிலைப்பட்ட முற்போக்குக் கருத்துநிலையும் இதற்குக் காரணங்களாகலாம். மஹாகவி, முருகையன், நீலாவணன் ஆகிய முன்னணிக் கவிஞர்கள் யாரும் தாங்கள் எழுதிய மொழித் தேசியவாதக் கவிதைகள் எவற்றையும் தங்கள் வாழ்க்கைக் காலத்தில் வெளிவந்த தங்கள் கவிதைத் தொகுதிகளில் சேர்த்துக்கொள்ள விரும்பவில்லை. இது அவர்களின் அரசியல் கருத்துநிலையில் ஏற்பட்ட மாற்றத்தையே காட்டுகின்றது.

1950களில் தமிழ்த் தேசியவாதம் ஒரு அரசியல் சக்தியாகவும் தமிழர்களின் பண்பாட்டு வெளிப்பாடாகவும் நிலைபெறுவதற்கு இரண்டு தசாப்தங்களுக்கு முன்னரே, 1930களில் இருந்தே மார்க்சியமும் இடதுசாரி அரசியலும் கல்வியறிவுள்ள தமிழர் மத்தியில் செல்வாக்குப் பெற்றிருந்தது. 1935ல் லங்கா சமசமாஜ கட்சி நிறுவப்பட்டது. கருத்துநிலை வேறுபாடு காரணமாக அதிலிருந்து பிரிந்த ஒரு குழுவினர் ஐக்கிய சோசலிசக் கட்சியை 1940ல் உருவாக்கினர். 1943ல் அது இலங்கைக் கம்யூனிஸ்ட்

கட்சி என்று பெயர்மாற்றம் பெற்றது. இந்த இயக்கங்களில் பல தமிழர்களும் இணைந்து செயற்பட்டனர். ஏ.வைத்தியலிங்கம், பி.கந்தையா, எம். கார்த்திகேசன், என். சண்முகதாசன் ஆகியோர் இலங்கையிலும், தமிழர் மத்தியிலும் கம்யூனிச இயக்கத்தை நிறுவிய முன்னோடிகளுட் சிலராவர்.

இலங்கைத் தமிழ் இலக்கியத்தில் மார்க்சியக் கருத்துநிலையின் தாக்கத்தை 1940களில் இருந்தே காணமுடியும். அ. நா. கந்தசாமி, கே. கணேஸ் ஆகியோர் தமிழ் முற்போக்கு இலக்கிய முன்னோடிகளாவர். கே. கணேஸ், பி. ராமநாதன் ஆகியோரின் முயற்சியால் 1946ல் முற்போக்கு எழுத்தாளர் சங்கம் நிறுவப்பட்டது. 1954ல் இது புனரமைக்கப்பட்டது. இளங்கீரன், செ. கணேசலிங்கன், கே. டானியல், நீர்வை பொன்னையன், டொமினிக் ஜீவா, என். கே. ரகுநாதன், காவலூர் ராசதுரை ஆகியோர் 1950, 60 களில் முற்போக்கு இலக்கிய இயக்கத்தின் முக்கியமான படைப்பாளிகளாவர்.

1960, 1970களில் இலங்கைத் தமிழ்க் கவிதையின் அரசியல் உள்ளடக்கத்தில் ஒரு முக்கியமான மாற்றம் காணப்பட்டது. இக்காலகட்டத்தில் நாட்டின் அரசியல் சூழலில் ஏற்பட்ட மாற்றம் காரணமாக தமிழ் இலக்கியச் செயற்பாடுகளிலும் மார்க்சிய, சோசலிச இலட்சியங்கள் முன்னணிக்கு வந்தன. இக்காலகட்டத்தில் பின்காலனித்துவ, மூன்றாம் உலக நாடுகள் அனைத்திலும் ஏகாதிபத்தியத்துக்கும் அதன் உள்நாட்டு முகவர்களுக்கும் எதிரான போராட்டத்தில் மார்க்சிய, மாஓஇச சிந்தனைகள் முக்கிய பங்கு வகித்தன. இலங்கை இந்த அரசியல் போக்குக்கு விலக்காக அமையவில்லை. 1960களில் சோசலிசத்துக்கு பாராளுமன்றப் பாதையைத் தேர்ந்துகொண்ட இடதுசாரிக் கட்சிகள் பிரதான சிங்கள தேசியவாதக் கட்சியான சிறிலங்கா சுதந்திரக் கட்சியுடன் கூட்டிணைந்தன. இக்கூட்டணி 1970ல் ஆட்சிக்குவந்தது. சோசலிசத்துக்கு பாராளுமன்றப் பாதையை நிராகரித்த எண்ணிக்கையில் சிறுபான்மையான மாஓஇச கட்சிகள் மாஓவின் புதிய ஜனநாயகக் கருத்தியலை ஏற்றுக்கொண்டு, இனத்துவ எல்லைகளைக் கடந்து தொழிலாளர்களையும் விவசாயிகளையும் ஒன்றிணைத்துப்

போராடுவதன் ஊடாக சோசலிசத்தை அடையும் புரட்சிகரப் பாதையைப் பிரச்சாரப்படுத்தின. இக்கால கட்டத்தில்தான் இலங்கையில் பிரதானமாக கிராமப்புற வறிய விவசாயக் குடும்பங்களைச் சேர்ந்த பல்லாயிரக்கணக்கான சிங்கள இளைஞர்களும் யுவதிகளும் அரசாங்கத்தைக் கவிழ்க்க ஆயுதப்போராட்டத்தில் குதித்தனர். ஆயிரக்கணக்கானோர் தமது புரட்சிகர இலட்சியவாதத்துக்காக உயிர்த்தியாகமும் செய்தனர்.

இந்த அரசியல் பின்னணியில் பெரும்பாலான எழுத்தாளர்களும் கவிஞர்களும் பல்வேறு அளவில் சோசலிச இலட்சியங்களின் செல்வாக்குக்கு ஆட்பட்டனர். இவர்களுட் பலர் இடதுசாரி இயக்கங்களுடன் இணைந்தனர் அல்லது அவற்றின் அனுதாபிகளாயினர். அவர்கள் தம்மை முற்போக்கு இலக்கியவாதிகள் என அடையாளப்படுத்தினர். இலங்கை முற்போக்கு எழுத்தாளர் சங்கம் தமிழ் இலக்கியத்தில் சோசலிச இலட்சியங்களைப் பிரச்சாரப்படுத்துவதில் முன்னணிப் பங்குவகித்தது. சமூக சமத்துவம், இன ஒருமைப்பாடு, தேசிய ஒற்றுமை என்பவற்றை அவர்கள் நம்பினர். சோசலிசம்தான் இனத்துவ முரண்பாட்டுக்கான ஒரே தீர்வு என்பதை அவர்கள் உறுதியாக நம்பினர். சாதி ஒடுக்குமுறை, வர்க்க முரண்பாடு, பொருளாதாரச் சுரண்டல் போன்ற சமூகப் பிரச்சினைகள் இக்கால கட்டத்தில் தோன்றிய தமிழ்ப் புனைகதை, கவிதைகளின் பிரதான தொனிப்பொருட்கள் சிலவாகும்.

இருப்பினும், இக்காலகட்டத்தில் அரசியலில் தமிழ்த்தேசியவாதம் மங்கி மறைந்துவிடவில்லை. உண்மையில் அது உயிர்ப்புடனேயே இருந்தது. சிலவேளைகளில் அது கொழுந்துவிட்டு எரிந்தது. அடுத்தடுத்து வந்த அரசாங்கங்கள் இனப்பிரச்சினையைத் தீர்ப்பதற்கு அக்கறை காட்டாமையும், தன் இருத்தலுக்காக இனப்பிரச்சினையை உயிர்ப்புடன் வைத்திருக்க வேண்டிய தேவை தமிழ்த் தேசியவாதக் கட்சிக்கு இருந்ததும் இதற்குக் காரணங்கள் எனலாம். இக்காலகட்டத்தில் சிங்கள, தமிழ்த் தேசியவாதங்களை எழுச்சியடையச் செய்வதில் பாராளுமன்ற சந்தர்ப்பவாதம் பெரும்பங்காற்றியது. பாராளுமன்றப் பாதையைத் தேர்ந்தெடுத்த இடதுசாரிக் கட்சிகளும் தமது அரசியல் இருத்தலுக்காக சிங்களப்

பேரினவாதத்துடன் கூட்டணி அமைத்து தங்கள் சோசலிச இலட்சியங்களைக் கைவிட்டன. ஒரு இடதுசாரி அமைச்சரால் வரையப்பட்ட 1972ஆம் அண்டு அரசியல் யாப்பு மொழி, மதம் ஆகியவற்றைப் பொறுத்தவரை மிக வெளிப்படையாகவே பாராபட்சமானதாக அமைந்தது. பின்காலனித்துவ இலங்கை வரலாற்றில் முதல்முறையாக அதற்கு முன்பிருந்த மதச்சார்பற்ற அரசியல் யாப்பை மாற்றி பௌத்தம் யாப்புரீதியாக அரச மதம் என்ற அந்தஸ்துக்கு உயர்த்தப்பட்டது. ஒரு தேசிய மொழி என்ற அந்தஸ்துக்கூடத் தமிழுக்கு வழங்கப்படவில்லை. அதே ஆண்டில் பல்கலைக்கழக அனுமதியில் தரப்படுத்தல் முறை ஒன்றை அரசு அறிமுகப்படுத்தியது. அது பாராபட்சமானது மட்டுமன்றி யாழ்ப்பாண இளைஞர்களைப் பெரிதும் பாதித்தது. இத்தகைய செயற்பாடுகள் வடக்கில் தமிழ்த் தீவிரவாதத்தின் வளர்ச்சிக்கும் தமிழர் மத்தியில் பிரிவினைவாதத்துக்கும் வழிவகுத்தன.

1977ஆம் ஆண்டு சமகால இலங்கை வரலாற்றில் ஒரு திருப்புமுனையாகும். இனமுரண்பாடு, தமிழ் இலக்கிய உற்பத்தி இரண்டிலும் அது பெரும் செல்லாக்குச் செலுத்தியது. 1960களிலும் 1970களின் தொடக்கத்திலும் முன்னணியில் இருந்த இடதுசாரிக் கருத்துநிலையை ஓரங்கட்டிவிட்டு தமிழ்த் தேசியவாதம் அரசியலிலும் இலக்கியத்திலும் ஆதிக்கமுடைய கருத்துநிலையாக மாறியது.

1958ல் நடந்த தமிழர்களுக்கு எதிரான இனக் கலவரத்தின் பின்னர் அடிக்கடி நிகழ்ந்த இரண்டாம் கட்ட இனக்கலவரங்களின் தொடக்கமாக 1977 ஆம் ஆண்டு அமைந்தது. அந்த ஆண்டில்தான் யாழ்ப்பாண நகரம் அரச காவலர்களால் தீக்கிரையாக்கப்பட்டு கொள்ளையடிக்கப்பட்டது. கலவரம் தெற்குக்கும் பரவியது. தமிழ் அகதிகள் கப்பல்மூலம் யாழ்ப்பாணத்துக்கு அனுப்பப்பட்டனர். யாழ்ப்பாணப் பல்கலைக் கழகத்தில் இருந்த சிங்கள மாணவர்களும் ஆசிரியர்களும் யாழ்ப்பாணத்தில் குடியிருந்த சிங்களப் பொதுமக்களும் தென்னிலங்கைக்கு அனுப்பப்பட்டனர். தமிழர்களுக்கும் சிங்களவர்களுக்கும் இடையிலான பௌதீகரீதியான பிரிவு ஆரம்பித்தது.

1979ல் பயங்கரவாதத் தடைச்சட்டம் (PTA) என்ற பெயரில் மிக

மோசமான அடக்குமுறைச் சட்டம் ஒன்றை அரசு அமுல்படுத்தியது. இச்சட்டம் ஒரு குறுகிய கால எல்லைக்குள் யாழ்ப்பாணத்தில் 'பயங்கரவாதத்தை' அடக்குவதற்கு ஆயுதப் படையினருக்கு அளவற்ற அதிகாரத்தை வழங்கியது. நூற்றுக்கணக்கான இளைஞர்கள் கைதுசெய்யப்பட்டார்கள், கடத்தப்பட்டார்கள், சித்திரவதை செய்யப்பட்டுக் கொல்லப்பட்டார்கள். பொது மக்கள் பீதிக்கு உட்படுத்தப்பட்டனர். இச்சம்பவங்கள் அரசாங்கம் எதிர்பார்த்ததுபோல் பயங்கரவாதத்தை ஒழிக்கவில்லை. பதிலாக அரச பயங்கரவாதத்தை வளர்த்தன. வடக்கிலும் கிழக்கிலும் தீவிரவாத இயக்கங்கள் வளர்ச்சி அடைவதற்கான சூழலை உருவாக்கின. 1977 கலவரத்தைத் தொடர்ந்து 1981ல் பிறிதொரு கலவரம் கட்டவிழ்த்து விடப்பட்டது. 1983ல் தமிழர்களுக்கு எதிரான வன்முறைகள் உச்சத்தை எட்டின. 1983இன் பின்னர் தமிழ் ஈழ விடுதலைப் புலிகளும் ஏனைய விடுதலை இயக்கங்களும் இந்தியா வழங்கிய ராணுவப் பயிற்சி, ஆயுத உதவி என்பவற்றின் மூலம் வலிமையான பிரிவினைவாத இயக்கங்களாக எழுச்சியடைந்தன. கடைசியில் 1985க்குப் பின்னர் படிப்படியாக ஏனைய விடுதலை இயக்கங்களைத் தடைசெய்து, 'விடுவிக்கப்பட்ட பிரதேசம்' ஒன்றை ஏற்படுத்திக்கொண்டதன் மூலமும், 1987ல் இந்திய அமைதிப் படையுடன் யுத்தத்தில் இறங்கியதன் மூலமும் விடுதலைப் புலிகள் இயக்கம் வலிமைமிக்க ஒரே இயக்கமாக எழுச்சி பெற்றது. கடந்த இருபது ஆண்டுகளுக்கு மேலாக அரசுக்கும் விடுதலைப் புலிகள் இயக்கத்துக்கும் இடையே நடந்த யுத்தத்தில் இலட்சக்கணக்கான உயிர்கள் பலியானதுடன் பத்து லட்சத்துக்கு அதிகமானோர் உள்நாட்டிலும் வெளி நாடுகளுக்கும் புலம் பெயர்ந்தனர்.

இதுவே இலங்கைத் தமிழ் இலக்கியத்தில் அரசியல் எதிர்ப்புக் கவிதைகள் (Poetry of Political Protest) என்ற ஒரு புதிய இலக்கிய வகை 1977 முதல் தோன்றி வளர்ந்த அரசியல் வரலாற்றுப் பின்னணி. இக்கவிதை வகை 1950களில் எழுதப்பட்ட மொழித் தேசியவாதக் கவிதைகளின் பொருளிலும் வடிவத்திலும் இருந்து வேறுபட்டது.

1980களில் தமிழ் இலக்கிய வரைபடம் பெரிதும் மாற்றம்

அடைந்தது. தமிழ் இலக்கியத்தில் மார்க்சியக் கருத்துநிலையின் இடத்தைத் தமிழ்த் தேசியவாதம் பிடித்துக்கொண்டது. சில அதி தீவிர இடதுசாரிக் கவிஞர்கள் அதிதீவிர தமிழ்த் தேசியவாதிகளாக மாறினர். உதாரணமாக 1970களில் 'புரட்சிகரக் கவிஞராக' இருந்த புதுவை இரத்தினதுரை 1980களில் தீவிர தமிழ்த் தேசியவாத இயக்கமான தமிழ் ஈழ விடுதலைப் புலிகளுடன் இணைந்து அதன் பிரச்சாரகராகச் செயற்பட்டார். சிலர் விரக்தி அடைந்து தற்கொலைகூடச் செய்துகொண்டனர். கம்யுனிச இயக்கத்தில் இணைந்து அர்ப்பணிப்புடன் செயற்பட்ட கவிஞர் சுபத்திரன் மாறிய அரசியல் சூழலினால் ஏமாற்றத்துக்கும் விரக்திக்கும் உள்ளாகி, குடிபோதைக்கு அடிமையாகி, குடும்பச் சச்சரவுகளில் மூழ்கி இறுதியில் தற்கொலை செய்துகொண்டார். வேறுசிலர், உதாரணமாக சி.சிவசேகரம், சண்முகம் சிவலிங்கம் போன்றோர் ஒரு சமநிலையைப் பேணமுயன்று தேசியவாதம், இன மேலாண்மை, வன்முறை, யுத்தம் என்பனபற்றி விமர்சனபூர்வமான கவிதைகள் எழுதினர்.

1977ல் யாழ்ப்பாணத்தில் அரச காவலர்களால் இழைக்கப்பட்ட அட்டூழியங்களுக்கு உடனடி எதிர்வினையாக 'துப்பாக்கி அரக்கரும் மனிதனின் விதியும்', 'நேற்றைய மாலையும் இன்றைய காலையும்' என்னும் தலைப்புகளில் நான் இரண்டு கவிதைகள் எழுதினேன். நான் அறிந்தவரை இவைதான் இலங்கைத் தமிழ் இலக்கியத்தில் அரசியல் எதிர்ப்புக் கவிதைகளின் முதல் வருகையாகும். முதலாவது கவிதை அடக்குமுறைக்கு எதிரான குரலையும் இரண்டாவது கவிதை வன்முறையின் அவலத்தையும் வெளிப்படுத்தின. உருவம், உள்ளடக்கம் என்பவற்றைப் பொறுத்தவரை கடந்த முப்பது ஆண்டுகளில் இலங்கையில் எழுதப்பட்ட மிகப் பெரும்பாலான போர்க்காலக் கவிதைகள்; இவ்விரு கவிதைகளின் வெவ்வேறு வகைகள் என்றே சொல்லவேண்டும்.

இக்கவிதைகளைத் தொடர்ந்து கடந்த முப்பது ஆண்டுகளில் ஆயிரக்கணக்கான கவிதைகள் எழுதப்பட்டுள்ளன. நூற்றுக்கு அதிகமான கவிதைத் தொகுதிகள் வெளிவந்துள்ளன. வெவ்வேறு அளவில் தமிழ்த் தேசியவாதம், மார்க்சியம் ஆகிய

கருத்துநிலைகளின் கலவையாக இவை அமைந்தன. 1970களின் பிற்பகுதியிலிருந்து இளந் தலைமுறையைச் சேர்ந்த ஏராளமான கவிஞர்கள், ஆண்களும் பெண்களும், முன்னணிக்கு வந்தனர்.

வ.ஐ.ச. ஜெயபாலன், சேரன், சு.வில்வரத்தினம், கி.பி. அரவிந்தன், பாலசூரியன், ஊர்வசி, செல்வி, சிவரமணி ஆகியோர் இவர்களுட் சிலர். போராளிகள் மத்தியிலிருந்தும் கவிஞர்களும் எழுத்தாளர்களும் உருவாகினர்.

இத்தகைய கவிதைகளின் முதல் தொகுதி மரணத்துள் வாழ்வோம் என்ற தலைப்பில் 1985ல் வெளிவந்தது. 31 கவிஞர்களின் 82 கவிதைகள் இதில் இடம்பெற்றன. இதன் பிரதான தொகுப்பாளர்களான சேரன், அ. யேசுராசா இருவரும் தமிழ்த் தேசியம், இன முரண்பாடு என்பன உருவாக்கிய முக்கியமான இரு தலைமுறைப் படைப்பாளிகளின் பிரதிநிதிகள் எனலாம். இத்தொகுப்பில் இடம்பெற்ற 31 கவிஞர்களுள் மூவர் மட்டும் கிழக்கைச் சேர்ந்தவர்கள். ஒருவர் மலையகத்தவர், ஒருவர் முஸ்லிம் சமூகத்தைச் சேர்ந்தவர். ஏனையோர் யாழ்ப்பாணப் பிரதேசத்தைச் சேர்ந்தவர்கள். 1980களின் நடுப்பகுதிவரை எதிர்ப்புக் கவிதையின் உருவாக்கத்தில் வடக்கைச் சேர்ந்த கவிஞர்களே ஆதிக்கம் செலுத்தினர் என்பதை இது காட்டுகின்றது. இங்கு சில கவிதைகளை உதாரணமாகத் தருகிறேன்.

முதலாவது கவிதை அ. யேசுராசாவின் 'உன்னுடையவும் கதி'. 1960களில் எழுதத் தொடங்கிய யேசுராசா ஒரு முக்கியமான கவிஞர். ஒரு தசாப்தத்துக்கு மேலாக அலை என்ற கலை இலக்கியச் சஞ்சிகையின் ஆசிரியராகவும் இவர் செயற்பட்டார். இலக்கியத்தில் தமிழ்த் தேசியவாதத்துக்கு முக்கியத்துவம் கொடுத்த இச் சஞ்சிகை ஈழத்து நவீன இலக்கியத்தில் குறிப்பிடத்தக்க செல்வாக்குச் செலுத்தியது. இக்கவிதை பயங்கரவாதத் தடைச் சட்டத்தின்கீழ் வடக்கில் நிலவிய யதார்த்தத்தையும் மக்களின் உணர்வையும் எடுத்துக்காட்டுகின்றது.

கடற்கரை இருந்து நீ
வீடு திரும்புவாய்

அல்லது
தியேட்டரில் நின்றும்
வீடு திரும்பலாம்

திடீரெனத் துவக்குச் சத்தங் கேட்கும்
சப்பாத்துகள் விரையும் ஓசையும் தொடரும்.
தெருவில் செத்து நீ
வீழ்ந்து கிடப்பாய்
உனது கரத்தில் கத்தி முளைக்கும்
துவக்கும் முளைக்கலாம்
'பயங்கரவாதி'யாய்ப்
பட்டமும் பெறுவாய்
யாரும் ஒன்றும் கேட்க ஏலாது

மௌனம் உறையும்
ஆனால்
மக்களின் மனங்களில்
கொதிப்பு உயர்ந்து வரும்

1980களில் எழுதத் தொடங்கிய சேரன் இளந்தலைமுறைக் கவிஞர்களுள் முக்கியமானவர். 80களில் அரச அடக்குமுறைக்கு எதிரான வலிமையான கவித்துவ எதிர்ப்புக் குரல் அவரிடமிருந்து வெளிப்பட்டது. தீவிரவாதக் குழுக்களின் உள்முரண்பாடுகள் பற்றியும் அவர்களின் மனித உரிமை மீறல்கள் பற்றியும் கூட அவர் தீவிரமாக விமர்சித்தவர். அவரது 'அம்மா அழாதே' என்ற பின்வரும் கவிதை அடக்கப்பட்ட மக்களின் கோப உணர்வை வெளிப்படுத்துகின்றது. தமிழ்ச் செவ்விலக்கியமான சிலப்பதிகாரத்திலிருந்து வரும் காற்சிலம்பும் பாண்டியனும் பற்றிய குறிப்பு இக்கவிதைக்கு ஒரு தமிழ்த் தேசியவாதப் பின்புலத்தைக் கொடுக்கிறது.

அம்மா அழாதே
நமது துயரைச் சுமக்க மலைகள் இல்லை

உனது கண்ணீர் கரையவும்
ஆறுகள் இல்லை

தோளில் தூங்கிய குழந்தையை
உன்னிடம் தந்ததும்
வெடித்தது துவக்கு
புழுதியில் விழுந்த உன் தாலியின் மீது
குருதி படிந்தது
சிதறிய குண்டின் அனல் வெப்பத்தில்
உன் வண்ணக் கனவுகள் உலர்ந்தன

நின் காற்சிலம்பிடை இருந்து தெறித்தது
முத்துக்கள் அல்ல மணிகளும் அல்ல
குருதி என்பதை உணர்கிற பாண்டியன்
இங்கு இல்லை

துயிலா இரவுகளில்
'அப்பா' என்று அலறித் துடிக்கிற
சின்ன மழலைக்கு
என்னதான் சொல்வாய்?

உலவித் திரிந்து நிலவைக் காட்டி
மார்பில் தாங்கி;
அப்பா கடவுளிடம் போனார்
என்று சொல்லாதே

துயரம் தொடர்ந்த வகையைச் சொல்
குருதிபடிந்த கதையைச் சொல்
கொடுமைகள் அழியப்
போரிடச் சொல்.

இன்னும் ஒரு முக்கியமான கவிஞரான சு.வில்வரத்தினம் தன் கவிதைகளில் வட இலங்கைத் தமிழர்களுக்கு எதிரான பெரும்பாலான வன்முறைச் சம்பவங்களைப்

பதிவுசெய்திருக்கிறார். 'காற்றுக்கு வந்த சோகம்' என்ற சற்று நீண்ட கவிதையில் வில்வரத்தினம் ஒரு ராணுவத் தாக்குதலின் பின்னர் ஒரு முதியவரின் பிணத்துடன் கைவிடப்பட்ட ஒரு கிராமத்தின் கதையைச் சொல்கிறார். மனித வாடையைத் தேடிக் களைத்த காற்றைப் பற்றிய விபரணம் இது. இக்கவிதையின் கடைசி வரிகள் சில இங்கு தரப்படுகின்றன.

அதற்கெங்கே தெரியும்
காற்றுறங்கும் அகாலத்தில்தான்
மூட்டை முடிச்சுகளோடு மக்கள்
கிராமத்தை ஊமையாய் விட்டுப் போன கதை.

ஒரு பெருமூச்சை உதிர்த்தபடி
மீண்டும் உள்ளே நுழைந்தது
முதுமையின் அருகில் குந்தியிருக்கும்
இன்னொரு கூனற் கிழமாய் தன்னைப் பாவித்திருந்து
பிறகெழுந்து
சேலைத் தலைப்புள் வாயைப் புதைத்தபடி
வந்தது வெளியே

வீதியில் தலை நீட்டிய முட்செடியொன்றை
வேலியோரமாய் விலக்கியபடியே
மெல்ல நடந்தது காற்று
சொல்லிக்கொள்ளாமற் போன புதல்வரைத் தேடும்
சோகந் தாளாத தாயைப்போல

நன்கு அறியப்பட்ட கவிஞரான வ.ஐ.ச. ஜெயபாலன் 1970களின் நடுப்பகுதியில் எழுதத் தொடங்கியவர். இவர் இடதுசாரி இயக்கத்திலிருந்து 1980களில் இடதுசாரி இலட்சியங்களுடன் தமிழ்த் தேசியவாதியாக மாறியவர். தமிழ் முஸ்லிம் ஐக்கியத்துக்கும் முஸ்லிம்களுக்கு எதிரான வன்முறைக்கு எதிராகவும் வலிமையாகக் குரல் எழுப்பியவர். 1980களின் பிற்பகுதியிலிருந்து அவர் அலைந்துகொண்டிருக்கும் ஒரு புலம்பெயர் கவிஞனாக விளங்குகிறார். 'ஒரு அகதியின்

பாடல் என்பது அவரது அகதி வாழ்க்கைபற்றிய கவிதைகளின் தொகுப்பு. அவரது 'இலையுதிர் கால நினைவுகள்' தமிழர்களின் அலைந்துழலும் புலம்பெயர் வாழ்வின் துயரத்தைச் சித்திரிக்கும் ஒரு நல்ல கவிதை. அதிலிருந்து சில வரிகள்:

> யாழ் நகரில் என் பையன்
> கொழும்பில் என் பெண்டாட்டி
> வன்னியில் என் தந்தை
> தள்ளாத வயதினிலே
> தமிழ் நாட்டில் என் அம்மா
> சுற்றம் பிராங் போட்டில்
> ஒரு சகோதரியோ பிரான்ஸ் நாட்டில்
> நானோ
> வழி தவறி அலாஸ்கா வந்துவிட்ட ஒட்டகம் போல்
> ஒஸ்லோவில்
> என்ன நம் குடும்பங்கள்
> காற்றில் விதிக்குரங்கு கிழித்தெறியும்
> பஞ்சுத் தலையணையா?

2. இன முரண்பாடும் முஸ்லிம் அடையாளமும் கவிதையும்

1985வரை இனமுரண்பாடும் மோதல்களும் சிங்கள - தமிழ்ச் சமூகங்களுக்கிடையில் மட்டுப்பட்டிருந்தன. 1985க்குப் பின்னர் முஸ்லிம்களும் இதற்குள் இழுக்கப்பட்டனர். இதன் பின்னர் இன முரண்பாடு வடக்குக் கிழக்கைப் பொறுத்தவரை மிகவும் சிக்கலான ஒன்றாக மாறியது. இலக்கிய ஆக்கத்திலும் இது பிரதிபலிக்கத் தொடங்கியது.

இலங்கையில் இரண்டாவது சிறுபான்மையினரான முஸ்லிம்கள் 1981 ஆண்டுக் கணக்கெடுப்பின்படி மொத்தச் சனத்தொகையில் 7.1 வீதத்தினராவர். அவர்கள் நாடு முழுவதிலும் சிதறலாக வாழ்கின்றனர். அவர்களில் சுமார் மூன்றில் ஒரு பகுதியினர் தமிழ் பேசும் பெரும்பான்மைப் பிரதேசமான வட - கிழக்கில் வாழ்கின்றனர். அவர்களுட் பெரும்பான்மையினர் தமிழ் மட்டும் பேசும் ஒருமொழியாளராவர். சிங்களம் பெரும்பான்மையாகப் பேசப்படும் தென்னிலங்கையில் வாழும் ஏனைய முஸ்லிம்கள்

தமிழோடு சிங்களமும் பேசும் இருமொழியாளர்களாவர். அவர்களுள் மிகப் பெரும்பான்மையினர் தமிழையே தங்கள் வீட்டு மொழியாகவும் உட்சமூகத் தொடர்பாடலுக்குரிய மொழியாகவும் பயன்படுத்துகின்றனர். அவர்களுள் சுமார் 80 வீதமானோர் தமிழையே தங்கள் கல்வி மொழியாகவும் கொண்டுள்ளனர்.

19ஆம் நூற்றாண்டின் பிற்பகுதியிலிருந்து முஸ்லிம்கள் தங்கள் இனத்துவ அடையாளத்தை மொழி அடிப்படையிலன்றி மத அடிப்படையில் வலியுறுத்திவந்துள்ளனர். சிங்கள பௌத்த தேசியவாதத்துக்கும் தமிழ் மேலாதிக்கத்துக்கும் எதிர்வினையாக உருவானது இந்த அடையாளம்.

முஸ்லிம்கள் இலங்கையில் சுமார் ஆயிரம் ஆண்டுகளாக வாழ்ந்துவந்திருப்பினும் 19ஆம் நூற்றாண்டிலிருந்தே தமிழில் அவர்களின் ஒன்றிணைந்த தொடர்ச்சியான இலக்கிய முயற்சிகள் காணப்படுகின்றன. இக்காலப் பகுதியிலேயே அவர்களது சமூக உருவாக்கம் இறுதியான ஒன்றிணைவைப் பெற்றது என்று நாம் கருதலாம். 19ஆம் நூற்றாண்டுக்கு முந்திய காலப் பகுதியில் இலங்கை முஸ்லிம்கள் தங்கள் எழுத்தறிவுக்கும் மதக் கல்விக்கும் அறபுத் தமிழைப் பயன்படுத்தியிருக்கலாம். 16ஆம் நூற்றாண்டிலிருந்து தென்னிந்தியாவில் தமிழ்பேசும் முஸ்லிம்களால் படைக்கப்பட்ட மத இலக்கியங்களையும் அவர்கள் பயன்படுத்தியிருக்கலாம்.

யாழ்ப்பாணத்தைச் சேர்ந்த பதுறுத்தீன் புலவர், அசனார் லெப்பைப் புலவர் கிழக்கிலங்கையைச் சேர்ந்த சின்ன ஆலிம் அப்பா, அகமதுக் குட்டிப் புலவர், கண்டியைச் சேர்ந்த அப்துல் காதர் புலவர், அப்துல் றகுமான் புலவர், புத்தளத்தைச் சேர்ந்த செய்கு இஸ்மாயில் புலவர் முதலியோர் 19ஆம் நூற்றாண்டிலும் 20ஆம் நூற்றாண்டின் முற்பகுதியிலும் பல்வேறு வகையான இஸ்லாமிய இலக்கியங்களைப் படைத்த முக்கியமான மரபுவழிப் புலவர்களுள் சிலராவர். சமயச் சார்பான இலக்கியம் படைக்கும் இப்போக்கு 20ஆம் நூற்றாண்டின் நடுப்பகுதிவரை தொடர்ந்தது. இக்கவிஞர்களின் அக்கறை மதமும் மதச்சார்பான ஒழுக்க விழுமியங்களுமேயாகும். சமூக, அரசியல் அபிவிருத்தி பற்றிய

அக்கறை அவர்கள் கவிதைகளில் வெளிப்பட வில்லை. இருப்பினும் அவர்களது படைப்புகள் முஸ்லிம்களின் சமய - பண்பாட்டு அடையாளத்தை உறுதிப்படுத்துவதில் முக்கிய பங்காற்றின.

தமிழ் நாட்டிலும் இலங்கையிலும் படைக்கப்பட்ட இஸ்லாமிய இலக்கியத் தொகுதி 1950களிலிருந்து முஸ்லிம் அடையாளத்தின் ஒரு குறியீடாக மாறியது. இது இஸ்லாமியத் தமிழ் இலக்கியம் என்ற ஒரு தனிப்பிரிவாக அடையாளப் படுத்தப்படுகின்றது. இலங்கையிலேயே இது முதல்முதல் ஒரு புலமைத்துவ ஆய்வுப் பொருளாகவும் மாறியது.

இலங்கை முஸ்லிம் தமிழறிஞரான எம். எம். உவைஸ் தன் வாழ்நாள் முழுவதையும் இஸ்லாமியத் தமிழ் இலக்கிய ஆய்வுக்கே அர்ப்பணித்தார். 1949ல் 'தமிழ் இலக்கியத்துக்கு முஸ்லிம்களின் பங்களிப்பு' என்ற எம். ஏ. பட்டத்துக்கான தனது ஆய்வேட்டை இலங்கைப் பல்கலைக்கழகத்துக்குச் சமர்ப்பித்தார். இது அவருடைய தேடலின் தொடக்கமாக அமைந்தது. அவர் தன் ஆய்வைத் தொடங்கியபோது உமறுப் புலவர், மஸ்தான் சாஹிப் ஆகிய இரண்டு முஸ்லிம் இலக்கிய ஆளுமைகளே வெளியுலகில் நன்கு அறியப்பட்டிருந்தனர். ஒரு இலக்கியத் தொல்லியலாளர் என்ற வகையில் 2000க்கு அதிகமான இஸ்லாமியத் தமிழ் இலக்கியப் படைப்புகளை பிறரின் உதவியுடன் 1996ல் அவர் மரணிக்க முன் அவரால் வெளிக்கொண்டுவர முடிந்தது.

இலங்கை முஸ்லிம் புத்திசீவிகள் தங்கள் அடையாள அரசியலின் ஒரு அம்சமாக இஸ்லாமியத் தமிழ் இலக்கியம் என்ற ஒரு இலக்கியப் பிரிவை நிறுவுவதில் ஆர்வத்துடன் செயற்பட்டனர். 1966ல் முதலாவது இஸ்லாமியத் தமிழ் இலக்கிய மாநாடு மருதமுனையில் நடைபெற்றது. இதன் பின்னர் இரண்டு சர்வதேச இஸ்லாமித் தமிழ் இலக்கிய மாநாடுகள் கொழும்பில் 1979இலும் 2002இலும் நடைபெற்றன. இந்த மாநாடுகள் இலங்கை முஸ்லிம்களின் அடையாள அரசியலையும் அபிலாசைகளையும் பிரதிபலித்தன.

இஸ்லாமிய இலக்கியம் என்ற கருத்து முற்றிலும் மதச்சார்பானதும் மரபு சார்ந்ததுமாகும். இருப்பினும், மதச் சார்பற்ற ஆனால் சமூகச்

சார்புடைய இலக்கியம் படைக்கும் ஒரு புதிய போக்கும் நவீன முஸ்லிம் எழுத்தாளர்கள், கவிஞர்களின் ஒரு புதிய தலைமுறையும் 1950களில் மேற்கிளம்பின. புரட்சிக்கமால், அண்ணல் ஆகிய இருவரும் 1950களில் கிழக்கில் இருந்து எழுதத் தொடங்கிய இரு முக்கியமான கவிஞர்கள். இலங்கையின் நவீன முஸ்லிம் கவிஞர்களின் முன்னோடிகள் இவர்கள். திருகோணமலை மாவட்டத்தில் கிண்ணியாவைப் பிறப்பிடமாகக் கொண்ட அண்ணல் தனது காதல் கவிதைகளால் பிரபலம் பெற்றவர். சமூகப் பிரச்சினைகள் பற்றியும் அவர் கவிதைகள் எழுதினார். புரட்சிக்கமால் மட்டக்களப்பு மாவட்டத்தில் உள்ள ஏறாவூரைச் சேர்ந்தவர். நவீன துருக்கியின் சிற்பி எனப்படும் கமால் அத்தாதுர்க்கினால் உந்துதல் பெற்றவர். அதனாலேயே சாலிஹ் என்ற தன் சொந்தப் பெயருக்குப் பதிலாக புரட்சிக்கமால் என்ற புனைபெயரை அவர் தேர்ந்தெடுத்தார். முஸ்லிம் சமூகத்தின் மேல்நோக்கிய அசைவியக்கத்தைத் தூண்டும் கவிதைகள் பலவற்றை அவர் எழுதினார். சடங்காசாரங்களிலிருந்து விடுபட்டு மதிப்பீடுகளை அடிப்படையாகக் கொண்ட ஒரு சமூகமாக முஸ்லிம் சமூகம் மாறவேண்டும் என்று அவர் விரும்பினார். துருக்கியை முழுமையாக மேற்கத்தைய மயமாக்க முயன்ற அத்தாதுர்க் போலன்றி இஸ்லாமிய நம்பிக்கையில் ஆழமாக வேரூன்றிய ஒரு சீர்திருத்தவாதியாக புரட்சிக்கமால் விளங்கினார். மரபுசார்ந்த, பழமைவாதத் தளைகளிலிருந்து விடுபட்ட முஸ்லிம் சமூகத்தின் சமூக, அரசியல், பொருளாதார முன்னேற்றத்துக்குக் குரல் கொடுத்த ஒரு இஸ்லாமிய நவீனவாதியாக அவரைக் கருதலாம். அவரது சில கவிதைகள் பெண்களை முகத்திரையிட்டு மறைப்பதற்கு எதிரானவை. இலங்கையில் 1950களில் மேற்கிளம்பிய இஸ்லாமிய இனத்துவ உணர்வை அவரது கவிதைகள் பிரதிபலித்தன. ஒருவகையில் புரட்சிக்கமாலை 1950, 60களின் முஸ்லிம் அடையாளத்தின் குரலாக நாம் கருதலாம். எனினும், புரட்சிக்கமாலின் இனத்துவ, மத வேர்கள் அவரது சமத்துவ நோக்கையும். மனிதாபிமான இலட்சியவாதத்தையும் ஊறுபடுத்தவில்லை. 'நாளை வருவான் ஒரு மனிதன்' என்ற அவரது மிகப் பிரபலமான கவிதையை இதற்கு எடுத்துக்காட்டாகக் கொள்ளலாம். அக்கவிதையின் சில

வரிகளை நான் இங்கு தருகிறேன்

> நாளை வருவான் ஒரு மனிதன்
> ஞாலத் திசைகள் கோலமிட
> நாளை வருவான் ஒரு மனிதன்
>
> சாதி ஒன்றாய் நிறம் ஒன்றாய்
> சமயம் ஒன்றாய் மொழி ஒன்றாய்
> நீதி ஒன்றாய் நிலை ஒன்றாய்
> நிறை கண்டாளும் விஞ்ஞானி
> நாளை வருவான் ஒரு மனிதன்
>
> வானக் கூரைப் பந்தரின் கீழ்
> வையகத்துப் பெருமனையில்
> மானிடத்துப் பிள்ளைகளை
> மருவி மகவாய் விருந்தோம்ப
> நாளை வருவான் ஒருமனிதன்

1960, 70களில் இலங்கையின் எல்லாப் பிரதேசங்களிலிருந்தும் முஸ்லிம் கவிஞர்களின் இளந்தலைமுறை ஒன்று தோன்றியது. அவர்களுட் பலர் முஸ்லிம்கள் செறிவாக வாழும் கிழக்கிலங்கையைச் சேர்ந்தவர்கள். நான் ஏற்கனவே குறிப்பிட்டதுபோல் இக்காலப்பகுதியில் தமிழ் இலக்கியத்தில் இடதுசாரிக் கருத்துநிலை ஆதிக்கம் செலுத்தியது. முஸ்லிம் எழுத்தாளர்களும் கவிஞர்களும்கூட இப்போக்கினால் வெவ்வேறு அளவில் பாதிக்கப்பட்டனர். 1950களில் எழுதத் தொடங்கிய முக்கிய எழுத்தாளர்களான இளங்கீரன், எச். எம். பி. முகையதீன், அபுதாலிப் அப்துல் லத்தீப் ஆகியோர் இலங்கைக் கம்யூனிஸ்ட் கட்சிகளுடன் நெருங்கிய உறவுகொண்டிருந்ததோடு கட்சிப் பத்திரிகைகளின் ஆசிரியர்களாகவும் செயற்பட்டனர். கம்யூனிச இயக்கம் 60களின் நடுப்பகுதியில் சித்தாந்த அடிப்படையில் பிளவுண்டபோது இளங்கீரனும், முகையதீனும் மாஓ பிரிவுடன் இணைய லத்தீப் மொஸ்கோ பிரிவுடன் தொடர்ந்திருந்தார். அவர்கள் எல்லோரும் முற்போக்கு எழுத்தாளர் சங்கத்துடன்

தொடர்புகொண்டிருந்தனர். இளந்தலைமுறையைச் சேர்ந்த பெரும்பாலான எழுத்தாளர்களும் கவிஞர்களும் கூட இப்போக்கைப் பிரதிபலித்தனர். கிழக்கிலங்கையைச் சேர்ந்த மருதூர்க்கொத்தன், மருதூர்க்கனி, எம். ஏ. நுஃமான் ஆகியோரும் வேறு சிலரும் மா ஓ இச அனுதாபிகளாகச் செயற்பட்டனர். வர்க்க முரண்பாடு, சமூகமாற்றம் ஆகிய கருப்பொருளில் சிறுகதைகளும் கவிதைகளும் எழுதினர். அதே பிரதேசத்தைச் சேர்ந்த ஏ. இக்பால், பஸீல் காரியப்பர், எஸ். எல். எம். ஹனீபா, தென்னிலங்கையைச் சேர்ந்த எம். எச். எம். சம்ஸ், திக்வல்லைக் கமால், மத்திய இலங்கையைச் சேர்ந்த பண்ணாமத்துக் கவிராயர், எம். எல். எம். மன்சூர் முதலியோர் வெவ்வேறு அளவில் சோசலிசக் கருத்துநிலையின் செல்வாக்குக்கு உட்பட்டு சிறுகதைகளும் கவிதைகளும் எழுதினர்.

சிறிலங்கா சுதந்திரக் கட்சியின் ஸ்தாபக உறுப்பினருள் ஒருவரும், முக்கியமான முஸ்லிம் அரசியல் தலைவர்களுள் ஒருவருமான இடதுசாரிச் சார்புடைய பதியுத்தீன் மஹ்மூத் 1970களின் தொடக்கத்தில் 'இஸ்லாமிய சோசலிசம்' என்ற கருத்தாக்கத்தை முன்வைத்து இஸ்லாமிய சோசலிச முன்னணி என்ற ஒரு அரசியல் கட்சியை உருவாக்கினார். சிறிலங்கா சுதந்திரக் கட்சிக்கு இளந்தலைமுறையைச் சேர்ந்த முஸ்லிம் இடதுசாரிகளின் ஆதரவைத் திரட்டுவது இதன் உள்நோக்கமாகும். அவருடைய புதிய கட்சி 'இன்சான்' என்ற ஒரு வாரப் பத்திரிகையைத் தொடங்கியது. இடது சாரியான அபுதாலிப் அப்துல் லத்தீப் அதன் ஆசிரியர். இளந் தலைமுறையைச் சேர்ந்த பெரும்பாலான எழுத்தாளர்கள் அதில் எழுதினார்கள். இக்கவிஞர்கள், எழுத்தாளர்களுட் பெரும்பாலோர் இடதுசாரி அரசியல் கருத்துநிலையோடு முஸ்லிம் அடையாளத்தைப் பேண முயன்றனர். அவர்களுட் சிலர் மார்க்சியச் சார்புடைய மதச்சார்பற்ற எழுத்தாளர்களாகத் தம்மை அடையாளப்படுத்தியபோதிலும் எல்லோரும் மார்க்சியச் சார்பினர் அல்லர்.

அரசியலிலும் இலக்கியத்திலும் முஸ்லிம் இடதுசாரிகள் தீவிரமாகப் பங்குபற்றிய இப்போக்கு 1980களில் முஸ்லிம் அடையாள அரசியல் அதன் உச்சத்தை எட்டியதுடன் ஒரு

முடிவுக்குவந்தது. இரண்டு வேறுபட்ட அரசியல் அபிவிருத்திகள் இதற்குக் காரணமாகின. முதலாவது, வடக்கிலும் கிழக்கிலும் எழுச்சிபெற்ற பிரிவினைவாத அரசியலும், தமிழ் ஈழ விடுதலை இயக்கங்களும். மற்றது, மேற்கத்தைய ஏகாதிபத்திய அதிகாரத்துக்கும் மேலாண்மைக்கும் எதிராக மத்திய கிழக்கை மையமாகக் கொண்டு உலகளாவிய ஒரு சக்தியாக உருவாகிய இஸ்லாமியம். இப்பின்னணியில் இலங்கை முஸ்லிம் இடதுசாரிகளுக்கு இரண்டு தேர்வுகளே இருந்தன. ஒன்று அரசியல் மௌனிகளாக இருப்பது அல்லது முஸ்லிம் இனத்துவ அரசியலில் ஈடுபடுவது.

1980களின் தொடக்கத்தில் தமிழ் ஈழ விடுதலை இயக்கங்களின் ஆரம்பகட்டத்தில் வடக்கு, கிழக்கு முஸ்லிம்கள் அவர்களுடைய போராட்டத்துக்கு ஆதரவாக இருந்தனர். ஒரு கணிசமான முஸ்லிம் இளைஞர்கள் வெவ்வேறு இயக்கங்களில் உறுப்பினர்களாகவும் இருந்தனர். சிலர் போராட்டத்தில் தலைமைப் பாத்திரமும் வகித்தனர். இருப்பினும் நிலைமை விரைவாக மாற்றம் அடைந்தது. கிழக்கில் தமிழ்த் தீவிரவாதக் குழுக்கள் அரசியல் தொலைநோக்கற்று முஸ்லிம் சமூகத்தைத் தவறாகக் கையாண்டது இதற்குக் காரணமாகும். நிதிசேகரிப்பதற்குத் தமிழர் பகுதியில் கையாண்ட அதே நடைமுறைகளையும் உத்திகளையும் முஸ்லிம் பிரதேசங்களிலும் கையாளத் தொடங்கினர். முஸ்லிம் நிலஉடமையாளர், வர்த்தகர்களிடம் இருந்து பணம் அறவிட்டனர். வாகனங்களைப் பறிமுதல் செய்தனர், ஆட்களைக் கடத்தினர், எதிர்த்தவர்களைக் கொலைசெய்தனர். 1985ல் கிழக்கில் முஸ்லிம் தமிழ் கலவரத்துக்கு இது இட்டுச்சென்றது. விடுதலை இயக்கங்களின் நடவடிக்கைகளின் விளைவாக ஏற்பட்ட தமிழ் முஸ்லிம் இனக்கலவரங்கள் கிழக்கில் முஸ்லிம் தமிழ் உறவில் நீண்டகாலப் பின்விளைவுகளை ஏற்படுத்தியது. 1980களிலும் அதன் பிறகும் தமிழர் பிரதேசத்தில் குறிப்பாக வடக்கில் ஆயுதப் படைகளின் அட்டூழியம் காரணமாக தமிழ் மக்கள் விடுதலை இயக்கங்களை நோக்கித் தள்ளப்பட்டதுபோல் முஸ்லிம்கள் தங்கள் பாதுகாப்புக்காக அரசாங்கத்தையும் அதன் ஆயுதப்படைகளையும் நோக்கித் தள்ளப்பட்டனர்.

1985ல் இருந்து தமிழ் ஈழ விடுதலை இயக்கங்களின் வளர்ச்சியும் முஸ்லிம்களுக்கு எதிரான அவர்களது நடவடிக்கைகளும் முஸ்லிம்கள் மத்தியில் பாதுகாப்பின்மை உணர்வைத் தீவிரப்படுத்தியதோடு இப்பிரதேசத்தில் முன் என்றும் இல்லாத அளவு முஸ்லிம்கள் மத்தியில் இனத்துவ அடையாள உணர்வையும் ஆழப்படுத்தியது. இது முஸ்லிம்களுக்கு என்று ஒரு தனி அரசியல் கட்சியின் - சிறிலங்கா முஸ்லிம் காங்கிரஸின் - எழுச்சிக்கு வழிவகுத்தது. கிழக்கு முஸ்லிம்களை அரசியல் ரீதியாக ஒன்றிணைக்கும் ஒரு பிரதான அரசியல் நிறுவனமாக அது உருவாகியது. 1987ல் நடைபெற்ற முதலாவது மாகாண சபைத் தேர்தலின் பின்னர் கிழக்கின் முஸ்லிம் அரசியலை முஸ்லிம் காங்கிரஸ் ஏகபோக மாக்கிக்கொண்டதுடன் விடுதலைப் புலிகள் தாங்களே தமிழ்மக்களின் ஏக பிதிநிதிகள் என உரிமை கோரியதுபோல் முஸ்லிம்களின் ஏக பிதிநிதிகள் தங்களே எனவும் உரிமை கோரினர். இது முஸ்லிம்களுக்குப் பாரிய பின்விளைவுகளை ஏற்படுத்தியது. புலிகள் இயக்கம் முஸ்லிம்களுக்கு எதிரான இனச் சுத்திகரிப்பு நடவடிக்கையை 1990ல் தொடங்கியது. ஆயிரத்துக்கு அதிகமான முஸ்லிம்கள் அவ்வாண்டில் கிழக்கில் கொல்லப்பட்டனர். வடக்கில் இருந்த மொத்த முஸ்லிம்களும் உடுத்த உடையுடன் பலாத்காரமாக வெளியேற்றப்பட்டனர். முஸ்லிம்களுக்கு எதிரான வன்முறையும், கொலைகளும், இடப்பெயர்வும் 2002ல் விடுதலைப் புலிகள் அரசாங்கத்துடன் புரிந்துணர்வு ஒப்பந்தம் கைச்சாத்திட்ட பின்னரும்கூட அவ்வப்போது தொடர்ந்து நிகழ்ந்தது.

முஸ்லிம்களுக்கு எதிரான இந்த வன்முறையும் அவர்களின் துயரமுமே 1985ன் பின்னர் முஸ்லிம் கவிஞர்கள் எழுதிய கவிதைகளின் பிரதான கருப்பொருளாக அமைந்தது. கிழக்கிலிருந்தும் வடக்கு முஸ்லிம் அகதிகள் மத்தியிலிருந்தும் இளந்தலைமுறையைச் சேர்ந்த ஒரு பெருந்தொகையான முஸ்லிம் கவிஞர்கள் இக்காலப்பகுதியில் தோன்றினர். கடந்த இருபது ஆண்டுகளில் ஏராளமான கவிதைகளையும் அநேக கவிதைத் தொகுதிகளையும் அவர்கள் வெளியிட்டுள்ளனர். சோலைக்கிளி, அஷ்றப் சிஹாப்தீன், ஓட்டமாவடி அறபாத், என். ஆத்மா,

ஏ. ஜி. எம். சதக்கா, ஏ.எம்.றஷ்மி, முல்லை முஸ்றிபா, உவைஸ் கனி, சுல்ஃபிகா, அனார், பெண்ணியா ஆகியோர் இக்காலப் பகுதியில் தோன்றிய முக்கியமான கவிஞர்களுட் சிலர்.

1985ல் வெளிவந்த, ஆயுதப் படையினரின் இன வன்செயல்களினால் பாதிக்கப்பட்ட தமிழர்களின் கோபத்தையும் துன்பத்தையும் எதிரொலித்த 'மரணத்துள் வாழ்வோம்' தொகுதியைப்போல், 50 கவிஞர்களின் 100 கவிதைகளைக் கொண்ட 'மீசான் கட்டைகளில் மீள எழும் பாடல்கள்' என்ற தலைப்பில் ஒரு கவிதைத் தொகுதி கொழும்பில் 2002ல் நடைபெற்ற உலக இஸ்லாமியத் தமிழ் இலக்கிய மாநாட்டில் வெளியிடப்பட்டது. இதன் தொகுப்பாளர்களான அஷ்றஃப் சிஹாப்தீன், ஏ. ஜி. எம். ஸதக்கா, எஸ். நளீம் ஆகியோர் 1990களில் கிழக்கின் கொந்தளிப்பினால் உருவாகிய கவிஞர்கள் எனலாம். இத்தொகுதியில் உள்ள கவிதைகள் தமிழ்த் தீவிரவாத இயக்கங்களின் குறிப்பாக விடுதலைப் புலிகளின் ஒடுக்குமுறை வன்செயல்களால் பாதிக்கப்பட்ட முஸ்லிம்களின் கோபத்தையும் துயரையும் எதிரொலிப்பவையாக அமைந்தன. இத்தொகுப்பில் இடம்பெற்ற 50 கவிஞர்களில் ஐவர் மட்டும் யாழ்ப்பாணத்தைச் சேர்ந்த தமிழர்கள். முஸ்லிம்களுக்கு இழைக்கப்பட்ட வன்முறைக்கு எதிரான தங்கள் உணர்வுகளையும் எதிர்ப்பையும் அவர்கள் தங்கள் கவிதைகளில் வெளிப்படுத்தியுள்ளனர். கிழக்கைச் சேர்ந்த தமிழ்க் கவிஞர்களின் கவிதைகள் எவையும் இத்தொகுப்பில் இடம்பெறவில்லை என்பது குறிப்பிடத்தக்கது. சிவசேகரம், சண்முகம் சிவலிங்கம் ஆகியோர் இப்பொருள் தொடர்பாக எழுதிய சில கவிதைகள் தவறவிடப்பட்டுள்ளன. 45 முஸ்லிம் கவிஞர்களில் மிகப் பெரும்பான்மையோர் கிழக்கைச் சேர்ந்தவர்கள் என்பது புரிந்துகொள்ளக் கூடியதே. இன முரண்பாடு எவ்வாறு அது உருவாக்கும் வலியையும் அந்த வலி உருவாக்கும் கவிதையையும் இனத்துவமயப் படுத்துகின்றது என்பதற்கு இங்கு நான் குறிப்பிட்ட இரண்டு கவிதைத் தொகுப்புகளும் நல்ல உதாரணங்களாக அமைகின்றன.

முஸ்லிம்களுக்கு எதிரான வன்முறைபற்றிக் குறிப்பாகச் சுட்டும் கவிதைகளை நான் எழுதவில்லை. ஆனால் 1977 முதல் நான்

எழுதிய பெரும்பாலான கவிதைகள் பொதுவாக இனத்துவவாதம், இனவன்செயல், யுத்தம், கொலை என்பவற்றுக்கு எதிராகவும் சமாதானத்தை வேண்டியும் நிற்பவை. இருப்பினும், இத்தொகுப்பில் இடம்பெற்றுள்ள 'அவர்களும் நீயும்' என்ற தலைப்பில் அமைந்த எனது ஒரே கவிதை ராணுவத்தினரதும் விடுதலை இயக்கங்களதும் வன்முறையின் பொது இயல்பைச் சித்திரிக்கின்றது. அக்கவிதையை நான் இங்கு தருகிறேன்.

ஜீப்வண்டியில் வந்தனர்
உன் வீட்டுக் கதவைத் தட்டினர்
விசாரணைக்காக
உன்னை இழுத்துச் சென்றனர்

உன் தாய் அழுதாள்
கதறினாள்
மன்றாடினாள்

அவர்களின் முகாமுக்குச் சென்று
விசாரித்தபோது
இல்லை
நாங்கள் கூட்டிவரவில்லை
என்று மறுத்தார்கள்

உன் தசை பிய்ந்து
எலும்புகள் நொறுங்கி
உன் இரத்தம் மண்ணில் கலந்தது

இப்போது உன்முறை

நீ காட்டுக்குள் இருந்து
கால்நடையாக வந்தாய்
என் வீட்டுக் கதவைத் தட்டி
விசாரணைக்காக என்னை இழுத்துச் சென்றாய்

என்தாய் அழுதாள்
கதறினாள்
மன்றாடினாள்
உன் முகாமுக்கு வந்து
விசாரித்தபோது
இல்லை
நாங்கள் கூட்டிவரவில்லை
என்று மறுத்தாய்

என் தசை பிய்ந்து
எலும்புகள் நொறுங்கி
என் இரத்தமும் மண்ணில் கலந்தது.

கிழக்கிலங்கை - கல்முனையில் பிறந்த சோலைக்கிளி 1980களில் முக்கியமான ஒரு கவிஞராக வெளிப்பட்டார். இனமுரண்பாடு தோற்றுவித்த ஒரு கவிஞர் என அவரைக் கருதலாம். அவர் இயற்கையைப் பாடும் ஒரு கவிஞரும்கூட. ஒரு மனிதாபிமானி என்ற வகையில் அவரது கவித்துவப் பிரக்ஞை எல்லாவகையான இனத்துவ, தேசியவாதக் கருத்துநிலைகளுக்கும் வன்முறைக்கும் எதிரானது. ஒரு அகதிக் கவிஞன் நிலவைப் பார்த்து என்ற அவரது கவிதை 1989 நவம்பரில் கல்முனையில் நடந்த இனக்கலவரத்தின் கசப்பான அனுபவத்தை வெளிப்படுத்துகின்றது.

நிலாவே இன்று நான்
பாடல் எழுதமாட்டேன்
ஒரு தற்காலிக வீட்டில்
சொந்தமாய் வாசலில்லை
உரிமையோடு பூப்பறித்து முகர
ஒரு மரமில்லை
நீகூட எனக்கு ஒரு அந்நிய நிலவுதான்
எனது வாசலில் விழுகின்ற
உன்னுடைய வெளிச்சமும்
இந்த அந்நிய வாசல் ஒளியும்
எனக்குள்ளே பேதத்தைக் கிளப்பி

மனநிலையைக் கெடுக்கின்றது

நான் மூன்று தினங்களாய் அகதி
இந்த உயிரையும் அதற்குள்ளே ஊறுகிற கவிதையையும்
காப்பாற்றி வெற்றிகண்ட ஒருவன்

என் வீட்டைப் பார்த்தவர்கள் கூறுகிறார்கள்
அது மூக்குடைந்து விட்டதாய்
நான் நேசித்து வளர்த்த பூமரங்கள் எல்லாம்
மாட்டின் மலக்குடலில் தங்கிப்
பின்னர் வெளியேறி விட்டதென்றும் அறிகிறேன்.

இங்கே
சொந்த வானம் இல்லை
நான் சுவாசிக்கின்ற காற்றுக்கூட
இன்னொரு வீட்டாரின் உடமைபோல் இருக்கிறது
எப்படிப் பாடல் எழுதுவேன் நிலவே
தொண்ணூறாயிரம் வெள்ளிகளையும் உன்னையும்
 வானத்தையும்
தொலைத்த நிலையில்
என் வண்ணத்துப் பூச்சியையும்
கட்டிலின் இடவில் வாழ்ந்த பல்லியையும்
இழந்த நிலையில்
நீ மேகத்தை எடுத்து முகத்தை மூடிக்கொள்
ஒரு கவிஞன் பெருமூச்சு விட்டால்
குளிர் தென்றலும் கருகும்.

இனமுரண்பாட்டின் விளைவாக சில கவிஞர்கள் அகதியாகினர். சில அகதிகள் அதே முரண்பாடு காரணமாகக் கவிஞர்களாயினர். ஊவைஸ் கனி மன்னாரில் பிறந்துவளர்ந்த ஒரு முஸ்லிம் அகதி. 1990ல் முஸ்லிம்கள் வடக்கிலிருந்து விடுதலைப் புலிகளால் வெளியேற்றப்பட்ட பின்னர் கவிதைத் துறைக்கு வந்தவர். 2002ல் வெளிவந்த தனது முதல் தொகுதிக்கு எழுதிய முன்னுரையில் "ஏழ்மையாக்கப்பட்ட புதியதோர் சூழலின் மௌனத்திலிருந்து

பேசத் தொடங்கும்போது கவிதை என்கிற ஆயுதமே என்னை மிகவும் நேசிக்கத் தொடங்கியது" என்று குறிப்பிடுகிறார். அவரது கவிதைகள் இடப்பெயர்வின் கசப்பான அனுபவங்களையும் அவரது எதிர்கால நம்பிக்கையையும் வெளிப்படுத்துகின்றன. அவரது கவிதை வரிகள் சிலவற்றைக் கீழே தருகிறேன்.

உண்மையில் பின்தங்கிப் போன
என் பிரதேசத்தின் எல்லையிலும்
யாழ் விதிகளிலும்
வன்னிக் காடுகளிலும்
தொப்புள் கொடியறுத்துத்
தொழுத இடத்திலும்
துன்பத்தின் வெட்டரிவாள்
விழுகின்றபோது
சாதி மதத்துக்காய்க் கூட
அமைதி இழந்தது என் பூமி

**

பல்வேறுபட்ட இடைவெளிக்குள்
திகிலோடு பிறந்ததுதான்
இந்த நிலா

**

இடம் பெயர்ந்து
சிதறிப் போனாலும்
காட்டு மல்லிகையாய்
பூத்துக் கிடக்கிறோம்

முஸ்லிம் கவிஞர்களின் எதிர்ப்புக் கவிதை பற்றிய கடைசி உதாரணமாக எச். எம். ஜாபிர் என்ற இளங்கவிஞரின் 'வாப்பாவுக்கு ஓர் அஞ்சல்' என்ற கவிதையைத் தரலாம். இவர் வாழைச்சேனையைச் சேர்ந்த ஒரு பள்ளி மாணவன். மீன்பிடிக்குச் சென்ற அவரது தகப்பன் ஹயாத்து முகம்மதும் அவருடன்

சென்ற இன்னும் பன்னிரண்டுபேரும் 2002ல் புரிந்துணர்வு ஒப்பந்தம் நடைமுறையில் இருந்தபோது விடுதலைப் புலிகளால் குரூரமாகக் கொல்லப்பட்டனர். ஜாபிர் இக்கவிதையைத் தன் தகப்பனின் நினைவாக எழுதினார். இதுவே அவரது முதல் கவிதை என்று சொல்லப்படுகின்றது.

வாப்பா உங்களை இழந்த
அந்த வியாழனை நினைத்துப் பார்க்கிறேன்
உங்கள் சிரிப்பு உழைப்பு
நினைக்கும் போதே
மனசு உலைச் சட்டியாய்க் கொதிக்கிறது
வாப்பா

என்ன செய்தனர் அவர்கள்
சுட்டனரா
கண், கிட்னி அறுத்தெடுத்து
தேகத்தைக் கீறி
உப்பு மிளகிட்டு இன்புற்றனரா

அல்லது
பொல்லால் சிரசைப் பதம்பார்த்து
அலவாங்கால் துளைத்து
ஆடி மகிழ்ந்தனரா

நீங்கள் பிடித்துவரும்
ஐப்பான் மீன் கறி
இன்னும் நமது சட்டியில்
மணக்கிறது வாப்பா

உம்மாவும் தம்பிகளும்
உங்களை அடிக்கடி கேட்டழுகின்றனர்

உங்களோடு வந்த
அஜ்வத், கலீல், அபூசாலி,
முகம்மது, உசனார் எல்லோரையும்
எம் ஊர் கேட்டதாகச் சொல்லுங்க
முபாறக் நானாவுக்கு ஸலாம் சொல்லுங்க
அவரது பிள்ளைகளும் நலமாயிருப்பதாகவும்
'குபா' பள்ளி
அவரை நினைந் தழுவதாகவும் சொல்லுங்க
'இத்தா' இருக்கிற மனைவிமார்களால்
ஊரே இருண்டு கிடப்பதாயும் சொல்லுங்க

சுவனத்து ஊஞ்சலில்
ஆடிக்கொண்டிருக்கும் நீங்க
அடிக்கடி என் கனவுல
வந்துபோங்க வாப்பா

3. வர்க்கமும் இனத்துவ முரண்பாடும்:

இலங்கைத் தமிழ்க் கவிதையில் மலையகத் தமிழரின் குரல்

இன்றைய இலங்கையில் மலையகத் தமிழர்கள் தனி அடையாளமுடைய தமிழ் பேசும் ஒரு சிறுபான்மை இனக் குழுமத்தினராவர். 1981ஆம் ஆண்டு குடித்தொகைக் கணக்கெடுப்பின்படி மலையகத் தமிழர்களின் அக்கால எண்ணிக்கை 8,18,656ஆகும். இவர்கள் மொத்தச் சனத்தொகையில் 5,5 வீதத்தினராவர். இவர்கள் இலங்கையின் மத்திய மலைநாட்டில் பிரித்தானியர் தொடங்கிய கோப்பி, தேயிலை, றப்பர் தோட்டங்களில் வேலைசெய்வதற்காக தமிழ் நாட்டின் பல்வேறு பகுதிகளிலிருந்து 19ஆம் நூற்றாண்டின் முற்பகுதியிலிருந்து 20ஆம் நூற்றாண்டின் முற்பகுதிவரை கொண்டுவந்து குடியேற்றப்பட்டவர்களின் சந்ததியினராவர். இலங்கை சுதந்திரம் பெற்ற காலப்பகுதியில் சுமார் பத்துலட்சம் இந்தியத் தமிழர் இங்கு வாழ்ந்தனர். இவர்கள் இந்த நாட்டின் மிக மோசமாகச் சுரண்டப்பட்ட, பெரிதும் எழுத்தறிவற்ற, மிக வறிய உழைப்பாளிகளாக இருந்தனர். எனினும், தொழிற்சங்கங்களால்

ஒன்றிணைக்கப் பட்டிருந்தனர். இடதுசாரிக் கட்சிகளின் ஆதரவும் இவர்களுக்கு இருந்தது. தங்களுக்கென்று இலங்கை இந்திய காங்கிரஸ் என்ற ஒரு அரசியல் கட்சியையும் தொழிற்சங்கத்தையும் உருவாக்கியிருந்தனர். இதுவே பின்னர் இலங்கைத் தொழிலாளர் காங்கிரஸ் (இதொகா) எனப் பெயர்மாற்றம் பெற்றது.

புதிய சோல்பரி யாப்பின்கீழ் சுதந்திரம் பெறுவதற்கு ஓர் ஆண்டுக்குமுன் 1947ல் நடத்தப்பட்ட பொதுத்தேர்தலில் மலையகத் தமிழரின் அரசியல் செல்வாக்கு உறுதியாக வெளிப்பட்டது. மலையகத் தொழிலாளர்களின் ஆதரவுடன் இடதுசாரிக் கட்சிகள் 18 ஆசனங்களை வென்றன. இலங்கை இந்திய காங்கிரஸ் 06 ஆசனங்களைப் பெற்றது. இவர்களே இலங்கையின் புதிய பாராளுமன்றத்தில் எதிர்க்கட்சியை அமைத்தனர். சிங்களத் தேசியவாதிகளைப் பிரதிநிதித்துவப் படுத்திய ஆளும் ஐக்கிய தேசியக் கட்சி (ஐதேக) தோட்டத் தொழிலாளர்களின் அரசியல் வலுவை உடைப்பதற்காக பாராளுமன்றத்தில் 1948ல் குடி உரிமைச் சட்டத்தை நிறைவேற்றியது. இதனால் மிகப் பெரும்பாலான இந்தியத் தமிழர் தங்கள் வாக்குரிமையை இழந்து ஒரே நாளில் நாடற்றவராகினர். நாடற்ற ஒரு பகுதியினரை இந்தியாவுக்கு அனுப்பவும் எஞ்சியோருக்குக் குடியுரிமை வழங்கவும் இலங்கை, இந்திய அரசாங்கங்களுக்கிடையே காலத்துக்குக் காலம் பல ஒப்பந்தங்கள் கைச்சாத்திடப்பட்டன. 1985ல் கிட்டத்தட்ட ஐந்து லட்சம்பேர் இந்தியாவுக்குத் திருப்பியனுப்பப்பட்டனர். சில இலட்சம்பேர் உள்வாங்கப்பட்டனர். 1988ல் எஞ்சியிருந்த எல்லோருக்கும் குடியுரிமை வழங்கப்பட்டது.

தோட்டத் தொழிலாளர் இலங்கையின் பொருளாதாரத்தைக் கட்டியெழுப்புவதில் முக்கியமான பங்காற்றியபோதிலும், ஆரம்பத்திலிருந்தே சிங்களத் தேசியவாதிகள் இந்த நாட்டில் அவர்களின் இருத்தலுக்கு எதிராகவே இருந்தனர். இலங்கையின் முதலாவது பாராளுமன்றத்தில் பிரதமராகப் பதவிவகித்த டி. எஸ். சேனநாயக்க 1926இலேயே இந்தியத் தொழிலாளரின் வருகைக்கு எதிர்ப்புத் தெரிவித்தார். "உரிய நடவடிக்கை எடுக்கப்படாவிட்டால் இந்த நாடு மிக விரைவிலேயே இந்தியக் குடியேறிகளால், பிரதானமாக தேர்ச்சியற்ற தொழிலாளர்களால்

நிறைந்துவிடும். இந்தியத் தொழிலாளர்களின் கட்டற்ற இந்த வருகை உள்ளூர்த் தொழிலாளர்களின் சம்பளத்தையும் தொழில் வாய்ப்பையும் மிக மோசமாகப் பாதிப்பது மட்டுமன்றி தேவைப்படும் தொழிலாளர்களின் வாய்ப்புகளையும் பாதிக்கும்" என அவர் கூறினார். இந்தியத் தொழிலாளர்களுக்கு எதிரான சிங்களத் தேசிய வாதிகளின் இந்த மனப்பாங்கு காலனித்துவ காலத்தில் மட்டுமன்றி பின்காலனித்துவ காலத்திலும் தொடர்ந்தது. 1960களின் பிற்பகுதியில் இடதுசாரிச் சாயலில் ஒரு அரசியல் சக்தியாக எழுச்சியடைந்த, பெரும்பாலும் வேலையற்ற சிங்கள கிராமப்புற இளைஞர்களைக் கொண்ட சிங்களத் தேசியவாதக் கட்சியான மக்கள் விடுதலை முன்னணி (ஜே. வி. பி) மலையகத் தமிழரை "இந்திய விஸ்தரிப்பு வாதத்தின்" ஒரு கருவியாகவே நோக்கியது. இந்த எதிர்ப்புணர்வு காரணமாகவும், பின்னர் ஏற்பட்ட அரசியல் சூழ்நிலை, இன முறுகல் காரணமாகவும் மலையகத் தமிழர்கள் இன வன்செயலுக்கு இலகுவில் இலக்காகக் கூடியவர்களாகினர். தமிழர்களுக்கு எதிராக 1977, 1981, 1983ஆம் ஆண்டுகளில் நடைபெற்ற கலவரங்களால் அவர்கள் மிக மோசமாகப் பாதிக்கப்பட்டனர்.

மலையகத் தமிழர் இலங்கைத் தொழிலாளர் வர்க்கத்தின் மிகப்பெரும் பகுதியினராவர். 1920களிலிருந்து அவர்களைத் தங்களின் தொழில் மற்றும் குடியில் உரிமைகளுக்காகப் போராடும் பிரக்ஞையுள்ள ஒரு தொழிலாளி வர்க்கமாக வளர்த்தெடுப்பதில் இடதுசாரிக் கட்சிகளும் தொழிற் சங்கங்களும் தீவிர பங்காற்றியிருக்கின்றன. நாம் ஏற்கனவே குறிப்பிட்டதுபோல் அவர்கள் தங்களின் அரசியல் வலுவை 1947 தேர்தலில் காட்டினர். எவ்வாறெனினும், இந்நாட்டில் இடதுசாரி இயக்கங்களின் தோல்வி காரணமாகவும், இனத்துவ அரசியலின் வளர்ச்சி காரணமாகவும், அவர்கள் மத்தியில் இனத்துவ உணர்வுள்ள படித்த ஒரு மத்தியதர வர்க்கத்தின் எழுச்சி காரணமாகவும் 1960களிலிருந்து அவர்களும் அரசியல் பிரக்ஞையுள்ள தனித்துவமான ஒரு இனத்துவ சமூகமாக எழுச்சிபெற்றனர். தோட்டக்காட்டான் என அழைக்கப்பட்ட இழிவுபடுத்தும் அடையாளத்திலிருந்து மலையகத் தமிழர் என்ற

பண்புரீதியான மாற்றம் முக்கியமான இந்தச் சமூக மாற்றத்தைக் குறித்துநிற்கின்றது. மலையகத் தமிழர், மலையகத் தமிழ் இலக்கியம் என்ற கருத்தாக்கங்கள் 1960களிலிருந்து பரவலாக வழக்குக்கு வந்தன. சமகால இலங்கையில் தமிழர் மத்தியில் சமூக, அரசியல், இலக்கியச் சொல்லாடலில் இவை உறுதியாக நிலைபேறடைந்துவிட்டன.

மலையகத் தமிழரின் இலக்கிய வெளிப்பாடுகள் 1920களிலேயே ஆரம்பித்துவிட்டன. அதற்கு முன்பிருந்தே அவர்கள் மத்தியில் ஒரு வளமான நாட்டார் இலக்கியப் பாரம்பரியம் நிலவிவந்தது. 1920களில் சட்ட சபையில் இந்தியரின் பிரதிநிதியாக இருந்தவரும், தொழிற்சங்கவாதியும், பத்திரிகையாளருமான கோ. நடேசையரும் அவரது மனைவி மீனாட்சியம்மாளும் அரசியல் பிரக்ஞையுள்ள மலையக இலக்கிய முன்னோடிகளாவர். எனினும் 1947ல் முதலாவது பாராளுமன்றத்துக்குத் தெரிவுசெய்யப்பட்ட உறுப்பினரும் தொழிற்சங்கவாதியுமான சி. வி. வேலுப்பிள்ளையையே மலையகத் தமிழ் இலக்கியம் என்ற ஒரு புதிய பிரிவின் நிறுவனர் என்று நாம் கருதலாம். அவர் தன் மக்களையும் நாட்டையும் ஆழமாக நேசித்த ஒரு கவிஞரும் நாவலாசிரியரும் ஆவார். 1948ல் பாராளுமன்றத்தில் குடியுரிமை மசோதா விவாதிக்கப்பட்டபோது தன் நாட்டின்மீது அவர் கொண்டிருந்த நேசத்தைக் கவித்துவத்துடன் பின்வருமாறு அவர் வெளிப்படுத்தினார்.

"சபாநாயகர் அவர்களே, சுமார் 85 ஆண்டுகளுக்குமுன் எனது மூதாதையர் இந்த நாட்டுக்கு வந்தனர். நான் இதுவரை இந்தியாவுக்குப் போனதே இல்லை. நான் பாக்கு நீரிணையைக் கடந்ததே இல்லை. நான் இந்த நாட்டின்மீது கொண்டுள்ள நேசம் கௌரவ பிரதமர் கொண்டுள்ள நேசத்தைவிட எவ்வகையிலும் குறைந்ததல்ல. ஆனால், இங்கு ஒரு வேறுபாடு உள்ளது. நான் இந்த நாட்டின் செடி கொடிகளையும், புற்களையும், மலைகளையும், நீரூற்றுக்களையும் நேசிக்கிறேன். ஆனால், பிரதமரோ இந்த நாட்டின் வளத்தையும் அதிகாரத்தையும் நேசிக்கிறார். அதுதான் வேறுபாடு."

அவர் ஆங்கிலத்தில் எழுதிய தேயிலைத் தோட்டத்திலே (*In*

the Ceylon Tea Garden) என்ற கவிதையில் துயரப்படுந் தொழிலாளர்களின் துன்பமும் வலியும் பற்றிய அவரது ஆழமான உணர்வுகளும் அவரது கோபமும் எதிர்காலத்தின் மீது அவர் கொண்டிருந்த நம்பிக்கையும் வெளிப்படுகின்றன. எனது மொழிபெயர்ப்பில் அவரது கவிதையின் சில பகுதிகளை நான் இங்கு தருகிறேன்.

அவ்வப்போது
வீதியில் நின்று
என் இசைக் கருவியின்
தந்தியை மீட்டி
எனது பாடலை உரத்துப் பாடுவேன்

இலங்கையின் மனிதரைப் பற்றிப் பாடுவேன்
நெல் வயலில்
நெடும்புல் வெளியில்
தேயிலை
றப்பர்த் தோட்டங்களில்
பிறந்த என் மக்களைப் பற்றிப் பாடுவேன்
ஆம் நான் நேசிக்கும்
அவர்களைப் பாடுவேன்

**

எனது மக்கள்
தேயிலைச் செடியின் அடியிலே புதைந்து
புழுதியின் கீழே புழுதியாய் கிடக்கிறார்
அவர்களின் எளிய புதைகுழி மீது
காட்டு மலர்களும் பூத்திட வில்லை
நினைவுச் சின்னம் எதுவும் இல்லை
புகழ்மொழி வாசகம் எழுதிடவில்லை
தகப்பன் மாரின் சிதைகள் மீது
மகன்மார் ஏறி மிதித்துச் செல்கிறார்
எத்தனை வெட்கம்
இறந்தவர்க்காக

ஏன் ஒரு கல்லறை எழுப்பிட வில்லை
கடவுள் மட்டுமே கருணை கூர்ந்து
தனது புற்களால் அவர்களை மூடினான்

**

வெண்கல மேனி கொண்ட என் மக்கள்
காலை ஒளியில் களத்தில் இறங்குவர்
சமநிலத்திருந்து சமவெளிவரையும்
மலையில் இருந்தும் சரிவில் இருந்தும்
பிக்காசு மண்வெட்டி அலவாங்கு மண்கிண்டி
தாளத்துக் கேற்றதாய் எதிரொலி எழுந்து வீழும்
மண்கிண்டுவோரும் கவ்வாத்துக் காரரும்
மருந்தடிப்போரும்
ஒவ்வொரு துறையிலும் தனித்திறனோடு
வேலைத் தளத்தில் வினைகள் புரிவர்
கலைக்கப்பட்ட தேன்கூடு அவர்களின் இதயம்
அவர்களின் கரங்களோ வெற்றுத் தேன்வதைகள்
வெம்மையான வியர்வை சிந்த
நாளொன்றுக்கு எட்டு மணிநேரம்
வாரம் ஒன்றுக்கு ஏழு நாட்கள்
இவ்வாறு அவர்களின் வாழ்வின் குருதி
வழிந்து ஓடும்
இந்த நாட்டை வனப்புற மாற்ற
யாரோ சிலரின் சுவர்க்கம் ஆக்க

வேலுப்பிள்ளையின் 'வீடற்றவன்' நாவல் தொழிலாளர் வர்க்கமும் ஒரு இனத்துவ சமூகமும் என்ற வகையில் மலையக மக்களின் எங்குமற்ற நிலையின் ஒரு குறியீடாகும்.

ஒரு இடதுசாரியும் தொழிற்சங்கவாதியும் என்ற வகையில் வேலுப்பிள்ளை சிங்கள மக்களுடன் மிக நெருக்கமான தொடர்பு கொண்டிருந்தார். ஒரு சிங்களப் பெண்ணையே திருமணம் செய்திருந்தார். எனினும், 1983 இன வன்செயலில் ஒரு தமிழர் என்ற வகையில் கசப்பான அனுபவங்களுக்கு அவர் ஆளாக நேர்ந்தது. அதன் விளைவே அவரது 'இனிப்படமாட்டேன்' என்ற

நாவல். அது வர்க்க, இன முரண்பாடுபற்றிய அவரது சொந்த அனுபவங்களைச் சித்திரிக்கும் ஒரு சுயசரிதை நாவலாகும்.

மலையகத் தமிழ்க் கவிதை ஒடுக்கப்பட்ட தொழிலாளி வர்க்கத்தினதும் பாரபட்சத்துக்குள்ளான ஒரு இனத்துவக் குழுமத்தினதும் குரலாகும். வேலுப்பிள்ளையின் வழிதொடர்ந்த பெரும்பாலான மலையகக் கவிஞர்கள் தங்கள் யதார்த்தத்தையே தங்கள் கவிதைகளில் வெளிப்படுத்தியுள்ளனர். பரவலாக அறியப்பட்ட மலையகக் கவிஞர்களுள் ஒருவரான குறிஞ்சித் தென்னவன் தொழிலாளி வர்க்கத்துக்குள்ளிருந்து வந்த ஒரு கவிஞர். தோட்டத் தொழிலாளர்களின் துயரம் பற்றி இவர் நூற்றுக்கணக்காக கவிதைகள் எழுதியிருக்கிறார். அவரது முதலாவது கவிதைத் தொகுதி 1987ல் வெளிவந்தது. அவரது இரண்டு பாடல்களை மட்டும் நான் இங்கு உதாரணமாகத் தருகிறேன்.

பாலும் பழமுமா உண்டு வளர்ந்தேன்
பஞ்சணையிலா உறங்கி எழுந்தேன்
கூழும் இன்றிப் பசியில் துடித்தேன்
கிழிந்த படங்கில் உறங்கி வளர்ந்தேன்

**

உச்சி மலையிலே வேலை செஞ்சோம் - அங்கு
ஊத்தும் மழையிலே நனைஞ்சிருந்தோம் - சிறு
குச்சி குடிசையில் வாழ்ந்திருந்தோம் - நம்ப
கூட்டம் இந் நாட்டிற்குப் பாரமானோம்

தாம் பிறந்த மண்ணிலிருந்து நாடற்றவராக வெளியேற்றப்பட்ட இலட்சக் கணக்கானோரில் ஒருவரான இளங்கவிஞர் வண்ணச்சிறகு மலையக மக்களுடைய கூட்டு அனுபவத்தையும் சொந்த அனுபவத்தையும் வெளிப்படுத்தும் சிறந்த கவிதைகள் பலவற்றை எழுதியிருக்கிறார். 'விடியல்' என்ற அவரது கவிதை இனக்கலவர காலத்தில் மக்கள் மத்தியில் நிலவிய பீதி உணர்வின் கூட்டு அனுபவத்தை சுய அனுபவமாக வெளிப்படுத்தும் ஒரு நல்ல கவிதையாகும்.

நிச்சயமற்றுப் போயின
நம் இரவுகள்.
அன்பே!
படுக்கைக்குப் போகுமுன்
இறுதி அர்த்தங்களுடன்
பார்த்துக் கொள்வோம்!

குழந்தைகளின் கன்னங்களில்
அழுத்தமாக உன் உதடுகளை
ஒருமுறை பதித்துவை
அப்புறமாய்
நம் உறவுகளை
ஒரு முறை நினைத்துக் கொள்வோம்!
இறுதியாக
மாறி மாறி
நம் கண்ணீர்த் துளிகளை
நாமே துடைத்துக் கொள்வோம்!

இந்த இரவில்
நாம் எரியாதிருந்தால்
விடியலில்
பனிமுத்துக்கள் தாங்கும்
தேயிலைத் தளிர்களில்
விரல்கள் பதிப்போம்!

'சென்று வருகிறேன் ஜென்ம பூமியே' என்ற தலைப்பில் அவர் எழுதிய பிரியாவிடைக் கவிதை இறந்த காலத்துக்கான இரங்கலுடன் பின்வருமாறு முடிகின்றது.

சென்று வருகிறேன்
மலைத் தொடர்களே
திரும்பவும் நான் உன்னை
என்று காண்குவனோ?

சென்று வருகிறேன்
தோழர்களே
திரும்பவும் நாம் ஒன்றாய்
என்று மலையேறுவோமோ?
சென்று வருகிறேன்
கொற்ற கங்கையே
திரும்பவும் உன் மேனியில்
என்று நீராடுவேனோ?
சென்று வருகிறேன்
வெகுஜனங்காள்
திரும்பவும் நாம் இதய மகிழ்வோடு
என்று கரம் குலுக்குவமோ?
சென்று வருகிறேன்
ஜென்ம பூமியே
திரும்பவும் உன் வெளிகளில்
என்று ஓடி மகிழ்வனோ?

4. மதமும் இனத்துவமும் வாசிப்பின் அரசியலும்

பௌத்தம் இலங்கையின் அரச மதமாகும். இலங்கை அரசுக்கு இந்த நாட்டில் பௌத்தத்தை மேம்படுத்தவும் பாதுகாக்கவும் யாப்பு ரீதியான கடப்பாடு உண்டு. பௌத்தம் அடிப்படையில் வன்முறைக்கு எதிரான ஒரு மதம். அது தத்துவார்த்த ரீதியிலும் நடைமுறையிலும் அகிம்சையைப் போதிக்கின்றது. ஆயினும், இலங்கை மக்கள் அரசாலும் அரசுக்கு எதிரானவர்களாலும் கடந்த நான்கு ஐந்து தசாப்தங்களுக்கு மேலாக வன்முறைக்கு ஆளாகி வந்துள்ளனர். ஆயினும், அர்த்தமுள்ள வகையில் இந்த வன்முறைக்கு எதிரான பௌத்த குரல் எதுவும் இங்கு எழவில்லை என்பது நம் கவனத்துக்குரியது. உண்மையில் பௌத்தம் அரசியல் நோக்கத்துக்காகப் பயன்படுத்தப்பட்டது. பாகிஸ்தானிலும் பிற இஸ்லாமிய நாடுகளிலும் இஸ்லாம் பயன்படுத்தப்படுவது போன்ற, இந்தியாவில் இந்துமதம் பயன்படுத்தப்படுவது போன்ற ஒரு நிலைமை இது. சிறுபான்மையினர் பார்வையில் இலங்கையில் பௌத்தம் காட்டிக்கொடுக்கப் பட்டுவிட்டது அல்லது பலியாளாக்கப் பட்டவிட்டது.

எஸ்.ஜே. தம்பையாவின் 'பௌத்தம் காட்டிக்கொடுக்கப்பட்டதா?' (Buddhism Betrayed?) என்ற நூல் இதற்கு ஒரு உதாரணம். இது இலங்கையில் தடைசெய்யப்பட்டது. சு. வில்வரத்தினம், ஹம்சத்வனி, சிவசேகரம், நுஃமான் போன்ற சில கவிஞர்கள் புத்தரின் படிமத்தைப் பயன்படுத்தி இலங்கையில் பௌத்தம் பலியாளாக்கப்பட்டமை பற்றிச் சில கவிதைகள் எழுதியுள்ளனர். இந்தப் பிரிவில், 'புத்தரின் படுகொலை' என்ற எனது கவிதை பற்றி மத அல்லது இனத்துவ நோக்கில் இடம்பெற்ற வாசிப்புகளையும் எதிர் வினைகளையும் பற்றி சுருக்கமாக ஆராயப்படுகின்றது.

1981ஆம் ஆண்டு இலங்கையில் நடந்த இன வன்செயல்களின் உச்சங்களுள் ஒன்றாகும். யாழ்ப்பாணத்தில் நடந்த முதலாவது மாவட்ட சபைத் தேர்ல் பிரசார காலகட்டத்தில் இது நிகழ்ந்தது. தனிநாட்டுக்காகப் போராடிக்கொண்டிருந்த தீவிரவாதக் குழுக்கள் தேர்தலுக்கு எதிராகச் செயற்பட்டன. அவர்கள் தேர்தலைக் குழப்ப விரும்பினர். யாழ்ப்பாணத்தில் ஒரு தேர்தல் பிரசாரக் கூட்டத்தின்போது ஒரு வேட்பாளரும் இரண்டு பொலிசாரும் சுட்டுக்கொல்லப்பட்டனர். வேறு இருவர் காயமடைந்தனர். இதற்கு எதிரடியாக மே31,ஜூன்1,2 ஆகிய திகதிகளில் பொலிஸ் காட்டுமிராண்டித்தனமான நடவடிக்கைகளில் இறங்கியது. நகரில் இருந்த பல கட்டிடங்களை அடித்து நொறுக்கித் தீயிட்டது. பொதுச்சந்தை, ஈழநாடு பத்திரிகை அலுவலகம், யாழ்ப்பாண பாராளுமன்ற உறுப்பினரின் வீடு எல்லாம் தீயிடப்பட்டன. மந்திரிசபையின் சில உயர்மட்ட உறுப்பினர்கள் யாழ்ப்பாணத்தில் இருக்கும்போதே இவை நடைபெற்றன. இதில் மிகப் பெரிய இழப்பு யாழ் பொது நூலகம். தென் ஆசியாவிலேயே மிகப் பெரிய நூலகங்களுள் ஒன்றான இந்நூலகத்தில் 90 ஆயிரத்துக்கு அதிகமான நூல்கள் இருந்தன. அவற்றுள் பல அரிய ஆவணங்கள். பௌத்த நூல்கள் பலவும் அங்கிருந்தன. அது முற்றாகத் தீக்கிரையாக்கப்பட்டது.

நான் அப்போது யாழ். பல்கலைக் கழகத்தில் விரிவுரையாளனாகக் கடமையாற்றினேன். அந்த நூலகத்தை அடிக்கடி பயன்படுத்தியவர்களுள் நானும் ஒருவன். அடுத்த நாள் அந்த அழிவைப் பார்க்கச் சென்றேன். அது சகிக்க முடியாத பேரழிவு.

அந்த அழிவுக்கு எனது உடனடியான எதிர்வினைதான் 'புத்தரின் படுகொலை' என்ற எனது கவிதை. நூலகத்தில் புத்தர் பெருமான் சுடப்பட்டிறந்த படிமம்தான் உடனடியாக என் மனதில் தோன்றியது. அந்தக் கவிதை வருமாறு:

நேற்று என் கனவில்
புத்தர் பெருமான் சுடப்பட்டு இறந்தார்.
சிவில் உடை அணிந்த
அரச காவலர் அவரைக் கொன்றனர்.
யாழ் நூலகத்தின் படிக்கட்டருகே
அவரது சடலம் குருதியில் கிடந்தது.
இரவின் இருளில்
அமைச்சர்கள் வந்தனர்
'எங்கள் பட்டியலில் இவர்பெயர் இல்லை
பின் ஏன் கொன்றீர்?'
என்று சினந்தனர்.

'இல்லை ஐயா
தவறுகள் எவையும் நிகழவே இல்லை
இவரைச் சுடாமல்
ஓர் ஈயினைக் கூடச்
சுடமுடியாது போயிற்று எம்மால்
ஆகையினால்......'
என்றனர் அவர்கள்.

சரி சரி
உடனே மறையுங்கள் பிணத்தை'
என்று கூறி அமைச்சர்கள் மறைந்தனர்.

சிவில் உடையாளர்
பிணத்தை உள்ளே இழுத்துச் சென்றனர்.
தொண்ணூறாயிரம் புத்தகங்களினால்
புத்தரின் மேனியை மூடி மறைத்தனர்.

சிகாலோகவாத சூத்திரத்தினைக்
கொழுத்தி எரித்தனர்.
புத்தரின் சடலம் அஸ்தியானது
தம்ம பதமும்தான் சாம்பரானது.

இக்கவிதை முதலில் யாழ். பல்கலைக் கழக மாணவர் அறிவிப்புப் பலகையில் இடம்பெற்றது. பின்னர் 'அலை' சஞ்சிகையில் பிரசுரமாகியது. விரைவிலேயே அது ஆங்கிலத்திலும் சிங்களத்திலும் மொழிபெயர்க்கப்பட்டது. இக்கவிதை பற்றி இனக்குழுமங்களின் வெவ்வேறு பிரிவினர் மத்தியில் இருந்து வெளிப்பட்ட எதிர்வினைகளும் அதற்குப் பின்னால் இருக்கும் கருத்துநிலைகளும் கோட்பாட்டு நோக்கில் முக்கியமானவை.

இக்கவிதையின் முதலாவது சிங்கள மொழிபெயர்ப்பு ஒரு முற்போக்குச் சிங்கள சஞ்சிகையான 'விவரண'வில் வெளிவந்தது. அதன் ஒரு பிரதி கொழும்புப் பல்கலைக் கழக மாணவர் அறிவிப்புப் பலகையில் ஒட்டப்படடது. இக்கவிதைக்கான சிங்கள தேசியவாதிகளின் எதிர்வினை முக்கியமானது. இக்கவிதையினால் சினமுற்ற சிங்கள மாணவர் குழு ஒன்று அறிவிப்புப் பலகையை உடைத்து இக்கவிதையை அகற்ற முயன்றதாகவும் அது பின்னர் அகற்றப்பட்டதாகவும் நான் கேள்விப்பட்டேன். அதற்குச் சில மாதங்களுக்குப் பின்னர் பாராளுமன்றத்தில் நேரடி மொழிபெயர்ப்பாளராக இருந்த எனது நண்பர் ஒருவர் சில தீவிரவாத பௌத்தர்கள் பாராளுமன்றத்தில் இக்கவிதைமீது தெய்வ நிந்தனைக் குற்றப் பிரேரணை கொண்டுவர முயற்சிப்பதாகவும் என்னைச் சற்றுக் கவனமாக இருக்கும்படியும் எச்சரித்தார். ஆனால், ஏதோ ஒரு காரணத்தால் அவர்கள் அதில் வெற்றிபெற வில்லை. களனிப் பல்கலைக் கழகத்தில் பணியாற்றிய எனக்கு நன்கு அறிமுகமான ஒரு சிங்களப் பேராசிரியர் - அவர் ஒரு பௌத்த தீவிரவாதி அல்லர் - ஒருமுறை அவரை அப் பல்கலைக் கழகத்தில் சந்தித்தபோது அக்கவிதை பற்றிய தன் அதிருப்தியை என்னிடம் தெரிவித்தார். அவர் அக்கவிதையை வாசித்திருக்க வில்லை. அது பற்றி அவர் கேள்விப்பட்டது மட்டுமே. புத்தரின் படிமத்தை ஒரு பலியாளாகப்

பயன்படுத்தியதே அவரது எதிர்ப்புக்குக் காரணமாகும். மறுவகையில், தாராளவாத, முற்போக்குச் சிங்களவர்களின் இக்கவிதைக்கான எதிர்வினை சாதகமானது. வேறு சில சிங்களவர்களும் இக்கவிதையைச் சிங்களத்தில் மொழிபெயர்த் திருந்தனர். இளம் பௌத்த பிக்கு ஒருவரும் இக்கவிதையை மொழிபெயர்த்திருப்பதாக பேராசிரியர் அர்ஜுன பராக்கிரம ஒருமுறை என்னிடம் சொன்னார். பேராசிரியர் க்ார்லோ பொன்சேகா இக்கவிதையைத் தானே சிங்களத்தில் மொழிபெயர்த்ததுடன் சிங்களவர் மத்தியில் பிரபலப் படுத்தியவர்களுள் முக்கியமானவர். சிங்களவர் மத்தியில் இக்குற்றத்துக்கு எதிரான பிரக்ஞையைக் கிளறிவிடுவதற்கு அவர் இக்கவிதையைப் பயன்படுத்தினார். 1990களில் நடைபெற்ற பொதுத் தேர்தலின் போதும், ஜனாதிபதி தேர்தலின் போதும் ஆளும் ஐக்கிய தேசியக் கட்சிக்கு எதிரான எல்லா அரசியல் பிரச்சார மேடைகளிலும் அவர் இக்கவிதையைப் பயன்படுத்தினார்.

1977 முதல் 1994 வரை பதினேழு ஆண்டுகள் ஐக்கிய தேசியக் கட்சி ஆட்சியில் இருந்த காலப்பகுதியிலேயே இனமுரண்பாடு ஒரு பிரிவினைவாத யுத்தமாக விருத்தியடைந்தது. 1990களின் இறுதியில் ஃபொன்சேகா எனக்கு எழுதிய ஒரு கடிதத்தில் கடந்த பத்தாண்டுகளில் தான் அத்தகைய ஒரு சக்திவாந்த கவிதையை வாசிக்கவில்லை என்று குறிப்பிட்டிருந்தார். எனினும், அக்காலத்தில் யாழ்ப்பாணத்தில் கடமையாற்றிய ஒரு பொலிஸ் இன்ஸ்பெக்டர் அண்மையில் எழுதிவெளியிட்ட தனது சுயசரிதையில் யாழ் நூலகத்தைப் பொலிஸ் எரிக்கவில்லை என்றும் விடுதலைப் புலிகளே அதைச் செய்தார்கள் என்றும் குறிப்பிட்டுள்ள பிழையான தகவலை அடிப்படையாகக் கொண்டு ஃபொன்சேகா தன் முன்னைய கருத்தை வாபஸ் பெற்றுக்கொண்டதோடு எனது கவிதையைப் பயன்படுத்தி அரசியல் பிரசார மேடைகளில் காமினி திசாநாயக்காவைக் குற்றம் சாட்டியதற்கு அவரது குடும்பத்தினரிடம் மன்னிப்புக் கேட்டுக்கொண்டதும் இங்கு குறிப்பிடத் தக்கது.

பெங்குயின் வெளியிட்ட ‘இலங்கையில் புதிய எழுத்து’

(Penquin New Writing in Sri Lanka) என்ற நூலில் இக்கவிதையையும் சேர்த்துக்கொண்ட சிங்களவரான டி. சி. ஆர். ஏ. குணதிலக்க இக்கவிதை பற்றிக் குறிப்பிடுகையில் 'புத்தரின் படுகொலை என்ற இக்கவிதையில் நுஃமான் இத்தகைய இன வன்செயல்களின்போது மதம் எவ்வாறு பாதிக்கப்படுகின்றது என்பதை வெளிப்படுத்துகிறார்' என்று குறிப்பிட்டார்

தமிழ்த் தேசியவாதிகளும், பொதுவான தமிழ் வாசகர்களும், விமர்சகர்களும் புரிந்துகொள்ளத்தக்க வகையில் இக்கவிதையை நன்கு வரவேற்றனர். மரணத்துள் வாழ்வோம் என்ற எதிர்ப்புக் கவிதைத் தொகுதியிலும் இது சேர்த்துக்கொள்ளப்பட்டது. பல சஞ்சிகைகளிலும் இணைய தளங்களிலும் மீள்பிரசுரம் பெற்றது. அவர்கள் இக்கவிதையைத் தமிழ்த் தேசியவாத நோக்கிலேயே பார்த்தனர். எனினும், தமிழ்ப் புலமையாளரான சுரேஷ் கனகராஜாவின் இக்கவிதை பற்றிய விமர்சனம் ஆர்வத்தைத் தூண்டும் வகையில் முக்கியமானது. இக்கவிதை பற்றிய அவரது பார்வை கவிஞரின் இனத்துவத்தை அடிப்படையாகக் கொண்டது. நான் முன்பு குறிப்பிட்ட டி. சி. ஆர். ஏ. குணதிலக்கவின் தொகுதிபற்றிய 'தமிழ் இலக்கியத்தைத் தொகுப்பதின் அரசியல்' என்ற தலைப்பில் அவர் எழுதிய விமர்சனத்தில் பின்வருமாறு குறிப்பிடுகின்றார்:

"இத்தொகுப்பில் தமிழ்த் தேசியவாதமும் அதன் விளைவான சுயநிர்ணயத்துக்கான ஆயுதப் போராட்டமும் பற்றிய படைப்புகள் இடம்பெறவில்லை. இத்தொனிப் பொருளுக்கு அருகில் வரக்கூடியது 1980ல் சிங்கள பாதுகாப்புப் படையிரால் யாழ்ப்பாண பொது நூலகம் எரிக்கப்பட்டதற்கு எதிர்வினையாக ஒரு முஸ்லிம் எழுத்தாளரான நுஃமானின் 'புத்தரின் படுகொலை'. ஆனால் இந்தக் கவிதை அரச ஆதரவு பெற்ற இத்தகைய தொடர்ச்சியான வன்முறை சைவத் தமிழர் மத்தியில் பிறப்பித்திருந்த உணர்வுகளை நம்பகத் தன்மையுடன் வெளிப்படுத்தவில்லை (அவ்வாறு வெளிப்படுத்தும் என்றும் எதிர்பார்க்க முடியாது)".

கிறிஸ்தவத் தமிழர்களைக் கூட வெளி ஒதுக்கும் கனகராஜாவின் சைவத் தமிழ்த் தேசியவாத நோக்கு சுவாரஸ்யமானது. இந்த

நோக்கு கவிதையின் உள்ளடக்கத்தை அன்றி கவிஞரின் இனத்துவ அடையாளத்தை அடிப்படையாகக் கொண்டது. ஒரு சைவத் தமிழரைப் போல ஒரு முஸ்லிம் எழுத்தாளரும் ஒரேவகையான பலியாளாக இருக்க முடியும் என்பதை அவரால் சிந்தித்துப்பார்க்க முடியவில்லை. அவரைப் பொறுத்தவரை உணர்வின் நம்பகத் தன்மை கவிஞரின் இனத்துவத்தில் தங்கியுள்ளது.

இக்கவிதை பற்றிய முஸ்லிம் தேசியவாதிகளின் நோக்கும் சுவாரஸ்யமானது. அவர்களுள் பலரைப் பொறுத்தவரை இது அவர்களின் பிரச்சினை அல்ல. பதிலாக, தங்கள்மீது பகைமையை வளர்த்துக்கொண்ட மற்ற இனக்குழுவின் பிரச்சினை. இனத்துவ அடிப்படையில் பிளவுண்ட ஒரு சமூகத்தில் மற்ற இனக் குழுமத்தின் பிரச்சினைகளை அனுதாபத்துடன் அல்லது ஆதரவுடன் நோக்குகின்ற ஒருவர் அவருடைய சொந்த இனக் குழுமத்தினரால் எப்போதும் வரவேற்கப் படுவதில்லை. முஸ்லிம்களுக்கும் தமிழர்களுக்கும் இடையே முறுகல் நிலை உச்சத்தில் இருந்த தென் கிழக்கு இலங்கையைச் சேர்ந்த ஒரு இளம் முஸ்லிம் எழுத்தாளர் குழுவினரால் நான் "மேலாண்மை கொண்ட தமிழ்த் தேசிய வாதிகளின் ஆதரவாளன்" என அடையாளம் காணப்பட்டேன். 1980களில் யாழ்ப்பாணத்தில் நடைபெற்ற ராணுவ ஒடுக்குமுறைகளுக்கு எதிராக நான் 'புத்தரின் படுகொலை' உட்பட சில கவிதைகள் எழுதியது இதற்குக் காரணமாக இருக்கலாம். அண்மைக் காலமாக இவ்வெழுத்தாளர் குழுவினர் தமிழரின் இலக்கியத்துக்கு எதிர்நிலையில் 'முஸ்லிம் தேசத்தின் இலக்கியம்' என்னும் எண்ணக்கருவைக் கட்டமைக்கும் முயற்சியில் ஈடுபட்டுள்ளனர். இக்குழுவில் ஒருவரான நம்பிக்கைதரும் இளம் கவிஞர் நவாஸ் சௌபி இது தொடர்பான கட்டுரைகள் சிலவற்றை எழுதியிருக்கிறார். அவை ஒரு சிறு நூலாகவும் வெளிவந்துள்ளது. பிற தேசங்களிலிருந்து (Nations) அவர் முஸ்லிம் தேசத்தை வேறுபடுத்துகிறார். அவரைப் பொறுத்தவரை 'முஸ்லிம் தேச இலக்கியம் என்பது இலங்கை முஸ்லிம் எழுத்தாளர்களால் எழுதுப்பட்ட இலக்கியங்களை மட்டுமே உள்ளடக்கும். மற்றத் தேசத்தினருக்காக ஒரு முஸ்லிம் எழுத்தாளரால்

எழுதப்பட்ட இலக்கியமும் முஸ்லிம் தேச இலக்கியமாக ஏற்றுக்கொள்ளப்படலாம். "உதாரணமாக எம். ஏ. நுஃமானால் எழுதப்பட்ட 'புத்தரின் படுகொலை' என்ற கவிதையை பிற தேசத்தினருக்காக எழுதப்பட்ட முஸ்லிம் தேச இலக்கியமாகக் கருதலாம்" என்று அவர் கூறுகிறார். ஆனால், 1990ல் விடுதலைப் புலிகளின் காத்தான்குடிப் பள்ளிவாசல் படுகொலைகள் பற்றிய சேரனுடைய 'காத்தான்குடி' என்ற கவிதையை முஸ்லிம் தேச இலக்கியம் அல்ல என்று அவர் திட்டவட்டமாக நிராகரிக்கிறார். அது முஸ்லிம்களின் துயரம் பற்றியதாயினும் முஸ்லிம் அல்லாத ஒருவரால் எழுதப்பட்டமையே அதன் காரணமாகும். இத்தகைய கருத்துருவாக்கம் இனத்துவ சமூகங்களுக்கிடையே காணப்படும் ஆழமான பிளவைப் பிரதிபலிக்கும் இலக்கியத் துருவமயமாக்கலை வெளிக்காட்டுகின்றது.

யாழ்ப்பாணப் பொது நூலகத்தின் எரிப்பு ஒரு குறிப்பிட் இனக் குழுமத்தை மட்டும் பாதிக்கும் ஒரு குற்றம் என நான் ஒருபோதும் நினைத்ததில்லை. சுயபிரகடனம் செய்துகொண்ட ஒரு பௌத்த அரசின் காவல் படையினரால் மனித விழுமியங்களுக்கும் நாகரீகத்துக்கும் எதிராக இழைக்கப்பட்ட குற்றமாகவே நான் அதைக் கருதினேன். அவர்கள் பௌத்தத்தின் மூலதர்மத்துக்கு எதிராக இழைத்த குற்றம் அது. இந்தக் கவிதை அதைப்பற்றியதுதான். என்னைப் பொறுத்தவரை இன, மத அடையாளங்களுக்கு அப்பால் எல்லா மனிதர்களும் அக்கறை கொள்ள வேண்டிய விடயம் அது. ஆனால், இனத்துவ அடிப்படையில் பிளவுண்ட ஒரு சமூகத்தில் அது வேறுவிதமாக நோக்கப்பட்டது.

5. இனத்துவம், வன்முறை, பால்நிலை: இரு பெண்கவிஞர்களின் இரண்டு கவிதைகள்

வேறுபல நாடுகளைப் போலவே இலங்கையிலும் இன மோதல்களாலும் யுத்தத்தாலும் அதிகம் பாதிக்கப்பட்டவர்கள் பெண்களே. யுத்தத்தில் பெண்களைவிட அதிக எண்ணிக்கையில் ஆண்கள் கொல்லப்படும் போதிலும் பெண்கள் அதிக அளவு

வன்முறைக்கு ஆளாகின்றனர். பாலியல் துஷ்பிரயோகத்துக்கும், கடத்தலுக்கும், பலாத்காரக் கற்பத்துக்கும் ஆளாகின்றனர். வல்லுறவால் கருத்தரித்த குழந்தைகளைச் சுமக்க வேண்டிய துர்ப்பாக்கிய நிலை அவர்களுக்கு ஏற்படுகின்றது. யுத்தத்தின் வடுக்களை அவர்கள் நிரந்தரமாகச் சுமக்கவேண்டியுள்ளது.

இந்தப் பிரிவில் போர்க்காலத்தில் ஆயுதப் படைகளால் பெண்களுக்கு எதிராக இழைக்கப்பட்ட பாலியல் வன்முறை பற்றி இரண்டு பெண் கவிஞர்கள் எழுதிய இரண்டு கவிதைகளை நான் பரிசீலனைக்கு எடுத்துக்கொள்கிறேன்.

முதல் கவிதை கலா எழுதிய அதிகம் பேசப்பட்ட 'கோணேஸ்வரிகள்.' 1997ல் அம்பாறை மாவட்டத்தில் கோணேஸ்வரி என்ற பெண் ஆயுதப்படையினரால் பாலியல் வல்லுறவுக்கு உள்ளாக்கப்பட்டு குரூரமாகக் கொல்லப்பட்டதன் எதிர்வினையாக எழுதப்பட்ட கவிதை இது. இச்செய்தி தமிழ்ப் பத்திரிகைகளில் பரவலாக இடம்பெற்றது. வழமைபோல் ஆங்கில, சிங்களப் பத்திரிகைகள் இதற்கு எவ்வித முக்கியத்துவமும் கொடுக்கவில்லை. அப்பெண் கூட்டு வன்முறைக்கு உள்ளாக்கப்பட்டபின் அவரது பால் உறுப்பில் எறிகுண்டு வீசி குரூரமாகக் கொல்லப்பட்டதாகப் பத்திரிகைகள் செய்தி வெளியிட்டிருந்தன. கலா மிகுந்த கோபத்துடன் இச்சம்பவம் பற்றித் தன்கவிதையில் எதிர்வினை ஆற்றியிருந்தார். கவிதை பின்வருமாறு.

> நேற்றைய அவளுடைய சாவு எனக்கு
> வேதனையைத் தரவில்லை.
> மரத்துப்போய்விட்ட உணர்வுகளுள்
> அதிர்ந்துபோதல் எப்படி நிகழும்?
> அன்பான என் தமிழச்சிகளே
> இத்தீவின் சமாதானத்திற்காய்
> நீங்கள் என்ன செய்தீர்கள்?
> ஆகவே, வாருங்கள்
> உடைகளைக் கழற்றி
> உங்களை நிர்வாணப்படுத்திக் கொள்ளுங்கள்
> என் அம்மாவே உன்னையும்தான்.

சமாதானத்திற்காய் போரிடும்
புத்தரின் வழிவந்தவர்களுக்காய்
உங்கள் யோனிகளைத் திறவுங்கள்
பாவம்
அவர்களின் வக்கிரங்களை
எங்கு கொட்டுதல் இயலும்.
வீரர்களே! வாருங்கள்
உங்கள் வக்கிரங்களைத் தீர்த்துக் கொள்ளுங்கள்
என் பின்னால்
எனது பள்ளித் தங்கையும் உள்ளாள்.
தீர்ந்ததா எல்லாம்
அவ்வளவோடு நின்று விடாதீர்!
எங்கள் யோனிகளின் ஊடே
நாளையச் சந்ததி தளிர்விடக் கூடும்
ஆகவே
வெடிவைத்தே சிதறடியுங்கள்
ஒவ்வொரு துண்டுகளையும் கூட்டி அள்ளி
புதையுங்கள்
இனிமேல் எம்மினம் தளிர்விட முடியாதபடி

சிங்கள சகோதரிகளே!
உங்கள் யோனிகளுக்கு
இப்போது வேலையில்லை

(சரிநிகர், ஜூலை, 1997)

இந்த எதிர்வினை மிகுந்த இனத்துவ உணர்வுசார்ந்தது என்பது வெளிப்படை. பாதிக்கப்பட்டவரின் பால்மையும் பால்நிலையும் (Sexuality and Gender) தெளிவாகவே இனத்துவ மயமாக்கப்பட்டுள்ளது. தமிழ்ப் பெண்கள் சிங்களப் பெண்களிலிருந்து வேறுபடுத்தப்பட்டுள்ளனர். பௌத்த மதமும் உள்ளிளுக்கப்பட்டுள்ளது. இனத்துவ ரீதியில் பிளவுபட்ட சமூகங்களில் இத்தகைய எதிர்வினை எதிர்பார்க்கக் கூடியது மட்டுமன்றி பொதுவாகக் காணப்படுவதுமாகும். எனினும், பாலியல் வன்முறை இன, மத எல்லைகளைக் கடந்தது.

உதாரணமாக, 1971 இலும் 1989இலும் நடந்த மக்கள் விடுதலை முன்னணி (ஜே. வி. பி) கிளர்ச்சிகளின்போது ஆயிரக்கணக்கான இளம் சிங்களப் பெண்கள் இதே சிங்கள ராணுவத்தினாலும் பொலிஸினாலும் கைதுசெய்யப்பட்டு, சித்திரவதை செய்யப்பட்டு, பாலியல் வல்லுறவுக்கு உள்ளாக்கப்பட்டனர் அல்லது கொல்லப்பட்டனர். தென் மாகாணத்தின் அழகுராணியான பத்மினி மன்னம்பேரியின் கதை பலரும் அறிந்ததே. அவள் பாலியல் துன்புறுத்தலுக்கு ஆளாக்கப்பட்டு, சித்திரவதை செய்யப்பட்டு, வீதியில் நிர்வாணமாக நடத்திச் செல்லப்பட்டுக் கொல்லப்பட்டாள். 1980களில் சில தமிழ் விடுதலை இயக்கங்களில் பெண் உறுப்பினர்கள் பாலியல் துன்புறுத்தலுக்கு ஆளாக்கப்பட்டுக் கொல்லப்பட்டமை பற்றிய சில கதைகளும் உண்டு.

இக்கவிதை வெளிப்படுத்தும் வெளிப்படையான இனத்துவ உணர்வு இச்சம்பவத்தால் உணர்வு பூர்வமாகப் பாதிக்கப்பட்ட. இனத்துவ உணர்வுடைய வாசகர்களை அதிகம் ஈர்த்ததில் ஆச்சரியம் இல்லை.

சரிநிகர் சஞ்சிகையில் இக்கவிதை பிரசுரமாகிய உடனேயே இக்கவிதை பற்றிய சர்ச்சைகளும் தொடங்கின. ஒரு பெண்ணிய வாதியான செல்வி திருச்சந்திரன் அதே பத்திரிகையில் இதை விமர்சித்து பின்வருமாறு எழுதினார்.

"கோணேஸ்வரிகள் என்ற கவிதை ஒரு ஆழ்ந்த அருவருப்புணர்ச்சியை ஏற்படுத்தியது. பாலியல் வல்லுறவு என்பது பெண்களின் பால்மையின் பாற்பட்ட வன்முறையின் வெளிப்பாடு. இது ஒரு கொடூர நிகழ்வு. அந்நிகழ்வைக் கவிதைப் பொருளாக்கிக் கொள்ளும் பொழுது அதன் வன்முறை, அதன் பால்நிலை, உள்ளடக்கம், அரசின் அதர்மம், பெண்களின் அவல நிலை போன்றவையே வெளிப்படுத்தப்பட வேண்டும் என்ற கட்டாய நியதி ஒன்று உண்டென்று நாம் கூறவில்லை. ஆனால், குறைந்த பட்சம் ஒரு நாகரீகப் பண்பு இருக்க வேண்டும்... தமிழச்சிகளே, சிங்களச் சகோதரிகளே என்ற இனரீதியில் எடுத்தாளப்பட்ட சொற்தொடர்கள் எதை உணர்த்துகின்றன?.. பெண்களின் பால்மைக்கு சாதி, சமய, வர்க்க, இன வேறுபாடில்லை. ஆணாதிக்க

வன்முறை வெளிப்பாட்டில் இவ்வேறுபாடுகள் கரைந்துவிடும்.. ஏனையோரின் வக்கிரங்களுக்கு எந்தப் பெண்ணும் எதனையும் திறக்க வேண்டாம்... பெண்மையை இவ்வளவு தூரம் இழிவுபடுத்தி கோணேஸ்வரிக்கு நியாயம் தேடவேண்டியதில்லை."

பிறிதொரு வாசகரான துஷ்யந்தி கோணேஸ்வரி கவிதைக்கு ஆதரவாக பின்வருமாறு எழுதினார்:

"படித்து முடித்ததும் நெஞ்சு வலித்தது. ஆத்திரம், ஆவேசம், துயரம், என்னென்னவோ உணர்ச்சிகள் பல மணித்தியாலங்கள் என்னைப்போட்டு அலைக்கழித்தன... ஒரு கவிதை எதைச் செய்ய வேண்டுமோ அது நிறைவேற்றப்பட்டுள்ளது. ஒடுக்குமுறைகளுக்கு உள்ளாகியிருக்கும் தமிழ்ப் பெண்களது பெண்ணிலைவாத அரசியல் அக்கவிதைக்கூடாக முஷ்டி உயர்த்தி நிற்கிறது. தமிழ்ப் பெண்களின் தேசிய மற்றும் பால் ஒடுக்குமுறையின் ஆழத்தை ஒரு சிறுகவிதைக்கூடாக உணர்த்தியிருக்கும் இக்கவியின் ஆற்றலைக் கண்டு நான் வியக்கிறேன்."

இது தொடர்பான சர்ச்சையில் பல வாசகர்கள் கலந்துகொண்டனர். புரிந்துகொள்ளக் கூடிய வகையில் பெரும்பாலோர் கவிஞருக்கும். கவிதைக்கும் ஆதரவு தெரிவித்திருந்தனர். இக்கவிதையின் வெளிப்படையான இனத்துவ உணர்வு அத்தகைய இனத்துவ உணர்வுடைய, அந்தச் சம்பவத்தால் உணர்வுரீதியாகப் பாதிக்கப்பட்ட வாசகர் மீது அதிக பாதிப்பை ஏற்படுத்தியது ஆச்சரியமல்ல என்றே நினைக்கிறேன்.

இதே போன்ற ஒரு சம்பவம் இதற்கு ஓராண்டுக்கு முன்னர் **1996**ல் யாழ்ப்பாணத்தில் நடந்தது. இதில் பாதிக்கப்பட்டவர் கிருஷாந்தி என்ற ஒரு பள்ளி மாணவி. ஒரு ராணுவ காவல் நிலையத்தில் அவள் தடுத்துவைக்கப்பட்டு பாலியல் வல்லுறவின்பின் கொல்லப்பட்டாள். இதுவும் தமிழ்ப் பத்திரிகைகளில் பெரிதும் முக்கியத்துவம் கொடுக்கப்பட்ட செய்தி. நம்பிக்கை ஊட்டும் ஒரு இளம் பெண் கவிஞரான விநோதினி இச்சம்பவத்துக்கு எதிர்வினையாக ஒரு கவிதை எழுதியிருக்கிறார். இது கோணேஸ்வரிகள் கவிதையிலிருந்து மிகவும் வேறுபட்ட ஒரு எதிர்வினை. இக்கவிதையின்

தலைப்பு 'கிருஷாந்தி'. 'கோணேஸ்வரிகள்' போல் பாதிக்கப்பட்ட பெண்ணின் பெயர்தான். ஆனால் தலைப்பு பன்மையாக்கப்படவில்லை. தலைப்பில் மறைமுகமாக வெளிப்படுத்தப்படுவதைத் தவிர கவிதைப் பிரதிக்குள் பாதிக்கப்பட்டவரினதோ அல்லது குற்றம் இழைத்தவர்களினதோ இனத்துவம் பற்றி எந்தக் குறிப்பும் இல்லை. கவிதை இது:

குருவிகள் பாடிய அந்த வேளையில்
சூரியன் கடலுக்குள் விழுந்த பொழுதில்
அவளது மரணம் யாருமறியாமல்
வெண் மணல் வெளிப்பரப்பில் நிகழ்ந்தது
பெண்ணாய்ப் பிறந்த போதில்
இத்தகு முடிவை
ஒரு கணமேனும் நினைத்திராள்
பெற்ற தாயும் அறிந்திராள்

முதலில் முட்களாய்க் குத்திய பார்வைகள்
பின் அவள் கைகளைப் பற்றின
அவர்கள் கொடுங் கரங்கள்
குரல் எழும்பவில்லை
புலன்கள் ஒடுங்கிச் சாய்ந்தாள்
உணர்வற்ற தேகத்தில்
ஊர்ந்து புணர்ந்தனர்.
அது நிகழ்ந்தது
வெண் மணல் வெளிப் பரப்பில்.
உப்புக் கரிக்கும் சுடுகாட்டின் ஓரமாகப்
புதைந்தாள்
பிறந்த போதில்
இத்தகு முடிவை
ஒரு கணமேனும் நினைத்திராப் பெண்

இவ்விரு கவிதைகளையும் ஒப்பிடுவது பயனுடையது. இரு கவிஞர்களின் கருத்துநிலை, மனப்பாங்கு, கவித்துவக் கூருணர்வு என்பன வேறுபட்டவை. கருத்துநிலையைப் பொறுத்தவரை கலா

வெளிப்படையாகவே தமிழ்த் தேசியவாதியாகத் தோன்றுகின்றார். பாதிக்கப்பட்டவரினதும் குற்றம் இழைத்தவர்களினதும் இனத்துவ அடையாளம் கலாவின் கவிதையின் பிரதியாக்கத்தில் மிகுந்த முக்கியத்துவம் பெறுகின்றது. பால்நிலை இரண்டாம் இடத்துக்கு அல்லது இரண்டாம் பட்சமானதாகத் தள்ளப்படுகின்றது. பால்நிலையும் பால் உறுப்புகளும் கூட இனத்துவ மயமாக்கப்பட்டுள்ளன- தமிழ்ப் பெண்களின் யோனி, சிங்களப் பெண்களின் யோனி. இவ்வகையில் குறித்த சம்பவம் பற்றிய கவிஞரின் பார்வை வெளிப்படையாகவே இனத்துவச் சார்புடையது.

விநோதினி கருத்துநிலையைப் பொறுத்தவரை தேசியவாதி என்பதைவிட பெண்ணியவாதியாகத் தோன்றுகிறார். பாதிக்கப்பட்டவர், குற்றம் இழைத்தவர்களின் இனத்துவ அடையாளத்தை அவர் குவிமையப்படுத்தவில்லை. 'கிருஷாந்தி' என்ற தலைப்பு மட்டும் (மறைமுகமாக) பாதிக்கப்பட்டவரின் இனத்துவ அடையாளத்தைக் குறித்து நிற்கின்றது. இனத்துவம் பற்றிய எந்தக் குறிப்பீடும் கவிதைப் பிரதியில் இல்லை. பாதிக்கப்பட்டவரின் பால்நிலையே கவிதையில் ஆதிக்கம் செலுத்துகின்றது.

6. இனத்துவத்துக்கும் தேசியவாதத்துக்கும் அப்பால்: இன வன்முறைக்கும் யுத்தத்துக்கும் எதிரான கவிதைக் குரல்கள்

இனத்துவம் தேசியவாதம் என்பன பிறரை வெளி ஒதுக்கும் கருத்துநிலைக் கட்டமைப்புகளாகும். அப்பிறருடன் சமூக அரசியல் முரண்பாடுகள் ஏற்படும்போது அப்பிறரை எதிரியாகவும் அவை கட்டமைக்கின்றன. இக்கருத்துநிலைக் கட்டமைப்புகள் வேறுபட்ட அடையாளங்களை அவர்கள் மீது திணிப்பதன்மூலம் மக்களைப் பிளவுபடுத்துகின்றன. பரஸ்பரம் பகைமையைத் தூண்டுகின்றன. மனித விழுமியங்களைத் தரம் தாழ்த்துகின்றன.

இனத்துவ முரண்பாடு நிகழும் காலகட்டங்களில் கவிதை இரண்டு எதிர் முரணான பாத்திரங்களை வகிக்கின்றது.

ஒருபுறம் நேரடியாகவோ மறைமுகமாகவோ இனத்துவம், தேசியம், ஆகிய கருத்துநிலைகளையும் வன்முறையையும் அது ஊக்கப்படுத்துகின்றது. மறுபுறம், இக்கருத்துநிலைகளின் அசிங்கமான இயல்பை அம்பலப்படுத்துகின்றது, மனித விழுமியங்களையும் ஐக்கியத்தையும் அர்த்தமுள்ள வகையில் மீள்கட்டமைப்புச் செய்வதற்கு அழைப்புவிடுக்கின்றது.

நான் ஏற்கனவே மேற்கோள் காட்டிய சில கவிதைகள் உதாரணமாக உன்னுடையவும் விதி, வாப்பாவுக்கு ஒரு அஞ்சல் ஆகியவை இருவகையிலும் விளக்கப்படலாம். கோணேஸ்வரிகள் போன்ற சில கவிதைகள் வெளிப்படையாகவே இனத்துவ வெறுப்பையும் தேசிய வாதத்தையும் ஊக்கப்படுத்துகின்றன. புத்தரின் படுகொலை, அகதிக் கவிஞன் நிலவைப் பார்த்து, கிருஷாந்நி போன்ற கவிதைகள் வன்முறையின் குரூர முகத்தை அம்பலப்படுத்துவதோடு மனித உணர்வை உசுப்புவதாகவும் அமைகின்றன.

இறுதியாக போர்க்காலத்தில் எழுதப்பட்ட, நேரடியாகவோ மறைமுகமாகவோ இனப்பிளவுக்கும் வன்முறைக்கும் எதிரான, வன்முறையின் குரூர இயல்பை அம்பலப்படுத்துகின்ற, மனிதனின் மனச்சாட்சியைத் தூண்டுகின்ற, சமாதானத்தையும் நல்லிணக்கத்தையம் ஊக்கப்படுத்துகின்ற சில கவிதைகளைக் குறிப்பிட்டு இக்கட்டுரையை முடிக்க விரும்புகிறேன்.

மனிதனின் அடையாளம்' என்ற எனது கவிதை இலட்சியத்துக்கும் யதார்த்தத்துக்கும் இடையிலான முரண்பாட்டைச் சித்திரிப்பதோடு இனத்துவப் பிளவுக்கு மத்தியில் மானிட இலட்சியத்துக்காக ஏங்குகின்றது.

கடவுள் என் கனவில் தோன்றினார்
சுவர்க்கத்தின் வாயிலையும்
நரகத்தின் வாயிலையும்
திறந்துவைத்துக் கொண்டு

நீயார் என்றார் கடவுள்

நான் மனிதன் என்றேன்
உன் பெயர் என்ன என்றார்
மனிதன் என்றேன்
உன் இனம் என்ன என்றார் மீண்டும்
மனித இனம் என்றேன்
கடவுள் கடைசியாகக் கேட்டார்
உன் மதம் என்ன என்று
மனிதம் என்றேன் நான்

கடவுள் ஒரு புன்னகையுடன் கூறினார்
சரி நீ இனி சுவர்க்கம் புகலாம் என்று

அந்தோ,
என் கனவு கலைந்தபோது
நான் நரகத்தில் கிடக்கக் கண்டேன்.

சோலைக்கிளியின் 'எனது இனத்துப் பேனையால் அழுதது' என்ற கவிதை சமூகத்தின் இனத்துவப் பிளவு பற்றிய அவரது வெறுப்பை வெளிப்படுத்துவதோடு அவரது வழமையான உத்தியான இயற்கை பற்றிய படிமங்களைப் பயன்படுத்தி அதைக் கேலிசெய்கின்றது.

நிலவுக்கு வேலியிடு
சூரியனையும் பங்குபோட்டுப் பகிர்ந்துகொள்
வெள்ளிகளை எண்ணு
இன விகிதாசாரப்படி பிரி
நாகரிக யுகத்து மனிதர்கள் நாம்

கடலை அளந்து எடு
வானத்தைப் பிளந்து துண்டாடு
சமயம் வந்தால்
காற்றைக் கடத்து
அல்லது

சூறாவளியைக் கொண்டு சகோதர இனத்தை அழி
அங்கே
செவ்வாய்க் கிரகத்தில் நம்மில் ஒருவன் இறங்கட்டும்
எறும்புக்கும்
இன முத்திரை இடு
மரத்திற்குக் கூடச்
சாதி சமயத்தைப் புகட்டு
புறா முக்கட்டும்
இன்னொரு இனத்தை நகைத்து
பல்லியும் பூச்சியும் நத்தையும் தவளையும்
கத்தும் ஒலியிலெல்லாம் பேதங்கள் தொனிக்கட்டும்
வா
வண்ணத்துப் பூச்சியே
இது உன்னுடைய இனத்து மலர்தான் நுகர்

பாவம்
மனிதன் பிரிந்த விதம்
நான்கூட இந்தக் கவிதை எழுதுகையில்
ஒரு பேனை மறுத்தது
"உனது இனத்துப் பொருளல்ல நானென்று"
ஓ... அது வேறு இனத்துப் பேனை.

சமகால இலங்கைத் தமிழ்க் கவிதையில் ஒரு முக்கியமான ஆளுமையான சண்முகம் சிவலிங்கம் தனது வீழ்ச்சி என்ற கவிதையில் ஒரு உருமாற்றம் பற்றிய கதையை, துப்பாக்கிக் கலாசாரத்தின் எதிரே, யுத்தத்ததால் சிதைந்த சமூகச் சூழலில் எவ்வாறு ஒரு மனிதன் மண்புழுவாக உருமாற்றம் அடைகிறான் என்பதைக் காட்டுகிறார். துப்பாக்கியின் முன் மனிதனின், மனித விழுமியத்தின் வீழ்ச்சியைச் சொல்லும் கவிதை இது.

காய்ந்த சருகுபோல் ஒரு மண்புழு
ஊர்ந்துகொண்டிருந்தது படியோரம்.
நான் மனிதன் என்ற இரக்கம் மீதூர
அதனைப் பார்த்துவிட்டுப் போனேன் ஒருகணம்.

சுர் என்று சருகு இரைதல்போல் கேட்டது.
திரும்பிப் பார்த்தேன்
மண்புழு வாலில் நின்றது...
வாயைத் திறந்தது கூரிய பல்தெரிய.
நாக்கு எங்கே என்று நினைக்கையில்,
நாக்கிலிருந்து தீச்சுவாலை பறந்தது.
மண்புழுவுக்குப் பல் ஏது? நாக்கு ஏது?
நினைக்கையில் தெரிந்தது மண்புழு
உருமாறிவிட்டதென்று
எனினும் அஞ்சவில்லை.

குனிந்தேன் தடி எடுக்க.
நிமிரும்போது
மண்புழுவின் கையில் துப்பாக்கி இருந்தது.
அல்ல,
ஒரு பாம்பின் கைத் துப்பாக்கி.
அதுவும் அல்ல,
ஒரு சிப்பாயின் கைத் துப்பாக்கி.
நான் குனிந்து,
பாம்பாய் நெளிந்து
காய்ந்த சருகின் மண்புழு ஆகி
ஊர்ந்துகொண்டிருக்கிறேன் படியோரம்.

இக்கட்டுரையை எனது கவிதைப் பிரகடனம் ஒன்றுடன் முடிக்க விரும்புகிறேன். இலங்கையின் இன மோதல் அதன் உச்சங்களுள் ஒன்றை எட்டிய 1990ல் நான் இதை எழுதினேன். இது சமத்துவம், சமாதானம், சுதந்திரம் பற்றியது. வெவ்வேறு இனக்குழுமங்கள் மத்தியில் சமத்துவம் சமாதானத்துக்கு ஒரு முன்நிபந்தனை என்பதையும், சமாதானம் சுதந்திரத்துக்கான முன் நிபந்தனை என்பதையும் அது பிரகடனம் செய்கிறது. இந்த முன் நிபந்தனைகள் குடும்பம், சமூகம், நாடு, உலகம் அனைத்துக்கும் பொதுவானது. சௌஜன்ய உறவகளைப் பேணுவதற்கு இவை அடிப்படை.

இனப் பிரச்சினைகளையும் மோதல்களையும் அர்த்தமுள்ள

வகையில் தீர்க்க விரும்பினால், இனக் குழுமங்கள் மத்தியில் முறுகல் நிலையைத் தளர்த்த விரும்பினால், சமாதான சகவாழ்வையும் நல்லிணக்கத்தையும் உருவாக்க விரும்பினால் இனங்களுக்கிடையே சமத்துவம் உறுதிப்படுத்தப்படவேண்டும். 'என் கடைசி வார்த்தைகள்' என்ற தலைப்பிலான எனது கவித்துவப் பிரகடனம் இதுதான்.

என் கடைசி வார்த்தைகள் இவைதான்
சமத்துவம் சமாதானம் சுதந்திரம்

எங்கு சமத்துவம் இல்லையோ
அங்கு சமாதானம் இல்லை
எங்கு சமாதானம் இல்லையோ
அங்கு சுதந்திரம் இல்லை

என் கடைசி வார்த்தைகள் இவைதான்
சமத்துவம் சமாதானம் சுதந்திரம்

நீ என் சமத்துவத்தை மறுக்கிறாயா?
நீ உன் சமாதானத்தை இழந்தாய்
உன் சுதந்திரத்தை இழந்தாய்

நீ என் சமத்துவத்தை அழித்திட
துப்பாக்கியை நீட்டுகிறாயா
துப்பாக்கி சமாதானத்தின் எதிரி
சுதந்திரத்தின் எதிரி

என் கடைசி வார்த்தைகள் இவைதான்
சமத்துவம் சமாதானம் சுதந்திரம்

வான் அதிரக் கூவுங்கள் மனிதர்களே
சமத்துவம் சமாதானம் சுதந்திரம்

**

(Post-colonial Sri Lankan Literature என்ற ஒரு தொகுப்பு நூலுக்காக *"Ethnic Conflict and Literary Perception: Tamil Poetry in Post-colonial Sri Lanka* என்ற தலைப்பில் 2008ல் நான் ஆங்கிலத்தில் எழுதிய கட்டுரையின் தமிழாக்கம். ஆங்கில நூல் இதுவரை வெளிவரவில்லை. இதன் ஆங்கில மூலம் ஏற்கனவே சில இணைய தளங்களில் பிரசுரமாகியுள்ளது.*)

ஓவியம்: ஏ.எம்.ரஷ்மி

ஆசிய நாடுகளில் விடுதலைப் போராட்டமும் கவிதையும்

இந்தக் கருத்தரங்கம் மூன்றாம் உலக நாடுகளின் விடுதலைப் போராட்டத்தில் கவிதையின் பங்கு பற்றியது. மூன்றாம் உலகம் வசதியாகவே, ஆசியா, ஆப்பிரிக்கா, லத்தின் அமெரிக்கா என மூன்று தனித் தொகுதிகளாகவும் பிரிந்துமிருக்கிறது. ஆசிய நாடுகளின் விடுதலைப் போராட்டத்தில் கவிதையின் பங்கு பற்றி என்னைக் கட்டுரை படிக்கும்படி கேட்டுள்ளார்கள். ஆசிய நாடுகள் எல்லாவற்றையும் உள்ளடக்கும் ஒரு கட்டுரை எழுதுவதற்கு எனக்கு விஷயஞானம் போதாதென்பதை, நான் முதலில் ஒப்புக்கொள்ளவேண்டும். பிலிப்பைன்ஸ், இந்தோனேசியா, கொரியா, தாய்லாந்து, மலேசியா போன்ற தென்கிழக்காசிய நாடுகளின் கவிதை முயற்சிகள் பற்றி எனக்கு எதுவும் தெரியாது. அதுபற்றித் தெரிந்துகொள்ளக்கூடிய அவகாசமும் இப்போதைக்கு இல்லை. சீன, வியட்நாமியக் கவிதைகளில் எனக்கு ஓரளவுக்கே

பரிச்சயம் உண்டு, மேற்காசியாவைப் பொறுத்தவரை பலஸ்தீனக் கவிதைகள் பற்றி மட்டுமே நான் ஓரளவு அறிந்துள்ளேன். தென்னாசியாவில் இலங்கை, இந்தியக் கவிதைகள் பற்றியே என்னால் ஓரளவு விரிவாகச் சொல்லமுடியும். ஆகவே இந்தக் கட்டுரை பொதுவாக ஆசிய நாடுகள் பற்றியதாயினும் குறிப்பாக இலங்கை, இந்தியா, பலஸ்தீனம் ஆகிய மூன்றையுமே அடிப்படையாகக் கொண்டிருக்கும்.

இந்தத் தலைப்புத் தொடர்பாக இன்னுமொரு விஷயத்தையும் நான் தெளிவுபடுத்த வேண்டும். விடுதலைப் போராட்டம் என்பதை நாம் எவ்வாறு வரையறுத்துக் கொள்வது என்பதே அது. ஆசியநாடுகளில் மட்டுமன்றி மூன்றாம் உலக நாடுகள் அனைத்திலுமே, அந்தந்த நாடுகளின் சமூக, அரசியல் வளர்ச்சி நிலைகளுக்கேற்ப, அந்தந்த நாடுகளில் தொழிற்படும் உள்நாட்டு வெளிநாட்டு சக்திகளின் தன்மைகளுக்கேற்ப, அந்த அந்த நாடுகளின் விடுதலைப் போராட்டங்களின் தன்மைகளும் அமைந்திருப்பதை நாம் காண்கிறோம், அவற்றின், நோக்குகளும் போக்குகளும் வெவ்வேறானவை.

உதாரணமாக ஆசிய நாடுகளைப் பொறுத்தவரை சீனாவில் கம்யூனிஸ்ட் கட்சி தலைமைதாங்கி நடத்திய சீனப் புரட்சியும், இந்தியாவில் தேசிய முதலாளி வர்க்கத்தின் தலைமையில் நடைபெற்ற சுதந்திரப் போராட்டமும் விடுதலைப் போராட்டங்களே எனினும், இரண்டும் ஒன்றல்ல. அது போலவே இந்தியாவில் நக்சல்பாரி, சிறிகாகுளம், தெலுங்கானா போன்ற பிரதேசங்களில் நடைபெற்ற ஆயுதந் தாங்கிய போராட்டங்கள் இந்திய சுதந்திரப் போராட்டத்திலிருந்து வேறானவை. அமெரிக்க ஏகாதிபத்தியத்தை எதிர்த்து வியட்நாமிய மக்கள் நடத்திய நீண்டகால விடுதலை யுத்தமும், அதே ஏகாதிபத்தியத்தையும் ஷாவின் தலைமையிலான அதிகார வர்க்கத்தையும் எதிர்த்து ஈரானிய மக்கள் நடத்திய புரட்சியும், ஒரே தன்மையுடையவை அல்ல. அதே போலவே சியோனிசத்துக்கும் ஏகாதிபத்தியங்களுக்கும் எதிராக நடைபெறும் பலஸ்தீன விடுதலைப்போராட்டமும், சிங்களப் பெருந்தேசியவாதத்தின் இன ஒதுக்கலுக்கு எதிரான ஈழ விடுதலைப் போராட்டமும், முற்றிலும் ஒரே தன்மை

உடையவையல்ல. இது போலவே வங்காள தேச பிரிவினைப் போராட்டத்துக்கும் ஈழ விடுதலை போராட்டத்துக்கும் இடையில் கூட நாம் முழுமையான ஒற்றுமை காண முடியாது. ஆயினும், ஒரு பரந்த பொருளில் இவையெல்லாம் ஒற்றுமைப்படுகின்றன. ஒடுக்குவோருக்கு எதிரான ஒடுக்கப்பட்டோரின் எழுச்சி என்ற பொதுத்தன்மையே இவற்றை ஒன்றிணைக்கின்றன. இந்த வகையில் ஒடுக்குமுறைக்கெதிரான ஸ்தாபன ரீதியிலமைந்த மக்கள் எழுச்சிகளையெல்லாம் நாம் விடுதலைப் போராட்டம் என்று கூறலாம். இந்த பொருளிலேயே விடுதலை போராட்டம் என்ற தொடரை நான் இங்கு பயன்படுத்துவது பொருந்தும் என்று நினைக்கின்றேன்.

2

எந்த ஒரு காலகட்டத்தின் இலக்கியமும் அந்தக் காலகட்ட வாழ்க்கையின் ஒரு பிரதிபலிப்பாகவே அமைகின்றது. இந்தப் பிரதிபலிப்பு நேரடியானதாக அல்லது மறைமுகமானதாக இருக்கலாம். எவ்வாறாயினும் ஏதோ ஒரு வகையில் வாழ்க்கையின் பிரதிபலிப்பையே நாம் இலக்கியத்தில் காண்கின்றோம். வேறு வகையில் சொன்னால் ஒரு காலகட்டத்தின் வாழ்க்கை நிலைமைகளே அந்தக் காலக்கட்டத்தின் இலக்கியப் போக்குகளை நிர்ணயிக்கின்றன என்று கூறலாம். நமது யுகத்தின் முக்கியமான சமூக, அரசியல் இயக்கங்கள் எல்லாம் அவற்றுக்கே உரிய கலை இலக்கிய வெளிப்பாடுகளையும் கொண்டிருப்பது இதனால்தான். வாழ்க்கைக்கும் இலக்கியத்துக்கும் இடையே ஒரு இயக்கவியல் தொடர்பு இருப்பதையை இது காட்டுகின்றது.

நமது காலகட்டம் புரட்சியின் காலகட்டம்; விடுதலையின், விடுதலைப் போராட்டடங்களின் காலகட்டம். இந்த நுற்றாண்டின் தொடக்கத்தில் நடைபெற்ற சோவியத் புரட்சியுடன் நமது யுகத்தின் புரட்சிகர வரலாறு தொடங்குகின்றது. மாஓ சொன்னதுபோல 'மண்சரிவின் வேகத்துடனும் இடியேற்றின் ஆங்காரத்துடனும்' இன்று உலகெங்கும் விடுதலைப் போராட்டங்கள் பரவி வருகின்றன. குறிப்பாக ஆசிய, ஆபிரிக்க,

லத்தின் அமெரிக்க நாடுகள் இன்று உலகப் புரட்சியின், விடுதலைப் போராட்டங்களின் மையமாக மாறியுள்ளன. இந்த நாடுகளிலெல்லாம் நிலப்பிரபுத்துவ, முதலாளித்துவ, ஏகாதிபத்திய பாசிச சக்திகளின் நெருக்குதல்களில் மூச்சுத்திணறும் மக்கள், அதிலிருந்து விடுபடுவதற்குப் போராடுகின்றார்கள். ஒரு சுபீட்சமான எதிர்காலத்துக்கான போராட்டத்தில் இறங்கியுள்ளார்கள். இந்தப் போராட்டங்களில் கவிஞனும் கவிதையும் கூட முக்கிய பங்காளிகளாக மாறியிருப்பதை நாம் காண்கிறோம். இந்த யுகத்தின் தேவைகளைப் பிரதிபலிக்காமல் இலக்கியம் ஒதுங்க முடியாது என்பதையே இது காட்டுகின்றது. நமது யுகத்துக்குரிய தேவைகளே அவற்றை நிறைவேற்றுவதற்குரிய படைப்பாளிகளையும் படைப்புகளையும் உருவாக்கிவிடுகின்றன. மற்ற எல்லா இலக்கிய வடிவங்களையும்விட கவிதையே இத்தகைய போராட்ட காலகட்டத்தில் ஒரு முன்னணி இலக்கிய வடிவமாகவும் அமைகின்றது. அதனுடைய இறுக்கமும், செறிவும், உணர்ச்சியின் கொதிநிலையை நேரடியாக வெளிக்காட்டும் சாத்தியமும் இதற்குக் காரணங்கள் ஆகலாம். ஒரு புரட்சிகர காலகட்டம் கவிஞனையும் புரட்சி வெடிக்கும் எரி மலையாக்கி விடுகின்றது. ஒரு பலஸ்தீனக் கவிஞன் இம்மாற்றத்தை இவ்வாறு பாடுகின்றான்.

பல நூற்றாண்டுகளின் முன்
நான் ஒருகவிஞன் கவிஞன் மட்டுமே
சித்தர்கள் பலரின் மத்தியில் இருந்தேன்
இன்று இந்த இருபதாம் நூற்றாண்டில்
புரட்சி வெடிக்கும் எரிமலை ஆகினேன்.

சமீஹ் அல் காசிமின் 'இருபதாம் நூற்றாண்டு' என்ற கவிதையின் கடைசி வரிகள் இவை. இந்த நுற்றாண்டின் அரசியல் போக்கினையும் அதில் கவிஞனின் பங்கினையும் பொழிப்பாகக் கூறுகின்றன இந்த வரிகள்.

போராட்டம் எனது திசை
பாடல் எனது உயிர் மூச்சு

என்று பாடுகின்றான் தெலுங்குக் கவிஞன் செரபண்டராஜு. காசிமும் செரபண்டராஜுவும் வெவ்வேறு திசைகளில் இருந்தாலும் அவர்களின் குரல் ஒன்றாகவே ஒலிப்பதை நாம் இங்கு காண்கின்றோம். இந்தக் கவிஞர்களைப் பொறுத்தவரை போராட்ட உணர்வும் கவிதையும் ஒன்றிணைந்தவை, பிரிக்க முடியாதவை என்பதை இந்த வரிகள் நமக்கு உணர்த்துகின்றன. விடுதலைப் போராட்டங்களுக்கு ஆதரவு காட்டுகின்ற, அந்தப் போராட்டங்களுடன் தங்களை இணைத்துக் கொண்ட, அந்தப் போராட்டங்களின் அடித்தளமாக அமைகின்ற பரந்துபட்ட மக்களின் அபிலாசைகளுக்குக் குரல் கொடுக்கின்ற இன்றையக் கவிஞர்களின் ஒரு முக்கிய குணாம்சமாக நாம் இதனைக் காண்கிறோம்.

3

ஏகாதிபத்தியங்களுக்கும் உள்நாட்டு ஆளும் வர்க்கங்களுக்கும் இடையே உள்ள உள்ளார்ந்த பிணைப்பு மூன்றாம் உலக நாடுகள் முழுவதிலும் ஒடுக்குவோரை ஒரு பிரிவிலும் ஒடுக்கப்படுவோரை மறு பிரிவிலும் தெளிவாகப் பிரித்து வைத்துள்ளது. ஒடுக்கப்பட்ட மக்களின் போராட்ட நடவடிக்கைகள் சட்டத்திற்கும் ஒழுங்கிற்கும் ஜனநாயகத்திற்கும் விரோதமான பயங்கரவாத நடவடிக்கைகள் என, ஆளும் வர்க்கங்களால் வர்ணிக்கப்படுகின்றன. மக்கள் மீது பயங்கரவாதத்தைக் கட்டவிழ்த்துவிட்ட இவர்கள் சர்வதேச ரீதியில் 'பயங்கரவாதத்தை' ஒழித்துக் கட்டுவதற்காகவும் கூட்டுச் சேருகிறார்கள். இதற்கு மறு திசையிலே விடுதலைக்காகப் போராடும் மக்கள் அவர்கள் எந்த நாட்டைச் சேர்ந்தவர்களாயினும், தமக்குள்ளே ஒரு ஒருமைப்பாட்டைக் காண விழைகிறார்கள். ஒருவருடைய விடுதலை மற்றவருடைய விடுதலையில் தங்கி இருக்கின்றது என்பதை உணருகிறார்கள். மக்களுடைய இந்த உணர்வு கவிஞர்களின் குரலாக, அவர்களின் உணர்வாக வெளிப்படுகின்றது. இவ்வகையிலே ஒரு பலஸ்தீனக் கவிஞன் முழு ஆசியாவையும் தனது தாயகமாக இனங்காண்கின்றான். றஷீட் ஹுசைனின் 'எனது தாயகம் ஆசியா' என்ற கவிதை இந்த உணர்வை உறைப்பாக வெளிப்படுத்துகின்றது.

எனது தாயகம் ஆசியா

அதுவோ காதலின் கண்டம்
குருதியின் கண்டம்
உள்ளக் கிளர்ச்சியின் கண்டமும் அதுதான்
காலம் கடத்துவோர்க் கெதிராய்
கிளர்ந்தெழும் மனிதரின் கண்டம் அது
நேற்று
பசித்து, களைத்து, வஞ்சிக்கப்பட்ட
எனது மக்களைக் கண்ணெடுத்தும் பாராது
என் மதிப்பரும் வளங்களை மட்டும்
வாயூற நோக்கியோர் யாரோ
இன்று
ஆசியாவின் கௌரவத்தை
அங்கீகரிக்கும் நிலைக்கு ஆளாகியோர் யாரோ
அந்த எஜமானர்களுக்கு எதிராய்
கிளர்ந்தெழும் கலகக் காரரின்
மூசி எழும் தீச்சுவாலையின்
கண்டம் அது
ஆசியா அது என் தாயகம்.

வங்கக் கவிஞன் துஷார் சந்திரா 'ஓர் ஆசிய விடுதலைப் போராளிக்கு' எழுதிய தனது கவிதையில் பின்வருமாறு பாடுகின்றான்:

மரணத்தின் அழைப்பாணையை நிராகரித்து
வாழ்வின் விடுதலையுள் மூழ்கி
அழகின் இருப்பிடம் நோக்கி
உன்னோடு கரம் பிணைத்து
நாமும் வழிநடப்போம்.

இந்தக் கவிஞர்கள் ஆசிய நாடுகளின் ஒடுக்கப்பட்ட மக்களின் ஒருங்கிணைந்த விடுதலைப் போராட்டத்தின் குரலைப் பிரதிபலிக்கின்றார்கள். ஆசியாவையும் தாண்டி,

ஆப்பிரிக்காவையும் லத்தீன் அமெரிக்காவையும் கூட தங்கள் போராட்டத்துடன் இனங்காணும் தன்மையையும் நாம் இந்தக் கவிஞர்களிடம் காண்கிறோம். ஈழத்துக் கவிஞன் ஜெயபாலனின் 'அம்மாவுக்கு' என்ற கவிதையில் இருந்து சில வரிகள்:

> தென்னாப்பிரிக்க அன்னை ஒருத்தி
> நிற வெறியரது கொடுங்கோலரசின்
> வெஞ்சிறைக்குள் தன்
> மைந்தனை இழந்தாள்
> தென்னாபிரிக்க நாட்டின் சிறையும்
> நமது நாட்டின்
> சிறைகளைப் போல்வன அம்மா
> வைத்தியக் கல்லூரி ஆய்வு மேசையில்
> கிடத்தப்பட்ட பிணங்களைப் போல்வர்
> கொடுங்கோலரது சிறைகளில் மானிடர்
> . . . .
> எனதரும் ஈழத் தாயக மண்போல்
> விடுதலைப் போரின் விழுமியம் நிறைந்த
> எல்சல்வடோர் என்கிற நாடு. . .
> அங்கும்
> துப்பாக்கியோடு பேனா ஏந்தும்
> பெஞ்சமின் மொலாயஸ் போலொரு கவிஞன் . . .

ஜெயபாலனின் இக்கவிதைவரிகள் விடுதலைப் போராட்டங்களின் உள்ளார்ந்த ஒற்றுமையையே விபரிக்கின்றது. மூன்றாம் உலக நாடுகளின் விடுதலைப் போராட்டத்தில் கவிதையின் பங்கு என்ன என்ற கேள்விக்கு ஒரு வகையில் நான் இதுவரை காட்டிய கவிதைகளிலேயே விடையும் இருக்கின்றது.

ஆசிய நாடுகளின் விடுதலைப் போராட்டத்தில் - பொதுவாக இது எல்லா நாடுகளுக்கும் பொருந்தும் - கவிதை இரண்டு வகையில் பங்காற்றுகின்றது எனலாம். ஒன்று, நடைமுறை வாழ்வை, அதன் அவலத்தை, ஒடுக்கமுறையின் பல்வேறு அம்சங்களை வெளிக்கொண்டுவருவது. துயர் உறும் மக்களின் உணர்ச்சியின் வெளிப்பாடாக, அவர்களின் அபிலாசைகளின்

குரலாக அமைவது. அதன்மூலம் மனித குலத்தின் மனச்சாட்சியை உலுப்புவது; மக்களைப் போரிடத் தூண்டுவது. இரண்டாவது, ஒடுக்கப்பட்ட மக்களின் இறுதி வெற்றியில் நம்பிக்கை வைப்பது; ஒரு சுபீட்சமான எதிர்காலம் பற்றிய நம்பிக்கைக் குரலை எழுப்புவது. விடுதலை பெற்ற சமூகத்தின் எதிர்கால மனிதன் பற்றிய ஒரு புதிய படிமத்தை உருவாக்குவது. இன்றைய போராட்டச் சூழலில் பிறந்த இந்திய, பலஸ்தீன, ஈழக் கவிதைகளை நோக்குகையில் விடுதலைப் போராட்டத்தில் கவிதையின் பங்கினை இவ்வாறுதான் வரையறுக்க முடிகின்றது.

ஆசிய நாடுகளின் விடுதலைப் போராட்டக் கவிதைகளில் நான் மேலே காட்டிய பொதுப்பண்புகள் காணப்படினும் அந்தந்த நாடுகளின் போராட்டத்தின் தன்மைகளில் காணப்படும் அடிப்படையான சில வேறுபாடுகளுக்கேற்ப அந்தந்த நாட்டுக் கவிதைகளின் உள்ளடக்கத்திலும் சில அடிப்படையான வேறுபாடுகள் காணப்படுவதையும் நான் இங்கு சுட்டிக்காட்டவேண்டும். உதாரணமாக இன்றைய இந்திய புரட்சிகரப் போராட்டக் கவிதைகளுக்கும் பலஸ்தீன விடுதலைப் போராட்டக் கவிதைகளுக்கும் இடையே இத்தகைய ஒரு வேறுபாட்டை நம்மால் அவதானிக்க முடிகிறது.

இன்றைய இந்திய விடுதலைப் போராட்டம் சாராம்சத்தில் மொழி, இன வேறுபாடுகளைத் தாண்டிய வர்க்கப் போராட்டமாகும். ஏகாதிபத்திய, நிலப்பிரபுத்துவ, முதலாளித்துவ சக்திகளுக்கும் உழைக்கும் மக்களுக்கும் இடையே உள்ள வர்க்க முரண்பாட்டின் அடிப்படையில் அது அமைந்துள்ளது.

அந்த வகையிலே இன்றைய இந்திய போராட்டக் கவிதைகளும் இந்த வர்க்க முரண்பாட்டுக்கே முதன்மை கொடுக்கின்றன. ஆளும் வர்க்கத்தின் சுரண்டலையும் அவை திணிக்கும் காலாச்சாரச் சீரழிவுகளையும் அவை சாடுகின்றன. தொழிலாளர், விவசாயிகளின் எழுச்சியைப் பாடுகின்றன; புரட்சியைப் பற்றிப் பாடுகின்றன. சுரண்டல், புரட்சி, செங்கொடி, கம்யூனிஸம், சமத்துவம் போன்றவை இந்தக் கவிதைகளில் திரும்பத் திரும்ப இடம்பெறும் கருக்களாக உள்ளன. சிறி சிறி, செரபண்ட ராஜு, சுப்பாராவ் பாணிக் கிரகி போன்ற தெலுங்குக் கவிஞர்களிடம் நாம் இந்தப் பண்பைக்

காண்கின்றோம். மலையாளக் கவிஞன் சச்சிதானந்தனிடம், தமிழ்க் கவிஞன் இன்குலாப்பிடம், கன்னடக் கவிஞன் சித்தலிங்கையாவிடம் நாம் இந்தப் பண்பைக் காண்கின்றோம். சறோஜ் தத்தா, முராரி முக்கோபாத்யாயா போன்ற வங்காளக் கவிஞர்களிடமும் நாம் இந்தப் பண்பையே காண்கின்றோம்.

உதாரணமாக செரபண்ட ராஜுவின் 'ஐயா எமக்குச் சாதி ஏது' என்ற கவிதையின் சிலபகுதிகளை இங்கு தருகிறேன்.

ஐயா எமக்குச் சாதி ஏது
ஐயா எமக்குச் சமயம் ஏது
மண்ணைப் பிசைந்து கல்லைச் சமைத்து
உமக்கு நாம் ஒரு வீடு கட்டுகையில்
வெறும் வயிற்றோடு நிலத்தை உழுது
உமக்கு நாங்கள் தானியம் சுமக்கையில்
ஐயா எமக்குச் சாதி ஏது
ஐயா எமக்குச் சமயம் ஏது
காய்ந்துபோன ரொட்டியைத் தின்று
ஈர நிலத்தை நாம் கிண்டும்போது
எரிக்கும் வெயிலில் கல்லில் சிலைகளை
நாங்கள் செதுக்கித் தருகிற போது
ஐயா எமக்குச் சாதி ஏது
ஐயா எமக்குச் சமயம் ஏது
நீங்கள் எங்களைச் சாதிகளாக்கினீர்
சாதிக்குள்ளும் பிரிவினை செய்தீர்
ஆயின் மிகுந்த துன்புறும் நாங்கள்
ஒன்றிணைந்து கைகோர்த்து விட்டால்
ஐயா எமக்குச் சாதி ஏது
ஐயா எமக்குச் சமயம் ஏது

ஒடுக்கப்பட்ட உழைக்கும் மக்களின் வாழ்வினையும் அவர்களின் விழிப்பையும் பாடுகிறது இந்தக் கவிதை.

இதுபோன்றே மக்களை வெளிப்படையாகவே புரட்சிக்கு அறைகூவும் கவிதைகளையும் நாம் இங்கு நிறையவே

காணுகிறோம். இன்குலாப்பின் பின்வரும் கவிதை வரிகளை இதற்கு உதாரணமாகக் காட்டலாம்.

விடியல் கீதங்கள் பாடுகிறோம்
விலங்குகள் நொறுங்கட்டும் - கனவு
விலங்குகள் நொறுங்கட்டும்
வேர்வையின் மக்களே விழித்தெழுவீர்
வேள்விகள் தொடங்கட்டும் - ரத்த
வேள்விகள் தொடங்கட்டும்
ஆளும் வர்க்கங்கள் நடுநடுங்க - நாம்
ஆயுதப் புரட்சி செய்வோம்
அதோ மலர்கின்ற பொன்னுலகில் - நாம்
ஆட்சி நடத்திடுவோம்.

சிறி சிறி ஒரு கவிதையில் இவ்வாறு பாடுகின்றார்.

நீ ஊழலை ஒழிக்க வேண்டுமாயின்
சமத்துவமின்மையைத் தறிக்கவேண்டுமாயின்
முதலில் நீ ஒரு கம்யூனிஸ்ட் ஆகவேண்டும்
நீ ஒரு கம்யூனிஸ்ட் ஆகவேண்டுமெனில்
நீ ஒரு மனிதன் போல் வாழவேண்டும்
நீ செம்படையில் சேரவேண்டும்
நீ செம்படையில் சேரவேண்டும்

பலஸ்தீன விடுதலைப் போராட்டம் இழந்த தாயகத்தை மீட்பதற்கான போராட்டமாகும். சமகாலப் பலஸ்தீன வரலாறு அதர்மத்தினதும் அநீதியினதும் அதற்கெதிரான போராட்டத்தினதும் வரலாறாகும். சியோனிசத்தினதும், பிரித்தானிய அமெரிக்க ஏகாதிபத்தியங்களதும் கூட்டுச் சதியினால் பலஸ்தீன மண்ணில் இஸ்ரவேல் உருவாக்கப்பட்டபோது ஆண்டாண்டு காலமாக பலஸ்தீனத்தைத் தாயகமாகக் கொண்டிருந்த 14 இலட்சம் அராபியர்களில் சுமார் ஒன்றரை இலட்சம் பேர் மட்டுமே தங்கள்

சொந்தத் தாயகத்தில் தங்கி இருக்க அனுமதிக்கப்பட்டனர். ஏனையோர் திட்டமிட்ட வன்செயல்கள் மூலமும் யூத குடியேற்றங்கள் மூலமும் அகதிகளாகத் துரத்தப்பட்டனர். 1948 டிசம்பருக்கும் 1949 பிப்ரவரிக்கும் இடைப்பட்ட மூன்று மாத காலத்துள் மட்டும் ஆயுதம் தாங்கிய சியோனிச குழுக்கள் பலஸ்தீன மக்களைத் தங்கள் சொந்த நிலத்தில் இருந்து துரத்தும் நோக்குடன் இரண்டாயிரத்துக்கும் அதிகமாக வன்செயல்களைப் புரிந்தனர். பெண்கள், குழந்தைகள், முதியோர் உட்பட நூற்றுக்கணக்கான கிராமவாசிகளைக் கொன்று குவித்தனர். இத்தகைய வன்முறைச் சம்பவங்களினால் முதலாவது அரபு - இஸ்ரவேல் யுத்தம் தொடங்குவதற்கு முன்னரே சுமார் இரண்டரை இலட்சம் பலஸ்தீன மக்கள் தங்கள் தாய் நாட்டைக் கைவிட்டுச் சென்றனர். 1948-49 யுத்தத்தில் 250 அரபுக் கிராமங்கள் முற்றாக அழிக்கப்பட்டன. பல நகரங்கள் கைவிடப்பட்டன. சுமார் ஒன்பது இலட்சம் பலஸ்தீனர் அகதிகளாயினர். 1967இல் நடைபெற்ற இஸ்ரவேலின் ஆக்கிரமிப்பினால் மேலும் ஐந்தேகால் இலட்சம் பேர் அகதிகளாயினர். 1967க்கும் 70க்கும் இடைப்பட்ட மூன்று ஆண்டுளில் 700 அரபு நகரங்களும் கிராமங்களும் அழிக்கப்பட்டன. பல்லாயிரக்கணக்கான அராபியர் துரத்தப்பட்டனர். இவ்வாறு துரத்தப்பட்ட பலஸ்தீன மக்கள் அண்டை அரபு நாடுகளில் இன்று திறந்த வெளிக் கூடாரங்களில் அகதிகளாக வாழ்கின்றனர். அவர்களுடைய போராட்டம் தங்கள் இழந்த தாய்நாட்டை மீட்பதற்கானது. சியோனிசமும் ஏகாதிபத்தியமுமே அவர்களது பிரதான எதிரி, அந்த வகையில் அவர்களது போராட்டம் வர்க்கப் போராட்ட வடிவத்தை அன்றி தேசிய விடுதலைப் போராட்ட வடிவத்தை பெற்றுள்ளது. இங்கு வர்க்க உணர்வு அற்ற அரபு தேசிய வாதம் அல்லது அராபியம் முதன்மை பெறுகின்றது. இந்த வகையிலே பலஸ்தீன விடுதலைப் போராட்டக் கவிதைகளிலும் இந்தப் பண்பே முனைப்பாய் வெளிப்படுவதை நாம் காண்கின்றோம். உதாரணமாக பௌசி அல் - அஸ்மாரின் 'ஏனெனில் நான் ஒரு அராபியன்' என்ற கவிதையைக் காட்டலாம்.

நான் தடுப்புக் காவலில் இருக்கிறேன்
ஐயா, அதற்குக் காரணம்
நான் ஓர் அராபியன் என்பதே
தன் ஆன்மாவை விற்க மறுத்த
ஓர் அராபியன்
ஐயா, விடுதலைக்காக எப்போதும் முயன்ற
ஓர் அராபியன்
தனது மக்களின் துயர்களை
எதிர்த்து நின்ற ஓர் அராபியன்
நீதியான சமாதானத்தில் நம்பிக்கைக் கொண்டவன்
ஒவ்வொரு மூலையிலும்
மரணத்தை எதிர்த்துப் பேசியவன்
ஒரு சகோதரத்துவ வாழ்வைக்கோரி
அதற்காக வாழ்ந்தவன்
ஆகவேதான்
நான் தடுப்புக்காவலில் இருக்கிறேன்
ஏனெனில்
நான் போராடத் துணிந்தவன்
இன்னும் ஏனெனில்
நான் ஓர் அராபியன்.

இன்னும் ஓர் பிரசித்தி பெற்ற பலஸ்தீனக் கவிஞரான மஹ்மூட் தர்வீஷின் கவிதைகளிலும் நாம் இதே பண்பைக் காண்கின்றோம்.

எழுதிக்கொள் இதனை
நான் ஓர் அராபியன்
பேர்புகழ் அற்ற ஒருவனே நான்
மூர்க்க உலகில் நிலைபேறுடையவன்
யுகங்களுக் கப்பால்
எனதுவேர்கள் ஆழச் செல்வன

சியோனிசத்துக்கு எதிரான போரில் பலஸ்தீன மக்களுக்கு அறபு உணர்ச்சி ஒரு முக்கிய ஆயுதமாகப் பயன்படுவதை அவர்களது கவிதைகள் நமக்கு உணர்த்துகின்றன. அந்த உணர்ச்சியை அவர்களது கவிதைகள் மேலும் ஆழப்படுத்துகின்றன. தங்கள்

மக்களின் துன்பத்தையும் அவர்கள் மீது திணிக்கப்பட்டுள்ள பயங்கரத்தையும் அந்தக் கவிதைகள் பாடுகின்றன. சிறைகளையும், சித்திரவதைகளையும், படுகொலைகளையும் பற்றிப் பாடுகின்றன. பறவைகளுக்கும், மிருகங்களுக்கும் உள்ள சுதந்திரம் தனது சொந்த நாட்டில் தனக்கு மறுக்கப்பட்டிருப்பதைக் கூறுகின்றது சலீம் ஜுப்ரானின் 'துரத்தப்பட்டவன்' என்ற பின்வரும் கவிதை

எல்லையின் ஊடே சூரியன் நடக்கும்
துப்பாக்கிகள் மௌனமாய் இருக்கும்
துல்கறம்மில் ஓர் வானம்பாடி, தன்
காலைப் பாடலைப் பாடத் தொடங்கும்
பின்னர் எழுந்து
கிப்புற்ஸ் நகரப் பறவைகளோடு
விருந்து உண்ணப் பறந்து செல்லும்
தனித்த ஓர் கழுதை
யுத்தம் நிகழும் எல்லையின் குறுக்கே
ஆறுதலாக நடந்து செல்லும்
காவல் வீரர் கவனியா திருப்பர்
ஆனால் எனக்கோ
என்தாய் நாடே
துரத்தப்பட்ட உன்மகனுக்கோ
உன் வானத்துக்கும்
என் கண்களுக்கும் இடையே
எல்லைச் சுவர்களின் பெருந்தொடர் இருந்து
காட்சியை மறைக்கும்.

ஈழ விடுதலைப் போராட்டம் பலஸ்தீனப் போராட்டத்தில் இருந்து பல அம்சங்களில் வேறுபட்டாலும், இன விடுதலை என்ற பொதுப் பண்பினை நாம் அவற்றில் காண்கின்றோம். சுதந்திரத்துக்குப் பிந்திய இலங்கையின் அரசியல் வரலாறு பெரும்பாலும் இன முரண்பாட்டின், மோதலின் வரலாறாகவே காணப்படுகின்றது. சுதந்திரத்துக்கு முந்திய இலங்கையில் உருவாகிய சிங்கள தேசியவாதம் சுதந்திரத்துக்குப் பிந்திய இலங்கையில் உருவாகிய சிங்கள பௌத்த பெருந்தேசியவாதமாக வளர்ச்சியடைந்தது.

சிங்கள விவசாயிகள், தொழிலாளர்களின் வர்க்கரீதியான எதிர்ப்பைச் சமாளிக்க சிங்கள ஆளும் வர்க்கத்துக்கு இன முரண்பாடு ஒரு கருவியாகப் பயன்பட்டது. சிங்கள இனம், சிங்கள மொழி, பௌத்த சமயம் ஆகியவற்றின் பாதுகாவலர் தாங்களே என்ற ஒரு படிமத்தை ஆளும் வர்க்கம் சிங்கள மக்கள் மத்தியில் உருவாக்கியது. சிங்களம் மட்டும் ஆட்சிமொழியாக்கப்பட்டது. பௌத்தம் அரசாங்க மதமாக்கப்பட்டது. பொருளாதாரரீதியில் தமிழர்களிடம் இருந்து பிடுங்கப்பட்டு சில சலுகைகள் சிங்கள மக்களுக்கு வழங்கப்பட்டன. நிலமற்ற சிங்கள விவசாயிகள் தமிழ்ப் பிரதேசங்களில் திட்டமிட்டுக் குடியேற்றப்பட்டனர். இன விகிதாசாரம் என்ற அடிப்படையில் தமிழ் இளைஞர்களின் வேலைவாய்ப்பும் உயர்கல்வி வாய்ப்பும் மட்டுப்படுத்தப்பட்டன.

சுதந்திர இலங்கையில், சிங்கள பெருந்தேசிய வாதத்தின் இத்தகைய இன ஒதுக்கல் நடவடிக்கைகளின் எதிர்விளைவாக தமிழ்த் தேசியவாதம் வளர்ச்சியடைந்தது. ஆரம்பத்தில் தமிழர்கள் தங்கள் உரிமைகளுக்காக சமாதான வழிகளிலேயே போராட்டம் நடத்தினர். சுமார் முப்பது ஆண்டுகால இத்தகைய போராட்டங்கள் பலன் அளிக்கவில்லை. பதிலாக தமிழர் மீது இன வன்செயல்கள் கட்டவிழ்த்து விடப்பட்டன. 1958, 77, 81, 83 ஆகிய ஆண்டுகளில் நடைபெற்ற இன வன்செயல்களில் ஆயிரக்கணக்கான தமிழர் கொல்லப்பட்டனர். பல்லாயிரக் கணக்கானோர் வீடுவாசல்களை, சொத்துக்களை இழந்து, சொந்த நாட்டிலும் வெளிநாடுகளிலும் அகதிகளாயினர். இந்தப் பின்னணியிலேதான் தமிழ் இளைஞர்களின் ஆயுதம் தாங்கிய விடுதலைப் போராட்டம் தோற்றம் பெற்றது. 70களின் பிற்பகுதியில் சிறு பொறியாக ஆரம்பித்த இப்போராட்டம் 80களில் பெரு நெருப்பாகப் பற்றி எரியத் தொடங்கியுள்ளது. இந்த ஆயுதப் போராட்டத்தைச் சிங்கள பெருந்தேசியவாத அரசு ராணுவ ரீதியில் ஒடுக்க முயல்கின்றது. அது அரச பயங்கரவாதமாக வடிவம் பெற்றுள்ளது. ஆயிரக் கணக்கான தமிழ் இளைஞர்கள் சிறைகளில் சித்திரவதைக்கு உள்ளாகின்றனர். அப்பாவி மக்கள் நூற்றுக்கணக்கில் படுகொலை செய்யப்பட்டுள்ளனர். சொந்த வாழிடங்களை விட்டு மக்கள் துரத்தப்படுகின்றனர். கடல்,

தரை, ஆகாய மார்க்கமான தாக்குதல்கள் மக்கள் வாழிடங்களில் மேற்கொள்ளப்படுகின்றன. ஒருபுறம் அரச பயங்கரவாதத்துக்கும் விடுதலை இயக்கங்களுக்கும் இடையே உள்ள முரண்பாடும் மோதல்களும், உயிர்க்கொலைகளும்; மறுபுறம் விடுதலை இயக்கங்களுக்கிடையே உள்ள முரண்பாடுகளும் மோதல்களும், கொலைகளும்; ஒருபுறம் சிங்கள பெருந்தேசியவாதத்துக்கும் சிறுபான்மை இனங்களுக்கும் இடையே உள்ள முரண்பாடுகளும், மோதல்களும், அழிவுகளும் மறுபுறம் சிறுபான்மை இனங்களுக்கு மத்தியிலே கிளறிவிடப்படும் முரண்பாடுகளும் மோதல்களும் அழிவுகளும். இதுவே இன்றைய ஈழத்தின் யதார்த்தம்.

இன்றைய ஈழத்துக் கவிதை இந்தச் 'சூழலின் யதார்த்தத்தை'யே பிரபலிக்கின்றது. தமிழ்த் தேசிய வாதமே அதன் சாராம்சமாய் உள்ளது. கடந்த பத்து ஆண்டுகால ஈழத்தின் அரசியல், சமூக வரலாறு வர்க்க முரண்பாடுகளைப் பின்தள்ளி இன முரண்பாடுகளை முன்னுக்குக் கொண்டுவந்ததன் விளைவு இது. ஈழத்துத் தமிழ்க் கவிதையில் 1950களிலும் இத்தகைய ஒரு போக்குக் காணப்பட்டது. சிங்கள பெருந்தேசியவாதிகள் சிங்களத்தை மட்டும் ஆட்சிமொழியாக்கிய காலகட்டத்தில் இப்போக்கு முதன்மை பெற்று இருந்தது. அக்காலகட்டத்தில் கவிதைகள் தமிழ் உணர்ச்சியின் வடிகாலாக அமைந்தன. சிங்கள எதிர்ப்பு, தமிழ் உணர்ச்சி என்பன ஒரு சில விதிவிலக்குகளைத் தவிர எல்லாக் கவிஞர்களையும் ஈர்த்த முக்கிய அம்சமாக இருந்தன. ஆயினும், 1958 இனக்கலவரம் இப்போக்கினை ஒரு முடிவுக்கு கொண்டுவந்தது. பெரும்பாலான கவிஞர்கள் இன, மொழி உணர்வில் இருந்து வர்க்க உணர்வுக்கு மடை மாற்றம் பெற்றனர். அல்லது பொதுவான சமூகப் பிரச்சினைகள் பற்றி எழுதத் தொடங்கினர். 60, 70 களில் உருவாகிய புதிய தலைமுறையினரில் பெரும்பாலோர் இடது சாரிச் சிந்தனைகளால் ஆகர்ஷிக்கப்பட்டனர். வர்க்க உணர்வு, தேசிய ஒருமைப்பாடு என்பன முன்னணிக்கு வந்தன. 60, 70களின் ஈழத்து இலக்கியத்தின் பிரதான போக்காக வர்க்க நிலைப்பட்ட போக்கே காணப்பட்டது. ஆயினும், இடது சாரிக் கட்சிகள் பெருந்தேசியவாதத்துக்குச் சரண் அடைந்ததும், அவர்களது

கையாலாகாத்தனமும், காட்டிக்கொடுப்புகளும், 1977 முதல் தொடர்ந்து நடைபெற்ற இன வன்செயல்களும், ஆயுதம் தாங்கிய விடுதலைப் போராட்டமும், அதைத் தொடர்ந்த கொடூரமான அரச பயங்கரவாதமும் ராணுவ அடக்கு முறைகளும் தேசம் தழுவிய வர்க்க நிலைப்பாட்டைப் பின்தள்ளி தமிழ்த் தேசிய வாதத்துக்கு ஒரு நியாயத்தையும், ஒரு புதிய பரிமாணத்தையும், புரட்சிகரத் தன்மையையும் கொடுத்துள்ளன. கடந்த பத்தாண்டுகளில் உருவாகிய ஈழத்துக் கவிதைகளிலும் இப்பண்பே மேலோங்கித் தெரிவதை நாம் அவதானிக்கலாம். உதாரணமாக ஜெயபாலனின் 'உயிர்த்தெழுந்த நாட்கள்' என்னும் கவிதை தமிழ்த் தேசிய வாதத்தின் இருத்தலுக்கான நியாயத்தை 1983 இன வன்செயலின் பின்னணியில் மிக வலுவான முறையில் முன் வைக்கின்றது. அந்த நீண்ட கவிதையின் சில வரிகளை இங்கு தருகிறேன்.

> இதோ எம் இருப்பு வழமை போலவே
> இன அடிப்படையில்
> இந்த வருடமும் நிச்சயம் இழந்தது.
> நான், நீ என்பது ஒன்றுமே இல்லை
> யார்தான் யாரின் முகங்களைப் பார்த்தார்?
> நாவில் தமிழ் வழங்கியதாயின்
> தீயில் வீசுவார்.
> பிரிவினை கோரிப் போராடும் தமிழர்
> ஒருமைப் பாட்டிற்கு உழைக்கும் தமிழர்
> இராமன் ஆளினும் இராவணன் ஆளினும்
> நமக்கென்ன என்று ஒதுங்கிய தமிழர்
> தமிழ்ப் பேரறிஞர், தமிழ்ப் பேதையர்
> ஆண், பெண் தமிழர்கள்
> முகத்தை யார்தான் பார்த்தார்?
> களை பிடுங்குதல்போல்
> தெரிவு இங்கு இலகுவாய் உள்ளது
> 'சிங்கள பௌத்தர்' அல்லாதவர்கள்
> என்பதே இங்கு தெரிவு.

தமிழ் இனம், தமிழர்களின் பாரம்பரியப் பிரதேசம் இவற்றை 'எதிரி'யிடமிருந்து காப்பாற்றுவது, இதுவே இன்று ஈழவிடுதலைப் போராட்டத்தின் சாராம்சமாக உள்ளது. இன்றைய ஈழத்துக் கவிதைகள் பெரும்பாலும் இந்தக் குரலையே பிரதிபலிக்கின்றன. சேரனின் யமன், இரண்டாவது சூரிய உதயம் போன்ற தொகுதிகளில் உள்ள கவிதைகளையும், மரணத்துள் வாழ்வோம் தொகுதியில் உள்ள பெரும்பாலான கவிதைகளையும் இதற்கு உதாரணமாகக் காட்டலாம். இன்றைய ஈழத்து வாழ்வின் நிச்சயமின்மையையும், அவலத்தையும் இந்தத் தொகுதிகளில் உள்ள கவிதைகள் மிகவும் தாக்கமான முறையில் வெளிக்காட்டுகின்றன. சில கவிதை வரிகளை மட்டும் உதாரணமாகத் தருகின்றேன்.

நிச்சயமற்றுப் போயின
நம் இரவுகள்
அன்பே
படுக்கைக்குப் போகமுன்
இறுதி அர்த்தங்களுடன்
பார்த்துக் கொள்வோம்
இந்த இரவில்
நாம் எரியாதிருந்தால்
விடியலில்
பனி முத்துக்கள் தூங்கும்
தேயிலைத் தளிர்களில்
விரல்கள் பதிப்போம்.
                                    -(வண்ணச்சிறகு)
நாங்கள் உயிர் வாழ்வதற்கான
நிகழ்தகவு
அச்சம் தரும் வகையில்
குறைந்துது போய்விட்டது.
இரவுகளில்
அனேகமாக எல்லேரும்
பயங்கரமான கனவுகளைக்
காண்கிறார்கள்.

அவற்றில்
ஹெலிக்கொப்டர்கள்
தலைகீழாகப் பறக்கின்றன. . .
கவச வாகனங்கள்
குழந்தைகளுக்கு மேலாகச்
செல்கின்றன. . .
சமயங்களில்
நகரில் எல்லாக் கடைகளும்
பூட்டப்பட்டாலும்
சவப்பெட்டிக் கடைக்காரன்
மட்டும்
நம்பிக்கையோடு
திறந்து வைத்திருக்கிறான்.

- சேரன்

5

இந்திய, பலஸ்தீன, ஈழ விடுதலைப் போராட்டங்களின் தன்மைகளுக்கு ஏற்ப அவற்றின் விளைவாகப் பிறந்த கவிதைகளின் உள்ளடக்கமும் அமைந்திருப்பதை இதுவரை பார்த்தோம். இந்தியப் போராட்டக் கவிதைகள் வர்க்க உணர்வையும், பலஸ்தீன ஈழ விடுதலைப் போராட்டக் கவிதைகள் தேசியவாதத்தையும் சாராம்சமாகக் கொண்டிருப்பதைக் கண்டோம். ஆயினும் ஒடுக்கப்பட்ட மக்களின் ஆயுதப் போராட்டமும் ஒடுக்கும் வர்க்கத்தின் ராணுவ அடக்குமுறையும் எல்லா நாடுகளிலும் ஒரே வகையான விளைவுகளையே ஏற்படுத்துகின்றன. ஆளும் வர்க்கங்கள் ராணுவ பலத்திலும் ஸ்தாபன அமைப்பிலும் மக்கள் இயக்கங்களை விட தற்காலிகமாக எனினும் பலம் வாய்ந்ததாக இருப்பதானால் ஒடுக்குமுறையின் தன்மைகளும் குரூரமானவையாகவே உள்ளன. சிறைவாசம், சித்திரவதை, உயிரிழப்பு என்பன மக்களின் அன்றாட அனுபவமாகின்றன. துயரம் ஒரு இருள்போல் மக்கள் மீது கவிகின்றது. சொந்தவீடுகளும்

கூட மரண கூடமாகின்றன. இத்தகைய சூழலில் மக்களுக்கு நம்பிக்கையூட்டுவது கவிதையின் பணியாகின்றது. சோர்வு, துயரம், அவநம்பிக்கை என்பவற்றுக்குப் பதிலாக துணிவு, மகிழ்ச்சி, நம்பிக்கை என்பன மக்களுக்குத் தேவைப்படுகின்றன. அவ்வகையில் மக்களின் துன்பத்தையும் அவலத்தையும் இக்கவிதைகள் பாடினாலும் துயரம் தற்காலிகமானது, எதிர்காலம் பிரகாசமானது என்பதையே இக்கவிதைகள் திரும்பத் திரும்ப வலியுறுத்துகின்றன. மக்களின் வீரத்தைப் பற்றி, இறுதிவரை போராடும் நெஞ்சுரத்தைப் பற்றி இவை பாடுகின்றன. பூரண சங்காரத்தை எதிர்த்து நிற்றல், மனிதாபிமானமற்ற அதிகார வர்க்கத்தை நிராகரித்தல் என்பன பற்றிப் பாடுகின்றன. இந்திய, பலஸ்தீன, ஈழக் கவிதைகளுக்கு மட்டுமன்றி எல்லா நாடுகளின் விடுதலைப் போராட்டக் கவிதைகளுக்கும் இது பொருந்தும் எனலாம். இங்கு சில கவிதைகளை மட்டும் நான் உதாரணம் காட்ட விரும்புகின்றேன்.

வங்கக் கவிஞன் முராரி முக்கோபாத்யாயா 'காதல்' பற்றி ஒரு கவிதை பாடியிருக்கிறான். நிலவைப் போல, அருவியைப் போல, பறவையைப் போல, மலரைப் போல மென்மையான காதல் தனக்கு வேண்டாம் என்கிறான், சூரியனைப் போல, புயலைப்போல, வெள்ளப்பெருக்கைப் போல அது மாற வேண்டும் என்கிறான். அந்தக் கவிதையின் சில வரிகளை நான் இங்கு தருகிறேன்.

என்மீதுள்ள காதலின் பொருட்டு
நீ ஒரு நிலவாய் இராதே
இயலுமாயின் சூரியனாகு
உன் தீக் கிடங்கில் இருந்து
நான் வெப்பம் பெறுவேன்
இருண்ட தனிமையைக் கொழுத்துவேன்.
என்மீதுள்ள காதலின் பொருட்டு
ஒருபறவையாய் இராதே
இயலுமாயின் புயலாக மாறு
அதன் வலிமையை என் இதயத்தில் ஏந்துவேன்

> சுரண்டலில் எழும்பிய பெருமாளிகையை
> தூள்தூளாக்குவேன்.
> நிலவும் அருவியும்
> மலரும் பறவையும் நட்சத்திரங்களும்
> உரிய நாள் வரும்வரை
> தடை செயப்படட்டும்
> கடைசிப்போர் இன்னும் புரியப்படாத
> இந்தத் துயர்தரும் இருளில்
> நம்சிறு குடில்களில்
> இப்போது நமக்கு வேண்டியதெல்லாம்
> நெருப்பு, நெருப்பு, நெருப்பு மட்டுமே.

எதிர்காலத்தின் பிரகாசத்துக்கும் சுபீட்சத்துக்கும், மென்மையின் தளைகளில் இருந்து விடுபடுவதும் நெஞ்சில் நெருப்பினை ஏந்துவதும் அவசியம் என்பதையே இக்கவிஞன் வலியுறுத்துகின்றான்.

விடுதலைப்போரில் மக்கள் மரணத்தை நேரில் சந்திக்கின்றார்கள். முன் எப்போதையும்விட அது அவர்களுக்கு மிகவும் சமீபத்தில் மிகவும் பயங்கர உருவத்தில் காட்சியளிக்கின்றது. வாழ்க்கையின் முடிவே மரணம் என்பதுபோய், மரணமே அவர்களின் வாழ்வாக மாறுகின்றது. இந்தச் சூழலிலே கவிதை மரணத்துக்குச் சவாலாக அமைவதைக் காண்கின்றோம். மரணத்தினால் மக்கிப் போகாது மீண்டும் மீண்டும் உயிர்த்தெழும் மனிதனைப் பற்றி இக்கவிதைகள் பாடுகின்றன. விடுதலைப் போராட்டக் கவிதைகளில் இந்தக் குரல் திரும்பத் திரும்பக் கேட்கும் ஒரு குரலாகும். தெலுங்குக் கவிஞன் செரபண்ட ராஜு இவ்வாறு பாடுகின்றான்.

> இந்த மண்ணின் விடுதலை விதையாய்
> எனது குருதியை துளித்துளியாக
> நான் சிந்திச் சிதறுவேன்
> சிறையில் இருப்பினும்
> நான் அடிமை அல்ல
> நான் கூறிடப் பட்டால்

அல்லது அரியப் பட்டால்
மீண்டும் மீண்டும் அலைஎன எழுவேன்.

ஈழத்திலும் இதே குரலை நாம் கேட்கின்றோம், புஷ்பராஜனின் குரல் இவ்வாறு ஒலிக்கின்றது.

என் முகம் சிதைந்து
என் குலம் அழிக்க
எரியும் நெருப்பாய்ச் சூழும்போதெலாம்
புத்தொளி கொண்டு
பீனிக்ஸ் பறவையாய்
மீண்டும் மீண்டும் வானில் பறப்பேன்

உயிர்த்தெழுதல் பற்றிய இந்தக் குரலை சேரனின் பின்வரும் கவிதைவரிகளில் இன்னும் அழுத்தமாகக் கேட்கிறோம்.

நான் இப்போது இறந்தேன்
என் குருதி உறைந்த
இம் மண்ணில் இருந்து
நாளை நான் உயிர்ப்பேன்
மூன்று நாள் என்பது அதிகபட்சம்
எனது புதைகுழியின் மீது
முதலாவது புல் முளைவிடும் முன்பு
நான் உயிர்ப்பேன்.

பலஸ்தீனக் கவிஞன் தௌபீக் சையத்இடம் இதே குரல் இன்னும் உரத்துக் கேட்கின்றது.

நான் வாழ்வேன்
உயிர்த் துடிப்புடன் இருப்பேன்
அசையும் ஒருசிறு காற்றில்
ஒரு பூவில், ஒரு பச்சைப்புல் இதழில்
ஓடும் நீரின் ஒரு சிறு தாரையில்
இடையன் ஒருவனின் புல்லாங் குழலில்
சூரிய ஒளியில், மௌனத்தில்

அசையும் இறக்கைத் துடிப்பில்
நான் வாழ்வேன்
உயிர்த் துடிப்புடன் இருப்பேன்
என் மூதாதையரின் தாய்திருநாட்டில்
இறுதிநாள்வரை நான்
மறுபிறப் பெடுப்பேன்
வெற்றியுடனும்
சுதந்திர மனிதனின் வைகறையுடனும்
எனக்கு ஓர் சந்திப்பு நிகழ இருப்பதால்
இறுதிநாள் வரை
நான்மறுபிறப் பெடுப்பேன்

வெற்றியும் சுதந்திர மனிதனின் வைகறையும் நிச்சயம் என்பதையும் இந்தவரிகள் பிரகடனம் செய்கின்றன. இந்தப் பிரகடனம் போராட்டக் கவிதைகளின் பிறிதொரு பொதுப் பண்பாகும். இது எதிர்காலம் பற்றிய நம்பிக்கையின் குரலாகும். இறுதி இலட்சியத்தை அடையும்வரை மனிதன் போராடுகின்றான். இறுதியில் அதை அடைந்தே தீருவான். இந்த நம்பிக்கையின் விதைகளை இக்கவிதைகள் நம் மனத்தில் தூவுகின்றன.

ஆயிரக் கணக்கில் ஆட்கள் மடியினும்
போராட்டம் வெல்லும்
எதிர்காலத்தினை நம்புவோன் எவனோ
அவனே மனிதன்
இரவு எரிந்து மறையும்
காலை நிச்சயம் மலரும்.

இது செரபண்ட ராஜுவின் குரல்.

என்னை இறுதியில் சந்திக்க வருவது
ஒரு குருட்டு வௌவாலாய்
இருக்காதென்று நான் நம்புகின்றேன்
அது பகலாய்த்தான் இருக்கும்
அது பகலாய்த்தான் இருக்கும்

இது பலஸ்தீனக் கவிஞன் சமீஹ் அல் - காசிமின் குரல்.

மனிதர்களாக மதிக்கப்படாத
இலட்சோப லட்சம் மனிதருக்காக
இக்கூடாரங்கள் மத்தியில்,
பரிதி
சாஸ்வதமான ஒர் பாதையைச் சமைப்பான்
பொன்வாழ்வுச் சிவிகையில்
சூரியன் கீழே பவனி வருவான்
காதல் பனி நீரால்
நரக நெருப்பினை நாங்கள் அணைப்போம்

இது இன்னுமோர் பலஸ்தீனக் கவிஞன் றஷீட் ஹுசைனின் குரல். இந்தக் குரல்கள் ஒடுக்கப்பட்ட மக்களின் அபிலாசைகளைப் பிரதிபலிக்கின்றன. அவர்களுக்கு ஒரு நம்பிக்கையை ஊட்டுகின்றன.

6

மக்களுக்கு நம்பிக்கையூட்டும் இக்கவிதைகள் ஆட்சியாளரை அச்சுறுத்துவதையும் நாம் காண்கின்றோம். இது இந்தக் கவிதைகளின் இரண்டாவது முகம். ஒடுக்கப்பட்ட மக்களின் விடுதலைப் போராட்டத்தில் இக்கவிதைகள் ஒரு பலமான ஆயுதமாகப் பயன்படுவதை அதிகாரவர்க்கம் விரைவிலேயே உணர்ந்து கொள்கின்றது. அதைக் கண்டு அஞ்சுகின்றது. ஆயுதம் தாங்கிய போராளிகளை விடவும் கவிதை ஆபத்தானது என்று அவர்கள் நினைக்கின்றார்கள். ஆயுதம் ஒரு புறவலிமைதான்; கவிதை ஒரு ஆழமான அகவலிமையைக் கொடுக்க முடியும் என்பதை அவர்களும் புரிந்து கொள்கின்றார்கள் பலஸ்தீனப் பெண் கவிஞர் பத்வா துக்கானின் கவிதை ஒன்றைப் படித்தபோது 'இது இருபது கொமாண்டோக்களுக்குச் சமமானது' என இஸ்ரவேலின் பாதுகாப்பு அமைச்சர் மோஷே டயான் கூறியதாகச் சொல்லப்படுகின்றது. அந்த வகையில் கவிஞனின் குரலை நெரித்துவிட ஆளும் வர்க்கம் முயல்கின்றது.

கவிஞர்கள் நாடு கடத்தப்படுகின்றார்கள்; சிறையில் தள்ளப்படுகின்றார்கள்; சுட்டுக் கொல்லப்படுகின்றார்கள் அல்லது தூக்கிலிடப்படுகின்றார்கள். கவிதைகள் தடை செய்யப்படுகின்றன. பலஸ்தீன வரலாற்றில் இதற்கு பல உதாரணங்கள் உள்ளன. 1930களிலேயே போராட்டத்துக்குத் தூண்டும் கவிதைகள் எழுதிய பலஸ்தீனக் கவிஞர்கள் கைது செய்யப்பட்டார்கள். கிளர்ச்சியூட்டும் கவிதைகளைத் தாங்கிவரும் பத்திரிகைகள் தடைசெய்யப்பட்டுள்ளன. 1950களின் பிற்பகுதியில் பலஸ்தீனப் போராட்டம் உக்கிரம் பெற்றபோது கவிஞர்களின் மீதான இந்த அடக்குமுறை மீண்டும் தொடர்ந்தது. புதிய தலைமுறையைச் சேர்ந்த பல கவிஞர்கள் சிறையில் அடைக்கப்பட்டார்கள், நாடுகடத்தப்பட்டார்கள், அல்லது வீட்டுக்காவலில் வைக்கப்பட்டார்கள், அல்லது அவர்களை வாய்மூடி இருக்கச் செய்ய முயன்றார்கள். கமால் நாசர் இவ்வாறு நாடுகடத்தப்பட்ட பிரசித்தி பெற்ற ஒரு பலஸ்தீனக் கவிஞர். பின்னர், 1973இல் இவர் இஸ்ரவேலர்களினால் கொல்லப்பட்டார்.

இந்தியாவிலும் நாம் இந்தப் போக்கினைக் காண்கின்றோம். விடுதலைப் போராட்ட இயக்கங்களில் பங்கு கொண்டமைக்காக, மக்களின் போராட்ட உணர்வைத் தூண்டும் கவிதைகளை எழுதியமைக்காக பல கவிஞர்கள் கொல்லப்பட்டிருக்கிறார்கள், சிறையில் அடைக்கப்பட்டிருக்கிறார்கள். சுப்பாராவ் பாணிக்கிரகி, சரோஜ் தத்தா, துரோணாச்சார்ய கோஷ், துஷார் சந்திரா போன்ற புரட்சிகரக் கவிஞர்கள் ஆளும் வர்க்கத்தின் காவலர்களால் கொல்லப்பட்டிருக்கிறார்கள். செரபண்ட ராஜூ பலமுறை சிறையில் அடைக்கப்பட்டிருக்கிறார்.

ஈழத்து நிலைமை இவற்றில் இருந்து சற்றுப் புறநடையானது. கவிஞன் என்ற வகையில் இதுவரை இங்கு யாரும் கைது செய்யப்படவில்லை, கொல்லப்படவில்லை; கவிதை நூல்கள் எதுவும் தடை செய்யப்படவும் இல்லை. ஆனால், இது சிங்கள பௌத்த பெருந்தேசியவாதத்தின் தாராளத்தன்மையைக் காட்டவில்லை; பதிலாக தமிழர் சமூகத்தில் இருந்து, தமிழ் மொழியில் இருந்து அது எவ்வளவு தூரம் அந்நியப்பட்டிருக்கின்றது என்பதையே காட்டுகின்றது. தமிழ் அவர்களுக்கு இன்னும்

ஒரு அந்நிய பாஷையாகவே இருக்கின்றது. துப்பாக்கியின் குரல் மட்டுமே அவர்களுக்குக் கேட்கிறது; கவிதையின் குரல் அவர்களுக்குக் கேட்கவில்லை. அதன் மொழி அவர்களுக்குப் புரியாது.

ஈழத்தில் கவிதை சுதந்திரமாக வளர்ச்சியடைகின்றது என்பது இதன்பொருள் அல்ல. ஏனைய கலாசார நடவடிக்கைகளைப் போலவே கவிதையின் சுதந்திரமான இயக்கமும் அங்கு பல ஆண்டுகளுக்கு முன்பே ஒரு மறைமுகமான கட்டுப்பாட்டுக்குள் கொண்டுவரப்பட்டுவிட்டது. உதாரணமாக 'மரணத்துள் வாழ்வோம்' தொகுதியைவீட்டில் வைத்திருப்பதற்கு மக்கள் பயப்படுகின்றார்கள். பஸ்ஸில் பிரயாணம் செய்யும் ஒருவன் அதனைக் கையில் கொண்டுபோகத் துணியமாட்டான். உளவியல் ரீதியான இந்த ஒடுக்குமுறை இன்றைய ஈழத்துக் கவிதையின் மீதும் கவிந்தே உள்ளது. இது எவ்வாறாயினும் எங்கு விடுதலைப் போராட்டங்கள் கொழுந்துவிட்டு எரிகின்றனவோ அங்கு கவிதையும் பீறிட்டுப் பாயவே செய்கின்றது. அதன் குரலை யாராலும் நெரித்துவிட முடியாது. மக்களின் போராட்டம் தொடரும்வரை அதனைப் பிரதிபலிக்கும் கவிஞர்களும் பிறந்துகொண்டே இருப்பர். அவர்களின் ஆன்மாவை யாராலும் தளையிட முடியாது. இறுதியாக இந்தக் கருத்தைப் பிரதிபலிக்கும் பலஸ்தீனக் கவிஞன் மஹ்மூட் தர்வீஷின் கவிதை வரிகளுடன் இந்தக் கட்டுரையை முடிக்க விருப்புகின்றேன். இது அவனது குரல்:

> நீ என்னைச் சுற்றிக் கட்டலாம்
> வாசிப்பதற்கும் புகைப்பதற்கும்
> நீ தடை விதிக்கலாம்
> எனது வாயில் நீ மண் இட்டு நிரப்பலாம்
> ஆயினும் என்ன?
> கவிதை என் துடிக்கும் இதயத்தின் குருதி
> என் ரொட்டியின் உப்பு, கண்ணின் திரவம்
> நகங்களால், கண் இமைகளால்
> கத்தி முனையால்
> நான் அதை எழுதுவேன்.
> சிறைச்சாலையில்

குளியலறையில்
குதிரை லாயத்தில்
நான் அதைப் பாடுவேன்
சவுக்கடியிலும்
சங்கிலிப் பிணைப்பிலும்
கைவிலங்கின் வேதனை இடையிலும்
நான் அதைப் பாடுவேன்
போரிடும் எனது பாடலைப் பாட
என்னுள் ஓர் கோடி
வானம் பாடிகள் உள்ளன.
. . . .
நான் வாழும்வரை எனது சொற்களும் வாழும்
சுதந்திரப் போராளிகளின் கைகளில்
ரொட்டியாயும், ஆயுதமாயும்
என்றும் இருக்கும்.

பின்குறிப்பு:

12-10-1986இல் புரட்சிப் பண்பாட்டு இயக்கம் பாண்டிச்சேரியில் நடத்திய 'மூன்றாம் உலக நாடுகளின் விடுதலைப் போராட்டத்தில் கவிதையின் பங்கு' பற்றிய கருத்தரங்கில் இக் கட்டுரை படிக்கப்பட்டது. பின்னர் 1987இல் அலை சஞ்சிகையில் வெளிவந்தது.

இக்கட்டுரை எழுதப்பட்டு இருபது ஆண்டுகள் கடந்துவிட்டன. இக்கால கட்டத்துள் உலக அரசியலிலும் விடுதலை இயங்கங்களிலும் பெரிய மாற்றங்கள் நிகழ்ந்துள்ளன. அமெரிக்காவின் தலைமையில் மேலோங்கிய உலக முதலாளித்துவத்தின் பூகோளமயமாக்கல் திட்டம் சர்வதேச அளவில் சோசலிச முகாமை உடைத்து, இனத்துவ அரசியலை ஊக்குவித்தது. இதன் பாதிப்பை வெவ்வேறு அளவில் ஆசிய நாடுகளில் காண்கின்றோம். இந்தியாவில் இடதுசாரி அரசியலும் வர்க்கப் போராட்டமும் பின்தள்ளப்பட்டு சாதிய, இனத்துவ, மத முரண்பாடுகள் முன்னணிக்கு வந்தன. இக்காலகட்டத்தில் இந்தியாவில் நிகழ்ந்த தலித் இலக்கிய எழுச்சி இதன் ஒரு விளைவாகும்.

இலங்கையில் தமிழ் ஈழ விடுதலை இயக்கங்களுக்கிடையிலான உள் முரண்பாடுகளும் மோதல்களும் தமிழ்ப்பேசும் சிறுபான்மை இனமான முஸ்லிம்களுக்கு எதிரான விடுதலை இயக்கங்களின் ஒடுக்குமுறை நடவடிக்கைகளும் முன்னணிக்கு வந்தன. அரச ஒடுக்கு முறைக்கு எதிரான எதிர்ப்புக் கவிதைகள்போல் ஈழவிடுதலை இயக்கங்களுக்கு எதிரான எதிர்ப்புக் கவிதைகளும் இக்கால கட்டத்தில் பெருமளவு எழுதப்பட்டன. 1985இல் வெளிவந்த மரணத்துள் வாழ்வோம் தொகுதி போல் ஈழவிடுதலை இயக்கங்களின் அடக்குமுறைக்கு எதிராக எழுதப்பட்ட கிழக்கிலங்கை முஸ்லிம் கவிஞர்களின் எதிர்ப்பு கவிதைகளைக் கொண்ட 'மீசான் கட்டைகளில் மீள எழும் பாடல்கள்' என்னும் தொகுதி 2002 ஆம் ஆண்டு வெளிவந்தது.

அமெரிக்காவின் தலைமையில் பலஸ்தீன விடுதலை இயக்கத்துடன் பேரம்பேசும் முயற்சிகள் 1980களின் இறுதியில் ஆரம்பித்தன. பலஸ்தீன விடுதலை இயக்கத்தின் சமரசப்போக்குக்கு எதிராக ஹமாஸ் போன்ற தீவிர மதவாத இயக்கங்கள் அங்கு எழுச்சியடைந்தன.

கடந்த இருபது ஆண்டுகளில் ஆசிய நாடுகளில் ஏற்பட்ட சமூக, அரசியல் மாற்றங்களுக்கும் அவற்றின் கவித்துவ வெளிப்பாடுகளுக்கும் இடையிலான தொடர்பு விரிவான ஆய்வுக்குரியது.

2006

•

கவிதையும் அரசியலும்:
ஒரே புள்ளியில் தொடங்கிய நான்கு கவிஞர்கள்

1950களில்தான் இலங்கைத் தமிழ்க் கவிதை வெளிப்படையான அரசியல் சார்புடையதாக மாறியது. இரண்டு எதிரெதிரான அரசியல் போக்குகள் அல்லது கருத்துநிலைகள் இக்காலப் பகுதியில் கவிதையில் வெளிப்படத் தொடங்கின. ஒன்று மார்க்சிய சார்புடைய இடதுசாரி முற்போக்கு அரசியல். மற்றது தமிழ்த் தேசியவாத அரசியல். சிங்களம் மட்டும் ஆட்சிமொழி என்ற சிங்களப் பெருந்தேசியவாத அரசியல் நிலைப்பாட்டுக்கு எதிராகக் கிளர்ந்தெழுந்த தமிழ் உணர்ச்சியும் மொழி உரிமைப் போராட்டமும் 1950களில் இலங்கைத் தமிழ்க் கவிதையில் தீவிரமாகப் பிரதிபலித்தன. அதேவேளை, வர்க்க சாதி ஒடுக்குமுறைக்கு எதிரான இடதுசாரி அரசியல் குரலும் கவிதையில் வெளிப்பட்டது. 1958 இனக்கலவரத்தின் பின்னர் இலங்கைக் கவிதையில் தமிழ்த்தேசிய உணர்வு ஓரளவு பின்னணிக்குச் செல்ல 1960, 70களில் இடதுசாரிக் கருத்துநிலை ஆதிக்கம் பெற்றது. 1970களில் ஏற்பட்ட சமூக அரசியல் மாற்றங்களால் இடதுசாரி இயக்கம் படிப்படியாக ஒரு பின்னடைவு நிலைக்குள்ளாக, இனமுரண்பாடு உக்கிரமடைந்து தமிழ் ஈழ விடுதலைப் போராட்டம் ஆயுதப்போராட்ட வடிவத்தைப் பெற்ற 1980களில் இலங்கைத் தமிழ்க் கவிதையில் மீண்டும் தமிழ்த்தேசியவாதக் கருத்துநிலை ஆதிக்கம் பெறத் தொடங்கிற்று.

இந்தப் பின்னணியில் கடந்த நாற்பது ஆண்டுகால ஈழத்துக் கவிதையின் அரசியல் உள்ளடக்கத்தைப் பிரதிபலிக்கும் நான்கு கவிஞர்களை நான் இங்கு ஆய்வுக்கு எடுத்துக்கொள்கிறேன். சண்முகம் சிவலிங்கம், புதுவை இரத்தினதுரை, சுபத்திரன், சாருமதி ஆகியோரே இவர்கள். கடந்த நான்கு தசாப்தங்களில் ஈழத்துக் கவிதை வர்க்க விடுதலை, இன விடுதலை என்ற அரசியல் கருத்துநிலைகளை எவ்வாறு எதிர்கொண்டது என்பதை இவர்களது கவிதைகள் நமக்கு ஓரளவு இனங்காட்டுகின்றன. இந்தக் கட்டுரை ஒரு விரிவான ஆய்வாக அன்றி அத்தகைய ஒரு ஆய்வுக்கான சில முன்குறிப்புகளாகவே அமைகின்றது.

எனது ஆய்வுக்குட்படும் நான்கு கவிஞர்களும் - சண்முகம் சிவலிங்கம், புதுவை இரத்தினதுரை, சுபத்திரன், சாருமதி - கிட்டடத்தட்ட சமகாலத்தவர்கள். சாருமதிதான் சற்றுப்பின்பு 1970களில் எழுதத் தொடங்கினார் என்று நினைக்கிறேன். மற்ற மூவரும் 1960களில் கவிதை உலகில் காலடி எடுத்து வைத்தவர்கள். கருத்து நிலையைப் பொறுத்தவரை இந்நால்வருமே ஒரே புள்ளியில் இருந்து தொடங்கியவர்கள்தான். 1960, 70களில் ஈழத்து இலக்கியத்துறையில் மேலோங்கியிருந்த தீவிர இடது சாரிக் கருத்துநிலைதான் இந்தப் புள்ளி. இவர்கள் எல்லாரும் சோசலிசப் புரட்சியிலும் ஆயுதப் போராட்டத்திலும் நம்பிக்கை கொண்டிருந்தவர்கள். அந்த வகையில் மா ஓ சேதுங் சிந்தனைகளால் ஆகர்ஷிக்கப்பட்டிருந்தவர்கள். இலங்கைத் தொழிலாளி வர்க்கம் இனவேறுபாடு இன்றி வர்க்கரீதியில் ஒன்றிணைந்து சோசலிசப் புரட்சியை முன்னெடுக்கும் என்று உறுதியாக நம்பியவர்கள். புதுவை இரத்தினதுரை இந்த நம்பிக்கையை பின்வருமாறு ஒரு கவிதையில் வெளிப்படுத்தியிருக்கிறார்.

> மாத்தறையில் பொடிமெனிக்கே துவக்கெடுப்பாள்
> மாதகலில் கந்தையா பொல்லெடுப்பான்
> நாத்தாண்டியாவினிலே காசிம் லெவ்வை
> நாருரிக்கும் கத்தியினைக் கரமெடுப்பான்
> வாடாத கார்ள் மார்க்ஸின் தத்துவங்கள்
> வழிகாட்டும் அந்த வழி நடந்து சென்று

> ஓடான பாட்டாளி வர்க்கமிங்கு
> உயர்ச்சி பெறும் கட்டாயம் இருந்து பாரும்

இந்த நம்பிக்கையை சண்முகம் சிவலிங்கம் தனது கவிதை ஒன்றில் இவ்வாறு பதிவுசெய்துள்ளார்.

> சுமந்த மக்கள் வெந்தெழுவார்
> சமர் செய்வார்
> வில் நிமிர்த்தும் துரியர் படை
> வென்றிடுவார், நல்ல பல விதி செய்வார்...

இந்த நம்பிக்கைதான் இந்த நால்வருக்கும் பொதுவான தொடக்கப்புள்ளி. இந்தத் தொடக்கப் புள்ளியில் இருந்து கடந்த மூன்று நான்கு தசாப்தங்களில் வெவ்வேறு பாதைகளில் இவர்களது பயணங்கள் எவ்வாறு நிகழ்ந்துள்ளன? தம் பயணத்தில் இவர்கள் சாதித்த சவால்கள் எவை? அவற்றிற்கு இவர்கள் எவ்வாறு முகம் கொடுத்தனர்? அதனால் நமது கவிதை அடைந்த பயன்கள் எவை? என்பன பற்றிச் சிந்திப்பது இச்சந்தர்ப்பத்தில் பயனுடையது என நினைக்கிறேன்.

கவிஞன் காலத்தின் குரலாக இருக்கிறான். தன் காலத்தின் தேவைகளை இவன் எவ்வாறு இனங்கண்டு கொள்கிறான், அதற்கு எவ்வாறு குரல் கொடுக்கிறான் என்பன கவிஞன் பற்றிய மதிப்பீட்டில் முக்கியமானவை என்று நினைக்கிறேன். எனது ஆய்விற்கு உட்படும் இந்த நான்கு கவிஞர்களும் கிட்டத்தட்ட ஒரே காலகட்டத்தில் ஒரே வகையான சமூக, அரசியல் சூழலில், ஒரே கருத்துநிலைப் புள்ளியில் இருந்து தம் கவிதைப் பயணத்தைத் தொடங்கியவர்கள். எனினும், இவர்களது தனிப்பட்ட ஆளுமையும், கவிதை, இலக்கியம் பற்றிய இவர்களது கொள்கைகளும், நமது சமகால வரலாறும் இவர்களது வேறுபட்ட கவிதைப் போக்குகளைத் தீர்மானித்துள்ளன எனலாம்.

முதலில் சுபத்திரன், சாருமதி இருவரையும் ஒன்றாக நோக்கலாம். இவர்கள் இருவரும் தாங்கள் தொடங்கிய புள்ளியில் உறுதியாகக் காலூன்றி நின்றவர்கள். கட்சி சார்ந்த மார்க்சியவாதிகளாக

குறிப்பாக மாஓவாதிகளாக செயற்பட்டவர்கள். சுபத்திரனுக்கு தொடக்க காலத்தில் தமிழரசுக் கட்சித் தொடர்பு இருந்தபோதிலும் அவர் ஒரு மார்க்சியவாதியாக மாறிய பின்னர் சீனச் சார்புக் கம்யூனிஸ்ட் கட்சியின் தீவிர செயற்பாட்டாளராக விளங்கியவர். 1970களின் நடுப்பகுதியில் கட்சியில் அதிருப்தியுற்று வெளியேறிய போதிலும் வர்க்கப் போராட்டம் பற்றிய கோட்பாட்டில் இறுதிவரை உறுதியானவராகவே இருந்தார். சாதி அமைப்பில் உயர்ந்த வகுப்பைச் சேர்ந்தவராயினும் தாழ்த்தப்பட்ட மக்களின் விடுதலைக்காகக் குரல் கொடுத்தார். உழைக்கும் அடிமட்ட மக்களுடன் நெருக்கமான தொடர்புகளை வைத்திருந்தார். இது அவரது குடும்பத்துள் முரண்பாடு வளர்வதற்கும் இறுதியில் அவர் தற்கொலை செய்து கொள்வதற்கும் காரணமாய் அமைந்தது என்று அவரை நன்கு அறிந்த நண்பர்கள் கூறுகின்றனர். 1971இன் பின்னர் இலங்கையில் இடதுசாரி இயக்கம் படிப்படியாக வீழ்ச்சியடைந்து தோல்வியுற்ற பின் உண்மையான இடதுசாரிகள் பலர் வேறு பற்றுக்கோடற்று விரக்தியுற்று வீழ்ச்சியடைந்தமை நமது சமகால வரலாறு. சுபத்திரனின் தற்கொலையை இந்தப் பின்னணியிலும் விளங்கிக் கொள்ள முடியும் என்று தோன்றுகின்றது.

ஒரு மார்க்சிய வாதி என்ற வகையில் சுபத்திரன் மக்கள் சக்தியில் அதிக நம்பிக்கை கொண்டிருந்தார்.

மக்கள் என்ற வைத்தியர்கள்தான்
எனது ஊமைக் கவிதைகளைப்
பேசச் செய்தனர்.

என அவரது கவிதை ஒன்று தொடங்குகிறது. "மானுடத்தின் சக்தியால் அண்டமே மாநிலத்தின் காலடி வீழ்த்துவோம்" என அவரது பிறிதொரு கவிதை வரிகள் கூறுகின்றன. சுபத்திரனைப் பொறுத்தவரை மக்கள் என்பவர் உழைக்கும் மக்கள்தான். வர்க்கப் போராட்டத்தின் மூலமே உழைக்கும் மக்கள் விடுதலைபெறமுடியும் என்ற சித்தாந்தமே அவரது கவிதையின் அடிப்படை எனலாம்.

பாடையிலே ஏறுகிற வரையும் அந்தப்
பாட்டாளிப் புரட்சிக்கே பாட வந்தேன்.

என அவர் ஒரு கவிதையில் பாடுகிறார். சாதி ஒழிப்பு பாட்டாளிப் புரட்சியின் ஒரு அங்கமாகவே அவரால் பார்க்கப்படுகிறது. அவரது இரத்தக் கடன் தொகுதி தாழ்த்தப்பட்ட மக்களின் விடுதலைப் போராட்டக் கவிதைகளைக் கொண்ட முதல் தொகுப்பாகும். “சாதித் திமிருடன் வாழும் தமிழன் ஓர் பாதித் தமிழனடா” எனத் தொடங்கும் அவரது புகழ் பெற்ற பாடல் இத்தொகுப்பில்தான் இடம்பெற்றுள்ளது. சங்கானையில் தாழ்த்தப்பட்ட மக்களின் எழுச்சியைப்பாடும் அவரது ‘சங்கானைக் கென் வணக்கம்’ அக்காலத்தில் மிகவும் பிரசித்திபெற்றது.

சுபத்திரன் கவிதைகளைச் சாருமதி நான்கு வகையாகப் பிரிக்கிறார். கட்சிக் கவிதைகள், அரசியல் கவிதைகள், பொதுவான கவிதைகள், அக உணர்வுக் கவிதைகள் என்பன அவை. நான்காவதாக அவர் குறிப்பிடுபவை அவரது குடும்ப உறவில் ஏற்பட்ட விரிசல் தொடர்பாக அவர் எழுதிய சில கவிதைகளை என்று நினைக்கிறேன். அவற்றைத் தவிர்த்துப் பார்த்தால் சுபத்திரனின் மிகப் பெரும்பாலான கவிதைகள் அரசியல் கவிதைகள்தான். இன்னும் குறிப்பாகச் சொல்வதானால் வர்க்க அரசியல் கவிதைகள் எனலாம்.

சுபத்திரன் 1979இல் இறந்தார். அவரது வாழ்வின் கடைசித் தசாப்தம் இலங்கை அரசியலைப் பொறுத்தவரை ஒரு மாறும் காலம் எனலாம். இடதுசாரி இயக்கத்தின் படிப்படியான வீழ்ச்சியும் தமிழ்த்தேசியவாதத்தின் எழுச்சியும் இக்காலகட்டத்தின் முக்கிய நிகழ்வுகள் எனலாம். 1977இல் சிங்களப் பெருந்தேசியவாதமும் தமிழ்த் தேசியவாதமும் முதல் முதல் இலங்கைப் பாராளுமன்றத்தில் எதிரும்புதிருமாக அமர்ந்தமை இலங்கையின் அரசியல் வரலாற்றில் பாரிய பின்விளைவுகளை ஏற்படுத்திய முக்கிய நிகழ்ச்சி. இதன் உடனடி விளைவு தமிழர்மீது கட்டவிழ்த்துவிடப்பட்ட 1977ஆம் ஆண்டின் இனவன்முறை. தமிழ்த் தேசிய எழுச்சியின் நியாயப்பாட்டை உறுதிப்படுத்திய சம்பவங்கள் பல இதைத் தொடர்ந்து நிகழ்ந்தன. இந்த அரசியல் மாற்றத்தை சுபத்திரன்போன்ற மார்க்சியக் கவிஞர்கள் எவ்வாறு

நோக்கினர் என்பது நம் கவனத்துக்குரியது. எல்லாவகையான ஒடுக்குமுறைகளுக்கும் எதிரானவர் என்றவகையில் சுபத்திரன் இந்த இனத்துவ ஒடுக்குமுறையையும் எதிர்த்துக் கவிதைகள் எழுதினார். அதேவேளை இந்த இன ஒடுக்குமுறை உழைக்கும் மக்கள் வர்க்கரீதியாக ஒன்றிணைவதைத் தடுக்கும் முதலாளித்துவத்தின் வஞ்சகச் செயல் என்ற புரிதல் அவருக்கு இருந்தது. 1977 கலவரத்துக்குப் பின்னர் அவர் எழுதிய சில கவிதைகளில் இந்தப் பார்வையையே முன்வைக்கிறார். இவரது அடக்கப்பட்ட இனத்தின் கவிதை இந்தவகையில் குறிப்பிடத் தகுந்தது. சிங்களத் தோழனைத் தமிழரின் உரிமைக்காகப் போராட வருமாறு அழைக்கிறது அந்தக் கவிதை. வாழும் உரிமை எங்கே உண்டு என்பதும் இந்தவகையில் அவருடைய குறிப்பிடத்தகுந்த பிறிதொரு கவிதை. இன, சாதி, வர்க்க ஒடுக்குமுறைகளின் பின்னால் ஒரேவகையான மிருகமே செயற்படுகிறது எனச் சுட்டும் அக்கவிதை வர்க்கப் போராட்டத்தின் மூலமே மனிதனுக்கு வாழும் உரிமை இறுதியாகக் கிடைக்கும் என்பதை வலியுறுத்துகின்றது. அக்கவிதையின் கடைசி வரிகள் சில பின்வருமாறு.

> மாகோச் சந்தியில் இனத்தின் பெயரால்
> மாவைக் கோயிலில் சாதியின் பெயரால்
> மலையில் கொழும்பில் வர்க்கத்தின் பெயரால்
> இரத்த தானம் செய்த எனக்கு
> வாழும் உரிமை எங்கே உண்டு?
> அடக்கப்பட்ட சாதியும் இனமும்
> வர்க்க ரீதியில் குதிக்கும் போது
> ஈழம் முழுவதும் எரிந்து பொங்கும்
> விடுதலைப் போரில் மட்டுமே உண்டு

சுபத்திரனின் இந்த நிலைப்பாட்டை தமிழ்த்தேசியவாத நோக்கில் நடைமுறைக்கு உதவாத, பாரம்பரிய கற்பனாவாத முற்போக்குச் சித்தாந்தம் என எள்ளி நகையாடுவோர் உளர். ஆயினும், ஒரு கருத்துநிலையின் சரிபிழையை வரலாற்றுப் போக்கே தீர்மானிக்கிறது என்பதையும் நாம் மனங்கொள்ள வேண்டும். எது சரி, எது பிழை என்பது எவ்வாறாயினும், சுபத்திரன் பாரம்பரிய முற்போக்கு

இலக்கியச் சட்டகத்துள் கச்சிதமாக அடங்கும் ஒரு கவிஞன் என்பதில் கருத்துவேறுபாடு இருக்காது என்றே நம்புகிறேன்.

சாருமதி, சுபத்திரன் வழி நின்ற ஒரு முற்போக்குக் கவிஞரே. இவரும் மாஓ சித்தாந்தத்தை உறுதியோடு பற்றிநின்றவர். இந்தியாவின் நக்சல்பாரி இயக்கத்தலைவர் சாரு மஜூம்தாரை நினைவூட்டும் வகையிலேயே சாருமதி என்ற புனைபெயரை இவர் தனக்கு வைத்துக்கொண்டார் என நினைக்கிறேன். சாருமதியின் கவிதைத் தொகுதி எதுவும் இதுவரை வெளிவராதிருப்பது துரதிர்ஷ்டவசமானது. இந்தக் குறிப்புக்காகப் பழைய சஞ்சிகைகளிலிருந்து அவரது கவிதைகளைத் தேடிப் பெற முடியவில்லை. பத்திரிகைகளில் அவ்வப்போது இவரது கவிதைகளைப் படித்த மனப்பதிவை வைத்துக்கொண்டு சொல்வதாயின் இவரும் சுபத்திரன் போல் முற்போக்குச் சட்டகத்துள் கச்சிதமாய் அடங்குபவர்தான். பாரம்பரிய முற்போக்குச் சட்டகம் வெளி ஒதுக்கல் கொள்கையை அடிப்படையாகக் கொண்டிருந்தது. வர்க்க அரசியலைத் தவிர பிற அகஉலக அனுபவங்களைக் கவிதையின் பாடுபொருளாக அது அங்கீகரிக்கவில்லை. அவ்வகையில் சண்முகம் சிவலிங்கத்தின் கவிதைகளில் காணப்படுவதுபோல் சுபத்திரன், சாருமதி கவிதைகளில் ஒரு பன்முகப்பாட்டை நாம் காணமுடிவதில்லை.

அடுத்து புதுவை இரத்தினதுரை பற்றி நோக்கலாம். முன்னைய இரு கவிஞர்களிலுமிருந்து புதுவை ஒரு முக்கிய அம்சத்தில் வேறுபடுகிறார். 1960களில் புரட்சிகர மார்க்சிய அரசியல் புள்ளியில் இருந்து தொடங்கி 1980களில் தமிழ்த் தேசிய விடுதலை இயக்கத்தை நோக்கி நகர்ந்தவர் இவர். இந்த நகர்வு ஏன் நிகழ்ந்தது என்பதை 1986இல் எழுதிய தென்னிலங்கைத் தோழனுக்கு என்ற சற்று நீண்ட கவிதையில் புதுவை வெளிப்படுத்துகிறார். இது ஒரு இடதுசாரி தமிழ்த் தேசியவாதியாக மாற நேர்ந்த வரலாற்று நிர்ப்பந்தம் பற்றிய பிரகடனமாக அமைகின்றது. இந்தக் கவிதையை சுபத்திரனின் அடக்கப்பட்ட இனத்தின் கவிதையுடன் ஒப்பு நோக்குவது பொருத்தமானது. தங்கள் கவிதையின் இறுதி வரிகளில் இருவரும் தமது சிங்களத் தோழனுக்கு அறைகூவல் விடுக்கின்றனர்.

தேயும் எங்கள் உரிமை மீட்க
நீயும் எம்முடன் ஒருபடை யாகி
பாயும் நம்மைப் பிரித்து வைக்கும்
பகைவன் பதற எழடா தோழனே

என்று அழைப்புவிடுக்கிறார் சுபத்திரன்.

இன்னும் முற்றாக இருள்சூழா வேளையிது
உன்னால் முடிந்தால் . . .
உன்னைப்போல் ஆயிரம்பேர்
வீதிக்கு வீதி
வீட்டுக்கு வீடெல்லாம்
நீதிக்குப் பக்கமதாய் நிழல் விரித்து நில்லுங்கள்

என்று வேண்டுகிறார் புதுவை. ஆனால் சிங்களத் தொழிலாளி வர்க்கம் ஏற்கனவே காயடிக்கப்பட்டு இனவாதச் சேற்றுள் மூழ்கடிக்கப்பட்டுவிட்டது. சிங்களத் தொழிலாளிவர்க்கம் தமிழரின் உரிமைக்காகக் கிளர்ந்தெழும் சாத்தியப்பாடு அற்றுப்போன வரலாற்றுச் சூழலில் விரக்தியுற்று, மனமுடைந்து, மதுவில் சரணடைந்து, குடும்பச் சச்சரவில் சிக்குண்டு தற்கொலைசெய்துகொண்டார் சுபத்திரன். இது ஒரு புரட்சிவாதியின் அவலச்சாவு. புதுவை வேறு வழியைத் தேடினார்.

கேட்க ஒரு நாதி
கிளர்ந்தெழும்ப ஒரு கூட்டம்
மீட்க ஒரு இயக்கம்
மூச்சுவிட ஒரு கவிஞன்
கட்டாயம் தேவை . . . இது
காலத்தின் குரலாகும்

என மரணங்கள் மலிந்த பூமி என்ற கவிதையில் அவர் பிரகடனம் செய்வதுபோல தமிழ்ஈழ விடுதலைப் போராட்டத்தின் குரலாக மாறினார். "விடுதலை நோக்கிய போராட்டத்துடன் இணைந்திருக்க விரும்புகிறேன். விடுதலை தேடிப் புறப்பட்ட அணியில் ஒருவனாக வேங்கைகளில் ஒருவனாக இருப்பது எவ்வளவு மகிழ்ச்சியாக இருக்கிறது" என்பது புதுவையின்

வாக்குமூலம் (நினைவழியா நாட்கள்).

விடுதலை என்பது மிகப் பொதுமையான அதேவேளை மிகக் கவர்ச்சியான கருத்து. எதில் இருந்து விடுதலை, எதற்காக விடுதலை, யாருக்கான விடுதலை, எதன் மூலம் விடுதலை என்பன போன்ற வினாக்கள் இங்கு எழுகின்றன. இதற்கான விடைகள் விடுதலை வேண்டிப் போராடுவோரின் வரலாற்று நிபந்தனை சார்ந்தவை. ஒவ்வொரு விடுதலைப் போராட்டத்துக்கும் அதற்கே உரிய நியாயப்பாடுகள் உள்ளன. அதேவேளை அது எழுப்பும் வினாக்களும் உள்ளன. என்னைப் பொறுத்தவரை இவை இரண்டும் முக்கியமானவை. 1980களுக்கு முந்திய புதுவையின் கவிதைகள் வர்க்க விடுதலையின் நியாயப்பாட்டைப் பேசுவன. 1980க்குப் பிந்திய அவரது கவிதைகள் இன விடுதலையின் நியாயப்பாட்டைப் பேசுவன. இரண்டுமே நமது வரலாற்று நிபந்தனையும் கவிஞரின் சுயதேர்வும் சார்ந்தவை.

புதுவையின் இரத்த புஷ்பங்கள் தொகுதி பற்றி சுமார் பத்து ஆண்டுகளுக்கு முன்பு புதுசுவில் நான் ஒரு விமர்சனம் எழுதினேன். அது சற்றுக் காரமான வார்த்தைகளில் அமைந்திருந்தது. இன்று அதே கருத்தை நான் வேறு வகையில் எழுதக் கூடும். அதற்குப் பதிலடியாக புதுவை எனது கவிதைகளை மல்லிகையில் எள்ளல் விமர்சனம் செய்திருந்தார். இது கருத்துவேறுபாடு, மதிப்பீடு சார்ந்ததே தவிர தனிப்பட்ட முரண்பாடு சார்ந்ததல்ல.

புதுவையினுடைய பலம் அவரது லாவகமான, சரளமான, வீறார்ந்த செய்யுளாட்சி. இதில் எப்போதுமே எனக்கு ஒரு கவர்ச்சி உண்டு. தங்கள் கவிதைகளைக் கைப்பிரதியைப் பார்க்காது சரளமாகவும் லாவகமாகவும் பொருள் உணர்ச்சிக்குரிய ஏற்ற இறக்கங்களுடனும் கவியரங்குகளில் சொல்லி என்னை வியப்பில் ஆழ்த்தியவர்கள் இருவர். ஒருவர் பா. சத்தியசீலன் மற்றவர் புதுவை இரத்தினதுரை. சத்திய சீலன் புரட்சி, விடுதலை என்ற கருத்து நிலையை வரித்துக்கொண்டவர் அல்ல. அந்தவகையில் அவரது செய்யுள் சரளமானதெனினும் வீறார்ந்ததல்ல. ஆனால், புதுவை போராட்ட உணர்வுகளுக்கேற்ற ஒரு வீறார்ந்த செய்யுள் நடையை வளர்த்திருக்கிறார். இது முதலில் பாரதிதாசன் வளர்த்தது. இலங்கையில் 1950களில் தமிழ் இயக்க எழுச்சிக்

கட்டத்தில் முருகையன், நீலாவணன், மகாகவி முதலியோரால் வளர்க்கப்பட்டது. கற்பனையில் சோசலிசப் புரட்சிக் கோஷம் எழுப்பிய ஆரம்பகாலத்தைவிட உண்மையான ஆயுதப் போராட்டம் நிகழும் சமகாலத்தில் போராளிகளுக்குக் கிளர்ச்சி ஊட்டுவனவாகப் புதுவையின் செய்யுளின் பொருளும் மொழி வீச்சும் அமைகின்றன. இது புதுவை இரத்தினதுரைமூலம் தமிழ்ச் செய்யுள் மரபு அடைந்த புதிய பரிமாணம் எனலாம்.

புதுவை பற்றிய எனது விமர்சனம் அவரது உள்ளடக்கம் சார்ந்தது. புதுவையின் முதற்கட்ட முற்போக்குக் கவிதைகளும் இரண்டாம் கட்ட தமிழ் ஈழ விடுதலைப் போராட்டக் கவிதைகளும் சுபத்திரன் சாருமதி போன்றவர்களுடைய கவிதைகளைப் போன்றே பெரும்பாலும் வெளி ஒதுக்கல் கொள்கைக்கு உட்பட்டவைதான். அதாவது மனித அனுபவத்தின் ஒருபகுதியை - பாட்டாளி வர்க்க அரசியலை அல்லது இனவிடுதலைப் போராட்ட அரசியலை மட்டும் உள்ளடக்கமாகக் கொண்டவை. இலக்கியத்தில் பொருள்சார்ந்த இந்த வரையறை காலத்தின் தேவை என்று ஒருவர் வாதிக்கக்கூடும். ஒரு குறிப்பிட்ட காலத்தில் அக்காலகட்ட வரலாற்றுத் தேவைகளுக்கு ஏற்ப ஒரு குறிப்பிட்ட பொருள் முதன்மை பெறுவது தவிர்க்க முடியாது, அவசியமானது எனினும் எல்லாக் காலகட்டங்களிலும் மனிதனின் மொத்த அனுபவங்களுக்கும் இலக்கியத்தில் இடம் இருக்கவேண்டும் என்பதே எனது நிலைப்பாடாகும்.

எனது இரண்டாவது விமர்சனம் இனத்துவக் கருத்துநிலையின் சமுதாயப் பின்விளைவுகள் பற்றியது. ஒடுக்குமுறைக்கு உள்ளாகும் எந்த ஒரு இனமும் தனது விடுதலைக்காகப் போராடும் உரிமையை யாரும் நிராகரிக்கமுடியாது. அதேவேளை, ஒரு குறிப்பிட்ட வரலாற்றுச் சூழலில் கட்டமைக்கப்படும் ஒரு குறிப்பிட்ட இனத்துவக் கருத்துநிலை அதே வரலாற்றுச் சூழலில் வாழும் பிற இனத்துவக் குழுமங்களையும் அதன் ஒவ்வொரு உறுப்பினரையும் எதிரிநிலையில் வைத்து நோக்கும் ஆபத்தையும் அதன் உடன்விளைவாகக் கொண்டுள்ளது. இலங்கையில் தமிழ், சிங்கள, முஸ்லிம் இனக் குழுமங்கள் ஒன்றை ஒன்று எதிரியாகக் கட்டமைத்துள்ளது இவ்வகையில்தான். "சிங்களன்

கொல்லுகிறான், சோனகன் வெட்டுகிறான்" என்று புதுவை போன்றவர்களே பாடும்போது (நினைவழியா நாட்கள் பக். 72) இந்தக் கருத்துநிலையின் ஆபத்து வெளிப்படுகின்றது. கடந்த இருபது ஆண்டுப் போர் இதனை நமது நடைமுறை அநுபவமாக்கியுள்ளது. இனவிடுதலையை முழுமையான மனித விடுதலையின் பிரிக்க முடியாத ஒரு பகுதியாகக் கட்டமைப்பது நம்முன் உள்ள பாரிய சவாலாகும். ஒரு குறிப்பிட்ட இனத்தின் விடுதலைக்காக நாம் எழுப்பும் குரல் எல்லா இனங்களுக்குமான விடுதலைக் குரலாகவும் பரிணமிக்க வேண்டும்.

இந்த நால்வருள்ளும் சண்முகம் சிவலிங்கம் முற்றிலும் வேறுபட்ட ஒரு கவித்துவ ஆளுமையாகத் தனித்து நிற்கிறார். மற்ற மூவரும் 1960, 70களில் மேலோங்கியிருந்த முற்போக்கு இலக்கிய கோட்பாடுக்குள் கச்சிதமாகப் பொருந்தியிருக்க, இவர் அதற்குள் இருந்து திமிறிக்கொண்டு வெளியில் நிற்கிறார். இவர் கட்சிசார்ந்த மார்க்சிய வாதியாக ஒரு போதும் இருந்ததில்லை. இவரது மார்க்சியப்பார்வை சுயாதீனமானது. 60, 70களில் மேலோங்கியிருந்த நமது முற்போக்கு இலக்கியம் உள்ளடக்க ரீதியில் ஒரு வெளி ஒதுக்கல் கொள்கையைப் பேணிவந்தது. அதாவது உழைக்கும் வர்க்கத்தின் விடுதலை சார்ந்த அரசியல் உள்ளடக்கத்தை மட்டும் இலக்கியத்தில் ஏற்றுக்கொண்டு ஏனைய மனித அனுபவங்களை இது வெளி ஒதுக்கியது. சண்முகம் சிவலிங்கம் இப்போக்கை முற்றிலும் நிராகரித்தவர். புற உலக அரசியல் மட்டுமன்றி அரசியல் சாரா சுய அனுபவங்களும் அக உணர்வு நிலைகளும் கவிதையில் அதே அளவு முக்கியத்தவம் உடையன என்ற கொள்கை உடையவர் இவர். அவ்வகையில் இவரது கவிதைகள் வாழ்வின் பன்முகத் தன்மையின் வெளிப்பாடாக அமைகின்றன. இது ஈழத்துக் கவிதையில் மஹாகவி, முருகையன், நீலாவணன் மரபின் பிறிதொரு வளர்ச்சியாக அமைகின்றது. கவிதையில் அவர் வெளிப்படுத்தும் அனுபவங்களும், உணர்வுகளும் அவற்றை வெளிப்படுத்துவதற்கு அவர் பயன்படுத்தும் படிமங்களும் மொழியும் தற்புதுமையானவை. 1988இல் வெளிவந்த அவரது நீர் வளையங்களும், சமீபத்தில் வெளிவர உள்ள அவரது கொல்லனின்

உலையில் என்ற தொகுதியும் தற்காலத் தமிழின் மிகச் சிறந்த கவிஞர்களுள் அவரையும் ஒருவராக அடையாளப்படுத்துகின்றன.

1980க்குப் பின்னான கடந்த இருபது ஆண்டுகளின் யுத்த சூழலை, மனிதப் படுகொலைகளை, அரசியல் சூதாட்டங்களை ஒரு கவிஞன் என்ற வகையில் சிவலிங்கம் எவ்வாறு எதிர்க்கொள்கின்றார் என்பது முக்கியமானது. தமிழ் ஈழ விடுதலைப் போரில் போராளியாக ஒரு மகனைப் பலி கொடுத்தவர் கவிஞர். உலகெங்கும் ஒடுக்கு முறைக்கு எதிராக உயிர் கொடுக்கும் அனைத்து மாவீரர்களையும் தனது புதல்வராகவே காண்கிறார் ஒரு கவிதையில் (மாவீரர்களுக்கு). அந்த வகையில் ஈழ விடுதலைப் போராட்டத்தை ஒடுக்கு முறைக்கு எதிரான போராட்டமாகவே அவர் நோக்குகிறார். ஆயினும், இந்த யுத்தத்தில் அரசபடைகளின் படுகொலைகளையும் விடுதலை இயக்கங்களின் படுகொலைகளையும் அவர் வேறுபடுத்தி நோக்கவில்லை என்பது முக்கியமானது. சுடுசுடு, புனிதர்கள் போன்ற கவிதைகள் சில விடுதலை இயக்கங்களின் கண்மூடித்தனமாக படுகொலைகளுக்கு எதிரான அவரது தார்மீக உணர்வுகளை வெளிப்படுத்துகின்றன. கடந்த இருபது ஆண்டுகால ஆயுத கலாசாரத்தில் பொது மனிதன் ஒரு மண் புழுவாக வீழ்ச்சி அடைந்ததை அவரது வீழ்ச்சி என்ற கவிதை மிகவும் தாக்கமாக சித்தரிக்கின்றது. துப்பாக்கியின் எதிரில் மனிதன் தன் ஆளுமை அழிந்து மண் புழுவாக மாறி படியோரம் ஊர்ந்து கொண்டிருப்பதான அவரது படிமம் அவரது கவித்துவ வெளிப்பாட்டின் உச்சங்களுள் ஒன்று எனலாம். அந்தக் கவிதையை இங்கு முழுமையாகத் தருவது பொருந்தும்.

> காய்ந்த சருகுபோல் ஒரு மண்புழு
> ஊர்ந்துகொண்டிருந்தது படியோரம்.
> நான் மனிதன் என்னும் இரக்கம் மீதூர
> அதனைப் பார்த்துவிட்டுப் போனேன் ஒருகணம்.
> சுர் என்று சருகு இரைதல்போல் கேட்டது.
> திரும்பிப் பார்த்தேன்
> மண்புழு வாலில் நின்றது.
> வாயைத் திறந்தது கூரிய பல்தெரிய.

நாக்கு எங்கே என்று நினைக்கையில்,
நாக்கிலிருந்து தீச்சுவாலை பறந்தது.
மண்புழுவுக்கு பல் ஏது? நாக்கு ஏது?

நினைக்கையில் தெரிந்தது
மண்புழு உருமாறிவிட்டதென்று

எனினும் அஞ்சவில்லை.
குனிந்தேன் தடி எடுக்க.
நிமிரும்போது
மண்புழுவின் கையில் துப்பாக்கி இருந்தது.
அல்ல,
ஒரு பாம்பின் கைத் துப்பாக்கி
அதுவும் அல்ல,
ஒரு சிப்பாயின் கைத் துப்பாக்கி.
நான் குனிந்து பாம்பாய் நெளிந்து
காய்ந்த சருகின் மண்புழு ஆகி
ஊர்ந்துகொண்டிருக்கிறேன் படியோரம்

அவரது நீர் வளையங்கள் என்ற தொகுப்புக்கு நான் எழுதிய முன்னுரையில் இருந்து சில வரிகளுடன் அவர் பற்றிய இந்தக் குறிப்பை முடிக்க விரும்புகிறேன். "சண்முகம் சிவலிங்கம் தன் சுயத்தை முழுமையாக வெளிச்சத்துக்குக் கொண்டுவருவதை விரும்பும் ஒரு கவிஞன். இருத்தலும் இருத்தலுக்குப் பிரக்ஞையாய் இருத்தலும் முக்கியமானது என்று கருதுபவர். தனது மூல விக்கிரகத்தை நாம் காண வேண்டும் என்பதற்காக அதில் நமது மூல விக்கிரகத்தையும் தரிசிக்க வேண்டும் என்பதற்காக தன்னை திரை நீக்கிக் காட்டுகிறார் அவர். எல்லா நல்ல கவிதைகளையும் போல அவரது கவிதை அவரது முகமாக இருக்கின்றது". கவிதை அவருக்கு ஒரு முகமூடியல்ல.

(ஜுன் 2003இல் தூண்டி இலக்கிய வட்டம் யாழ்ப்பாணத்தில் நடத்திய ஈழத்துக் கவிதை பற்றிய கருத்தரங்குக்காக எழுதப்பட்ட கட்டுரை. பின்னர் காலச்சுவடில் வெளிவந்தது.)

•

மஹாகவியின் வாழ்க்கை நோக்கு

மஹாகவி மறைந்து ஏழு ஆண்டுகள் ஆகின்றன. அவர் வாழ்ந்த காலத்திலும் மறைந்த பிறகும் அவரது படைப்புகள் இதுவரை ஏழு நூல்களாக வெளிவந்துள்ளன. வள்ளி, குறும்பா, கோடை, கண்மணியாள் காதை, வீடும் வெளியும், ஒரு சாதாரண மனிதனது சரித்திரம், இரு காவியங்கள் ஆகியன அவை. நூல் வடிவம் பெற வேண்டிய அவரது படைப்புகள் இன்னும் ஏராளமாக உள்ளன. ஆயினும் மஹாகவி பற்றி நம்மிடையே இன்னும் ஒரு முழுமையான விமர்சன முயற்சி மேற்கொள்ளப்படவில்லை என்பதும் அவர் பற்றிய சரியான பார்வை பரவலாக்கப்படவில்லை என்பதும் விசனிக்கத்தக்கதே. இக்கட்டுரையில் மஹாகவியின் நூல் உருப்பெற்ற, உருப்பெறாத படைப்புக்களை அடிப்படையாகக் கொண்டு அவரது வாழ்க்கை நோக்கைத் திரட்டிக் காண்பதற்கான ஒரு முயற்சி மேற்கொள்ளப்படுகின்றது.

மஹாகவியின் படைப்புகள் பற்றி பின்வரும் மூன்று வினாக்களுக்கு விடை காண்பதன் மூலம் அவரது வாழ்க்கை நோக்கை - அவரது உள்ளடக்கத்தின் சாரம்சத்தை - நாம் ஒருவாறு திரட்டிக் காணமுடியும்.

1. சமூக அமைப்பின் எந்த தளத்தின் மீது அவரது பார்வை விழுந்திருக்கின்றது?

2. அவரது படைப்புக்களில் இழையோடுகின்ற பொதுத் தன்மைகள் யாவை?

3. அவரது படைப்புக்களில் ஆங்காங்கே வெளிப்படையாகத் தெரிகின்ற வாழ்க்கை பற்றிய கருத்தோட்டங்கள் எத்தகையன?

மஹாகவியின் படைப்புகள் அனைத்தையும் மொத்தமாக எடுத்து நோக்கினால் -நாங்கள் சாதாரண பொதுமக்கள் என்று கருதும் கிராமப்புறத்து விவசாயிகள், நகரப் புறத்து வாழ்க்கைக்குப் பலியான ஏழைகள், மத்தியதர வர்க்கத்தினர் ஆகியோர் மீதே பெரும்பாலும் அவரது பார்வை விழுந்திருக்கின்றது என்பதைச் சுலபமாகக் காணலாம். நூற்றுக் கணக்கான அவரது கவிதைகளில் ஒரு கணிசமான தொகையும், அவர் எழுதிய ஒன்பது நாடகங்களில் மேடைக்காக எழுதிய கோடை, முற்றிற்று, புதியதொரு வீடு ஆகியவையும் அவர் எழுதிய ஐந்து காவியங்களில் கல்லழகி, கந்தப்ப சபதம் தவிர சடங்கு, ஒரு சாதாரண மனிதனது சரித்திரம், கண்மணியாள் காதை ஆகியனவும் சாதாரண மக்களின் அன்றாட வாழ்க்கையையே உள்ளடக்கமாகக் கொண்டுள்ளன. பொதுவாக 1955க்குப் பிற்பட்ட மஹாகவியின் பெரும்பாலான கவிதைகளில் சாதாரண மக்களின் அன்றாட வாழ்க்கை நிகழ்ச்சிகளும், வாழ்க்கை முரண்பாடுகளும் அவற்றின் விளைவான மனித நடத்தைகளுமே சித்திரிக்கப் பட்டிருப்பதை நாம் காணலாம். 1955க்கும் - 60க்கும் இடையில் அவர் எழுதிய செத்துப் பிறந்த சிசு, மீண்டும் தொடங்கும் மிடுக்கு முதலிய கவிதைகளை உதாரணமாகக் காட்டலாம். நடப்பியல் வாழ்வில் இருந்து புறம்போக்காக ஒதுங்கிச் சென்று கற்பனை உலகில் அவர் சஞ்சாரம் செய்யவில்லை என்பதையே இவை காட்டுகின்றன.

> "இன்னவை தாம் கவி எழுத
> ஏற்றபொருள் என்று பிறர்
> சொன்னவற்றை நீர் திருப்பிச்
> சொல்லாதீர், சோலை, கடல்
> மின்னல், முகில், தென்றலினை
> மறவுங்கள்! மீந்திருக்கும்

இன்னல், உழைப்பு, ஏழ்மை, உயர்வு
என்பவற்றைப் பாடுங்கள்''

என்று இருபது வருடங்களுக்கு முன் மஹாகவி எழுதினார். "நிகழ்காலச் செய்திகளையும் பிரச்சினைகளையும் கவிதையில் ஆண்டு அதனை இன்றைய யுகத்துக்கு இழுத்துவரல் அவசியமாகும்'' என்று பத்து ஆண்டுகளுக்கு முன்னும் அவர் எழுதினார்.

"இன்றைய காலத் திருக்கும் மனிதர்கள்
இன்றைய காலத் தியங்கும் நோக்குகள்
இன்றைய காலத் திழுப்புகள் எதிர்ப்புகள்
இன்றைய காலத் திக்கட்டுக்கள்...''

ஆகியவையே கவிதையில் இடம்பெற வேண்டும் என்று அவர் கருதினார். சுருக்கமாகச் சொல்வதனால் இலக்கியத்தினதும் கலைகளினதும் ஒரே ஊற்றுக்கண்ணான மனிதனது சமுதாய வாழ்வே மஹாகவியின் படைப்புகளில் உள்ளடக்கமாகவும் உள்ளது. அவரது ஆரம்ப காலப் படைப்புகளில் சில புறநடைகள் உள்ளன. எனினும், அவரது அடிப்படை இதுவே. பெரும்பாலும் நடப்பியல் வாழ்வில் இருந்தே அவர் தன் படைப்புகளுக்கான கருப்பொருளைப் பெற்றார். தான் கண்டு அனுபவித்த வாழ்க்கையை அதன் முரண்பாடுகளை அவர் பிரதிபலித்தார்.

நடப்பியல் வாழ்க்கையை அடிப்படையாகக் கொண்ட இவரது பெரும்பாலான படைப்புகளில் இழையோடுகின்ற பொதுத்தன்மைகளாக நாம் மூன்று அம்சங்களைக் குறிப்பிடலாம்.

1. ஆழமான மனிதாபிமானம்
2. வாழ்க்கையின் மீது ஓர் உறுதியான நம்பிக்கையும் வாழ வேண்டும் என்ற முனைப்பும்
3. சமூக ஏற்றத்தாழ்வின் மீதும் அதன் போலி ஆசாரங்கள் மீதும் எதிர்ப்பு

இந்த மூன்று அம்சங்களும் ஒன்றிலிருந்து ஒன்று வேறுபட்டதல்ல. பதிலாக உள்ளார்ந்த உறவுள்ள ஒன்றின் பகுதிகளேயாகும். மனிதர்களையும் வாழ்க்கையையும் நேசிப்பதும் மற்றவர்களின் இன்ப துன்பங்களில் அக்கறை காட்டலும், சமூக முரண்பாடுகளைக்

களைந்து அதைச் சீரமைக்க விரும்புவதும் மனிதாபிமானத்தின் அம்சங்களேயாகும். அந்தவகையில் மஹாகவியை ஒரு மனிதாபிமானி என்று அழைப்பது முற்றிலும் பொருந்தும்.

தமிழ் வழக்கிலே மனிதாபிமானம், மனிதாபிமானி ஆகிய சொற்கள் இடர் உறும் மனிதர்கள் மீது இரக்கமும் நேசபான்மையும் காட்டுவதையே பொதுவாகக் குறிக்கின்றன. மேலைத்தேச வழக்கிலே இவை இன்னும் விரிந்த பொருளைப் பெறுகின்றன. இயற்கை அதீத நம்பிக்கைகளையும் உண்மைகளையும் நிராகரித்து, மனித இயற்கையின் அடிப்படையில் விழுமியங்களையும் மனித அனுபவத்தின் அடிப்படையில் உண்மைகளையும் காண்பவனையே மனிதாபிமானி என்ற சொல்லால் அழைக்கின்றனர். இந்த வரைவிலக்கணம் மஹாகவிக்கு மிகப் பொருத்தமாய் உள்ளதை நாம் காணலாம். இடர் உறும் மனிதர்கள் மீது அவர் காட்டும் இரக்கமும் நேசபான்மையும் அவரது பல கவிதைகளில் மிகத் துலக்கமாகத் தெரிகின்றன. 'வீடும் வெளியும்' தொகுப்பில் உள்ள பல கவிதைகள் இத்தகையன. குறிப்பாக சீமாட்டி, விட்டமுதல், தேரும் திங்களும், நீருழவன், வீசாதீர், திருட்டு, செத்துப் பிறந்த சிசு, மற்றவர்க்காய்ப்பட்ட துயர் ஆகியன இதற்குச் சிறந்த உதாரணங்களாகும். கஷ்டப்படும் சாதாரண மக்களையும் அவர்களது வாழ்க்கை நெரிசல்களையும் மிகுந்த அனுதாபத்துடன் இக்கவிதைகளில் மஹாகவி சித்திரிக்கின்றார். அதேவேளை அவரது மிகப்பல படைப்புக்களில் இயற்கை அதீத நம்பிக்கைகளை மனித வல்லமையின் மீதுள்ள நம்பிக்கையினால் அவர் நிராகரிப்பதையும் நாம் காண்கின்றோம்.

வாழ்க்கையின் மீது ஓர் உறுதியான பற்றுதலும் வாழ வேண்டும் என்ற முனைப்பும் அவரது பெரும்பாலான படைப்புக்களில் பரவலாகக் காணப்படும் இரண்டாவது அம்சமாகும். இதே காரணத்தினால் விதியையும் கடவுளையும் மஹாகவி நிராகரிக்கின்றார்.

> "அண்டங்கள் எல்லாம் அலுவல் படுதல்
> கண்டு இங்கு உலகோர் கடவுள் பொருள் ஒன்று
> உண்டென்றிடுவார் அதை வான் உயரக்

> கொண்டாடிடுவார் கோயில் களிலே.
> இல்லாதது ஒன்றினையே இவர்கள்
> கல்லாக் கிடுவார், உளனேல் கடவுள்
> பொல்லான் அவனைப் புகழ்தல் பிழை என்று
> எல்லாம் அடியேன் எதிர் வாதிடுவேன்?"

என்று 1954 -ல் மஹாகவி எழுதினார். இறைவனின் சித்தப்படியல்ல, வாழ்க்கை தன் பாட்டிலேயே போகின்றது என்ற பொருளில், 'தம் கருத்துப்படியன்று இறைவரோ தண்டவாளத்தின் மீதே செலுத்தினார்' என்று ஒரு சாதாரண மனிதனது சரித்திரத்திலும் அவர் எழுதினார். ஆகவே வாழ்க்கையும் வாழும் முனைப்பும் முற்றிலும் மனிதனையே சார்ந்தது என்ற கருத்துக்கு அவர் வந்தார்.

> "உன்னோடு மிக உலைகின்றதனால்
> என்னத்தைக் கண்டனரோ இவரே
> பொன்னின் பின்னோடிடும் இப் புவியின்
> சின்னத் தனம் நீங்கியதோ சிறிதும்.
>
> பொருள் மக்களிடைப் பொதுவாகிட நீ
> அருள் செய்தனையோ? அதுதான் இலையே
> ஒருபோதும் இனி உனை நம்பிடில், எம்
> இருள் போய் அகலும் என நின் றுழலோம்"

என்ற கடவுளை நோக்கிய வரிகள் இதையே காட்டுகின்றன.
> "பிழையினைக் கடவுள் செய்தால்
> சரியாக்கல் மனிதன் வேலை"

என "புதியதொரு வீடு" நாடகத்தில் மறைக்காடர் பேசுவதும் இதையே காட்டுகின்றது.

வாழ்க்கையும் வாழும் முனைப்பும் மனிதனைச் சார்ந்தது என்றபடியினால் விரக்தி, சோர்வு ஆகியவற்றுக்குப் பதிலாக முனைவு, நம்பிக்கை என்பவற்றை அவர் ஆதாரமாகக் கொண்டார். சாவின் மீது உள்ள பயத்தைக் களைய முயன்றார்.

> "காற்றினால் உலைக்கப் பட்டுக்
> கழுத்தினைக் குனிந்து சாம்ப
> நேற்றை மழைக்கு வந்த
> நெடும்புல்லோ நாங்கள்..."

> "வேருக்குள் உறுதி கொண்ட
> வேம்புகள் மனிதர்..."

> "உண்மை கொடிதே, உலகில் அதனோடு
> போரிட்டு வாழப் புகுந்தோம் கலங்குவதோ
> வீரிட்டு அலறி விழுந்து புலம்புவதோ
> பார் எட்டுத் திக்காய்ப் பரந்து கிடக்கிறது"

> "எறிகின்ற கடல் என்று
> மனிதர்கள் அஞ்சார்
> எது வந்த தெனின் என்ன
> அதை வென்று சொல்வார்..."

போன்ற வரிகளை இதற்கு உதாரணமாகக் காட்டலாம். சாவின் மீது மனிதனுக்கு உள்ள பயத்திற்கு ஒரு சமாதானமாகவும் தேறுதலாகவும் மனிதன் சாவதில்லை என்ற கருத்துக்கு ஒரு புதிய அழுத்தம் கொடுக்க முனைந்தள்ளார்.

> "அன்று பிறந்து இன்று இறப்பதுள்
> ஆயதன்று நம் மானிட வாழ்வுகாண்
> அப்பனே மகனாகி, உயிர் ஓய்தலற்று
> உயர்வு ஒன்றினை நாடலே உண்மை"

என்ற அவரது கருத்து முற்றிற்று என்ற நாடகத்திலும் ஒரு சாதாரண மனிதனது சரித்திரத்திலும் கலைவடிவம் பெற்றுள்ளது. வாழ்வின் மீதுள்ள பற்றுதலின் ஒரு அம்சமே இது.

கவிஞர் முருகையன் மஹாகவியின் வாழ்க்கை நோக்குப் பற்றி ஓர் இடத்தில் குறிப்பிடுகையில் "முரண்பாடுகளையும் இடர்ப்பாடுகளையும் கண்டாலும் காணாத மாதிரி விடுத்து இதுதான் உலக இயல்பு, ஏதோ ஏலுமானவரை சமாளிக்க

முயல்வோம் என்ற பார்வைதான் இவரது படைப்புக்கள் பலவற்றில் ஊடோடி நிற்பது” என்றும், உலகத்தை உள்ளது உள்ளபடியே ஏற்றுக் கொண்டு அந்த உலகத்தில் இயலுமானவரை சுலபமான ஒரு பாதையில் நடந்து செல்கையில் கைக்கு எட்டும் சுகானுபவங்களை நுகர்ந்து ஈடுபடும் ஒரு வாழ்க்கைத் தத்துவம் இவரது கவிதைகளில் பின்புலமாக உள்ளது என்றும் குறிப்பிட்டுள்ளார்.

முருகையன் என்ன அடிப்படையில் இந்த கருத்துக்கு வந்தார் என்பது தெரியவில்லை. ஆனால், நாம் இதுவரை பார்த்த மஹாகவியின் வரிகளே இக்கூற்றுத் தவறானது என்பதைக் காட்டப்போதுமானவை என்று நினைக்கின்றேன். மஹாகவி பெரும்பாலும் சாதாரண மக்களின் நடப்பியல் வாழ்க்கையைத் தன் படைப்புக்களுக்குக் கருவாகக் கொண்டவர். அன்றாட வாழ்க்கை அனுபவத்தைக் கருவாகக் கொள்ளும் எவனும் சமூக முரண்பாடுகளைப் பிரதிபலிக்காமல் - கண்டும் காணாதது போல் ஒதுங்கிச் செல்ல முடியாது. அத்தகைய கலைஞனின் படைப்புக்களில் விரும்பியோ, விரும்பாமலோ, பிரக்ஞை பூர்வமாகவோ பிரக்ஞை பூர்வமற்றோ அவை பிரதிபலிக்கப்படவே செய்யும். அது யதார்த்த நெறியின் முக்கிய பண்பு ஆகும். நிலப்பிரபுத்துவ வர்க்கத்தின் சார்பில் நின்ற பால்சாக்கும், கிறிஸ்தவ ஆன்மீகவாதியான டால்ஸ்டாயும் கூட இதற்கு விதிவிலக்கு அல்ல என்பதையும் நாம் அறிவோம்.

அந்தவகையில், மஹாகவியின் முக்கியமான படைப்புகள் அனைத்திலும் சமூக முரண்பாடுகள் மீதும் அதன் போலி ஆசாரங்கள் மீதும் எதிர்ப்புணர்ச்சியும் அவற்றைக் களைய வேண்டும் என்ற விருப்பும் சில இடங்களில் வெளிப்படையாகவும் - சில இடங்களில் பின்புலமாகவும் தெரிவதை நாம் காணலாம். 60-க்கு முந்திய அவரது பல தனிப்பாடல்களில் இந்த எதிர்ப்புணர்ச்சியும் சமூக முரண்பாடுகளுடன் ஒத்தியங்க முடியாத மனப்பாங்கும் தெளிவாகத் தெரிகின்றன. இம்மானிடர், இனம் உய்ய வழி உண்டோ, மடிகிறோம், இயற்கைப் பெருந்தாய் இதயம், கடவுளே முதலிய கவிதைகள் இதற்குச் சிறந்த உதாரணங்களாகும். சீமாட்டி, செத்துப் பிறந்த சிசு, விட்டமுதல், நீருழவன், திருட்டு, தேரும் திங்களும் போன்ற

கவிதைகளில் மனித வாழ்வின் நெரிசலும், முரண்பாடுகளும் மோதலும் தெளிவான சித்திரங்களாகத் தீட்டப்படுகின்றன. மனித வாழ்வு ஏன் இவ்வாறு அவலமாக இருக்க வேண்டும்? என்ற கேள்வியே இப்படைப்புக்களின் அடிப்படைத் தொனியாகும். இந்த அவலம் களையப்பட வேண்டும் என்ற தூண்டுதலே அவற்றின் பின்புலத்தில் அழுத்தப்படுகின்றன.

சடங்கு, கோடை, கண்மணியாள் காதை ஆகிய 1960-க்குப் பிந்திய மஹாகவியின் பெரும் படைப்புக்களில் சமூக முரண்பாடுகளே பிரதிபலிக்கப்படுகின்றன.

தன் திருமணத்துக்கு எந்தவித எதிர்ப்புமில்லாத போதும் போலியான சடங்காசாரங்களுக்குக் கட்டுப்பட விரும்பாது தனது காதலியுடன் வன்னிப் பகுதிக்கு இடம்பெயர்ந்து செல்லும் ஒரு யாழ்ப்பாணத்து இளைஞனின் கதையைக் கூறுகின்றது சடங்கு. கோடை, ஆங்கிலேயரின் ஆட்சிக் காலத்தில் அவர்கள் தோற்றுவித்த புதிய நாகரிகத்துக்கும் பழைய விழுமியங்களுக்கும் இடையே தோன்றிய முரண்பாடுகளைச் சித்திரிப்பது. கண்மணியாள் காதை சமுதாய மூடத்தனங்களையும் சாதிக் கொடுமைகளையும் பற்றிய ஒரு துன்பியல் காவியம். இவை எல்லாம் உலகத்தை உள்ளபடி ஏற்றுக் கொள்ள வேண்டும் என்ற மனோபாவத்தைக் காட்டவில்லை. சமூக முரண்பாடுகளையும் இடர்பாடுகளையும் கண்டும் காணாதது போல் மஹாகவி இருந்தார் என்பதற்கு அவரது படைப்புக்களில் எவ்வித ஆதாரமும் இல்லை.

மஹாகவி சமூக முரண்பாடுகள் பற்றிய தன் உணர்வுகளை தன் படைப்புக்களில் காட்சியனுபவ வெளிப்பாடுகள் மூலம் மட்டுமன்றி, கருத்துநிலையிலும் வெளிப்படுத்தியுள்ளார். "பாதி உலகை மறுபாதி தின்றுழலும் சேதியைக் காணார். செழும் சிந்தனையற்றார், காதலோ காதல் கவிதைகளோ கட்டுவதில் போதைக் கழிக்கும் பொடியள்" என்று முரண்பாடுகளைக் காண மறுக்கும் கவிஞர்களை அவர் சாடுகின்றார். "பிறர் உழைப்பில் பிழைத்தல்" என்ற கவிதையில் அவர் பின்வரும் கருத்துக்களைக் கூறுகின்றார்

சுற்றம்போல் சேர்ந்து சுய உழைப்பைப் பங்கிட்டு
நிற்றலே வைய நிலை

இந்த நிலைமை இடறப் பிறந்தவரை
நிந்தித்து நீறு படுத்து

உட்கார்ந்து மற்றோர் உழைப்பிற் பிழைப்பவனின்
நிட்டூரம் நீக்கு நிலத்து

சுரண்டு வோர்க் கஞ்சிச் சுருண்டு கிடவேல்
திரண்டுபோய் நீதி பெறும்

எதுவும் எவர்க்கும் பொது என்று பெற்றால்
அதுவன்றோ வைத் தறம்

இவை எல்லாம் அடிப்படையில் சமுதாய மாற்றம் வேண்டும் என்ற மஹாகவியின் விருப்பத்தையே காட்டுகின்றன. தப்பிச் செல்லும் மனோபாவத்தைக் காட்டவில்லை. ஆனால், இந்த மாற்றத்துக்கான வழிமுறைகள் என்ன என்பது பற்றிய எவ்வித தெளிவான சிந்தனையும் அவரிடம் காணப்படவில்லை. அந்தவகைப்பட்ட அரசியல் சித்தாந்தம் எதையும் அவர் கொண்டிருக்கவில்லை. எப்போதும் இயக்க பூர்வமான நடவடிக்கைகளிலிருந்து அவர் தனித்தே நின்றார். ஆயினும், தனது இயல்பான மனிதாபிமான உணர்வு நிலைக்குட்பட்டு கஷ்டப்படும் சாதாரண மக்களின் அன்றாட வாழ்க்கை நெறிசலுக்குக் கலைவடிவம் கொடுத்தார். ஒய்தல் அற்று உய்வு ஒன்றினை நாடும் வேட்கையை அதில் அவர் அழுத்தினார். அதுவே மஹாகவியின் தனித்துவம் ஆகும்.

1978

•

முருகையன் கவிதையும் அரசியலும்

1960களின் தொடக்கத்தில் நான் எழுதத் தொடங்கிய காலத்தில் எனக்கு ஆதர்சமாக அமைந்த மூன்று முக்கியமான கவிஞர்களுள் முருகையனும் ஒருவர். மற்றவர்கள் நீலாவணன், மஹாகவி ஆகியோர். முருகையனின் காதல் கவிதை ஒன்றின் சந்தலயத்தை அடியொற்றி 1963ல் நான் எழுதிய ஒரு கவிதை இப்போது நினைவுக்கு வருகின்றது.

முருகையனின் கவிதை இவ்வாறு தொடங்குகின்றது:

"ஆலம் விழிஎன அறைபவர் உளரே
ஆணின் பகை அவை என அவர் மொழிவர்
பாலின் மொழிஉனது எனும் அதை உணரின்
பாவம் புரிகிற பழியுரை பகரார்."

எனது கவிதை பின்வருமாறு தொடங்குகின்றது:

"நிலவின் அமுதினை நிகர்எழில் வதனம்
நினைவில் கருகிடா நிலையொடு திகழ
மலரில் செறிகிற மதுவிழி அதனால்
மனதை வருடியே மகிழ்வினைத் தருவாள்"

சுமார் நாற்பது ஆண்டுகளுக்கு மேலாக முருகையனுடன் எனக்குப் பழக்கம் உண்டு. பல கவியரங்குகளில் நாங்கள் பங்குபற்றியிருக்கிறோம். கொழும்பில் அவர் பணியாற்றிய காலத்தில் நாங்கள் அடிக்கடி சந்தித்திருக்கிறோம். பின்னர் யாழ்ப்பாணத்தில். யாழ். பல்கலைக் கழகத்தில் சிலகாலம் அவர் பதிவாளராகப் பணியாற்றினார். நான் யாழ்ப்பாணத்தை விட்டுப் புலம்பெயர்ந்த பின்னர் அவரைச் சந்திக்கும் வாய்ப்புக் குறைந்துவிட்டது. என்றாலும், முருகையன் எப்போதும் என் மனதுக்கு நெருக்கமான நண்பராகவும், நான் மதிக்கும் கவிஞராகவும், விமர்சகராகவும் இருந்து வருகிறார்.

மஹாகவி, நீலாவணன், முருகையன் ஆகிய மூவரையும் ஈழத்து நவீன தமிழ்க் கவிதையின் 'மும்மூர்த்திகள்' என்றே நான் கருதி வருகிறேன். நண்பர் சண்முகம் சிவலிங்கம் இம் மும்மூர்த்திகள் பற்றி ஒரு கட்டுரை எழுதியதாக ஞாபகம். மஹாகவி பற்றியும் நீலாவணன் பற்றியும் நான் ஏற்கனவே சற்று விரிவாக எழுதியிருக்கிறேன். முருகையன் பற்றி ஒரு விரிவான கட்டுரை எழுதும் எண்ணம் நீண்ட காலமாகவே என் மனதை நெருடிக் கொண்டிருந்தது. ஆயினும், அதற்கான அவகாசம் கிடைக்கவில்லை. அவரைப் பற்றிய எனது கருத்துகளை எனது வேறு கட்டுரைகளில் அங்கங்கே சில குறிப்புகளாக எழுதியதோடு சரி. இப்போது 'விபவி' கலாசார நிலையம் ஒரு வாய்ப்பைத் தந்திருக்கின்றது. முருகையனை மீண்டும் படிப்பதற்கும், அவரைப் பற்றி விரிவாகச் சிந்திப்பதற்கும் கிடைத்த இந்த வாய்ப்புக்கு நன்றி.

2

ஈழத்துக் கவிதை விமர்சன உலகில் முருகையனைப் பற்றி எதிரும் புதிருமான இரண்டு விமர்சன மதிப்பீடுகள் நிலவுகின்றன.

1. முருகையன் கவிஞர்க்குக் கவிஞர் என்பது. 1967ல் வெளிவந்த முருகையனின் 'நெடும்பகல்' நூலுக்கு எழுதிய முன்னுரையில் கைலாசபதி பின்வருமாறு குறிப்பிடுகிறார். "முருகையனைக் கவிஞர்க்குக் கவிஞன் என நான் பெருமையோடு கூறிக்கொள்வதுண்டு. கவிதை உயிர்த்துடிப்புள்ள இலக்கிய

வடிவம் என்று நம்மவர்க்கு இக்காலத்தில் உணர்த்திய கவிஞரில் முக்கியமானவர் முருகையன்" பதினான்கு வருடங்களுக்குப் பின் தான் இறப்பதற்கு ஓராண்டுக்கு முன் **1981**ல் முருகையன் பற்றி எழுதிய ஒரு கட்டுரையிலும் கைலாசபதி *(1981)* இக்கருத்தை வலியுறுத்திக் கூறியுள்ளார். "உருவத்துக்கும் உள்ளடக்கத்துக்குமுள்ள நுட்பமான - இயங்கியல் ரீதியான உறவை தெளிவுற உணர்ந்து கவிதை படைப்பவர் முருகையன். இக்காரணத்தினாலேயே முருகையனைக் கவிஞர்க்குக் கவிஞன் என அடிக்கடி நான் குறிப்பிடுவது வழக்கம்" என்பது அவர் கூற்று.

2. இதற்கு எதிராக, முருகையன் ஒரு கவிஞரே அல்ல. அவரது எழுத்துகள் கவிதைகளே அல்ல என்ற ஒரு மதிப்பீடும் முன்வைக்கப்பட்டுள்ளது. சில காலத்துக்கு முன் குறிப்பிடத்தக்க ஈழத்து இளங் கவிஞர்களுள் ஒருவரான நட்சத்திரன் செவ்விந்தியன் இவ்வாறு கருத்துத் தெரிவித்திருந்தார். இந்தக் கருத்தோடு ஒத்துப்போகக் கூடிய பலர் தமிழ் நாட்டுப் புதுக்கவிதையாளர் மத்தியில் இருப்பார்கள் என்று நம்பலாம்.

என்னைப் பொறுத்தவரை இந்த இரண்டு நிலைப்பாடுகளும் மிகையானவை என்பேன். கவிதை பற்றிய இரண்டு வேறுபட்ட இருதுருவ நிலைப்பாடுகளில் இருந்து இம் மதிப்பீடுகள் வருகின்றன என்று தோன்றுகின்றது. கவிதை அடிப்படையில் கருத்தை, சிந்தனையை, தத்துவத்தை அடிப்படையாகக் கொண்டது என்ற கண்ணோட்டத்தில் இருந்து கைலாசபதியின் மதிப்பீடு வருகின்றது எனலாம். கருத்தை, சிந்தனையை, தத்துவத்தை அடிப்படையாகக் கொண்ட கவிதை கவிதையே அல்ல என்ற நிலைப்பாட்டிலிருந்து நட்சத்திரன் செவ்விந்தியன் போன்றோரின் மதிப்பீடு வருகின்றது எனலாம். இவ்விரு நிலைப்பாடுகளும் கவிதையின் பன்முகத் தன்மையைப் புறம் ஒதுக்கியவை.

ஈழத்து நவீன தமிழ்க் கவிதையைப் பொறுத்தவரை மஹாகவி, நீலாவணன், முருகையன் மூவரும் முக்கியமான பங்களிப்புகளைச் செய்திருக்கிறார்கள். மூவரின் கவிதைப் போக்கும் நடையும் வேறுபட்டவை. இம் மூவரின் கவிதைகளிலும், கவிதை பற்றிய கண்ணோட்டங்களிலும் சில பொதுத் தன்மைகளும், தனித்தன்மைகளும் உள்ளன. இந்தத் தனித்தன்மைகளே இவர்களைப்

பெரிதும் வேறுபடுத்துகின்றன. இத் தனித் தன்மைகளின் அடிப்படையில் சிலர் மஹாகவியை முக்கியமானவராகக் கருதுகின்றனர். சிலர் நீலாவணனை முக்கியமானவராகக் கருதுகின்றனர். சிலர் முருகையனை முக்கியமானவராகக் கருதுகின்றனர். இவை மதிப்பீட்டின் கருத்துநிலைரீதியான அகநிலைச் சார்பையே காட்டுகின்றன. என்னைக் கேட்டால்; நான் மஹாகவி, நீலாவணன், முருகையன் என வரிசைப்படுத்துவேன். இந்த வரிசைப்பாடும் அகநிலைச் சார்பானதுதான். கவிதையில் நான் எதை அதிகம் விரும்புகிறேன் என்பதைப் பொறுத்தது இது. இலக்கிய மதிப்பீட்டில் அகநிலைச் சார்பை முற்றிலும் தவிர்க்க முடியும் என்று எனக்குத் தோன்றவில்லை.

தற்காலத் தமிழ்க் கவிதை வளர்ச்சிக்குப் பங்களிப்புச் செய்த முக்கியமான சில கவிஞர்களுள் முருகையனும் ஒருவர் என்பது முருகையனைப் பொறுத்தவரை ஒரு சமநிலையான மதிப்பீடாக அமையும் என்று நான் நினைக்கிறேன். ஏனைய கவிஞர்களுக்கு மேலே முருகையனைத் தூக்கி நிறுத்துவதிலோ, முருகையனை முற்றாக நிராகரிப்பதிலோ உள்ள தவறில் இருந்து இது நம்மைக் காப்பாற்றும்.

முருகையன் தற்காலத் தமிழக் கவிதையின் பொதுப்பண்புகளுக்கு வலுவூட்டியதுடன், தனக்கே உரிய சில தனித்துவமான அம்சங்களையும் அதற்கு வழங்கியுள்ளார். இந்தத் தனித்துவங்கள் அவரது பலமும் பலவீனமும் சார்ந்தவை. இவை பற்றிச் சற்று விரிவாக நோக்குவது முருகையனைப் பற்றிய ஒரு புரிதலுக்கு (சரியான புரிதல் அல்ல) நம்மை இட்டுச் செல்லும் என்று நம்புகிறேன்.

3

தற்காலத் தமிழ்க் கவிதையின் பொதுப்பண்புகள் யாவை?

ஒன்று, அதனுடைய சமூகச் சார்பு எனலாம். பாரதியின் மூலம் தமிழ்க் கவிதை பெற்றுக் கொண்ட முக்கியமான பேறு இது. பரலோகத்தை விட்டுவிட்டு, மேன்மக்களின் சுகபோகத்தை

விட்டுவிட்டு, இகலோகத்தை, பொதுவாழ்வை, சாதாரண மக்களின் இன்ப துன்பங்களை, இக்கட்டுகளை, விடுதலையை, விமோசனத்தை பிரதானமான மையப் பொருளாகக் கொண்டது. சமூக விமர்சனத்தை அடிநாதமாகக் கொண்டது.

முருகையனின் மிகப் பெரும்பாலான கவிதைகள் தற்காலத் தமிழ்க் கவிதையின் இப்பொதுப் பண்புக்கு ஆக்கம் சேர்ப்பவையாக அமைவன. தனது படைப்பின் உள்ளடக்கம் பற்றி முருகயைன் (1995) பின்வருமாறு கூறுகிறார்:

"என்னைப் பொறுத்தவரையில், தொடக்க காலத்தில் எதை எழுதுவது என்ற தெளிவு குறைவாகத்தான் இருந்தது என்று கூறவேண்டும். எதையாவது எழுதிப் பார்ப்போமே என்ற போக்கே மேலோங்கியிருந்தது. காலப் போக்கில் உடன் நிகழ்கால வாழ்க்கைக் கூறுகள் பற்றிய பரிசீலனைகளாகவும், விமர்சனங்களாகவும் நாடகங்களை அமைக்கும் நாட்டம் அதிகமானதை அவதானிக்கக் கூடியதாக உள்ளது." இது இவரது நாடகங்களுக்கு மட்டுமன்றி கவிதைக்கும் பொருந்தும்.

'நாங்கள் மனிதர்' என்ற கவிதைத் தொகுப்புக்கு எழுதிய முன்னுரையில் முருகையன் (1992) பின்வருமாறு கூறுகின்றார்.

"இக் கவிதைகள் எல்லாம் மனிதகுல மேம்பாட்டை நோக்கிய உந்துதல்களாகவும், தேடுதலாகவும், விசாரணையாகவும், அங்கலாய்ப்புகளாகவும், தேற்றமாகவும், தெளிகையாகவும், உறுதியாகவும் உள்ளன. இடையறாத பரிசீலனைகளின் ஆவணங்களாகவும் அமைகின்றன. மனிதனைப் பிணித்துள்ள தளைகள் நீங்க வேண்டும். தடங்கல்கள் அகல வேண்டும், அதன் பேறாக முழுமையான விடுதலை கிட்ட வேண்டும் என்னும் வேட்கையின் மூச்சொலிகளை வாசகர்கள் உணர்ந்துகொள்வார்கள் என்று நம்புகிறேன்."

அவருடைய பெரும்பாலான கவிதைகள், நெடுங்கவிதைகள், காவியங்கள், நாடகங்கள் என்பவற்றில் இந்த வேட்கையின் வெவ்வேறு வெளிப்பாடுகளை நாம் காணலாம். இந்த வெளிப்பாடு அறிவுறுத்தல்களாக, விமர்சனங்களாக கேலியும் கிண்டலுமாக அவருடைய ஆக்கங்களில் அமைகின்றது.

மனித சமூகம் பற்றிய, விடுதலை பற்றிய அவருடைய அக்கறைகள் இருநிலைப்பட்டன என்று கூறலாம். ஒன்று, மனித சமூகத்தை முழுமைப்படுத்தி உலகளாவிய நிலையில் 'மனிதன்' என்ற பொதுமைக்கூடாக நோக்குதல். மற்றது, தான் வாழும் சமூகத்தை, இலங்கையர் சமூகத்தை, குறிப்பாகத் தமிழ்ச் சமூகத்தை தனிமைப்படுத்தி நோக்குதல். உலக மனிதனுக்குள் தன்னையும், தனக்குள் உலக மனிதனையும் காணும் நோக்கு இது எனக் கொள்ளலாம்.

முருகையனின் நெடும்பகல், ஆதிபகவன், அது அவர்கள் முதலிய நெடும் பாடல்களில் 'மனிதனே' மையப்பொருளாக இருக்கிறான். அவருடைய பெரும்பாலான தனிக் கவிதைகளிலும் பல நாடகங்களிலும் இலங்கையின் சமூக அரசியல் பிரச்சினைகள் மையப் பொருளாக உள்ளன.

இவ்வாறு உள்ளடக்கரீதியாக முருகையனின் படைப்புகளை நோக்கினால், அவை பெரும்பாலும் சமூக அக்கறையும் மனித விடுதலை நாட்டமும் கொண்டிருப்பது தெரிகிறது. இந்தவகையில் முருகையன் முற்போக்கு இலக்கியத்தின் முக்கிய தூண்களுள் ஒன்றாகக் காட்சியளிக்கிறார். தற்காலக் கவிதையின் சமூகச் சார்பை உறுதிப்படுத்தியவர்களுள் முருகையனும் ஒருவராகிறார்.

4

நவீன தமிழ்க் கவிதையின் பிறிதொரு பொதுப்பண்பு செய்யுளின் தளர்ச்சியாகும். கட்டிறுக்கமான மரபுவழி யாப்பை உடைத்துக் கொண்டு வெளிப்பட்டது நவீன கவிதை. அது எளிமையை அடிப்படையாகக் கொண்டது.

"ஓரிரண்டு வருஷத்து நூற்பழக்கமுடைய தமிழ் மக்கள் எல்லோருக்கும் எளிதில் பொருள் விளங்கக் கூடியதாய் அமைவது" என்று பாரதி இதுபற்றிச் சொன்னான். இவ்வகையில் நவீன தமிழ்க் கவிதை பாரம்பரிய யாப்பு மரபை உடைத்துக் கொண்டு இரண்டு பாதைகளில் வளர்ச்சி பெற்றது.

1. பாரம்பாரிய யாப்பு மரபுக்குள் இருந்து கொண்டே யாப்போசையை உடைத்து, நெகிழ்த்தி பேச்சோசையைப் பிரதானப்படுத்தி வளர்ச்சி பெற்றது.
2. யாப்பு மரபை முற்றாக நிராகரித்து வசனகவிதையாக, புதுக்கவிதையாக வளர்ச்சி பெற்றது.

இவ்விரு போக்குகளுக்கும் வித்திட்டவன் பாரதி. ஆரம்பகால ஈழத்து நவீன கவிஞர்கள் எல்லோரும் - மஹாகவி, நீலாவணன், முருகையன் உட்பட - புதுக்கவிதைப் பாதையை முற்றாக நிராகரித்தனர். பதிலாக மரபுவழிச் செய்யுளை நெகிழ்த்தி அதில் பேச்சோசையைப் புகுத்த முயன்றனர். இவ்வகையில் முருகையனும் செய்யுளையே தன் கவிதையின் ஊடகமாகக் கொண்டார். தமிழின் பிரதான யாப்பு வடிவங்கள் அனைத்தையும் அவர் கையாண்டுள்ளார். பல்வேறு பாவினங்களையும் சந்த வடிவங்களையும் பயன்படுத்தியுள்ளார்.

பாரம்பரியச் செய்யுள் வடிவங்களில் யாப்போசையை நெகிழ்த்தி பேச்சோசையைப் புகுத்துவதில் மஹாகவி, நீலாவணன், தான்தோன்றிக் கவிராயர் போல் முருகையனுக்கும் முக்கிய பங்கு உண்டு. கவிதையில் பேச்சோசை பற்றி முருகையனே (1972) முதல் முதல் ஒரு விரிவான கட்டுரையும் எழுதியுள்ளார். ஓசைக்கட்டு மிகுந்த 'சந்தத் திருப்புகழ்' வடிவத்தில்கூட பேச்சோசையைப் புகுத்துவதில் முருகையன் ஓரளவுக்கு வெற்றி கண்டுள்ளார். முருகையனின் பின்வரும் கவிதையை அதற்கு உதாரணமாகக் காட்டலாம்.

> தலைச் சுற்றல், வயிற்றுப் பிரட்டல்,
> தவித்தல்கள் - சுழற்சிக் குமட்டல்,
> கரைச்சல்கள், நமட்டுச் சிரித்தல்
> முதலான
> உலைச்சல்கள் நெருக்கும் படிக்கு
> உன்
> உடற்கு இன்று வருத்தம் பிடிக்க
> ஒருப்பட்டு விரும்பம் தெரித்த

> செயல் ஏதோ?
> அலைச்சல்கள் ஒழித்து,
> உன் மடிக்குள்
> அணைத்தல்கள், உதைத்தல், மிதித்தல்,
> இனிக்கின்ற சிமிட்டல் பொருத்தி
> விளையாடும்
> நலக்கொஞ்சல் பயிற்றும் சிறுக்கன்
> நமக்கென்று வரட்டும் வரட்டும்
> எனக்கொண்ட விருப்பம் கொடுத்த
> துணிவேயோ?

இச்செய்யுளில் பயன்படுத்தப்பட்டுள்ள சீர் அமைப்பு, வரி அமைப்பு, சந்திப் பிரிப்பு, நிறுத்தல் குறிகள் என்பன யாப்போசையைக் கட்டுப்படுத்தி பேச்சோசையை மிகுவித்துள்ளதை உணரலாம். செய்யுளைப் பேச்சோசை மயமாக்குவதில் முருகையன் மேற்கொண்ட பரிசோதனை முயற்சிகளை அவரது பாநாடகங்களில் நாம் அவதானிக்கலாம்.

எனினும், சாராம்சத்தில் முருகையனை ஒரு செவ்வியல்வாதி என்றே கூறத் தோன்றுகின்றது. அவரது செய்யுள் ஆளுமை கம்பனையும், மாணிக்கவாசகரையும் நமக்கு நினைவூட்டுகின்றது. முருகையன் பெரும்பாலும் பாரம்பரிய செவ்வியல் யாப்பு வடிவங்களையே பயன்படுத்தியுள்ளார். பாரதி பயன்படுத்திய நாட்டார் பாடல் வடிவங்களான சிந்து, கண்ணி போன்றவற்றை அவர் மிகக் குறைவாகவே பயன்படுத்தியிருக்கிறார் என்பதும் நம் கவனத்துக்குரியது. செவ்வியல் யாப்பு வடிவங்களை மட்டுமன்றி, பழைய சொல்வடிவங்களையும், தொடர் அமைப்புகளையும் அவர் தாராளமாகக் கையாண்டுள்ளார். அவரது பெரும்பாலான கவிதைகளில், குறிப்பாக ஆரம்பகாலக் கவிதைகளில் யாப்போசை தூக்கலாக இருப்பதையும் நாம் காணலாம். வெண்பாவைக்கூட அவர் புதுக்கவிதை போல் உடைத்து எழுதினாலும், அந்த உடைப்புக் குள்ளாலும் அவரது யாப்பும் மொழி இறுக்கமும் மேற்கிளம்பி விடுகின்றன.

"மரபுசார்ந்த உரைநடைத் தமிழிலும், பழந் தமிழ்க் கவிதையிலும் வழங்கும் சொற்களும், சொற்பிரயோகமும் சமகாலக்

கவிஞர்களில் (முக்கியமாக நவீன சிந்தனை உரியோரிடையே) பெரும்பாலானவர்களைவிட முருகையன் மீது கூடுதலான பிடிப்புடையன்" என்றும், "அவரது கவிதைகளில் தேன் எப்போதும் திவ்வியமாகப் பொங்குகின்றது. அது எல்லோருக்கும் எட்டக் கூடியதாயின் சிறப்பாக இருக்கும். அவரது எழுத்தில் ஓங்கி நிற்கும் பழந்தமிழ் நடை இதற்குச் சிறிது தடையாக இருக்கின்றது என்பது என் மனக்குறை" என்றும் முருகையனின் அது - அவர்கள் நூலுக்கு மதிப்புரை எழுதிய சிவசேகரம் (1995) குறிப்பிட்டுள்ளார். சிவசேகரத்தின் இந்த அவதானிப்பு பொதுவாகச் சரியானது என்றே நான் நினைக்கிறேன். புதுமையான சிந்தனைக்கும் செவ்வியல் மொழி நடைக்கும் இடையிலுள்ள முரண்பாட்டைத் தீர்க்க முருகையன் முயன்றிருக்கிறார் என்பதில் ஐயமில்லை. ஆயினும், அவருக்குள் இருக்கும் செவ்வியலாளன் அதற்கு இடைஞ்சலாகவே இருந்திருக்கிறான் என்று தோன்றுகின்றது. முருகையனின் கவிதைகளில் மேலோங்கித் தெரியும் ஆய்வறிவு நோக்குக்கும் அவரது செவ்வியல் மொழி நடைக்கும் இடையே ஒரு உள்ளார்ந்த தொடர்பு இருக்கின்றது என்று நினைக்கிறேன். இது சற்று விரிவாக ஆராயப்பட வேண்டியது.

5

தற்காலத் தமிழ்க் கவிதை வளர்ச்சியில் முருகையனின் நெடுங்கவிதைகள் அல்லது காவியங்களுக்கு ஒரு முக்கியமான இடம் உண்டு. பாரதிக்குப்பின் தமிழிலே நவீன காவிய மரபொன்றை வளர்த்தவர்களில் முருகையனின் இடம் தனியானது. இவ்வகையில் அவரது நெடும்பகல், ஆதிபகவன், அது அவர்கள் என்பன நமது முக்கிய கவனத்துக்குரியன. இக்கட்டுரையில் நெடும்பகல் பற்றி மட்டும் சிறிது நோக்க விரும்புகிறேன். தமிழில் முன்னுதாரணம் இல்லாத ஒரு முக்கியமான படைப்பு இது. நவீன விஞ்ஞானத்தின் ஒரு பக்கத்தை, அதன் அழிவு அம்சத்தை, முதன்மைப்படுத்தி, அதன் மூலம் மனிதன் எதிர்நோக்கும் அபாயத்தையும் வீழ்ச்சியையும் காட்ட முனையும் படைப்பு இது என்று கருதலாம். மனித வரலாற்றை ஒரு நெடும்பகலாக இக்காவியம் உருவகிக்கின்றது.

விடிவு, காலை, முற்பகல், நண்பகல், பிற்பகல், அந்திமாலை,

இருட்டு ஆகிய ஏழு பகுதிகளைக் கொண்டது இக்காவியம். ஒவ்வொன்றும் மனித வளர்ச்சியின் ஒவ்வொரு கட்டத்தைக் குறிப்பதாகக் கொள்ளலாம். மனிதனின் பிறப்பு, வளர்ப்பு, வீழ்ச்சியாக இதை உருவகப்படுத்தலாம்.

முற்பகல் வரை மகிழ்ச்சியோடு குலாவிய மனிதன், நண்பகலில் ஆயுதத்துக்கு அடிமையாகி அழிவில் ஈடுபடுகிறான். விஞ்ஞான தொழில் நுட்ப வளர்ச்சிப் போதையில் மூழ்கித் திளைக்கிறான். பிற்பகலில் மனிதன் பூமியில் வாழ முடியாமல் பூமிக்கு மேலே தனித்தனிக் கூண்டுகள் கட்டி அதில் வாழ்கிறான். பூமி கால்வைக்க முடியாத கதிர்வீச்சு வெம்மைக்கு ஆளாகி இருக்கிறது.

நீண்டகாலம் கூண்டு வாழ்க்கை அலுத்த மனிதன் ஒருநாள் பூமியில் இறங்க முயல்கிறான். வெம்மையால் நிலத்தில் கால் வைக்க முடியவில்லை. வேத நூலைக் கிழித்து, சப்பாத்தாகக் காலில் கட்டிக் கொண்டு இறங்குகிறான். அது தீப்பிடித்துப் பற்ற, அவன் விண்வெளியில் வீசி எறியப்படுகிறான். ஒரு கிரகம் போல் விண்ணில் வலம் வருகிறான். பின்னர், மழை, புயல், பிரளயத்தினால் அள்ளுண்டு அவன் பூமியில் ஒரு மலையடிவாரத்தில் வீசப்படுகிறான். அங்கு அவன் மனைவியையும். மகனையும் காண்கிறான். பிரளயத்தில் கூண்டுகள் உடைந்து, எல்லோரும் இம் மலையில் ஒதுங்கியதாக மனைவி கூறுகிறாள்.

மனிதன் மனைவியுடன் செல்ல, மகன் மட்டும் தனித்திருக்கிறான். அங்கு ஒரு இள மங்கை வருகிறாள். இருவரும் சல்லாபத்தில் ஈடுபடுகின்றனர். இருட்டு வந்ததும் அவள் அவனைக் கோயிலுக்கு அழைத்துச் செல்கிறாள். கோயிலுக்குள் இருந்த ஒரே ஒரு விளக்கும் காற்றில் அணைந்து விடுகின்றது. நம்பிக்கையே விளக்காக விடிவுக்காக இருவரும் காத்திருக்கின்றனர். முருகையன் காவியத்தை நம்பிக்கைக் குரலோடு இப்படி முடிக்கிறார்.

என்று விடியும் விடியுமெனில்
இருளும் தொலைந்து பகல் மலரும்
நன்று புதிதாய்ப் பிறந்துவரும்
நாளை ஒன்று சிறந்துவரும்

வென்றி மிகுந்து பூரித்து
வெயிலோன் வருவான்,' எனவெல்லாம்
அன்றில் இணையை அனையவர்கள்
ஆவலோடு காத்திருந்தார்.

ஆவலோடு காத்திருந்தார்
அவர்கள்; அங்கே ஒளி காட்டத்
தீவம் இல்லை யானாலும்
'தென்பு' மிகுந்து நெஞ்சகத்தே
மேவி விளக்காய் மின்னிய அவ்
விளக்கின் ஒளியை மங்காமல்
காவல் காத்தார் இருபேரும்
காலம் மெல்ல நகர்கிறது.

முருகையன் 1960களின் நடுப்பகுதியில் தனது நடுவயதில் எழுதிய காவியம் இது. இதன் மூலம் அவர் எதை உணர்த்த விரும்பினார்? ஆன்மீகத்துக்கும் விஞ்ஞானத்துக்கும் இடையில் உள்ள பிளவை, விஞ்ஞானத்தின் அழிவு சார்ந்த பாதிப்பில் இருந்து தப்ப ஆன்மீகமே உதவும் என்று உணர்த்த விரும்புகிறாரோ என்று எண்ணத் தோன்றுகின்றது.

இதுவரை தமிழில் வெளிவந்த காவியங்களுள் அமைப்பில் இது பெரிதும் வித்தியாசமானது. இந்த காவியத்தில் வெளிப்படும் கற்பனையில், கதைப்பின்னலில் ஒரு தர்க்க ஒழுங்கை நாம் காண முடியாது. இது ஒரு கனவுப் பாணியிலான கற்பனை. கனவுகள் தர்க்க ஒழுங்குக்கு உட்படுவன அல்ல.

பொருள் அடிப்படையில் இதனோடு ஒப்புநோக்கத்தக்க பிறிதொரு காவியம் மஹாகவியின் கந்தப்ப சபதம் மட்டும்தான். அதுவும் நவீன விஞ்ஞானத்தின் அழிவுப் பக்கத்தையே முதன்மைப்படுத்துகின்றது. ஆனால், அது முழுவதும் அங்கதப் பாணியிலானது.

6

நவீன பாநாடக வளர்ச்சியிலும் முருகையன் முக்கியமான பங்களிப்புகளைச் செய்திருக்கிறார். அதிக எண்ணிக்கையான பாநாடகங்களை எழுதியவர் என முருகையனைச் சொல்லாம். இதுவரை இவரது இருபது நாடகங்கள் நூலுருவாகியுள்ளன. இன்னும் நூலுருவாக வேண்டியவை சில உள்ளன என்று நினைக்கிறேன். இவற்றுட் பெரும்பாலானவை வானொலி நாடகங்கள். கடூழியம், அப்பரும் சுப்பரும், பொய்க்கால், குற்றம் குற்றமே, கோபுரவாசல், வெறியாட்டு என்பன மேடை நாடகங்கள். இவை தவிர சோபாக்ளிசின் ஈடிபஸ் மன்னன் (தந்தையின் கூற்றுவன்), அன்ரிகனி (குனிந்த தலை) ஆகியவற்றையும் சேக்ஸ்பியரின் சில நாடகங்களையும் இவர் மொழி பெயர்த்திருக்கிறார்.

திருச்சி வானொலியில் கலைவாணனின் கவிதை நாடகங்கள் சிலவற்றைக் கேட்ட உந்துதலில் தானும் 1950களில் வானொலிக்காக நாடகங்கள் எழுதத் தொடங்கியதாக முருகையன் குறிப்பிட்டுள்ளார். இவருடைய வானொலி நாடகங்களைவிட மேடை நாடகங்களையே நான் மிக முக்கியமானவையாகக் கருதுகிறேன். இவ்வாறு கூறுவது இவரது வானொலி நாடகங்கள் புறக்கணிக்கத்தக்கன என்று பொருளாகாது. இவரது கடூழியம், அப்பரும் சுப்பரும் ஆகிய மேடை நாடகங்கள் தமிழ் நாடக வரலாற்றில் மிக முக்கியமான படைப்புகள் எனலாம். 1970களில் கொழும்பில் நவீன தமிழ் நாடக இயக்கம் உச்ச நிலையில் இருந்த காலத்தில் முருகையன் இந்த நாடகங்களை எழுதும் உந்துதலைப் பெற்றார் என்று நினைக்கிறேன். கடூழியம் 1971ல் எழுதப்பட்டது. நா. சுந்தரலிங்கத்தின் நெறியாள்கையில் அது மேடையேறியது. 1960களின் பிற்பகுதியிலிருந்து ஈழத்து இலக்கிய உலகில் மேலோங்கியிருந்த மார்க்சிய கருத்து நிலையின் பின்னணியில் இந்நாடகம் எழுதப்பட்டது. முருகையன் (1990) இந்நாடகம் பற்றிப் பின்வருமாறு கூறுகின்றார்:

“சுரண்டல் பற்றிய ஒரு விசாரணையின் கலை வெளிப்பாடாக

அதனைக் கருதிக் கொள்ளலாம். வருக்க ஒடுக்கு முறையே அதன் உட்பொருளாகக் கையாளப்பட்டுள்ளது. ஆயின், இனம், நிறம், மதம் தொடர்பான நசுக்கலின் ஏனைய வடிவங்களுடனும் அதனைப் பொருத்திக் காணலாம் என்று இப்பொழுது எண்ணிப்பார்க்கத் தோன்றுகின்றது. 'விடுதலை கிடைத்த பிறகுதான் நிம்மதி' என்பது 'கடூழியத்தின்' உயிர்க்குரல். அந்த விடுதலை தேசிய விடுதலையாயும் இன, மத, வருக்க ஒடுக்குதல்களினின்றும் மீளலாகிய விடுதலையாயும் இருக்கலாமல்லவா? கவிதை மொழி பல பரிமாணம் உடையதாகையால் இவ்விதமான வியாக்கியானங்களுக்கும் அது இடமளிக்கிறது."

அப்பரும் சுப்பரும் 1980ல் எழுதப்பட்டது. இதுவரை மேடையேறவில்லை என்று நினைக்கிறேன். இந்நாடகத்தின் உள்ளடக்கம் பற்றி முருகையன் (1995) இவ்வாறு கூறுகின்றார்.

"ஆசிய நாடுகள் பலவற்றின் மக்களாட்சி நெறிமுறைகளையும் நடைமுறைகளையும் பற்றிய ஒரு குறிப்புரையாக இதைக் கொள்ளலாம். கட்சிவழி ஆளுமன்ற முறைமையில் ஆட்சிப் பொறுப்பாளர்களை அடிக்கடி மாற்றிக்கொள்வதும், அந்த மாற்றம் ஒவ்வொன்றும் அனைத்துத் துயர்களையும் தீர்த்துவிடும் என்று அதீத நம்பிக்கை வைப்பதும், நம்பிக்கை கைகூடாத நிலையில் மீண்டும் மீண்டும் அந்த மாற்றங்களை இடைவிடாது செய்து கொண்டிருப்பதுமான திண்டாட்ட நிலைமையே இந்த நாடகத்தில் கையாளப்படும் உரிப்பொருள்"

முருகையனின் இவ்விரு நாடகங்களும் பாவனை நவிற்சியான குறியீட்டு நாடகங்கள். பொருளிலே இவை இரண்டும் வெளிப்படையான அரசியல் நாடகங்கள். 1970களில் நிலவிய முற்போக்கு இலக்கியக் கோட்பாட்டுக்கு அமைவாக, பிரச்சினையை விளக்குவதோடு அமையாது தீர்வையும் காட்ட வேண்டும் என்ற வகையில், எழுதப்பட்ட நாடகங்கள். அவ்வகையில் வகைமாதிரியான முற்போக்கு எழுத்துக்கு உதாரணமாகவும் இவற்றைக் கொள்ளலாம். தொழிலாளர் வர்க்கம் கடுமையாகச் சுரண்டப்படுவதையும், படிப்படியாக அவர்கள் விழிப்படைந்து, ஆளும் வர்க்கத்தை

வீழ்த்தி அதிகாரத்தைக் கைப்பற்றுவதையும் புதிய சமத்துவ சமூகத்தை அமைப்பதையும் 'கடூழியம்' கூறுகின்றது. மாறி மாறி இரு கட்சிகளையே ஆட்சிக்குக் கொண்டு வருவதால் எவ்வித பயனும் இல்லை என்றும் இந்த விளையாட்டை நிறுத்தி புதிய வழியைக் காண வேண்டும் என்றும் 'அப்பரும் சுப்பரும்' நாடகம் கூறுகின்றது. இவ்விரு நாடகப் பொருளும் சமகால வாழ்க்கை யதார்த்தத்திலிருந்து கிரகித்துக் கொள்ளப்பட்டவை. சித்தாந்த பூர்வமானவை. இச் சித்தாந்தங்களுக்கு குறியீடுகள் மூலம் முருகையன் மேடை வடிவம் கொடுக்கிறார்.

நாடக உரையாடலுக்குச் செயயுளைப் பயன்படுத்தியதில் முருகையன் சில முக்கியமான வெற்றிகளை ஈட்டியுள்ளார். அதேவேளை, சில தோல்விகளையும் அடைந்துள்ளார். செய்யுள் அவரைத் தன்போக்கில் இழுத்துச் சென்றிருப்பதற்குப் பல உதாரணங்கள் காட்டலாம். ஆயினும், மேடையில் இந்தக் குறைபாடுகள் நாடகத்தின் பிற அம்சங்களால் மறைந்துவிடுகின்றன. பிரதியாகப் படிக்கும் போது இவை துருத்திக் கொண்டு வருகின்றன. உதாரணத்துக்கு கடூழியத்தில் வரும் பின்வரும் வரிகளைக் காட்டலாம்.

வதங்கி நீ சோர வேண்டாம்
வலியதோர் கருவி வேண்டும்
புதன் கிழமைக்கு முன்னால்
தோழரும் அதைத்தான் சொன்னார்

இங்கு 'புதன் கிழமைக்கு முன்னால்' என்ற தொடருக்கு என்ன அவசியம்? புதன் கிழமை தோழரும் அதைத்தான் சொன்னார் என்று வந்திருக்கலாம். ஏன் முன்னால் என்று வரவேண்டும்? முன்னால் என்றால் எப்போது? செவ்வாய்க் கிழமையா, திங்கட் கிழமையா அல்லது அதற்கும் முன்பா? இங்கு யாப்புத் தேவைக்காகவே இத்தொடர் பயன்பட்டுள்ளது. வேறு சிறப்பான முக்கியத்துவம் எதுவும் இல்லை.

இதை முருகையனிடம் மட்டும் காணப்படும் குறை என்று

கூறமுடியாது. உரையாடலுக்குச் செய்யுளைப் பயன்படுத்திய எல்லோரிடமும் - மஹாகவி உட்பட - இத்தகைய குறைபாடுகளை நாம் அவதானிக்க முடியும். இது பாநாடகம் தொடர்பாக நாம் கவனத்தில் கொள்ள வேண்டிய ஒரு முக்கியமான சிக்கல் எனலாம் (நுஃமான், *1985*) எனினும், செய்யுளை நாடகத்துக்குப் பயன்படுத்துவதில் முருகையன் அடைந்த தோல்விகளைவிட வெற்றிகள் முக்கியமானவை. தனது வெற்றி பற்றி முருகையனே *(1995)* பின்வருமாறு கூறுகின்றார்:

"நாடகங்களைச் செய்யுள் நடையில் இயற்றும் பொழுது, அங்கு இடம்பெறும் செய்யுளமைப்பு, பேச்சோசையைத் தட்டிக் கொடுத்து வலுவூட்டும் வண்ணம் அதை இயற்ற முடியுமானால் நாடகத் தன்மை வளம் பெறும். இந்த உணர்வு தான் நாடகங்களை இயற்றுகையில் என் மனதிலே ஊடுருவி நின்று செயற்பட்டது. அதனாலேதான் போலும் அவற்றை ஒலிபரப்பக் கேட்டவர்களும் அவற்றை மேடையேற்றக் கண்டவர்களும் அங்கு பெறப்படும் சொல்லாற்றல் நயத்தில் ஈடுபட்டனர். வேறு சிலர் தாம் இயற்றும் வேறுவகை நாடகங்களிலும் கவிதைப் பண்புள்ள சிற்சில வரிகளையேனும் சேர்த்துக்கொள்ள விரும்பினர். அவ்வாறு சேர்த்தும் கொண்டனர்."

முருகையன் தன் நாடக உரையாடலுக்குச் செய்யுளை பேச்சோசை பற்றிய பிரக்ஞையுடனேயே கையாண்டார் என்பதை இம் மேற்கோள் உணர்த்துகின்றது. எனினும், இடைக்கிடை பேச்சோசை இடறுவதை செய்யுளின் இயல்பான இறுக்கத்தின் விளைவாகவே நாம் கருத வேண்டும்.

7

மொழிபெயர்ப்பு மூலம் தமிழ்க் கவிதைக்கு வளம் சேர்த்தவர்களுள் முருகையனுக்கும் ஒர் முக்கிய இடம் உண்டு. 1960களின் தொடக்கத்திலிருந்தே அவர் கவிதை மொழிபெயர்ப்பு முயற்சியில் ஈடுபட்டுவந்திருகிறார். இவருடைய முதல் நூல் ஒரு வரம் *(1964)*

என்ற மொழிபெயர்ப்புக் கவிதை நூல்தான். வேட்ஸ்வேர்த், ஜோன் டன், கீற்ஸ் போன்ற பன்னிரண்டு ஆங்கில மனோரதியக் கவிஞர்களின் கவிதைகளின் தமிழாக்கங்கள் இத்தொகுப்பில் இடம் பெற்றுள்ளன. இவற்றைச் சுதந்திரமான மொழிபெயர்ப்பு என்று கருதலாம். அக்கால கட்டத்தில் இது ஒரு முக்கியமான முயற்சி. ஈ. இரத்தினத்துடன் இணைந்து இவர் வெளியிட்ட 'நோக்கு' என்ற கவிதை இதழில் சேக்ஸ்பியரின் சில கவிதைகளையும் மொழிபெயர்த்து வெளியிட்டுள்ளார். சோபாக்ளிசின் மன்னன் ஈடிபசை வேறு சிலரும் மொழிபெயர்த்திருக்கின்றனர். ஈ. இரத்தினத்தின் மொழிபெயர்ப்பிலேயே நான் இதனை முதலில் படித்தேன். புரிந்து சுவைப்பதற்கு இடைஞ்சலான பண்டிதத் தமிழில் அதை அவர் மொழிபெயர்த்திருந்தார். முருகையனின் மொழிபெயர்ப்பு - தந்தையின் கூற்றுவன் - சுயாதீனமானதும், எளிமையானதும் எனலாம். யாரும் இலகுவில் படித்துச் சுவைக்கக் கூடியது. சேக்ஸ்பியரின் நாடகங்கள் சிலவற்றையும் முருகையன் மொழிபெயர்த்திருக்கிறார் என்று நினைக்கிறேன். அவை இன்னும் நூல் உருப்பெறவில்லை. நான் பலஸ்தீனக் கவிதைகள் தொகுப்பு முயற்சியில் ஈடுபட்டிருந்த போது எனது வேண்டுகோளுக்கு ஏற்ப சமீஹ் அல் காசிமின் ஏழு கவிதைகளை மொழிபெயர்த்துத் தந்தார். அவை எனது தொகுப்பில் இடம் பெற்றுள்ளன. மொழிபெயர்ப்பு எப்போதுமே முருகையனின் ஆர்வத்துக்குரியது, வாலாயமானது. யாழ் பல்கலைக்கழகத்தில் பட்டதாரி மாணவர்களுக்கு மொழிபெயர்ப்பு நுட்பம் பற்றி சிலகாலம் அவர் விரிவுரையாற்றினார். அதன் உடன் விளைவே மொழிபெயர்ப்பு நுட்பம் என்ற அவரது நூல்.

8

கைலாசபதி (1981) முருகையனின் கருத்துநிலை வளர்ச்சியை மூன்று கட்டங்களாக வகுத்து நோக்குவார்.

1. தொடக்க நிலை (1955 வரை) - காந்தீயம், வள்ளுவம், போர் வெறுப்பு, அமைதி நாட்டம், அற ஒழுக்கம்

2. ஐம்பதுகளின் பிற்பகுதி - இனப்பற்று, மொழியுரிமை கோரும் அரசியல், வாழ்க்கைத் தத்துவத் தேடல், சமூக முரண்களின் அடியான நையாண்டி.

3. அறுபதுகளின் பின் - சமுதாயநீதி, பகுத்தறிவுப் பார்வை, பொதுவுடமை நாட்டம், வாழ்க்கை அனுபவ விமர்சனம்.

ஆயினும், முருகையனைப் பொறுத்தவரை இம் மூன்றும் கட்டிறுக்கமான காலப் பிரிவுகள் அல்ல என்றே தோன்றுகின்றது. மூன்றுக்கும் இடையே ஊடாட்டம் உண்டு. முருகையனுடைய கருத்து நிலையை நான் இரண்டாக வகைப்படுத்தி நோக்க விரும்புகிறேன். ஒன்று, தமிழ்த் தேசியவாதக் கருத்து நிலை, மற்றது, சோசலிசக் கருத்து நிலை.

முருகையன் 1950களின் தொடக்கத்தில் இலக்கிய உலகில் பிரவேசித்து இன்றுவரை தீவிரமாக எழுதிவருபவர். அவர் எழுதத் தொடங்கிய காலகட்டம் இலங்கை சமூக அரசியல் வரலாற்றில் மிக முக்கியமானது. தேசியவாத முரண்பாடுகள் இலங்கை அரசியலில் முனைப்புப் பெற்ற காலம் இது. தமிழ்த் தேசியவாதம், மொழிவழித் தேசியவாதமாக (Linguistic Nationalism) வளர்ச்சிபெற்ற காலகட்டம். சிங்களத் தேசியவாதிகள் மத்தியில் 50களின் தொடக்கத்தில் இருந்தே சிங்களம் மட்டும் ஆட்சி மொழி என்ற கருத்து வலுப்பெற்று வந்தது. 1956ல் அது சட்ட பூர்வமாக்கப்பட்டது. இவற்றின் விளைவாக தமிழர் மத்தியில் தமிழ் உரிமைக்கான போராட்டங்கள் வலுப்பெற்றன. தமிழ் உணர்ச்சி தமிழ்த் தேசியத்தின் பிரதான ஆயுதமாக மாறியது. இதற்கு முன்னரே தமிழ் நாட்டில் உருவாகி வளர்ந்த திராவிட இயக்கமும் தமிழ் உணர்ச்சியும் இலங்கைத் தமிழருக்கும் ஆதர்சமாக அமைந்தன. இந்நிலையில் 1950களில் இலங்கைத் தமிழ்க் கவிதை தமிழ் உணர்ச்சியினதும், மொழி வழித் தேசியவாதத்தினதும் கருவியாகச் செயற்படத் தொடங்கியது. சுதந்திரன் போன்ற பத்திரிகைகள் இதற்கு வெளியீட்டுக் களமாகின. 1950 முதல் 1958 வரை இலங்கைத் தமிழ்க் கவிதையில் தமிழ் உணர்ச்சி பொங்கிப் பிரவாகித்தது எனலாம். தான் எழுதத் தொடங்கிய அக்கால கட்டத்தில் முருகையன் தமிழ் உணர்ச்சியின் தீவிரமான

பாதிப்புக்குட்பட்டிருந்தார் என்பதை அக்காலத்தில் அவர் எழுதிய கவிதைகள் உணர்த்துகின்றன. 1952முதல் 1957 வரை அவர் எழுதிய இத்தகைய 26 கவிதைகள் 2001ல் வெளிவந்த அவரது ஒவ்வொரு புல்லும் பூவும் பிள்ளையும் என்ற தொகுப்பில் இடம் பெற்றுள்ளன. இந்நூலுக்கு எழுதிய முன்னுரையில் தன் இன-மொழிப் பற்றின் பின்னணி பற்றி முருகையன் (2001) பின்வருமாறு எழுதுகின்றார்.

"இக்கவிதைகளின் உயிர்நிலை இனப்பற்று என்னும் உணர்வு, என்னைப் பொறுத்தவரை இந்த உணர்வு அக்காலத்தில் நம் சூழலிலே தலையெடுத்த மொழிப்பற்று, மொழியன்பு என்பவற்றை மையமாகக் கொண்டே எழலாயிற்று. அன்றைய பள்ளிச் சிறுவர்கள் பாரதி, பாரதிதாசன், நாமக்கல் வெ. இராமலிங்கம் பிள்ளை, தேசிக விநாயகம் பிள்ளை, நவாலியூர் சோமசுந்தரப் புலவர் ஆகியோரின் படைப்புகளை விரும்பிப் படித்தவர்கள். இந்தக் கவிதைகளைத் தவிர ரா.பி.சேதுப்பிள்ளை, சி.என்.அண்ணாதுரை, மு.கருணாநிதி முதலானோரின் ஆக்கங்களும் புத்தகச் சந்தையில் நிறையப் புழங்கின. இவற்றில் வரும் அடுக்குமொழி வசனங்களும் ஆர்ப்பாட்டப் போர்ப்பாட்டுக்களும்கூட நம்மவரின் வாசிப்புப் பசிக்கு இரைபோட்டன. மொழி அபிமானங்களும் தீவிர முழக்கங்களும் இளவயதினரிடம் பெரும் செல்வாக்கைப் பெற்றன. இந்த மொழியின்பத்தின் வசப்பட்டு, கிறங்கி நின்ற என் போன்றோர்க்கு தமிழின் பெருமையையும் சிறப்பையும் பாடுவது இயல்பாகவே அமைந்த ஒரு 'கலைத்தொழில்' ஆயிற்று".

அக்காலத்து இளைஞர்களை, கவிஞர்களை ஈர்த்த மொழி உணர்வின் பொதுவான பின்னணியை முருகையனின் இக் கூற்றுத் தெளிவுபடுத்துகின்றது. சிங்களம் மட்டும் ஆட்சி மொழி என்ற நிலைப்பாட்டுக்கு எதிரான மொழி உரிமைப் போராட்டம், ஒரு பண்பாட்டு - அரசியல் போராட்டமாக எழுச்சியடைந்த சூழலில்தான் வீறார்ந்த மொழி உணர்ச்சிக் கவிதைகள் எழுந்தன. இங்கு முருகையனின் கவிதைகளிலிருந்து சில உதாரணங்களை நோக்கலாம்:

மொழியே உயிர், முதலாவது.
முடிவாவதும் அதுவே
முடியாது-
அதை விடவா?
சமர் முரசே அறை தமிழா
விழியே மொழி
ஒரு போதிலும்
மிதிகாலிடல் சகியோம்

...

தாயை ஒறுத்திடுவோரை எதிர்த்திடு
தாழ்வோடத்
தானை நடத்துக, போதும் இனிப்பொறை
தன்மானச்
சீயமெனப்பகை சாய வலத்தோடு
செல்லாயோ?
தேயமிதில் பிறழ் ஞாயம் இருப்பது
தீராயோ?

...

இனவெறி பற்றி எரிந்தது
உரிமை இழப்பு நிகழ்ந்தது
இதனை நினைந்து வெகுண்டெழு
இணையறு வெற்றி பெறும்வகை
மனமிசை உற்ற பலம் கொடு
மறலியை ஒத்து முனைந்தெழு
மடமை கெடப்பொரு
நல்லவர்
மகிழ உயர்த்துக உன்கொடி.

அக்காலத்தில் முன்னெடுக்கப்பட்ட மொழி உரிமைப் போராட்டம் அறப் போர் என்றே அழைக்கப்பட்டது. 'அறப்போர் தொடுப்போம் என்பது ஜனரஞ்சகமான அரசியல் சுலோகமாகப்

பயன்படுத்தப்பட்டது. முருகையன் இக்காலகட்டக் கவிதைகளில் அறப்போர், அறச்சமர், அறச்செரு என்ற தொடர்களை அடிக்கடி பயன்படுத்தியிருக்கிறார். இங்கு சில உதாரணங்களைப் பார்க்கலாம்.

பழமையை மட்டும் இசைப்பது
பழுதினி இக்கணம்
ஒப்பறு
படைகள் திரட்டி அறச்செரு
முனையில் மறத்தை அறுத்திடு

...

வெம்பகையின்
கும்மிருள் தீர்ந்ததடா'
உரிமை
விடுதலை வந்தது
அறச் செருவில்
வீழ்ந்தது தீமை என்று ஆர்த்தெழுவாய்

...

நாளை அறச்சமர் வெற்றிதரும்
நாங்கள் தலையை நிமிர்த்துகிற
வேளை பிறந்திடும் என்றுரைப்பாய்
இங்கே
ஈழத்திலே அறப்போரிடுவோம்
ஒத்த மனத்தினராய்த்
தமிழர்
ஒன்று கலந்து இக் கணத்தினிலே

'அறப்போர்' என்பதை வன்முறையற்ற அகிம்சைப் போராட்டம் என்பதாகவே அக்கால கட்டத்தில் தமிழ்த் தேசியவாதிகள் கட்டமைத்திருந்தனர். முருகையன் இந்த அறப்போரின் அகிம்சைத்

தன்மையை தனது சில கவிதைகளில் தெளிவுபடுத்தியிருக்கிறார். 'வெல்வது திண்ணம்' என்ற கவிதையில் அறப்போருக்கு அவர் தரும் விளக்கம் பின்வருமாறு:

கத்தி, இரத்தம் எதுவுமின்றி
கையிடை கணை, வாள், ஈட்டி இன்றி
சித்தமிசைச் சினம் ஏதுமின்றி
சிங்களர் மீதிற் குரோதமின்றி
எத்திசையும் வியப்பெய்த
இங்கே
ஈழத்தில் அறப்போரிடுவோம்
ஒத்த மனத்தினராய்த்
தமிழர்
ஒன்று கலந்து இக்கணத்தினிலே
உள்ளத்திலே சுரந்தூறும் அன்பே
ஒப்பற்ற தங்கள் படைகள் என
வள்ளுவன் வான்மறை சொன்ன அற
வாசகம் தங்கள் கவசமென
பிள்ளை மனப்பெருங் காந்தியரின்
பேச்சுகள் தங்கள் மறைகள் என
கொள்ளும் மனத்திறம் கொண்ட குணக்
குன்றுகள் வெல்வது திண்ணமடா

இந்த அகிம்சைக் கோட்பாடு எவ்வாறாயினும், முருகையன், நீலாவணன், இராஜபாரதி, சில்லையூர் செல்வராஜன், மஹாகவி, காசி ஆனந்தன் போன்றோர் அக்காலத்தில் எழுதிய வீறார்ந்த மொழி உரிமைப் போராட்டக் கவிதைகளைப் பார்க்கும் போது, முருகையன் (2001) சொல்வதுபோல "ஆயுதப் போர்ச் சூழலுக்குரிய சொல்லாடல் மரபுகள்" அவற்றுள் சிலவற்றில் மேலோங்கித் தெரிவதை அவதானிக்க முடியும். முருகையன் (2001) கருதுவதுபோல் "இது அணி நயம் நோக்கிய உத்தி மட்டுமே" என்று கொள்வதைவிட தேசியவாதச் சொல்லாடலின் உள்ளார்ந்த அம்சம் என்றே கருதுதல் வேண்டும்.

நான் பிறிதொரு இடத்தில் குறிப்பிட்டிருப்பதுபோல், 1958ம்

ஆண்டின் இனக்கலவரம். இக்கவிதைப் போக்கை ஒரு முடிவுக்குக் கொண்டுவந்தது. இனரீதியிலான அரசியல் எழுச்சியின் விளைவுகளை மனிதாபிமானம் மிக்க இக்கவிஞர்கள் நேரடியாகக் கண்டனர். பலர் இதில் இருந்து விடுபட்டனர். சிலர் புதியதொரு அரசியல் போக்குக்கான தேடலில் ஈடபட்டனர்.

1958க்குப் பிறகும் ஒருபுறம் இனத்துவ அரசியல் தொடர்ந்தாலும் 1960களில் இலங்கையில் இடதுசாரி அரசியல், சோசலிச சித்தாந்தம் என்பன மேல்நிலைக்கு வந்தன. இடதுசாரிகள் வர்க்கப் போராட்டத்தை முதன்மைப்படுத்தினர். சாதி ஒடுக்கு முறையை வர்க்க ஒடுக்கு முறையின் ஒரு பகுதியாகப் பார்த்தனர். வர்க்க விடுதலை இன விடுதலைக்கு அடிப்படை எனக் கருதினர். 1960, 70களில் முருகையன் இந்த அரசியல் கருத்து நிலை நின்று கவிதைகள் படைத்தார். இக்கால கட்டத்தில் இவர் படைத்த பெரும்பாலான படைப்புகளில் இந்த முற்போக்குக் கருத்து நிலையின் செல்வாக்கைக் காணலாம். கடூழியம், அப்பரும் சுப்பரும் முதலியன இந்தக் கருத்து நிலையின் வெளிப்பாடுதான். கோபுரவால் சாதி ஒடுக்கு முறைக்கு எதிரான இடதுசாரி நிலைப்பாட்டை வெளிப்படுத்தும் நாடகம். இந்த அடிப்படையிலேயே சமூக விமர்சனம் சார்ந்த அநேக கவிதைகளை அவர் எழுதினார். 'இரண்டாயிரம் ஆண்டுப் பழைய சுமை எங்களுக்கு' தமிழ்ப் பழமைவாதம் பற்றிய அவரது தீவிரமான விமர்சனத்தை வெளிப்படுத்தும் முக்கியமான கவிதை. அவருடைய கூடல் ஆண், பெண் ஒருமைப்பாட்டை வலியுறுத்தும் சிறு நாடகம்.

முருகையன் அரசியல் துறையில் கட்சி சார்ந்த ஒரு இடது சாரியாக இயங்காவிடினும் பண்பாட்டுத் துறையில், இக்காலக்கட்டத்தில் தமிழ்த் தேசியவாதத்தில் இருந்து, ஒரு பரந்த அர்த்தத்தில் சோசலிசக் கருத்து நிலைக்கு மாற்றமடைந்தார் என்று கூறுவது தவறாகாது.

1980கள் ஈழத்து இடதுசாரிகள் பலரை கருத்துநிலை நெருக்கடிக்கு உள்ளாக்கிய காலகட்டம் எனலாம். தமிழ்த் தேசியவாதம் ஆயுதப் போராட்ட வடிவத்தை எடுத்ததும் அதற்கு எதிராக அரச பயங்கரவாதம் தமிழ்ப் பிரதேசங்களில் கட்டவிழ்த்து விடப்பட்டதும் இக்காலப்பகுதியில்தான்.

கடந்த இருபத்தைந்தாண்டுகால ஈழத்து வரலாறு இனத்துவ யுத்தத்தின் வரலாறுதான். முருகையனின் (2001) வார்த்தைகளில் செல்வதாயின் இக் "காலப்பகுதி நெடியதொரு நரக வேதனையாக, தமிழினத்தாருக்கு மட்டுமன்றி ஏனைய சாராருக்கும் அமைந்துவிட்டது. நீரும் நெருப்பும் ஆக மட்டுமல்லாது, சிதறிய சீவியங்களுக்குக் காலாகி, கண்ணீரும் வெப்ப மூச்சும், கதறலும் பதைப்பும் சாவும், வெண்ணீற்றுச் சாம்பல்மேடும் விளைத்து இந்நாட்டு மக்கள் சகலரையும் உலுக்கிக் குலுக்கிக் கொண்டு முடிவின்றி நீண்டு செல்கின்றது."

இனத்துவவாத அரசியல் மேலோங்கிய காலகட்டத்தில் வர்க்கப் போராட்ட இடதுசாரி அரசியல் பின்னடைவது எதிர்பார்க்கக் கூடியதே. இச் சூழ்நிலையில் இடதுசாரிக் கருத்துநிலையாளர்கள் சிலர் இனத்துவ அரசியலின் ஆதரவாளர்களாயினர், சிலர் அதன் எதிரிகளாயினர், சிலர் மௌனிகளாயினர், வேறு சிலர் இன ஒடுக்குமுறைக்கு எதிராகவும் இனத்துவ ஒருமைப்பாட்டுக்கு ஆதரவாகவும் பேசும் சமரசவாதிகளாக மாறினர்.

1980க்குப் பின் முருகையன் எழுதிய பல கவிதைகளைப் பார்க்கும் போது அவர் இந்த நான்காவது பிரிவுக்குள் அங்கத்துவம் பெறுகிறார் என்று தோன்றுகின்றது. நீண்ட காலம் கொழும்பில் பணிபுரிந்த முருகையன் 80க்குப் பிந்திய கடந்த கால் நூற்றாண்டு காலத்தை யாழ்ப்பாணத்தில் யுத்த சூழலிலேயே கழித்திருக்கிறார். இராணுவ ஒடுக்கு முறையின் குரூரத்தை நேரடியாகக் கண்டவர் அவர். அவ்வகையில் யாழ்ப்பாணத்தில் கட்டவிழ்த்துவிடப்பட்ட இராணுவ ஒடுக்கு முறைபற்றி அநேக கவிதைகளை எழுதியிருக்கிறார். 80க்குப் பின் உருவாகிய யுத்தகால இலக்கியத்துக்கு அவருடைய பங்களிப்பு கணிசமானது. அந்தவகையில் வேலியும் காவலும் அவருடைய முதலாவது கவிதை என்று நினைக்கின்றேன். அரச படைகள் 1981ல் யாழ்ப்பாணத்தில் ஏற்படுத்திய அழிவு பற்றிய கவிதை அது. அதையே பின்னர் வெறியாட்டு என்ற சிறு நாடகமாக, பாட்டுக் கூத்தாக அவர் விரிவுபடுத்தினார். ஒவ்வொரு புல்லும், பூவும், பிள்ளையும் என்ற தொகுப்பில் இப்பொருள் பற்றிய பதினேழு கவிதைகள் சேர்க்கப்பட்டுள்ளன.

1950களில் மொழி உரிமைக்கான 'அறப்போருக்கு' ஆதரவாக வீறார்ந்த கவிதைகள் எழுதிய முருகையன், அதன் முதிர்ந்த வடிவமாக 1980களில் வெளிப்பட்ட 'மறப்போர்' அல்லது ஆயுதப் போர் குறித்து எத்தகைய நிலைப்பாட்டை கொண்டிருக்கிறார் என்பது நம்முள் எழும் ஒரு முக்கியமான கேள்வி. இராணுவ அடக்கு முறைக்கு எதிரான உணர்வுகளை வெளிப்படுத்தும் முருகையனின் கவிதைகளே இதுவரை எனக்குப் படிக்கக் கிடைத்தன. விடுதலை இயக்கங்களின் வன்முறை பற்றி முருகையன் எழுதியுள்ளாரா என்று தெரியவில்லை. எனினும் 'பாற்கடல்' என்ற கவிதையில் அவரது நிலைப்பாடு உருவகப்பாணியில் வெளிப்படுவதாகக் கொள்ளலாம். தேவர்கள் அமுதம் வேண்டி பாற்கடலைக் கடையும் போது நஞ்சு புறப்பட்ட ஐதீகத்தை அடிப்படையாகக் கொண்டு இக் கவிதை புனையப்பட்டுள்ளது.

நஞ்சு பிறந்தால் அதற்கு
நாம் பயந்து விடலாமோ?
நன்மை வேண்டின்
அஞ்சி யஞ்சிச் சாவதனால்
ஆவதொன்றும் இல்லையப்பா
அமுதம் காண்போம்

அடிக்கடிதான் இப்போது நஞ்சுவரும்
ஆனாலும் அதனைச் சாட்டி
நடுக்கடலில் மத்தைவிட்டு
நாம் விலகி ஓடுவதா?

இக்கவிதையில் நஞ்சு விடுதலைப் பேராட்டத்தின் தற்காலிகப் பாதிப்புகளையும் அமுதம் இறுதி வெற்றி - விடுதலையையும் கட்டுவதாகக் கொள்ளலாமா? 1993ல் லண்டனில் இருந்து வெளிவந்த ஒரு சஞ்சிகையில் மறு பிரசுரமான விடுதலைப் புலிகளுக்கு ஆதரவான முருகையனின் இரண்டு கவிதைகளையும் பரதேசிப்பாவாணர் என்பவர் அதற்கு எழுதிய மறுப்புக் கவிதைகளையும் படிக்க நேர்ந்தது. முருகையனின் ஒரு கவிதை 'தற்கொடை' என்ற தலைப்பில் பத்துக் குறள்களைக் கொண்டது.

இது புலிகளின் தற்கொலைப் படையை புகழ்ந்தேற்றுவதாகவும், மற்றக் கவிதை சுதந்திரத்தின் சங்கீதம் என்ற தலைப்பில் புலிகள் இயக்கத்தின் வீரத்தையும், அர்ப்பணிப்பையும் புகழ்ந்தேற்றுவதாகவும் அமைந்தது. இக்கவிதைகளைப் படித்த சிலர் முருகையன் வன்முறை அரசியலை நோக்கிய கருத்துநிலை மாற்றத்துக்கு ஆட்பட்டுவிட்டாரா என்று ஐயம் எழுப்பினர். வேறு சிலர் சூழலின் நிர்ப்பந்தம் இத்தகைய கவிதைகளுக்குப் பின்புலமாக இருக்கலாம் என அமைதி கண்டனர்.

இது எவ்வாறாயினும், முருகையன் ஒரு பரந்த அர்த்தத்தில் மனித மேன்மையில் நம்பிக்கை கொண்டவர். இனத்துவம், இன மேன்மைவாதங்களுக்கு அப்பாலானவர். இனமோதல், முரண்பாடுகளை அவர் 'குறுநலப் பித்தம்' என்றே கருதுகிறார். இத்தலைப்பில் அவர் எழுதிய கவிதை ஒன்று முக்கியமானது. அவரது பண்பாட்டுப் பன்மைத்துவ எண்ணங்களை வெளிப்படுத்துவது.

> "ஒருநாள்.... தமிழன்
> தனிமையில் கல்லில் உட்கார்ந்திருந்தான்."

என்று தொடங்குகின்றது கவிதை. அவன் மனித குலத்தைப் பற்றிச் சிந்திக்கிறான். வெவ்வேறு கண்டங்களில், வெவ்வேறு சமூகங்களில் வெவ்வேறு பண்பாடுகள், பழக்கவழக்கங்கள், சம்பிரதாயங்கள், மத வழிபாட்டு முறைகள் இருப்பது பற்றிச் சிந்திக்கிறான். இவற்றை மனிதன் தன் இன மேன்மைக்குரிய சான்றாகக் கொண்டு மோதி பெருமை கெட்டுக் கிடப்பதைப் பற்றியும் சிந்திக்கிறான்.

> 'இனமேன்மைவாதக்
> குறுநலப் பித்தம் எழுந்ததனால்
> சனமேன்மை வாதத்தின்
> சாத்தியப்பாடு தளர்வடைந்து
> மனமேன்மை கெட்ட
> மனிதகுலமாகி வாழ்வு கெட்டுச்
> சினமேன்மையே ஓங்கிச்
> சீரழிவாகிய செய்தி என்னே!

என்று கலங்குகின்றான். ஈழத்தில் மட்டுமல்ல. இந்த நிலை உலகெங்கும் நிலைமை இதுதான் என்பதையும் காண்கின்றான்.

'எங்கு பார்த்தாலும் இதுதான்
நிலைபரம்
என்ன செய்வோம்?
எங்கு பார்த்தாலும் இதுதான்
அரசியல் - ஈனநிலை
எங்கு பார்த்தாலும் இவைகளே
போர்க்குரல் - ஏச்சொலிகள்
எங்கு பார்த்தாலும்
இனக்கொலைப் பாதக ஈனங்களே'

என்று சிந்திக்கின்றான். கவிதை இவ்வாறு முடிகின்றது.

எண்ணத்தில் மூழ்கி
இருந்த தமிழன் எழும்பி நின்றான்
கண்ணைத் திறந்து சிறிதே
இமையைக் கசக்கிவிட்டான்
திண்ணமாய் ஒன்றும் தெளிவில்லை
நல்லதோர் தேற்றமில்லை
அண்ணாந்து பார்க்கிறான்
அங்கலாய்ப்பால்
என்ன ஆகும் இங்கே

இந்த இனமுரண்பாட்டு மோதலில் சிக்கி சிதறுண்டு கலங்கி நிற்கும் தமிழனின் கையறுநிலையை இக்கவிதை கூறுகின்றது. அங்கலாய்ப்பு தமிழனுடையது மட்டுமல்ல. எல்லோருடையதும்தான். 'இனமேன்மை வாதக் குறுநலப் பித்தம்' பற்றிய முருகையனின் இந்த அங்கலாய்ப்பு அவரது தார்மீக - அற உணர்வில் இருந்து வருவது. ஒரு சுய விசாரணையாகவும், புற விசாரணையாகவும் அமைவது. இந்த அங்கலாய்ப்பு இந்தப் பித்தத்துக்கான பரிகாரத்துக்கு நம்மை இட்டுச் செல்ல வேண்டும்.

9

கடைசியாக முருகையனின் கலையாக்கம் பற்றிச் சிறிது கூற வேண்டும். சண்முகம் சிவலிங்கம் (1970) தற்காலத் தமிழ்க் கவிதையில் இரண்டு வகையான கலையாக்க நெறிகளை இனங்காண்கின்றார். கட்புலக் கலையாக்கம், செவிப்புலக் கலையாக்கம் என அவற்றுக்குப் பெயரிடுகிறார். இவற்றைத் தெளிவாக வேறுபடுத்துவது சிரமம் எனினும், செய்யுளின் யாப்போசையை அடிப்படையாகக் கொண்டு எண்ணங்களை அல்லது உணர்ச்சிகளை வெளிப்படுத்துவது செவிப்புலக் கலையாக்கம் என்றும். வார்த்தைகளால் சொற் சித்திரங்களை உருவாக்கி அனுபவங்களை அகக் காட்சியாகக் காணச் செய்வது கட்புலக் கலையாக்கம் என்றும் வரையறுக்கலாம். செவிபுலக் கலையாக்கத்தில் எண்ணம், சிந்தனை அல்லது உணர்ச்சி முதன்மை பெறும் என்றும் கட்புலக் கலையாகத்தில், சிந்தனை, எண்ணம் அல்லது உணர்ச்சிக்கு அடிப்படையான அனுபவம் முதன்மை பெறும் என்றும் கூறலாம். இன்னொரு வகையில் கூறுவதாயின் செவிப்புலக் கலையாக்கம் கருத்தை அடிப்படையாகக் கொண்டதென்றும் கட்புலக் கலையாக்கம் காட்சி அனுபவத்தை அடிப்படையாகக் கொண்டதென்றும் கூறலாம்.

சாதிகள் இல்லையடி பாப்பா - குலத்
தாழ்ச்சி உயர்ச்சி சொல்லல் பாவம்

என்ற பாரதியின் வரிகளை செவிப்புலக் கலையாக்கத்துக்கு உதாரணமாகச் சொன்னால் மஹாகவியின் 'தேரும் திங்களும்' கவிதையைக் கட்புலக் கலையாகத்துக்கு உதாரணமாகக் கூறலாம். பாரதி பாடல் சாதி ஏற்றத் தாழ்வுக்கு எதிரான கருத்தை செய்யுளைப் பயன்படுத்தி சந்தலயத்துடன் கூறுகின்றது. மஹாகவியின் தேரும் திங்களும் சாதியமைப்புக்கு எதிரான கருத்தைக் கூறுவதில்லை. பதிலாக சாதி அமைப்பின் வக்கிரத்தை

காட்சிப் படிமங்களினூடு காட்டி சாதி அமைப்புக்கு எதிரான உணர்வைத் தட்டி எழுப்புகின்றது.

இவ்விரு கலையாக்க நெறிகளும் வெவ்வேறு அளவில் ஒரு கவிஞரிடம் காணப்படலாம். தமிழ்க் கவிதை வரலாற்றை சற்று நோக்கினால், காவிய மரபைத் தவிர்த்து சங்ககாலத்துக்குப் பிந்திய தமிழ்க் கவிதை பெரிதும் செவிப்புலக் கலையாக்கத்தையே அடிப்படையாகக் கொண்டிருந்தது என்று கூறலாம். செய்யுளில் கூறப்பட்ட ஒரு கருத்து கவிதையாகக் கருதப்பட்டு, பின்னர் செய்யுளே கவிதையாகக் கருதப்பட்டது இப்பினணியில்தான்.

முருகையனின் படைப்புகளில் இவ்விருவகைக் கலையாக்க நெறிகளையும் நாம் காணமுடியும். எனினும், பெரும்பாலான அவரது தனிக்கவிதைகள் செவிப்புலக் கலையாக்க நெறிப்பட்டன என்பது தவறாகாது. 'விஞ்ஞானப் பட்டதாரியான முருகையனின் கவிதைகளில் சிந்தனைக் கனதியே பிரதான அம்சமாகும்' என **1979**ல் இருபதாம் நூற்றாண்டு ஈழத்துத் தமிழ் இலக்கியம் என்ற நூலில் குறிப்பிட்டிருக்கிறேன். "முருகையனது கவிதைகள் எப்பொழுதுமே ஆய்வறிவுப் பண்புடையனவாய் இருத்தல் சிறப்பாகக் குறிப்பிட வேண்டியதாகும். உணர்ச்சி வெள்ளத்தில் அடிபட்டுப் போகாமல் நிதானித்து விஷயங்களை ஆழமாக நோக்கிக் கவிபாடும் நோக்கும் போக்கும் அவரின் சிறப்பியல்புகள்" என்று கைலாசபதி (1981) குறிப்பிடுகிறார். இந்தச் சிந்தனை அல்லது ஆய்வறிவு நோக்கு முருகையனிடம் செவிப்புலக் கலையாக்கத்தையே வேண்டி நிற்கின்றது. முருகையனின் நாடகங்கள், காவியங்கள் என்பன காட்சிப் படிமங்களைக் கையாண்டாலும் அவை குறியீட்டுப்பாங்கான பொதுமைப்படுத்தப்பட்ட படிமங்களே. அவற்றில் இடம் பெறுவன திட்டமான யதார்த்த அனுபவங்கள் என்பதைவிட பொதுமைப்படுத்தப்பட்ட கருத்துரூபமான அனுபவங்களாகவே உள்ளன. அவ்வகையில் அவையும் உண்மையான அனுபவ உலகு சார்ந்தவையாக அன்றி ஆய்வறிவு ரீதியான கருத்துலகு சார்ந்தவையாக உள்ளன. கடூழியம், அப்பரும் சுப்பரும் ஆகிய இரு நாடகங்களையும் இதற்கு உதாரணமாகக் கொள்ளலாம். இவ்விரு நாடகங்களின் தொனிப்பொருளும் சமகால வாழக்கை

யதார்த்தத்தில் இருந்து கிரகித்துக் கொள்ளப்பட்டவை. கருத்துநிலை சார்ந்தவை. இக்கருத்துநிலைக்குக் குறியீடுகள் மூலம் முருகையன் மேடை வடிவம் கொடுக்கிறார். உதாரணமாக, அப்பரும் சுப்பரும் நாடகம் எவ்வாறு வடிவமைக்கப்பட்டுள்ளது என்று பார்ப்போம்.

அப்பர், சுப்பர் இருவரும் இரண்டு அரசியல் கட்சிகளின் குறியீடுகள். அன்னம்மாள் தேசத்தின் குறியீடு. அவளுடைய கையிலே ஒரு தொப்பியுண்டு. அது அதிகாரத்தின், வாக்குரிமையின் குறியீடு. தொப்பி யாருடைய தலைக்குப் போகிறதோ அவர் நிருவாகத்தை நடத்துவார். மேடையின் ஒரு புறத்திலே அன்னம்மாளின் குடிசை. மறுபுறத்திலே அலுவலகம். அன்னம்மாள் மேடையின் நடுவிலே நின்று தொப்பியைச் சுழற்றுகிறாள். அப்பரும் சுப்பரும் அதைப் பிடிக்க முயல்கின்றனர். இம்முறை தொப்பியைத் தமக்கே தரும்படி இருவரும் கேட்கின்றனர். வாக்குறுதிகள் அளிக்கின்றனர். தொப்பி முதலில் அப்பருக்குப் போகிறது. அவரது ஆட்சி நடக்கிறது. வாக்குறுதிகள் நிறைவேறவில்லை. ஊழல் பெருகுகிறது. அன்னம்மாள் அப்பரை வீழ்த்தித் தொப்பியைக் கைப்பற்றுகிறாள்.

திரும்பவும் தொப்பி சுழற்றல் நிகழ்கின்றது. இம்முறை தொப்பி சுப்பருக்குப் போகின்றது. அவருடைய ஆட்சியும் வழமைப்படியே. சுப்பரின் தொப்பியும் கழற்றப்படுகின்றது. அன்னம்மாளின் இளையமகன் வன்முறையில் நாட்டங்கொள்கிறான். இது இளைஞர் கிளர்ச்சியின் குறியீடு. இளையவனை நல்வழிப்படுத்த என்றே அடுத்த முறை மீண்டும் தொப்பியை அப்பருக்கு வழங்குகிறாள் அன்னம்மாள். அப்பருடைய ஊழல் ஆட்சி திரும்பவும் ஆரம்பம். எதிர்ப்புக் கிளம்புகிறது. அப்பரின் ஆட்சி பறிபோகிறது. திரும்பவும் மேடையில் தொப்பி சுழலத் தொடங்குகிறது. அப்பரும் சுப்பரும் அதைப்பிடிக்க முயல்கின்றர். அன்னம்மாள் மேடையில் தோன்றி விளையாட்டை நிறுத்துகிறாள். அன்னம்மாளும் பிள்ளைகளும் புதிய சங்கற்பம் பூணுகின்றனர். நாடகம் முடிகிறது.

இந்த நாடகத்திலே எல்லாப் பாத்திரங்களும் குறியீட்டுப் பாத்திரங்கள் என்பது வெளிப்படை. அதாவது, உண்மை மனிதர்கள்

அல்லர், குறியீட்டு மனிதர்கள். நிகழ்வுகளும் அப்படியே. கடூழியமும் இத்தகைய அமைப்பிலேயே பின்னப்பட்டுள்ளது. முருகையன் சமூக யதார்த்தத்தின் சாரத்தைக் கருத்துரீதியாகக் கிரகித்துக்கொண்டு, அக்கருத்தைக் குறியீட்டுவடிவில் விளக்குகிறார். இன்னும் ஒரு வகையில் சொன்னால், யதார்த்த உண்மைகளை அவர் பொதுமைப்படுத்துகிறார் எனலாம். அந்த வகையில் அவரது நாடகங்கள் கருத்துரூபமாக உள்ளன. இதுவே முருகையனுடைய பொதுவான கலைநெறியுமாகும். அவரது பெரும்பாலான கவிதைகளிலும், நெடும்பகல், ஆதிபகவன் முதலிய காவியங்களிலும் இக்கலை முறையே பின்பற்றப்பட்டுள்ளது. ஒரு விஞ்ஞான உண்மையை கணிதவியல் குறியீடுகள் கொண்டு விளக்குவது போன்றதே இது. முருகையனுடைய விஞ்ஞானப் புலமை அவரது இலக்கிய நெறியின் மீது செலுத்திய ஆளுகையாக நாம் இதனைக் கருதலாம். தன் செய்யுள் ஆளுமையைப் பயன்படுத்திக் கருத்துகளை நேரடியாகக் கூறுதல் அல்லது குறியீடுகள், உருவகங்கள் மூலம் எடுத்துரைத்தல் இதுவே முருகையனின் கலைநெறி எனலாம். இதில் செவிப்புலக் கலையாக்கத்தின் ஆதிக்கமும் கட்புலக் கலையாக்கத்தின் அம்சங்கள் கலந்துள்ளன. அவரது இக்கலை நெறி தமிழுக்கு வளம் சேர்த்துள்ளது என்றே கூற வேண்டும்.

உசாத்துணை

கைலாசபதி, க. (1967) முன்னுரை, *நெடும்பகல்;* அமுத நிலையம், சென்னை.

கைலாசபதி, க. (1981) "எமது கவிஞர்கள் - முருகையன்" *சமூகத்தொண்டன்,* இதழ் 3, யாழ்ப்பாணம்.

சிவசேகரம், சி (1995) *விமர்சனங்கள்,* தேசியகலை இலக்கியப் பேரவை - சவுத் ஏசியன் புக்ஸ், சென்னை.

சண்முகம் சிவலிங்கம், (1970) "மஹாகவியும் தமிழ்க் கவிதையும்" *கோடை,* வாசகர் சங்கவெளியீடு, கல்முனை.

நுஃமான், எம். ஏ.(1985) "பாநாடகங்கள்: சில கருத்துகள்" திறனாய்வுக் கட்டுரைகள், அன்னம் பிரைவேட் லிமிடட், சிவகங்கை

முருகையன் (1972) *இனி ஒரு விதி செய்வோம்: கவிதைச் சிந்தனைகள்,* வரதர் வெளியீடு, யாழ்ப்பாணம்

முருகையன் (1990) *மாடும் கயிறுகள் அறுக்கும்,* சென்னை புக்ஸ், சென்னை.

முருகையன் (1992) *நாங்கள் மனிதர்,* தேசிய கலை இலக்கியப் பேரவை - சவுத் ஏசியன் புக்ஸ், சென்னை.

முருகையன் (1995) *மேற்பூச்சு,* தேசிய கலை இலக்கியப் பேரவை - சவுத் ஏசியன் புக்ஸ், சென்னை.

முருகையன் (2001) *ஒவ்வொரு புல்லும் பூவும் பிள்ளையும்,* தேசியகலை இலக்கியப் பேரவை, கொழும்பு.

முருகையனின் கவிதை, நாடக நூல்கள்

ஒருவரம் – (1964), வந்துசேர்ந்தன, தரிசனம் – (1965),

நெடும்பகல் (1967), கோபுரவாசல் (1969), ஆதிபகவன் (1978),

வெறியாட்டு (1986), அது-அவர்கள் (1986), மாடும் கயிறுகள் அறுக்கும் (1990)

நாங்கள் மனிதர் (1992), மேற்பூச்சு (1995), சங்கடங்கள் (2000),

ஒவ்வொரு புல்லும் பூவும் பிள்ளையும் (2001), உண்மை (2002)

நீலாவணன் கவிதைகள்

உன்னிடம் வருகையில்
நான் ஒரு சிறுவன்
கண்விடுக்காத பூனைக் குட்டிபோல்
உலகம் அறியா ஒரு பாலகனாய்
உன்னிடம் வந்தேன்
நீ உன் கவிதை மாளிகை வாசலை
எனது கண்ணெதிர் திறந்து காட்டினாய்
நீலாவணையின் கடற்கரை மணலில்
நீ உன் கவிதை வீணையை மீட்டினாய்.

நீலாவணன் இறந்தபோது அவர் நினைவாக நான் எழுதிய கவிதை இவ்வாறுதான் தொடங்குகின்றது. நீலாவணனுக்கும் எனக்குமிடையே நிலவிய உறவு இரண்டு கவிஞர்களுக்கிடையே இருந்த வெறும் இலக்கிய உறவு மட்டுமல்ல. அண்ணன் தம்பி உறவாகவும், குரு சிஷ்ய உறவாகவும் கூட இது இருந்தது. நீலாவணனின் உறவு கிடைத்திருக்காவிட்டால் உண்மையில் நான் இன்றிருப்பதுபோல் ஒரு கவிஞனாக, இலக்கியகாரனாக உருவாகியிருக்க முடியாது என்றே நம்புகின்றேன்.

நான் முதல்முதல் நீலாவணனைச் சந்தித்தது இன்னும் பசுமையாக நினைவிருக்கிறது. 1960ஆம் ஆண்டு என்று நினைக்கிறேன். கல்முனையில் க.பொ.த. வகுப்பில் படித்துக்கொண்டிருந்த காலம்.

அந்நாட்களில் இலக்கியம் - கவிதை போன்ற சங்கதிகள் பற்றி எனக்கு அதிகம் தெரியாது. பத்திரிகைகளில் வரும் எழுத்துகளை வாசிப்பதுண்டு. கவிதை, கதை என அவ்வப்போது ஏதோ கிறுக்கியதும் உண்டு. எனது இலக்கிய ஈடுபாடு அவ்வளவுதான். இதற்குமேல் ஆழ்ந்த இலக்கியப் பரிச்சயம் எதுவும் இல்லை. எனது வகுப்பறை நண்பன் சத்தியநாதனுக்கும் என்போல் எழுத்தில் ஈடுபாடு இருந்தது. நாங்கள் இருவரும் சேர்ந்து ஒரு பத்திரிகை நடத்துவதற்குத் தீர்மானித்தோம். ஒரு நூறு ரூபா போல் பணமும் சேர்த்தோம். அதுதான் எங்களது கைமுதல். அதை வைத்துக்கொண்டுதான் ஒரு பத்திரிகையை அச்சிட்டு வெளியிடத் துணிந்தோம். அதை எங்கள் அறியாமையின் துணிச்சல் என்றுதான் சொல்லவேண்டும்.

ஒரு நாள் சத்தியன் என்னிடம் சொன்னான். "நீலாவணன் என்று ஒரு கவிஞர் இருக்கிறார். நல்ல ஆள் போலத் தெரியுது. நேற்று தபாற் கந்தோரடியில் கண்டு பத்திரிகை அடிக்கிறது சம்பந்தமாகக் கதைத்தேன். ஒரு நாளைக்கு விட்டுக்கு வரச்சொல்லி இருக்கிறார். நாம் போய்ச் சந்திப்போம்" என்று. நீலாவணனின் கவிதைகள் எவற்றையும் அப்போது படித்திருந்ததாக எனக்கு ஞாபகம் இல்லை. அன்று பின்நேரமோ, மறுநாளே நாங்கள் இருவரும் நீலாவணனை சந்திக்கச் சென்றோம். நீலாவணன் கோயிலடியில் இருப்பதாகச் செய்திகிடைத்தது. சைக்கிளைத் தள்ளிக்கொண்டு நாங்கள் கோயில் வளவுக்குச் சென்றோம். ஒரு கறுத்து மெலிந்த மனிதர் தன்னந்தனியாக, கோயிலைச் சுற்றி வளர்ந்து கிடந்த பற்றைகளை வெட்டிக்கொத்தித் துப்பரவு செய்து கொண்டிருந்ததைக் கண்டேன். அவர்தான் நீலாவணன் என்று சத்தியன் சொன்னான். எங்களைக் கண்டதும் மடித்துக்கட்டியிருந்த சாறனை அவிழ்த்துவிட்டபடி அவர் எங்களை நோக்கிவந்தார். கோயில் திண்ணையில் அமர்ந்து நாங்கள் கதைத்தோம்.

இந்தக் கோயிலை யாரும் கவனிப்பதில்லை என்று அவர் குறைபட்டுக்கொண்டார். எங்கள் முதல் சந்திப்பிலேயே நீலாவணனின் தனித்துவமான ஆளுமையை அவரின் நல்லியல்பை நான் கண்டேன். மற்றவர்களைக் குறைகூறுவதோடு நில்லாது, தானே அதைச் சரிப்படுத்த முன்வந்தது அவரது பெருந்தன்மையைக்

காட்டியது. தனது ஊர் எல்லா வகையிலும் முன்னேற வேண்டும் என்ற நியாயமான அக்கறை அவரது மனதில் எப்போதும் இருந்தது. பல ஆண்டுகளுக்குப் பிறகு அவர் எழுதிய 'பாவம் வாத்தியார்' கவிதை இதன் வெளிப்பாடுதான். அக்கவிதையில் வரும் பின்வரும் வரிகளை முதலில் வாசித்தபோது நீலாவணனை முதல்முதல் கோயிலடியில் சந்தித்த காட்சியே எனக்கு ஞாபகம் வந்தது.

"ஏழேழ் தலைமுறைக்கும் எம்மூரின் கோயில்
மதிலாய் உயர்ந்து நிற்கும் மாபெரிய காடு
அதிலே உமக்கென்ன அக்கறையோ? பள்ளிச்
சிறுவரை விட்டுச் சிரைத்து நிலவேர்
அறுத்துப் பிடுங்கி, அகற்றி, அம்மன் வீதியினை
வெட்டை வெளியாக்கி வெள்ளை மணல் கொட்டிவைத்தீர்
புற்றுடைத்துப் பாம்புகளும் போக விடை கொடுத்தீர்."

கோயிலடிச் சந்திப்புக்குப் பிறகு நாங்கள் பத்திரிகை வெளியிடாவிட்டாலும் (அதுவே பத்து ஆண்டுகளுக்குப் பின்னர் பாடும் மீனாக வெளிவந்தது) நீலாவணனின் வீடே எங்கள் இலக்கியப் பயிற்சிக் களமாக மாறியது. உண்மையில் நீலாவணனின் தொடர்பின் மூலம் நான் ஒரு புதிய உலகுள் பிரவேசித்தேன். என்னைச் சுற்றி இயங்கிக் கொண்டிருந்த, அதுவரை நான் காணாத, பரந்த இலக்கிய உலகத்தை அவரது உறவின் மூலம் நான் தரிசித்தேன். மருதூர்க்கொத்தன், மருதூர்க்கனி, மு.சடாட்சரன், பாண்டியூரன், ஜீவா ஜீவரத்தினம், கனக சூரியம் போன்ற எமது பிரதேசக் கவிஞர்கள் எனது நண்பர்கள் ஆனார்கள். மஹாகவி, எஸ்.பொன்னுத்துரை, எம். ஏ. ரஹ்மான் போன்றவர்கள் எனக்கு அறிமுகமானார்கள்.

பாரதி, பாரதிதாசன், ச.து.சு.யோகியார், புதுமைப்பித்தன், அழகிரிசாமி போன்றோரின் படைப்புகள் எனக்குப் பரிச்சயமாகின. சங்க இலக்கியம், சிலப்பதிகாரம், திருவாசகம், கம்பராமாயணம் எனப் பரந்த பழந்தமிழ் இலக்கியம் என் ரசனை எல்லையை விரிவுபடுத்தியது. டால்ஸ்டாய், செக்கோவ், கார்க்கி, மாப்பசான், ஹெமிங்வே, செல்மாலாகர்லாவ் என

உலகின் சிறந்த படைப்பாளிகள் தமிழ் மொழி மூலம் எனக்கு அறிமுகமானார்கள். இப்பரந்த இலக்கிய உலகின் ஜன்னல்களை எனக்குத் திறந்துவிட்டவர் நீலாவணன்தான். நீலாவணனுக்கு ஒரு ஆரோக்கியமான இலக்கியப்பசி இருந்தது. தன்னைச் சுற்றி இருந்தவர்களுக்கும் அவர் அதைத் தொற்ற வைத்தார்.

2

நீலாவணன் ஈழத்து நவீன தமிழ்க் கவிதை வளர்ச்சியில் முக்கியமான இடம்பெறுபவர். ஈழத்து நவீன கவிதைபற்றிப் பேசும்போது மஹாகவி, முருகையன், நீலாவணன் மூவரையும் குறிப்பிடாமல் வேறு யாரையும் குறிப்பிட முடியாது. மூவரும் தனித்தன்மைகளும் பொதுப் பண்புகளும் உடைய மும்மூர்த்திகள். ஈழத்துக் கவிதை வளர்ச்சியில் இவர்களது செல்வாக்கு மிக ஆழமானது. முன்னவர்கள் இருவரும் யாழ்ப்பாணத்தவர். நீலாவணன் கிழக்கின் பிரதிநிதி. கிழக்கிலங்கையின் தனிப்பெரும் கவித்துவ ஆளுமையாக அவர் திகழ்ந்தார். அவரது சமகாலத்தவர்களான புரட்சிக்கமால், அண்ணல் ஆகிய இருவரும் அளவாலும், தரத்தாலும் அவருக்கு அடுத்த இடத்தில்தான் வருவார்கள். கிழக்கிலங்கையில் கல்முனைப் பிரதேசம் தமிழ்க் கவிதையின் தலைநகராகக் கருதத்தக்கது. பல முக்கியமான கவிஞர்கள் இப்பிரதேசத்தில் உருவானதில் நீலாவணனின் செல்வாக்கு கணிசமானது.

நீலாவணன் 31.05.1931ஆம் ஆண்டு பிறந்து 11.01.1975ல் திடீரெனத் தாக்கிய இதய நோயினால் காலமானார். சரியாக 44 ஆண்டுகளே வாழ்ந்தார். பாரதி, புதுமைப்பித்தன், கு.ப.ரா, மஹாகவி போல் அதிக சாதனைகள் செய்து அற்ப ஆயுளில் மறைந்தவர் அவர். தன் ஆயுளில் அரைவாசிக் காலம், சுமார் இரண்டு தசாப்தங்கள், இலக்கிய உலகில் தீவிரமாக உழைத்தவர் அவர். அவரது முதல் கவிதை 1953ல் பிரசுரமானது. இறுதிவரை அவர் தொடர்ச்சியாக எழுதிக் கொண்டே இருந்தார். கவிதை, சிறுகதை, நாடகம், உருவகக்கதை, நடைச் சித்திரம், கட்டுரை என அவரது இலக்கிய

அக்கறை விசாலமானது. எனினும் கவிதையையே அவர் தன் பிரதான இலக்கிய வடிவமாகக் கொண்டார். சுமார் இருபது ஆண்டுகால அவரது இலக்கிய வாழ்வில் சில நூற்றுக்கணக்கான கவிதைகளும், வேளாண்மை என்ற குறுங்காவியமும், மூன்று பாநாடகங்களும் அவரது கவித்துவ அறுவடையாக உள்ளன. புனைகதைகளும், கட்டுரைகளுமாகப் பல உள்ளன. எனினும் அவரது வாழ்நாளில் தன் கவிதைத் தொகுதி ஒன்றையேனும் வெளிக்கொண்டுவர அவரால் முடியவில்லை. மரணத்தின் பின்பே அவரது கைப்படத் தொகுத்திருந்த 56 கவிதைகளைக் கொண்ட அவரது முதலாவது கவிதைத் தொகுதி வழி என்ற பெயரில் 1976ல் வெளிவந்தது. சில ஆண்டுகளின் பின் 1982ல் அவரது வேளாண்மை காவியம் வ.அ. இராசரத்தினத்தின் முயற்சியால் நூலுருவாகியது. நீலாவணன் மறைந்த கால்நூற்றாண்டு காலத்தில் அவரது படைப்புகள் என்று இவ்விரு நூல்கள் மட்டுமே வெளிவந்தன. மஹாகவி இறந்தபிறகு எனது முயற்சியால் அவரது நூல்கள் சில வெளிவந்தன. அதுபோல் நீலாவணனின் நூல்கள் ஒன்றிரண்டையாவது வெளிக்கொண்டுவர முடியவில்லையே என்ற மனக்குறையும் குற்ற உணர்வும் எனக்கு நிறைய உண்டு. வழியை அச்சுருவாக்கும் பொறுப்பை நானே ஏற்றுச் செய்தேன் என்ற திருப்தி இதற்கு ஒரு நிவாரணம் ஆகாது. இப்போது நீலாவணன் மறைந்து இருபத்தைந்து ஆண்டுகளுக்குப் பிறகு அவரது படைப்புகள் அனைத்தையும் நூலுருவாக்க அவரது துணைவியார் என் மரியாதைக்குரிய அழகேஸ்வரி அக்கா அவர்களும், மகன் எழில் வேந்தனும் முன்வந்துள்ளனர். அவர்களது முயற்சியால் இப்போது இத்தொகுப்பு வெளிவருகின்றது. இத்தொகுப்பு முயற்சியில் பங்குகொள்வதற்கும், இதற்கு ஒரு முன்னுரை எழுதுவதற்கும் கிடைத்த வாய்ப்பை ஒரு பிராயச்சித்தமாகவே கருதுகிறேன்.

3

இதுவரை நூல் உருப் பெறாத நீலாவணனின் 80 கவிதைகள் இத்தொகுப்பில் இடம்பெற்றுள்ளன. 1953 முதல் 1974 வரையுள்ள இருபது ஆண்டு காலத்தில் அவர் எழுதிய கவிதைகளுள் சில

இவை. ஏற்கனவே வெளிவந்த வழியில் இடம்பெற்ற கவிதைகள் எவையும் இதில் இல்லை. நீலாவணனின் கவித்துவ ஆளுமையை முழுமையாகப் புரிந்துகொள்ள விரும்புவர்கள் இத்தொகுப்பில் உள்ள கவிதைகளோடு, வழி, வேளாண்மை ஆகியவற்றையும் சேர்த்துப் பார்க்க வேண்டும். நூலுருப்பெற வேண்டிய அவரது கவிதைகள் இன்னும் அநேகம் உள்ளன. அவரது பரிமாணத்தை அறிந்துகொள்வதற்கு அவையும் அவசியமானவை. இந்த முன்னுரை இத்தொகுப்பிலுள்ள கவிதைகளுக்கு மட்டுமன்றி நீலாவணனின் முழுக்கவிதைகளுக்கும் ஒரு அறிமுகமாகவே அமைகின்றது.

நீலாவணன் எத்தகைய கவிஞன்? தற்காலத் தமிழின் முக்கியமான கவிஞர்களுள் அவரும் ஒருவர் என இவ்வினாவுக்கு நாம் ஒரு வசனத்தில் விடை கூறலாம். ஆனால், இந்த முக்கியத்துவம் அவருக்கு எவ்வாறு வருகின்றது? இதற்கு நாம் ஒற்றை வரியில் பதில் கூறுவது சிரமமானது. இதற்குரிய விடை கவிதைபற்றிய நமது பார்வையைப் பொறுத்து வேறுபடக் கூடும். கவிதை பற்றிய நமது பார்வை ஒற்றைப் பரிமாணம் உடையதெனின் நீலாவணனுடைய முக்கியத்துவத்தையும் நாம் அவ்வகையிலேயே நிறுவ முனைவோம். வாழ்வின் பன்முகத் தன்மையையும் கவிதையின் பன்முகத் தன்மையையும் நமது பார்வை உள்ளடக்குமாயின் நீலாவணனின் முக்கியத்துவம் பற்றிய மதிப்பீட்டிலும் நாம் இப்பன்முகத் தன்மையை வலியுறுத்துவோம். இதை ஒரு உதாரணத்தின் மூலம் நான் விளக்க விரும்புகிறேன்.

நண்பர் மு.பொன்னம்பலம் சில ஆண்டுகளுக்கு முன் யதார்த்தமும் ஆத்மார்த்தமும் என்று ஒரு கட்டுரை எழுதினார். இதே தலைப்பிலான அவருடைய கட்டுரைத் தொகுதியில் (1991) இது இடம்பெற்றுள்ளது. யதார்த்தத்தை நிராகரித்து ஆத்மார்த்தத்தை இனிவரும் யுகத்தின் கலைப் பார்வையாக மேன்மைப்படுத்த முயலும் ஒரு பலவீனமான கட்டுரை அது. அக்கட்டுரையில் மஹாகவியையும் நீலாவணனையும் ஒப்பிட்டு வேறுபடுத்த முனைகிறார் மு.பொ. ஒரு வகையான பட்டிமன்ற விவாத முறையைப் பயன்படுத்தி, மஹாகவியை ஒரு சாதாரண யதார்த்த வாதியாகக் கீழ் இறக்கும் நண்பர்,

நீலாவணனை ஒரு ஆத்மார்த்தியாக மேல் உயர்த்துகிறார். என்றாலும், நீலாவணனின் ஆத்மார்த்தம் கூட ஊனமுடையது என்றும் மு.பொன்னம்பலம், சு.வில்வரத்தினம், மு.தளையசிங்கம் ஆகியோரே பூரண ஆத்மார்த்திகள் என்றும், இவர்களே இனிவரும் யுகத்தின் கலைஞர்கள் என்றும் கூறுகிறார். இவ்வகையில் மஹாகவியை விட நீலாவணன் மேலானவர். நீலாவணனை விட மு.பொ.மேலானவர் என நிறுவ முனைகிறார்.

இந்தப் பார்வை கலை இலக்கியம் பற்றிய ஒற்றைப் பரிமாணப் பார்வை என்பது வெளிப்படை. இப்பார்வையின் அடிப்படையில் "நீலாவணனின் தீ, ஓ வண்டிக்காரா, போகிறேன் என்றோ சொன்னாய் ஆகிய இந்த மூன்று கவிதைகளே அவருக்கு இலக்கிய உலகில் நிரந்தர இடத்தைத் தரக் கூடியன" என்ற முடிவுக்கு வருகிறார். இத்தகைய பார்வையை முருகையன் வெளி ஒதுக்கற் கொள்கை என்று சொல்வார். அதாவது, தனக்குப் பிடித்த சிலவற்றை மட்டும் எடுத்துக் கொண்டு மற்றவற்றை நிராகரித்தல். இப்பார்வை முற்றிலும் அகநிலைச் சார்பானது. மஹாகவியை நிராகரிப்பதற்கும், நீலாவணனை ஓர் அளவுக்கேனும் உயர்த்துவதற்கும் மு.பொ. இந்த அகநிலைச் சார்பையே அடிப்படையான பிரமாணமாகக் கொள்கிறார். மு.பொ.வின் இந்தப் பார்வை நீலாவணனின் சமூக சார்பான - சமூக விமர்சனப் பாங்கான கவிதைகளை யெல்லாம் புறமொதுக்கி, தனது குறுகிய ஆத்மார்த்தக் கூண்டுக்குள் நீலாவணனை அடைத்துவிட அவருக்கு வாய்ப்பளிக்கிறது. தும்பிக்கையையே யானையாகக் காணும் ஒரு பார்வைக் கோளாறுதான் இது. நீலாவணனின் பன்முகத் தன்மையைக் காணமறுத்து தனக்குப் பிடித்த முகமே அவரது முகம் எனச் சாதிக்க முனையும் இப்பார்வை நீலாவணனுக்குப் பெருமை சேர்க்காததோடு அவரின் முக்கியத்துவத்தையும் வரையறுத்துவிடுகின்றது.

பிற எல்லாச் சிறந்த கலைஞர்களையும்போல் நீலாவணன் என்ற கவிஞனும் தான் வாழ்ந்த காலத்தினதும், தான் வந்த பாரம்பரியத்தினதும் தனது சொந்த ஆளுமையினதும் உருவாக்கம்தான். இவற்றின் கூட்டுக் கலவைதான் அவரது கவிதைகள். ஆனால், வேறு பலமுக்கிய படைப்பாளிகளைப்

போல் வாழ்க்கைபற்றிய தீவிரமான தத்துவப் பார்வை எதையும் நீலாவணன் வரித்துக்கொள்ளவில்லை. வாழ்க்கையின் தேவைகளுக்கும் சவால்களுக்கும் தன் சொந்த ஆளுமையின் துண்டுதல்களுக்கேற்ப அவர் எதிர்வினையாற்றினார். புறநிலையான சமூக யதார்த்தத்துக்கும், பாரம்பரியமான ஆன்மீகத் தேடலுக்கும், இலக்கிய மரபுக்கும் அவர் ஒரே சமயத்தில் முகம்கொடுத்தார். இதனால் ஒரே சமயத்தில் இவரிடம் பல்வேறுபட்ட போக்குகளை நாம் அடையாளம் காணமுடிகிறது. அவ்வகையில் நீலாவணனை பல போக்குகளின், பலவிதமான உணர்வுகளின் கூட்டுக்கலவை எனக் கூறுவது தவறாகாது.

நண்பர் மௌனகுரு அவர்கள் நீலாவணன் பற்றி எழுதிய கால ஓட்டத்தினூடே ஒரு கவிஞன் (1994) என்ற தனது நூலில் நீலாவணனின் கவிதைப் போக்கின் வளர்ச்சியை மூன்று கட்டங்களாக வேறுபடுத்திப் பார்க்கிறார். இது ஒரு வகையில் மிகை எளிமைப்படுத்தப்பட்ட வேறுபாடு என்றே எனக்குத் தோன்றுகின்றது. நீலாவணன், பாவம் வாத்தியார், உறவு முதலிய சமூக விமர்சனக் கவிதைகளை எழுதிய அதேகாலப் பகுதியில்தான் பயண காவியம், பனிப்பாலை, தீ போன்ற ஆன்மீகத் தேடல் என்று விளக்கக் கூடிய கவிதைகளையும் எழுதினார். தயவுசெய்து சிரியாதே, ஓவியம் ஒன்று, மங்கள நாயகன் போன்ற அழகிய காதல் கவிதைகளையும் அவர் இதேகாலப்பகுதியில் தான் எழுதினார். கால ஓட்டத்தினுடு அவரது கவித்துவ முதிர்ச்சியைக் காணமுடிகிறது. அதேவேளை ஒரே கால கட்டத்தில் அவரிடம் பல போக்குகளையும் காணமுடிகிறது. அவ்வப்போதைய வெவ்வேறுபட்ட உணர்வுத் தூண்டல்களுக்குத் தன் மரபு நிலைப்பட்டும், ஆளுமை சார்ந்தும் அவர் துலங்கினார். இது அவரது கவிதைகளுக்கு ஒரு பன்முகத் தன்மையைத் தருகின்றது. இவ்வகையில், மொழி உணர்வு, காதல், சமூக விமர்சனம், ஆன்மீகத் தேடல் என்பன அவரது கவிதையின் பலமுகங்கள் எனலாம். இவற்றுள் ஒன்றை உயர்த்தி மற்றவற்றை நிராகரிப்பது நீலாவணனைச் சரியாக மதிப்பிடுவதாக அமையாது.

4

நீலாவணன் எழுத்துத்துறையில் பிரவேசித்த காலம் (1950கள்) இலங்கை அரசியல் வரலாற்றில் மிக முக்கியமான காலகட்டமாகும். இலங்கையில் இடதுசாரி இயக்கம் மட்டுமன்றி, இனத்துவ முரண்பாடும், இனவாத அரசியலும் கூர்மை பெறத்தொடங்கியதும் இக்கால கட்டத்திலேயே. சிங்களம் மட்டும் ஆட்சி மொழி என்ற சிங்கள தேசிய வாதத்தின் நிலைப்பாடு தமிழ் உணர்ச்சியையும், தமிழ் மொழி உரிமைப் போராட்டத்தையும், தமிழ்த் தேசிய வாதத்தையும் கிளர்ந்தெழச் செய்தது. 1955 முதல் ஈழத்துத் தமிழ்க் கவிதையில் இது தீவிரமாக வெளிப்பட்டது. உண்மையில் ஈழத்து இலக்கிய வரலாற்றில் இக்கால கட்டத்தை அரசியல் எதிர்ப்புக் கவிதையின் (Protest Poetry) தொடக்ககாலம் எனலாம். இலங்கையின் அன்றைய முன்னணிக் கவிஞர்கள் பலரும் தமிழ் உரிமைப் போராட்டத்தை ஊக்கப்படுத்திக் கவிதை எழுதினர். மாபாடி என்ற புனை பெயரில் மஹாகவி இத்தகைய ஒன்பது கவிதைகள் எழுதியிருக்கிறார். முருகையன் இதைவிட அதிக கவிதைகள் எழுதினார். நீலாவணனின் மொழி உரிமைப் போராட்டக் கவிதைகள் கணிசமானவை. வீறார்ந்த உணர்ச்சி கொப்பளிக்கும் கவிதைகளாக இவை அமைந்தன. சங்ககால வீரயுகமரபில் இருந்தும் இக்கவிதைகள் ஊட்டம் பெற்றன. மொழி உரிமைப் போராட்டத்தில் தான் இறக்க நேர்ந்தால் தன் மகன் எழில் வேந்தனை தகப்பன் சென்ற பாதையில் போருக்கு அனுப்பவேண்டும் என ஒருபாடலில் நீலாவணன் தன் மனைவியை வேண்டுகிறார். எழில் வேந்தன் அப்போது குழந்தைப் பருவத்தில் இருந்தான். முருகையன், மஹாகவி போலன்றி நீலாவணன் தமிழரசுக் கட்சியின் அரசியல் மேடைகளிலும் நேரடியாகத் தோன்றியவர். கட்சிக் கொள்கைப் பிரச்சாரம் சார்ந்த சில கவிதைகளும் எழுதியுள்ளார். இலங்கைத் தமிழ்க் கவிதை வரலாற்றில் இத்தகைய தமிழ் இயக்கப் பாடல்கள் 1958க்குப் பிறகு பெரும்பாலும் முடிவுக்கு வந்தன. 1958இன் இனக் கலவரமும், அது கவிஞர்களுக்கு ஏற்படுத்திய ஒரு தார்மிக அதிர்ச்சியும் இதற்குக் காரணம் எனலாம். 1960க்குப் பிறகு

வேறுபல கவிஞர்களைப் போல் நீலாவணனும் தமிழ் அரசியல் இயக்கத்திலிருந்து பெரிதும் ஒதுங்கி இருந்தார்.

இக்காலத்தில் தோன்றிய தமிழ் இயக்கக் கவிதைகள் அவற்றுக்கே உரிய அழகியல் அம்சங்களையும் இலக்கிய வரலாற்று ரீதியான முக்கியத்துவத்தையும் கொண்டிருந்தன. எனினும், நீலாவணனோ, மஹாகவி, முருகையன் ஆகியோரோ இக்கவிதைகளைத் தங்கள் தொகுதிகளில் சேர்த்துக் கொள்ளவேண்டும் என்று கருதியிருக்கவில்லை. இவற்றுக்கான உரிமையை இவர்கள் மௌனமாக மறுதலித்தார்கள் என்றும் கூறலாம். எனினும். இவை நமது சமகாலக் கவிதை வரலாற்றின் ஓர் அங்கமாக உள்ளன என்பதை மறுக்கமுடியாது. இவற்றின் அழகியல் தனியாக ஆராயப்படவேண்டியது. நீலாவணனின் இத்தகைய கவிதைகளுள் ஒன்று மட்டும் - தமிழே எழுவாய் - இத்தொகுப்பில் இடம்பெற்றுள்ளது. அடுத்துவரும் தொகுதிகளில் ஏனையவையும் சேர்த்துக்கொள்ளப்பட வேண்டும்.

நீலாவணனின் கவித்துவ ஆளுமையின் பிறிதொரு முகம் அவரது காதல் கவிதைகளாகும். அவர் எழுதத் தொடங்கிய காலத்திலிருந்து பெரும்பாலும் இறுதிக் கட்டம் வரை காதல் அவரது முக்கிய கருப்பொருளாக இருந்திருக்கிறது. நீலாவணனின் காதல் கவிதைகளில் இரு வகைகளை நாம் காணலாம். ஒன்று, உடல்சார்ந்த விரக உணர்வின் வெளிப்பாடாக அமைபவை. அவரது ஆரம்பகாலக் காதல் கவிதைகள் பெரும்பாலும் இத்தகையன. இத்தகைய கவிதைகளுக்குத் தமிழ் இலக்கியத்தில் ஒரு நீண்ட பாரம்பரியம் உண்டு. சங்க இலக்கியத்திலிருந்து இது தொடங்குகின்றது. திராவிட இயக்கக் கவிஞர்கள் இதனை அதன் உச்சத்துக்குக் கொண்டு சென்றனர். பாலியல் கிளர்ச்சி ஏற்படுத்தும் வகையில் பெண் உடல் வனப்பையும், உடல் உறவு நடத்தைகளையும் இவர்கள் நுணுக்கமாகச் சித்தரித்தனர். கருணாநிதி முதல் கண்ணதாசன் வரை நாம் இதனைக் காணலாம். சங்க இலக்கியக் காட்சிகள் சிலவற்றுக்கு இவர்கள் கொடுத்த கவிதை விபரணம் காமியம் செறிந்தது.

1950, 60களில் தமிழ்க் கவிதையில் இது ஒரு மரபாக நிலை கொண்டது. நீலாவணனின் முதல் கவிதையான "ஓடிவருவ

தென்னேரமோ" இம்மரபின் வெளிப்பாடுதான். 1959ல் அவர் கலித்தொகைப் பாடல் ஒன்றை (கயமலர் உண் கண்ணாய் - குறிஞ்சிக்கலி) தழுவி எழுதிய 'இனிக்கும் அன்பு இம்மரபின் தொடர்ச்சியாக அமைகின்றது. வழியிலும் இத்தொகுதியிலும் இத்தகைய கவிதைகள் சில இடம்பெற்றுள்ளன. நீலாவணனின் சொல்லாட்சி, கற்பனைத்திறன் ஆகியவற்றை நாம் இவற்றில் காணமுடிகிறது.

நீலாவணனின் இரண்டாவது வகையான காதல் கவிதைகள் வெறும் உடல்சார் விரகத்தைத் தாண்டிய, ஆழ்ந்த உள்ளக் கிளர்ச்சிதரும் காதல் உணர்வை வெளிப்படுத்துபவை. போகவிடு, ஓவியம் ஒன்று, போகின்றேன் என்றோ சொன்னாய், மங்கள நாயகன், வேடன், சீவனைத்தான் வேண்டுமடி போன்றவை இத்தகையன. இவற்றிலும் உடல்சார் பாலியல் பொதிந்திருப்பினும் உள்ளக்கிளர்ச்சி அனுபவமே இவற்றின் அடிப்படைத் தொனியாகும். இவற்றில் தமிழ்ப் பக்தி மரபின் செல்வாக்கையும் நாம் காணலாம். இத்தகைய கவிதைகள் நீலாவணனின் தனித்துவத்தை நிலைநாட்டுவன என்பதில் ஐயமில்லை. பாரதியின் காற்று வெளியிடைக் கண்ணம்மா போன்ற தமிழின் அழிவற்ற காதல் கவிதைகளுள் இவையும் இடம்பெறும் என்றே நம்புகிறேன்.

நீலாவணனின் சமூக விமர்சனம் சார்ந்த கவிதைகள் அவரது கவித்துவ ஆளுமையின் இன்னுமொரு முகமாகும். தன் ஆரம்ப காலத்திலிருந்தே சமூக யதார்த்தத்தில் காலூன்றி நின்றவர் நீலாவணன். சமுதாய உணர்வு மிக்கவராக வாழ்ந்தவர் அவர். சமூக சமத்துவமின்மை, பொய்மைகள், போலித்தனங்கள், ஊழல்கள், வறுமை, சாதிப்பாகுபாடு, சீதன முறை, நிறவெறி போன்றவற்றுக்கு எதிரான தன் உணர்வுகளைக் கவிதையில் வெளிப்படுத்தினார். அவ்வகையில் அவரது கவிதைகள் பலவற்றில் சமூக சார்பு முனைப்பாகத் தெரிகிறது. 'பாவம் வாத்தியார் இவ்வகையில் அவரது உச்ச சாதனை எனலாம். உறவு, போதியோ பொன்னியம்மா, வெளுத்துக்கட்டு போன்றவையும் அவரது முக்கியமான படைப்புகள்.

அவருடைய வேளாண்மை ஒரு விவரணச் சித்திரம் எனலாம்.

எம். ஏ. நுஃமான் ○ 161

கிழக்கிலங்கையின் பண்பாட்டு ஆவணமாகவே நீலாவணன் அதனை உருவாக்கினார். ஒரு காவியத்துக்குரிய வலுவான மையம் அதில் இல்லை. எனினும், மானிடவியல் சார்ந்த இலக்கிய முக்கியத்துவம் அதற்கு உண்டு. யதார்த்தத்தைப் புறந்தள்ளும் ஆத்மார்த்திகள் இத்தகைய கவிதைகளை ஒதுக்கிவிடுவது விசனத்துக்குரியது.

மறைஞானப் பாங்கான அல்லது ஆன்மீகத் தேடல்களாக அமையும் கவிதைகள் நீலாவணனின் கவித்துவ ஆளுமையின் பிறிதொரு முகமாகும். நீலாவணன் ஒரு மறைஞானியாக *(Mystic)* வாழ்ந்தவர் அல்ல. பாரம்பரியமான சமய நம்பிக்கையின் வழிவந்தவர் அவர். சமய மெய்ஞானத்தில் அவருக்குப் பரிச்சயம் இருந்தது. பக்தி இலக்கியத்தில் ஈடுபாடு இருந்தது. 1960களின் நடுப் பகுதியிலிருந்து அவரது கவிதைகளில் இதன் செல்வாக்கைக் காணலாம். 1964ல் இவர் எழுதிய துயில் மரணத்தில் நிறைவு காணும் பக்குவம் பற்றிப் பேசுகிறது. பனிப்பாலை, தீ, பயண காவியம், போகவிடு, ஓ வண்டிக்காரா, ஒத்திகை, விளக்கு முதலிய கவிதைகள் இவரது ஆன்மிகத் தேடல்சார்ந்த கவிதைகளாகக் கருதப்படலாம். இவற்றில் கையாளப்பட்டுள்ள மொழி குறியீடு அல்லது உருவகப் பாங்கானது. அதனால் பலதளப் பொருண்மை உடையது. இவற்றுட் சில கவிதைகள் (பனிப்பாலை, போகவிடு) பாலியல் படிமங்களால் பின்னப்பட்டவை. இவை பாலியல் கவிதைகளாக அல்லது ஆன்மிகக் கவிதைகளாக விளக்கத்தக்கன.

சாதாரண சம்பவங்களையும் குறியீட்டுப் பாங்கில் கையாண்டு அவற்றில் ஓர் ஆன்மீக உட்பொருள் காணும் வகையிலும் இவருடைய சில கவிதைகள் அமைந்துள்ளன. சுமை, புற்று, விடை தாருங்கள், அஞ்சலோட்டம், பலூன், பட்டம், முத்தக்காச்சு போன்றவை இத்தகையன. உண்மை, சத்தியம், பற்றறுத்தல், தீவினை களைதல் போன்ற அரூபமான எண்ணங்கள் இக்கவிதைகளில் அழுத்தப்படுகின்றன. உண்மையைக் காதலிப்பவர் இறப்பதில்லை என்ற கருத்தும் இவரது கவிதை ஒன்றில் வெளிப்படுகிறது.

> "உண்மை என்கிற சாந்தி இடத்திலே
> உயிரை வைத்திங்கு வந்தவர் நாமெலாம்

என்னவோய் இறப்பென்று மொழிகிறீர்?
இல்லை நாம் இறவாதவர்."

இதுவரை நோக்கியதில் இருந்து நீலாவணனின் பன்முகத் தன்மையை நாம் இனங்காணலாம். இப்பன்முகத் தன்மையே நீலாவணனின் பலம் என்று கூறவேண்டும். வாழ்க்கையின் பன்முகத்தன்மைக்கு இயல்பாக முகம் கொடுக்கும் எந்த ஒரு படைப்பாளி இடத்திலும் நாம் இந்தப் பன்முகத் தன்மையைக் காணலாம். விமர்சகன் இதனைக் கருத்தில் கொள்ளவேண்டும். தனக்குப் பிடித்ததை மட்டும் படைப்பாளியிடம் தேடுதலும், அது கிடைக்கும்போது அவனை உயர்த்துதலும், அது கிடைக்காதபோது அவனைத் தாழ்த்துதலும் நேரிய விமர்சனத்தின் பாற்பட்டதல்ல. ஒரு நேரிய விமர்சகன் தன் விமர்சனச் சட்டத்தை ஒரு கூண்டாக அமைத்துக்கொண்டு தன்னை அதற்குள் சிறைவைத்துக்கொள்ள மாட்டான். வாழ்க்கையின் பன்முகத் தன்மைக்கும் இலக்கியத்தின் பன்முகத் தன்மைக்கும் அவன் முகம் கொடுத்தே ஆக வேண்டும். இது மார்க்சீய விமர்சகனுக்கும் பொருந்தும். ஆத்மார்த்த விமர்சகனுக்கும் பொருந்தும்.

5

நீலாவணன் கவிதைகளை முழுமையாகப் படிப்போர் அவரிடம் மரபு வழிச் சிந்தனையும் புதுமை நாட்டமும் ஒருமித்து இருப்பதை அவதானிக்கலாம். இன்னும் ஒரு வகையில் சொல்வதானால் சமூக மாற்றத்தை வேண்டிநிற்கும் புத்துலக நோக்கும் பாரம்பரியமான ஆன்மிக விழுமியங்களும் ஒன்று கலந்த ஒரு கலவையாக நாம் அவரைக் காணலாம். ஆயினும், கவிதையின் வடிவத்தை, அதன் ஊடகத்தைப் பொறுத்தவரை அவர் முற்றிலும் மரபுவழிச் சிந்தனையின் வயப்பட்டவராகவே இருந்தார். அதாவது, யாப்பே கவிதையின் ஊடகமாக அமையவேண்டும் என்பதில் அவருக்கு அசையாத நம்பிக்கை இருந்தது. இது மஹாகவி, முருகையன் உட்பட இலங்கையின் நவீன முன்னோடிக் கவிஞர்கள் அனைவரிடமும் இருந்த ஒரு

இறுக்கமான நம்பிக்கைதான். கொள்கைரீதியாக இவர்கள் புதுக்கவிதை அல்லது வசன கவிதைக்கு எதிராக இருந்தார்கள். கவிதை பழைமையில் காலூன்றி நிற்கவேண்டும் என்பதே நீலாவணனின் கருத்தாக இருந்தது. பழைமையின் வழியிலேயே புதுமை முகிழ்க்க வேண்டும் என்றும் அவர் நினைத்தார். கவிதை பற்றிய நீலாவணனின் கவிதை ஒன்று பின்வருமாறு:

பழைமை கிடந்த மனதுள் விழுந்து பயிராகி
செழுமை நிறைந்து புதுமை குழைந்து விளைவாகி
அழகும் பொலிந்து அறமும் புதைந்து கலையாகி
இளமைக் கயிற்றில் கனவைத் தொடுத்தல் கவியாகும்

இளமைக் கயிற்றில் கனவைத் தொடுக்கும் கவிதை பழைமையின் அடித்தளத்திலேயே பயிராகின்றது என்பதை இக்கவிதை கூறுகின்றது. "வழியின் பழமை அறியாது இருளில் நுழையின் வருமோ நவமே" என்று நீலாவணன் தன் வழி என்ற கவிதையில் கேள்வி எழுப்புகிறார். தமிழ்க் கவிதையின் மரபுத் தொடர்ச்சியை இனங்காட்டும் ஒரு கவிதை முயற்சியே அவரது வழி. யாப்பு மரபை வலியுறுத்தி யாப்பை மீறிய புதுக்கவிதை மரபைச் சாடும் இக்கவிதையில் 'யாப்பும் முந்தைய வழியும் தேர்ந்த மொழியறி புலவர்களே போற்றப்படுகின்றனர். இவர்களே அறவழிப்புலவர். யாப்பை மீறும் 'புதுமை வாணர்கள்' 'தமிழின் கவிதைக் கலையின் மகிமை அறியாதவர்களாய், அதன் அமிர்தப் பொருளைக் கொலைசெய்பவர்களாய்ச் சித்தரிக்கப்படுகின்றனர். நீலாவணன் உட்பட நமது முன்னோடிக் கவிஞர்களைப் பொறுத்தவரை யாப்பு ஒரு புனிதப் பொருளாகவே அமைந்தது.

1960களின் நடுப்பகுதிவரையுள்ள ஈழத்துக் கவிதையை அவதானித்தால் யாப்போசை அதில் முனைப்பாக இருப்பதை நாம் காணலாம். யாப்போசையைப் பேணும் வகையில் கவிதைகள் சீர்பிரித்து எழுதவும் அச்சிடவும்பட்டன. ஆயினும், 60களின் நடுப்பகுதியிலிருந்து நாம் இதில் பெரிய மாற்றத்தைக் காண்கின்றோம். யாப்பின் வரம்புக்குள் நின்றுகொண்டே யாப்போசையைத் தளர்த்தி, அதன் இடத்தில் பேச்சோசையைப் புகுத்தும் முயற்சி மேற்கொள்ளப்பட்டது. சீர், தளைக்கேற்ப

சொற்களைப் பிரிக்காமை, செய்யுளின் அடி அமைப்பைப் புறக்கணித்து பொருள் அமைப்புக்கேற்ற வரி அமைத்தல், சிறு வாக்கிய அமைப்பைப் பேணுதல், ஓசை நிரப்பியாக இடம்பெறும் அசைச் சொற்களைத் தவிர்த்தல் போன்ற உத்திகள் இதன்பொருட்டுப் பயன்படுத்தப்பட்டன. கவிப்பொருளில் ஏற்பட்ட மாற்றமும், வளர்ச்சியடைந்துவந்த புதுக் கவிதை இயக்கத்தின் செல்வாக்கும் இதற்குக் காரணம் எனலாம். **1960**களில் யாப்பு மரபுக்குள் பேச்சோசையை அறிமுகப்படுத்தியதில் மஹாகவியின் பங்கு தலையாயது. முருகையன், சில்லையூர் செல்வராசன் ஆகியோரும் இதில் முக்கிய பங்காற்றினர். நீலாவணனின் பங்கும் இதில் கணிசமானது. அவரது பல கவிதைகளில் நாம் இதனைக் காணலாம். பாவம் வாத்தியார், உறவு, வேளாண்மை போன்றவற்றை உதாரணமாகச் சொல்லலாம், இத்தொகுப்பில் உள்ள பட்டம், நெருப்பே வா, புதிர், பள்ளங்கள், எட்டாதிரு முதலியவை புதுக்கவிதையோ என்ற மயக்கத்தைத் தருவன. ஆயினும் இவை சுத்தமான யாப்பில் அமைந்தவை. வரியமைப்பு மாற்றம் இவற்றுக்குப் புதுக்கவிதையின் தோற்றத்தைத் தருகிறது.

நீலாவணனிடம் லாவகமான செய்யுள் ஆற்றல் இருந்தது. இலங்கையில் தமிழ்ச் செய்யுள் நடையைச் செழுமைப்படுத்திய முன்னோடிகளுள் நீலாவணனும் ஒருவர் என்பதில் ஐயமில்லை. பொதுவாக இலங்கையின் பிறபாகங்களைவிட, கல்முனைப் பிரதேசக் கவிஞர்கள் செழுமையான செய்யுள் நடை வல்லவர்களாக இருப்பதற்கு நீலாவணனின் உடனிருப்பும் செல்வாக்கும் ஒரு முக்கிய காரணம் என்றே கருதுகிறேன்.

நீலாவணன் அலாதியான முறையில் தன் கவிதைகளை வாசித்துக்காட்டுவார். கவியரங்குகளில் அவரது கவிதைகள் எடுபட்டமைக்கு அதுவும் ஒரு காரணம். கவிதைகளை இனிமையாகப் பாடும் ஆற்றலும் அவரிடம் இருந்தது. மாலை வேளைகளில் நீலாவணைக் கடற்கரையில் மணலில் படுத்தவாறே அவர் பாடுவதைக் கேட்டு நாங்கள் மகிழ்ந்ததுண்டு. போகிறேன் என்றோ சொன்னாய், ஓ வண்டிக்காரா ஆகிய பாடல்களை அவர் பாடக் கேட்ட அனுபவம் அற்புதமானது. யாயும் ஞாயும் யாராகியரோ என்ற சங்கப் பாடலை அவர் உணர்வோடு

பாடக் கேட்டது எனக்கு இன்னும் நினைவிருக்கிறது.

நீலாவணன் மென் உணர்வுமிக்கவர். எளிதில் உணர்ச்சிவசப்படுபவர். இதனால் தன் உண்மையான தோழர்கள் பலரின் நட்பையும் அவர் துண்டித்துக் கொண்டதுண்டு. எஸ்.பொன்னுத்துரை நீலாவணன் நினைவுகள் என்ற தன் நூலில் (1994) இதுபற்றிக் குறிப்பிட்டுள்ளார். நீலாவணனின் கடைசி ஆண்டுகளில் அவரை விட்டு விலகி இருக்க வேண்டிய துர்ப்பாக்கியம் எனக்கும் நேர்ந்தது. மஹாகவியோடும் அவர் தன் உறவைத் துண்டித்திருந்தார். நீலாவணன் தன் நண்பர்களைச் சரியாகப் புரிந்துகொள்ளத் தவறியதே இதற்குக் காரணம் என்று தோன்றுகின்றது. அதுபோல் நீலாவணனும் சரியாகப் புரிந்துகொள்ளப்படவில்லை.

> எரித்த தீபம் அணைந்திடில் மீண்டும் இங்கு
> ஏற்றிவைத்துத் தொழுவதற்காக நாம்
> அறிந்திராத புதியர் அபூர்வமாய்
> ஆண்டு தோறும் அவனியில் தோன்றினும்
> புரிந்து கொள்ளப் படாமலும் போகலாம்
> போற்றவும் படலாம் சில வேளையில்.

என வேட்கை என்ற தன் கவிதையில் நீலாவணன் எழுதினார். நீலாவணனைச் சரியாகப் புரிந்துகொள்வதும், ஈழத்துக் கவிதையில் அவருக்குரிய இடத்தை உறுதிப்படுத்துவதும் நமது கடமையாகும். இதற்கு ஒரு முன் தேவையாக அவரது படைப்புகள் அனைத்தும் நூல்உருப் பெறவேண்டும். அதேவேளையில் அவரது கவித்துவ ஆளுமையின் பன்முகத் தன்மையைப் புலப்படுத்தும் வகையில் அவரது தேர்ந்த கவிதைகளின் தொகுப்பு ஒன்றும் வெளிவரவேண்டும். தமிழின் மிகச் சிறந்த கவிந்தைகள் சிலவற்றையேனும் நீலாவணன் எழுதியுள்ளார் என்பதை அப்போது வெளிஉலகம் அறிந்துகொள்ளும்,

(நீலாவணனின் ஒத்திகை கவிதைத் தொகுதிக்கு எழுதிய முன்னுரை- *2001*)

•

வேளாண்மையும் விளைச்சலும்

நீலாவணன் தன் வேளாண்மை காவியத்தை 1960களின் தொடக்க ஆண்டுகளில் எழுதினார். 1963ல் அல்லது 64ல் அவர் எழுதிய பகுதிகளை அவரே வாசித்துக் காட்டக் கேட்டும், அவரது கையெழுத்துப் பிரதிகளைப் படித்தும் மகிழ்ந்த நினைவுகள் இன்னும் பசுமையாக உள்ளன. அக்காலத்திலே இக்காவியத்தின் பல பாடல்கள் எனக்கு மனப்பாடமாக இருந்தன. "வாரிக்காலா ஓ ஓ ஓ வளைந்த கொம்பா ஓ ஓ ஓ என்ற சூடடிக்கும் பாடலை நான் அடிக்கடி பாடுவேன். நீலாவணன் அதை இசையோடு பாடுவதைக் கேட்க அற்புதமாக இருக்கும்.

மட்டக்களப்புத் தமிழர்களின் விவசாயப் பண்பாட்டின் எல்லா அம்சங்களையும் தன் காவியத்தில் பதிவுசெய்துவிட வேண்டும் என்ற பேராவல் அக்காவியத்தை எழுதும்போது அவருக்கு இருந்தது. 1964ல் அல்லது 65ல் வேளாண்மை காவியத்தை, அதன் இப்போதுள்ள வடிவத்தில், அவர் எழுதிமுடித்துவிட்டார் என்று நினைக்கிறேன். அதைத் தொடர்ந்து எழுதவேண்டும் என்ற ஆர்வமும் அக்கறையும் அவருக்கு இருந்தது. ஆயினும் 1975ல் அவர் மரணிக்கும்வரை இருந்த பத்தாண்டுகால இடைவெளியில் அவர் அதை நிறைவுசெய்ய வில்லை. அதற்கான அகத் தூண்டல் அவருக்கு இருக்கவில்லை என்றே இப்போது எனக்குத் தோன்றுகின்றது. இப்போது இருக்கும் வடிவிலேயே அது நிறைவு பெற்றுக் காணப்படுவதும், பண்பாட்டுக் கூறுகளைப்

பதிவுசெய்வது என்பதற்குமேல் அதை மேலும் வளர்த்துச் செல்வதற்கு அவசியமான கதைப்பின்னல் அவருக்குள் தயார் நிலையில் இல்லாதிருந்ததும் இதற்குக் காரணங்களாக இருக்கலாம்.

இது எவ்வாறாயினும் நீலாவணனின் வேளாண்மை முற்றுப் பெறாத காவியம் என்ற கருத்தே பரவலாக நிலவுகின்றது. நீலாவணன் அதைத் தொடர்ந்து எழுதவேண்டும் என்று எண்ணியிருந்தார் என்ற தகவலே இதன் அடிப்படை எனலாம். இத்தகவலை மறந்துவிட்டு, அல்லது இத்தகவலை அறியாத ஒருவர் இக்காவியத்தைப் படித்தால் அது முற்றுப்பெற்ற காவியம் என்றே கருதக்கூடும்.

மிக நெருங்கிய, இரத்த உறவுள்ள ஒரு குடும்பத்துள் ஏற்படும் சிறு பிணக்கும், விரைவிலேயே அது தீர்ந்து இரு குடும்பங்களும் மீண்டும் இணைவதுமே இக்காவியத்தின் கதைச் சாரம். இது குடலை, கதிர் என்ற இரண்டு பகுதிகளில் அல்லது படலங்களில் பேசப்படுகின்றது.

கந்தப்போடி, அழகிப்போடி இருவரும் உறவினர்கள். கந்தப்போடியின் தங்கை கனகம்மா அழகிப்போடியின் மனைவி. அழகிப்போடியின் தங்கை பொன்னம்மா கந்தப்போடியின் மனைவி. கந்தப்போடி தம்பதிக்கு ஒரு மகன், செல்லையா. அழகிப்போடி தம்பதிக்கு ஒரு மகள், அன்னம்மா. இருவரும் மச்சான், மச்சாள் உறவுடையவர். மட்டக்களப்பு சம்பிரதாயத்தில் திருமண உரித்துடையவர்கள். சிறுபராயத்திலிருந்தே அன்னத்துக்கு முறை மாப்பிள்ளை செல்லையாதான் கணவன் என்பதை இரு குடும்பமும் எழுதா விதிமுறைப்படி ஏற்றுக் கொண்டிருந்தன. எனினும் இடையில் சொத்துப் பிரச்சினை தொடர்பாக கோடேறி, வழக்குப் பேசி இரு குடும்பங்களும் பிளவுபட்டிருந்தன என்பது ஒரு பின்னணிச் செய்தியாகச் சொல்லப்படுகின்றது. இந்நிலையில் அன்னம்மா பருவமடைந்துவிட்டாள் என்ற செய்தியை பொன்னம்மா கணவனிடம் சொல்கிறாள். அண்ணன் வீட்டில் இருந்து யாரும் வந்து செய்தி சொன்னார்களா என்று கந்தப்போடி மனைவியிடம் கேட்கிறார். அவள் 'அயல் எல்லாம் சொல்லிப் போனார் ஆயினும் இங்கே ஒன்றும் வியளங்கள் இல்லை' என்று சொல்கிறாள். கந்தப்போடி கொதிப்படைகிறார். "பொன்னம்மா,

மறுகால்....... கொண்ணன், பொடியனைக் கேட்டுக்கீட்டு என் வீட்டுப் படியில் வந்து ஏறட்டும்? எழிய நாய்கள்!" என்று சன்னதம் எழுந்தாற் போலக் கறுவியவாறு வயலுக்குப் போகிறார்.

வயலில் வண்டிக்காரன் சாமி செல்லையனிடம் "கேட்டியா சேதி உன்றன் கிளியல்லோ சமைந்தது" என்று சொல்கிறான். அதைக் கேட்ட கந்தப்போடி மேலும் கொதிப்படைகிறார்.

"ஆரைடா சாமி நீ போய்
அவனது கிளியாள் என்றாய்
பேரையே மாற்றி வைப்பேன்
பெருங்கொலை நடக்கும் இந்த
ஊரெல்லாம் சொன்னார் நானும்
ஒருவனங்கிருந்தேன்"

என்று பெருங்குரலில் சத்தம் போடுகிறார்.

"செல்லனுக்கு
கலியாணம் பாண்டியூரில்
கணபதிப்போடி வீட்டில்
செய்யாது போனால் என்னைச்
செருப்பெடுத் தடிடா சாமி"

என்று சபதம் செய்கிறார். ஆயினும், அவரது சபதம் நீடிக்கவில்லை. அவர் வயலுக்குப் போன பின்னர் அவரது தங்கை கனகம்மா அவருடைய வீடு தேடி வந்து மனைவி பொன்னம்மாவிடம் சேதியைச் சொல்கிறாள்.

"மற்றவர்க்கு எம்
கருமங்கள் செய்யும் பெத்தா
கண்ணியை விட்டு சொன்னோம்
உரிமைக் காரருக்கு மட்டும்
ஒருத்தி நான் சொல்ல வந்தேன்"

என்று சொல்கிறாள்.

எம். ஏ. நுஃமான்

அதுதான் கந்தப்போடியின் எதிர்பார்ப்பும். அத்தோடு அவரது வீம்பும் பகையும் முடிந்துவிடுகிறது. அன்னத்தின் பூப்பு நீராட்டல் சடங்கில் இரு குடும்பமும் இணைகின்றன. செல்லையா - அன்னம்மா திருமணம் உறுதிப்படுகின்றது. சித்திரைப் புத்தாண்டை ஒட்டி நிகழும் கூத்துக்களரியில் கந்தப்போடியும் அழகிப்போடியும் அருகருகே அமர்ந்து கூத்துப்பார்க்கின்றனர். செல்லனின் கலியாணப் பேச்சையும் உறுதிப்படுத்துகின்றனர். வேளாண்மை இவ்வாறு முடிகின்றது:

> களரியின் அருகில் செல்லன்
> கலியாணப் பேச்சு வார்த்தை!
> கிழவனைப் பாரேன்! என்று
> கிள்ளினான் வடிவேல்! சாமி
> களவாக எட்டிப்பார்த்தான்!
> கந்தப்பர்... அழகிப்போடி
> தலையினை அசைத்து தாளம்
> தகர்ப்பதும் கண்டான் செல்லன்.

வேளாண்மை காவியத்தின் கதைச் சட்டகம் இவ்வளவுதான். இதற்கூடாக நவீனத்துவத்துக்கு முந்திய மட்டக்களப்பு தமிழகத்தின் பண்பாட்டுக் கோலங்கள் சிலவற்றை இழைபின்னி இருக்கிறார் நீலாவணன். செல்லன் - அன்னம் காதல் உணர்வு கிராமிய இயல்போடு இழையோடுகின்றது. விவசாய நடைமுறைகளுள் சூடடித்தல் விரிவாகச் சித்திரிக்கப் படுகின்றது. பூப்பு நீராட்டல் சடங்கு கவித்துவத்தோடு மீட்டுருவாக்கப்பட்டுள்ளது. சித்திரைப் புத்தாண்டுக் கொண்டாட்டம், தேர் இழுத்தல், கூத்துக் களரி என்பன உயிர்ப்புடன் சித்திரிக்கப்படுகின்றன. மட்டக்களப்பின் உணவுப் பண்பாட்டை, விருந்தோம்பலை வாயூறும் அளவுக்கு விபரித்திருக்கிறார் நீலாவணன். ஒரு மானிடவியலாளன், சமூகவியலாளனின் நோக்கும் கவித்துவமும் ஒன்றிணைந்த படைப்பாக வேளாண்மையைக் கருதலாம்.

எனினும், வேளாண்மை முன்னுரையில் சண்முகம் சிவலிங்கம் குறிப்பிடுவதபோல் "முக்கியமான திருமணச் சடங்குகள்,

சாவீட்டுச் சடங்குகள், மகப்பேற்று மான்மியம், மருங்கை அன்ன பிற குழந்தையின் கொண்டாட்டங்கள் என்பன விடுபட்டுள்ளன.'' இதே காரணத்தினால்தான், ''உன் காவியம் முற்றுப் பெறாத விசனம் என்னுள் மூழ்குகிறது'' என்று சிவலிங்கம் வருந்துகிறார். ''உன் மண்ணின் சடங்கு சம்பிரதாயத்தை சதையும் ரத்தமுமாகக் காட்டவந்த நீ கல்யாண விழாவைக் கோலாகலமாகக் காட்டாமல் இருப்பாயோ? மாப்பிள்ளை பெண்பார்க்கப் போவதை எவ்வளவு மௌசுபடுத்தவாய். மற்றும் சம்பிரதாயங்களை எப்படியெல்லாம் மகோன்னதப்படுத்துவாய். இன்னும் இருக்கிறதண்ணே எவ்வளவோ உன் இனிய காவியம். எப்போது இனி நீ பிறந்து எழுதப்போகிறாய் அதனை'' என்று மேலும் ஆதங்கப்படுகிறார் சிவலிங்கம். அது நியாயமான ஆதங்கமே. அவை எல்லாவற்றையும் வேளாண்மை உள்ளடக்கியிருந்தால் இப்போது இருப்பதைவிட அது ஒரு முழு நிறைவான வடிவத்தைப் பெற்றிருந்திருக்கும் என்பதில் ஐயம் இல்லை. அதற்கு நாம் கொடுத்துவைக்க வில்லை என்றுதான் சொல்லவேண்டும்.

2

நீலாவணன் விட்ட இடைவெளியை நிரப்பி, வேளாண்மைக்கு ஒரு முழு வடிவத்தைக் கொடுக்க முயன்றிருக்கிறார் செங்கதிரோன் என்ற புனைபெயரில் எழுதும் நண்பர் கோபாலக்கிருஷ்ணன். இவர் மட்டக்களப்பு மண்ணைப் பிறப்பிடமாகக் கொண்டவர், மட்டக்களப்புப் பண்பாட்டில் ஊறித் திழைத்தவர், இலக்கியப் பயிற்சி மிக்கவர், மட்டக்களப்பின் குறிப்பிடத்தக்க கவிஞர்களுள் ஒருவர், நீலாவணன் கவிதைகளில் ஆழ்ந்த ஈடுபாடு உடையவர். அதுமட்டுமன்றி, இன்று கவிதை எழுதுவோருள் செய்யுள் ஆற்றல் மிக்க மிகச் சிலருள் இவரும் ஒருவர். அந்த வகையில் நீலாவணனின் காவியத்தைத் தொடர்ந்து எழுதும் தகுதி இவருக்கு உண்டு என்பதில் ஐயம் இல்லை.

நீலாவணனின் வேளாண்மை குடலை, கதிர் என்ற இரண்டு பகுதிகளை அல்லது படலங்களைக் கொண்டது. வேளாண்மைப்

பயிரின் இரண்டு வளர்ச்சிக் கட்டங்களை இச்சொற்கள் குறிக்கின்றன. எனினும் காவியத்தின் கதை வளர்ச்சியுடன் இதற்கு நேரடியான தொடர்பு இருப்பதாகக் கூறமுடியவில்லை. குடலைப் பகுதியிலேயே சூடடித்த நெல் வீட்டுக்கு வந்து சேர்ந்துவிடுகின்றது. கதிர்ப் பகுதியில் அன்னத்தின் பூப்பு நீராட்டும், செல்லன் - அன்னம்; திருமணம் நிச்சயப்படுவதும் நிகழ்ந்து முடிகின்றன. அன்னம் - செல்லன் காதலும், பெற்றோர் முரண்பாடு அதற்குச் சவாலாக அமைவதும் காவியத்தின் முதற் கட்டம் என்ற வகையில் அதற்குக் குடலை என்ற தலைப்பும், பெற்றோர் முரண்பாடு கலைந்து காதல் கைகூடுதல் காவியத்தின் இரண்டாம் கட்டம் என்ற வகையில் அதற்குக் கதிர் என்ற தலைப்பும் பொருந்துவதாக நாம் அமைதிகாணலாம்.

செங்கதிரோன் நீலாவணனின் இதே அமைப்பைப் பின்பற்றி காவியத்தின் இரண்டாம் பாகத்தை அல்லது காண்டத்தை காய், பழம் என்னும் இரண்டு படலங்களாக எழுதிப் பூர்த்திசெய்துள்ளார். காய் பகுதியில் சம்பிரதாயபூர்வமான திருமணப் பேச்சுவார்த்தை, திருமணம், திருமண சம்பிரதாயங்கள், முதலிரவு, கலவிக் களிப்பு என விரிந்து முடிகின்றது.

உதாரணமாக கலியாணம் கேட்டுப்போகும் சம்பிரதாயத்தை செங்கதிரோன் பின்வருமாறு விபரிக்கின்றார்:

வெற்றிலைப் பகளி, பாக்கு
வெண்கல வட்டா வொன்றில்
முற்றிய கோழிச்சூடன்
முழுச் சீப்பு உள்ளே எல்லாம்
ஒற்றைப்பட வைத்து மேலும்
ஒரு துண்டு மஞ்சள், தேசி
சுற்றியே வெள்ளைச் சீலை
சுமக்கிறாள் கனகம் முன்னால்

கொழுக்கட்டைப் பெட்டி பின்னால்
குலையோடட கோழிச்சூடன்
முழுக்கட்டைபோல வெள்ளை

மொந்தனும், தயிரும் காவில்.
புழக்கத்தில் உள்ள நல்ல
புழுங்கலும், தேங்காய் வேறு.
வழக்கம்போல் ஊரார் நின்று
வழியிலே புதினம் பார்த்தார்

பழம் என்னும் இரண்டாம் பகுதியில் அன்னம் கருவுறுதல், குழந்தைப் பேறு, அது தொடர்பான சடங்கு சம்பிரதாயங்கள், குழந்தைக்குப் பெயரிடுதல், மருங்கைச் சோறு கொடுத்தல், இவற்றின் ஊடாகக் குடும்பம் முழுநிறைவடைதல் என்பன சற்று விரிவாக விபரிக்கப்படுகின்றன. கவித்துவ நோக்கில் இது சற்றுப் பலவீனமான பகுதி எனலாம். பத்துமாதக் கரு வளர்ச்சி, பிரசவம், முப்பத்தியோராம் நாள்வரை குழந்தை - தாய் பராமரிப்பு, முப்பத்தோராம் நாளில் நடைபெறும் மருங்கைச் சடங்குகள் - குழந்தையின் தலையில் தேங்காய்ப் பால் தப்பி முடி இறக்குதல், மருத்துவச்சி, கட்டாடி, அம்பட்டன் ஆகியோருக்கு அன்பளிப்புச் செய்தல் - போன்ற விபரங்களால் இப்பகுதி நிறைந்துள்ளது. உதாரணமாக முடி இறக்கும் நிகழ்ச்சி பின்வருமாறு விபரிக்கப்படுகின்றது:

கும்பமும் விளக்கும் வைத்து
குழந்தைக்குத் தேங்காய்ப்பாலை
செம்பிலே எடுத்து அன்னம்
சிரசிலே அள்ளித் தப்ப
எம்பிய பிள்ளை தோளில்
இதமாகச் செல்லன் தட்ட
அம்பட்டன் நேரம் பார்த்தே
அழகாக வழித்தும் விட்டான்.

முடியினை இறக்கி வெந்நீர்
முழுகவும் வார்த்துப் பிள்ளை
மடியினில் வைத்து அன்னம்
மகிழ்ந்தனள். புதிய சட்டை
வடிவென வந்தோ ரெல்லாம்

> வாய்விட்டுச் சொல்ல பெத்தா
> கடிதென வந்தாள் துப்பி
> கண்ணூறும் கழித்துவிட்டாள்

தன் காவியத்தை பின்வருமாறு முடிக்கிறார் செங்கதிரோன்.

> விளைச்சலால் வீடு பொங்கும்!
> விருந்தினால் உறவு தங்கும்!
> களிப்புற மக்கள் மண்ணில்
> கருமங்கள் ஆற்றி என்றும்
> செழிப்புறச் சேர்ந்து வாழ்வர்
> சேமமே எங்கும் தங்கும்!
> விளைச்சலை வேண்டி என்றும்
> வேளாண்மை செய்து வாழ்வோம்!

இவ்வகையில் நீலாவணனின் வேளாண்மையும் செங்கதிரோனின் விளைச்சலும் நவீனத்துவத்துக்கு முந்திய மட்டக்களப்புத் தமிழ்ப் பண்பாட்டின் ஒரு வெட்டுமுகத் தோற்றத்தை நமக்குத் தருகின்றன எனலாம். இச்சித்திரம் யதார்த்தமான கிராமியப் பண்பாட்டுப் படிமங்கள் மூலம் விரிகிறது. இதில் வரும் மனிதர்கள் உண்மையான கிராமிய மனிதர்கள். அவர்களையும் அவர்களின் பண்பாட்டையும் விபரிப்பதே நீலாவணன், செங்கதிரோன் இருவரதும் அடிப்படை நோக்கம் என்று தெரிகிறது. தங்கள் பண்பாட்டுப் பாரம்பரியத்தைப் பெருமிதத்தோடு பதிவு செய்வதற்கு காவிய வடிவத்தை இருவரும் தெரிவுசெய்திருக்கிறார்கள். இதுவே இக்காவியத்தின் பலம் எனலாம். அதற்குமேல் ஒரு வாழ்க்கைத் தரிசனத்தை, ஒரு சமூகப் பரிமாணத்தை நாம் இதற்குள் தேடமுடியவில்லை. இதுவே இதன் பலவீனம் எனலாம்.

வேளாண்மை, விளைச்சல் இரண்டையும் ஒருவகையில் பாரதிதாசனின் குடும்பவிளக்குடன் ஒப்பு நோக்கத் தோன்றுகின்றது எனக்கு. இரண்டுமே காவிய வடிவத்துக்கு வேண்டிய இறுக்கமான கதைக் கட்டுக்கோப்பு அற்றவை, தொடர்ச்சியான சம்பவக் கோவையால் பின்னப்பட்டவை. பாரதிதாசனுக்கு ஒரு

இலட்சியக் குடும்பத்தை உருவாக்கிக் காட்டும் ஒரு போதனை நோக்கம் இருந்தது. நீலாவணனுக்கோ செங்கதிரோனுக்கோ சம்பவக் கோவை மூலம் பழைய பண்பாட்டை மீட்டுருவாக்கம் செய்வதைத் தவிர வேறு போதனை நோக்கமும் எதுவும் இல்லை.

இது எவ்வாறாயினும் செங்கதிரோனின் முயற்சி பாராட்டத்தக்கது. நீலாவணன் என்ற ஒரு பெரும் கவித்துவ ஆளுமையின் பூர்த்தியடையாத படைப்பு என்று கருதப்படும் வேளாண்மை காவியத்தைப் பூர்த்திசெய்ய முயன்று அதில் ஓரளவு வெற்றியும் கண்டிருக்கிறார். வேளாண்மையில் காணப்படும் நீலாவணனின் நடையையும் கவித்துவத்தையும் தன் விளைச்சலிலும் பேண முயன்றிருக்கிறார். நீலாவணன் வேளாண்மையைத் தொடர்ந்து எழுதியிருந்தால் அது எத்தகைய முழுமையைப் பெற்றிருக்கக் கூடும் என்பதை நம்மால் இப்போது கூறமுடியாது. ஆனால், அதைத் தன்போக்கில் முடிவுசெய்து அதற்கு ஒரு முழுவடிவத்தைத் தந்திருக்கிறார் செங்கதிரோன். அவ்வகையில் அவர் நம்பாராட்டுக்கு உரியவர்.

நீலாவணனின் வேளாண்மையை மறந்துவிட்டும் நாம் செங்கதிரோனின் விளைச்சலைப் பார்க்கலாம். "ஆசை பற்றி அறைய லுற்றேன்" என்று கம்பன் அவையடக்கமாகக் கூறினாலும் கம்ப ராமாயணம் எப்படி அவனுடைய சொந்தப் படைப்பாகிறதோ, அப்படியே இது செங்கதிரோனின் சொந்தப் படைப்புமாகும். வேளாண்மை அதைத் தொடர்வதற்கான ஒரு ஆதர்சமாக மட்டுமே அவரைப் பொறுத்தவரை அமைந்துள்ளது. விளைச்சலில் வரும் பாத்திரங்களும் சம்பவங்களும் வேளாண்மையின் தொடர்ச்சியே எனினும், அவை அனைத்தும் செங்கதிரோனின் சொந்தக் கற்பனையின் விளைச்சலே. அதன் வெற்றியும் தோல்வியும் அவருக்கே உரியது.

10.11.2011

சில்லையூர் செல்வராசன் கவிதைகள்

சில்லையூர் செல்லராசனை நான் முதலில் சந்தித்தது பேராதனைப் பல்கலைக்கழகத் தமிழ்விழாக் கவியரங்கில். அது 14. 2. 1965ல் நிகழ்ந்தது. நாவற்குழியூர் நடராசன் தலைமை. சில்லையூர் மைக்கின் முன் நிற்கிறார். பட்டுவேட்டியும் நெசனலும். கரைமடித்த சால்வையைத் தோளில் இருந்து எடுத்து இடுப்பைச் சுற்றிக் கட்டுகிறார். ஒரு சினிமாக் கதாநாயகனைப் பேன்ற அழகான கம்பீரமான தோற்றம். குரலும் சபையைத் தன் கட்டுக்குள் வைத்திருக்கும் கணீரென்ற கம்பீரமான குரல். தன் முதல் கவிதையை இசையோடு பாடுகிறார்.

தேனாகப் பொன்னிலவு திகழ்கின்ற ஓர் இரவில்
தெய்வத்துட் தெய்வம் என் தாயானாள்
என் மனை முற்ற மணல் திருத்தி அன்பொடு தன்
அருகணைத்து என் விரலைப் பற்றி
'ஆனா' என்றோர் எழுத்தை அழித்தழித்து அம் மணல்மீது
அன்றெழுதப் பயிற்ற இன்றோ
பேனாவைப் பிடித்தெழுதும் உரையெழுத்தும்
கவியெழுத்தும்
தலையெழுத்தாய் பிழைப்பாய்க் கொண்டேன்
நானானபோதும் தம் நாளாந்தச் சோற்றுக்கும் ஆடைக்கும்
நலிவோர்க்காய்ப் பொருத என் வாள்

ஆனாளே தமிழ் என்றிங் கன்பரெல்லாம் போற்றுகின்ற
ஆச்சி உனை முதலில் அடிபணிந்தேன் போற்றி

அது தமிழ்த்தாய் வாழ்த்து என்பது பாடிமுடியத்தான் தெரிகிறது. கைதட்டால் சபை அதிர்கிறது. சில்லையூர் பற்றிய எனது முதல் மனப்பதிவு இப்படி கவர்ச்சிகரமானதுதான். அதன்பிறகு நானும் அவரும் பல கவியரங்குகளில் கலந்துகொண்டிருக்கிறோம். எல்லாக் கவியரங்குகளிலும் அவரது தொடக்கக் கவிதை இதுதான். இது அவரது கவியரங்க முத்திரையாயிற்று. முதல்முறை கேட்பவர்களுக்கு அவரது குரலும் பாட்டும் அற்புதமான அனுபவமாக இருக்கும். பலமுறை கேட்டவர்களுக்கு அது பழகிப்போயிருக்கும். அவர் சால்லையை இடுப்பில் கட்டும் போதே 'தேனாகப் பொன் நிலவு' என்று சபையில் இருந்து குரல் எழுவதை நான் கேட்டிருக்கிறேன்.

1971முதல் 1975 வரை நான் கொழும்பில் கொள்ளுப்பிட்டியில் இருந்தேன். சில்லையூர் கோல்பேசில் கடற்கரையருகே ஒரு தனி அறையில் வசித்தார். நாங்கள் இடைக்கிடை அவருடைய அறையில் சந்திப்பதுண்டு. அவரது அறையில் புதுமைகள் பல இருக்கும். எல்லாம் ஒழுங்காக இருக்கும். அவருடைய கட்டிலின் கீழ்ப்பகுதியில் இரண்டு பெரிய லாச்சிகள் இருந்தன. அவற்றைத் தானே செய்வித்ததாகச் சொன்னார். அவற்றுக்குள் பல பொருட்களை வைத்திருந்தார். இடத்தைச் சிக்கனமாகப் பயன்படுத்தும் அவரது உத்தி அப்போது எனக்குப் புதுமையாக இருந்தது.

1971 ஏப்ரலில் நடந்த ஜே. வி. பி. கிளர்ச்சியை அடுத்து நாடெங்கும் ஊரடங்குச் சட்டம் அமுலில் இருந்தது. ஒருவரும் வெளியே போக முடியாது. அந்த நாட்களில்தான் சில்லையூர் தன் ஊரடங்கப் பாடல்களை எழுதினார். ஊரடங்கின் அரசியல் அதில் இருக்காது. முழுவதும் அங்கதம். அவற்றுட் சில பாலியல் பகிடிகளாக இருக்கும். அவற்றுள் சிலவற்றை அவர் படிக்கக் கேட்டு இருவரும் வாய்விட்டுச் சிரித்திருக்கிறோம்.

1976ல் நான் கொழும்பை விட்டு யாழ்ப்பாணம் சென்ற பின்னர்

நாங்கள் சந்திப்பது அரிதாய் விட்டது. அவர் உடல்நலம் குன்றியிருந்தபோது ஒருமுறை ஃபைவ் வீதியில் அவருடை வீட்டில் சந்தித்துப் பேசிக்கொண்டிருந்தேன். எப்போதும்போல் அப்போதும் அவர் கலகலப்பாகத்தான் இருந்தார். **1995** ஒக்டோபரில் தனது **62**ஆம் வயதில் அவர் மரணத்தில் ஓய்வு பெற்றார்.

> வேட்டைக்குவந்தான் ஓர் வில்வீரன், மாந்தர் மன
> வேட்டைக்கு வந்தான்; தன் வில் எடுத்துச் சொல் தொடுத்துப்
> பாட்டை விடுத்திந்தப் பாரோர் மனங்கவர்ந்து
> காட்டை அடைந்தான்; தன் கடமை முடிந் தோய்கின்றான்.

என்பது அவரே எழுதிய தன் கல்லறை வாசகம்.

2

சூசைப்பிள்ளை மரியதாசன் செல்வராசன் யாழ்ப்பாணத்தில் சில்லாலை என்னும் கிராமத்தில் **1933**ல் பிறந்தார். தன் ஊர்ப் பெயரை முன்னொட்டாகப் பயன்படுத்தி அவர் உருவாக்கிய சில்லையூர் செல்வராசன் என்ற பெயராலேயே எழுத்துலகில் அவர் அறிமுகமானார். இலங்கை இலக்கிய உலகில் சில்லையூர், சில்லையூரார் என்றாலே அது அவரைத்தான் குறிக்கும். தான்தோன்றிக் கவிராயர் என்பது கவிதைக்காக அவர் பயன்படுத்திய புனைபெயர். இது திருச்சிற்றம்பலக் கவிராயர் என்ற பெயரின் தாக்கத்தின் விளைவாக இருக்கலாம். திருச்சிற்றம்பலக் கவிராயரின் செல்வாக்கை தான்தோன்றிக் கவிராயரிலும் நாம் ஓரளவு காணமுடியும்.

சில்லையூரின் தகப்பனார் சூசைப்பிள்ளை. தாயார் அன்னம்மா. இளவாலை சென். ஹென்றிஸ், காவலூர் சென். அன்ரனீஸ், யாழ் சென். பற்றிக்ஸ் ஆகிய கல்லூரிகளில் தன் பள்ளிக் கல்வியை முடித்தார். பொருளாதார பலம் அற்ற குடும்பச் சூழல் காரணமாக படிப்பைத் தொடர முடியவில்லை.

குன்றம்சார்
பேராதனையில் பெரும்பெரும் நுற்கட்டுகளை
ஆராதனை பண்ணி ஆகிக் கலாநிதியாய்
பட்டங்கள் கட்டிப் பறக்கவிடாப் பாமரன் யான்

என்று தான் உயர்கல்வி பெறமுடியாமற் போனதை தற்பாயிரம் என்ற கவிதையில் அவர் ஏளனமாகப் பாடுகிறார்.

வீட்டு நிலைமை காரணமாகப் பதினேழு வயதிலேயே தொழில் தேடிக் கொழும்புக்கு வந்தார். அப்போதே எழுதவும் தொடங்கியிருந்தார். ஒரு சிறுகதைப் போட்டியில் முதற்பரிசும் பெற்றிருந்தார். அ. ந. கந்தசாமி இறந்தபோது பாடிய இரங்கற் கவிதையில் தொழில்பெறும் நோக்கில் கந்தசாமியைத் தேடித் தான் கொழும்புக்கு வந்ததுபற்றிச் சில்லையூர் பின்வருமாறு நினைவுகூர்கிறார்.

நேற்றுத்தான் போல் என் நினைவில் தெரிகிறது...
சோற்றுக் கவலை, துணிக்கவலை, அன்றாட
வீட்டுக் கவலை, கல்வி வித்தை தொடர வழி
காட்டித் துணைசெய்து கைகொடுக்க யாரேனும்
இல்லாக் கவலை, இவற்றைச் சுமந்த சிறு
பிள்ளையாய், இந்தப் பெரிய கொழும்பு நகர்க்
கோட்டையிலே வந்திறங்கி, குறுகி மனம் பேதலித்து
வேட்டிசட்டையோடு வெளிக்கிட்டுத் தட்டார
வீதியில் என்று விலாசம் இடப்பட்ட
சேதித்தாள்க் கந்தோரைச் சென்றடைந்த அந்த நாள்
நேற்றுத்தான் போல் என் நினைவில் தெரிகிறது...

அ.ந.கந்தசாமியின் துணையால் சின்ன வயதிலேயே பத்திரிகையாளனாக அவரது பணி தொடங்கிற்று. சுதந்திரன், வீரகேசரி, தினகரன் ஆகிய பத்திரிகைகளில் அவர் பணியாற்றியிருக்கிறார். அக்காலத்திலேயே அவர் தன்னை ஒரு எழுத்தாளனாக, கவிஞனாக நிலைநிறுத்திக்கொண்டார்.

சில்லையூர் எந்தத் தொழிலிலும் நிலைத்திருக்கவில்லை. விளம்பரத் தொழில் அவருக்குக் கைகொடுத்தது எனலாம்.

அதிலும் அவரது நண்பர் காவலூர் ராசதுரைபோல் அவரால் அதிக தூரம் முன்னேற முடியவில்லை. தான் பாடியதுபோல் “தம் நாளாந்தச் சோற்றுக்கும் ஆடைக்கும் நலிவோருள் ஒருவராக” இல்லாதபோதும், தன் பொருளாதார இருத்தலுக்காக, தன் கவியாற்றலை, கலையாற்றலை அவர் அதிகம் விரயம் செய்ய நேர்ந்தது என்றே நான் நினைக்கிறேன்.

சில்லையூர் கலை இலக்கியத் துறைகள் பலவற்றிலும் காலூன்றியவர். கவிஞர் என்பதற்குமேலாக பத்திரிகையாளர், ஒலிபரப்பாளர், நடிகர், நாடக ஆசிரியர், திரைப்படக் கதாசிரியர், மொழிபெயர்ப்பாளர், விமர்சகர், விளம்பரக் கலைஞர், பாடகர் என்று பன்முகப்பட்ட திறன்களை வெளிப்படுத்தியவர். அதனால், அவரது ஊரவர் அவருக்கு பல்கலை வேந்தர் என்ற பட்டமும் வழங்கி அவரைக் கௌரவித்தனர். அந்தப் பட்டம் அவருடைய பெயருடன் இன்றுவரை நிலைத்திருக்கிறது. பலதுறைகளிலும் கால்வைத்தவர்கள் எல்லாத் துறைகளிலும் பிரகாசிப்பது அபூர்வம். சில்லையூர் அதற்கு விலக்கல்ல. எல்லாத் துறைகளிலும் தன் ஆற்றலைப் பங்கிட்டு ஒருதுறையிலும் சாதனைகள் புரியாது போய்விட்டார் என்பதே என் மதிப்பீடு. கவிதையே அவரது பிரதான துறை. மஹாகவி, முருகையன், நீலாவணன்போல் அத்துறையில் அவரது சாதனை நிலையானதல்ல என்ற மதிப்பீடு தீவிர வாசகர்களுக்கு உடன்பாடானது என்றே நான் கருதுகிறேன்.

சில்லையூரின் ஆரம்பகால அரசியல் தமிழ்த் தேசிய அரசியல்தான். தமிழரசுக் கட்சியின் ஆதரவாளனாக ஆரம்பத்தில் அவர் இயங்கியிருக்கிறார். ஆயினும், விரைவிலேயே அவர் ஒரு இடதுசாரியாக மாறிவிட்டார். கொழும்பில் அவருக்குக் கிடைத்த நண்பர்களும் அன்றைய அரசியல் சூழலும் அவர் இடதுசாரி அரசியலுக்குள் வரக் காரணம் எனலாம். அ. ந. கந்தசாமி, கைலாசபதி, காவலூர் ராசதுரை, சிவத்தம்பி ஆகியோர் இவரின் நெருங்கிய நண்பர்கள். கைலாசபதி இறந்தபோது சில்லையுர் எழுதிய ஒரு இரங்கல் கவிதையில் தங்கள் இளமைக்கால நெருக்கத்தை அவர் பின்வருமாறு விபரிக்கிறார்;

காவலூர், சிவத்தம்பி, கைலாசன், சில்லை என்ற
நால்வர் கொட்டாஞ் சேனையிலே நம் அறையில் கூடிவிட்டால்
விடிய விடிய விழாத்தான் கலைவிழா
பொடியன் சரத்தோடு போட்ட மிதியடிக்
கட்டை சொடுக்கக் கலரியில்போய் செக்கன்சோ
கிட்ட இருந்து சிகரட் பிடித்தபடி
பார்த்துவிட்டுச் சாமத்தில் படத்தை விமர்சிக்க
நூர்ந்திரா இராக்கடையில் நுழைவோம் பிளேன்டீயும்
வந்தபடி யிருக்கும் வாய்ச்சமா ஓயாது.

இவர்கள் எல்லோரும் இலங்கை முற்போக்கு இலக்கிய இயக்கத்தின் முன்னோடிகள். 1950களின் நடுப்பகுதியில் முற்போக்கு எழுத்தாளர் சங்கம் ஆரம்பிக்கப்பட்டபோது இவர்கள் அதன் முக்கிய உறுப்பினர்களாகச் செயற்பட்டார்கள். இலங்கையில் மார்க்சிய இயக்கத் தலைவர்களுள் ஒருவரான கே. ஏ. சுப்ரமணியனுடனும் சில்லையூருக்கு இளமைக்காலத்தில் இருந்தே நட்பு இருந்தது. மணியன் இறந்தபோது இவர் எழுதிய உருக்கமான இரங்கல் கவிதையில் அந்த நட்பை நினைவுகூர்ந்து இவ்வாறுபாடுகிறார்:

மார்க்சீய லெனினீய வழியில் பொதுவுடைமை
மார்க்கத்தில் இடையில் வசப்பட்டுவிட்டோம் நாம்
கண்டோம், கதைத்தோம், களத்தில் இருதுறையில்
இரண்டுபேரும் தழுவி இயங்கி
இணைந்துகொண்டோம்
கலை இலக்கியம் சார்ந்த களத்தில் நான்
செயல் ஓம்பும்
உலையா நேர்ப் போராட்ட உறுபடைக் களத்தில் அவன்
பா திக்குகிறது அப்பரவசத்தை வர்ணிக்க

என்று சுப்ரமணியனுடன் தனக்கிருந்த நெருங்கிய உறவை அக்கவிதையில் வர்ணிக்கிறார் சில்லையூர். அரசியலில் ஓர் இடதுசாரியாகவே அவர் இறுதிவரை இயங்கினார்.

3

தன் ஐம்பது ஆண்டுகளுக்கு அதிகமான எழுத்து வாழ்க்கையில் சில்லையூர் செல்வராசன் ஏராளமாக எழுதிக் குவித்தவர் அல்ல. முதலில் வெளிவந்த அவரது நூல் ஒரு கவிதைத் தொகுதி அல்ல. ஈழத்துத் தமிழ் நாவல் இலக்கிய வளர்ச்சி (1967) என்ற ஆய்வுநூல். ஈழத்து இலக்கியம் பற்றிய பிரக்ஞை மேலோங்கிய 1950களின் பிற்பகுதியில் அப்போது கிடைத்த தகவல்களை முயன்று தேடி எழுதிய அவருடைய முதல் நூல் அதுவே. அத்துறை சார்ந்த முதல்நூலாகவும் அதுவே அமைந்தது. பின்னர் வெளிவந்தது தணியாத தாகம் (1971) என்ற அவரது திரைப்படச் சுவடி. தமிழில் வெளிவந்த முதல் திரைப்படச் சுவடி என இது கருதப்படுகின்றது. ஊரடங்கப் பாடல்கள்தான் (1992) முதலில் வெளிவந்த இவரது கவிதைத் தொகுப்பு. இதுபற்றி நான் ஏற்கனவே சொல்லியிருக்கிறேன். இத்தொகுதியில் இடம்பெற்றுள்ள பெரும்பாலானவற்றை கவிதை என்று சொல்வதைவிட செய்யுளில் எழுதப்பட்ட விகடத் துணுக்குகள் என்பது பொருந்தும். நம்மில் பெரும்பாலானோர் செல்வராசன் உட்பட செய்யுள் ஆக்கத்தையே கவிதை எனக் கருதுவதால் அவையும் கவிதை எனப்பட்டன. சில்லையூரின் மொழிபெயர்ப்பு நூலான சேக்ஸ்பியரின் ரோமியோ ஜூலியட் அடுத்து 1992ல் வெளிவந்தது. அதை ஒரு மொழிபெயர்ப்பு என்பதை விட ஒரு நல்ல தழுவலாக்கம் எனலாம். இந்நூலில் இடம்பெற்றுள்ள 'சேக்ஸ்பியர் ஒரு ஜீவநதி' என்ற கட்டுரை சேக்ஸ்பியர் பற்றித் தமிழில் வெளிவந்த மிகச் சிறந்த கட்டுரைகளுள் ஒன்று எனலாம். தலைவர்கள் வாழ்க மாதோ. (1992) என்ற தலைப்பிலும் ஒரு கவிதைநூல் வெளிவந்தது. சிங்கள, தமிழ் அரசியல் தலைவர்கள் சிலரைக் கிண்டல் செய்து இவர் எழுதிய கவிதைகளில் சில இத்தொகுப்பில் உள்ளன. சில்லையூரின் வாழ்க்கைக்காலத்தில் நூலுருவில் வெளிவந்த அவரது ஆக்கங்கள் இவையே.

தன்னுடைய கவிதைகளைத் தொகுதிகளாகக் கொண்டுவரும் ஆர்வம் அவருக்கு இருந்ததாகத் தெரியவில்லை. அவரின் மறைவின் பின்னர்தான் அவருடைய மனைவி கமலினியின்

முயற்சியால் சில்லையூர் செல்வராசன் கவிதைகள் தொகுதி ஒன்று 1997ல் வெளிவந்தது. சிறியதும் பெரியதுமாக சில மொழிபெயர்ப்புகளும் சொந்த ஆக்கங்களுமாக 90 கவிதைகள் அதில் இடம்பெற்றுள்ளன. அவரது புகழ்பெற்ற கவிதையான கடவுளாக வேண்டும் என்பதும் தமிழரின் சாதி அபிமானத்தைக் கிண்டல் செய்யும் சங்கெடுத்து ஊது தமிழ்ச் சாதி பெருஞ்சாதி போன்ற கவிதைகளும் இதில் இடம்பெற்றுள்ளன. கணிசமான கவிதைகள் துணுக்குகளாகவும் தனிமனிதர்கள் பற்றியனவாகவும் உள்ளன. மஹாகவி, முருகையன், நீலாவணன் ஆகியோரோடு ஒப்பிட்டு நோக்கின் இவரது பலம் பலவீனத்தை நாம் புரிந்துகொள்ள முடியும். அதற்கு முன்தேவையாக அவருடைய ஏனைய கவிதைகளும் நூலாகவேண்டும் என்று நிகைக்கின்றேன்.

1960களில் பலராலும் பேசப்பட்ட அவருடைய கடவுளாக வேண்டும் ஒரு இசைப்பாடல். தன் கவிதை ஆற்றல் முலம் கடவுளின் படைத்தல் காத்தல் அழித்தல் ஆகிய முன்று வலிமைகளும் தனக்குச் சித்திக்கவேண்டும் என்பது என்பது அவர் விருப்பம். அப்பாடலை நான் இங்கு முழுமையாகத் தருகிறேன்

கடவுளாக வேண்டும் – நானோர்
கடவுளாக வேண்டும் – சொல்லின்
கடவுளாக வேண்டும்
உலகமெங்குமுள மனிதரெல்லவரும்
ஊழிகாலம் எனை உளமிருத்தவே
தலைசிறந்ததாய் நான் இனித்த செந்
தமிழிலே கவிதை தான் படைத்திடும்
கடவுளாக வேண்டும் – படைத்தற்
கடவுளாக வேண்டும்

நல்லதென்றெனது உள்ளம் உள்ளுகிற
நனி சிறந்த உயர் அறமெலாம் உலகில்
வல்ல ஆயுளொடு வாழுமா றெனது
வாக்கினால் அவைகள் காக்கும் ஆற்றலின்
கடவுளாக வேண்டும் – காத்தற்

கடவுளாக வேண்டும்

எங்கும் நல்லவர்கள் வாழ்விடர்ப் பிடியில்
இட்டெவர் வரினும் எனது தீ உமிழும்
அங்கதக் கவிதை விழியினால் அவைகள்
அற்று நீறுபட இற்றழித்திடும்
கடவுளாக வேண்டும் – அழித்தற்
கடவுளாக வேண்டும்

கடவுளாக வேண்டும் – ஆமாம்
கடவுளாக வேண்டும் – சொல்லின்
கடவுளாக வேண்டும்

சாதி ஒடுக்குமுறைக்கு எதிரான 'சங்கெடுத்து ஊது தமிழ்ச் சாதி பெருஞ்சாதி' என்ற கவிதையில் சாதிக் கொடுமைக்கு - சமத்துவத்தைக் கொல்லுகிற சாதிக்கொடுமைக்கு – சாக்காடு எப்போது? என்று கேட்கும் சில்லையூர் சாதிமான்களின் இரட்டை வாழ்க்கையைக் கேலி செய்கிறார். அதில் இரண்டு பகுதிகளை மட்டும் நான் இங்கு எடுத்துக்காட்டாகத் தருகிறேன்.

காளை ஒருவன் அதி காலையிலும் மாலையிலும்
நீளப் பனையளந்த நெற்றி வியர்வையுடன்
பாளை பிழிந்த பதநீர் கலந்துவரக்
காலைப் பிடித்துக் கடன்சொல்லி கள் இரந்து
வேளைக்கு வேளை விட்டு நிரப்பித் தன்
பேழை வயிற்றுள்ளே பிதற்றி வெறியாடும்
சாலைகளில் தன் சபைகள் சந்திகளில் அந்த இளங்
காளையினைக் கண்டாலோ காறி உமிழ்ந்தவன் கீழ்ச்
சாதி என்று சாதிக்கும் சாதி எங்கள் சாதி
சங்கெடுத்து ஊது தமிழ்ச் சாதி பெருஞ் சாதி

கவிதை பின்வருமாறு முடிகிறது
இழிகுலங்கள் என்றே தான் இயம்பும் குலத்தவர்கள்
வழிநடந்த வீதி வழியே நடப்பதிலும்
தொழில் செய்தே அன்னவர்கள் தொட்டுத் தமதுடலில்

வழியும் வியர்வையுடன் கலந்து தருவதனை
இழிவென் றொதுக்காமல் ஏற்றுண்டு வாழ்வதிலும்
வெளியில் அவர் வாங்கி விடுகின்ற காற்றினையே
பொழுதெல்லாம் சுவாசித்துப் பூரிப்பதிலும் ஒரு
பழிகாணா தவரைத் தன் பந்தியிலே பார்த்தாலோ கீழ்ச்
சாதி என்று சாதிக்கும் சாதி எங்கள் சாதி
சங்கெடுத்து ஊது தமிழ்ச் சாதி பெருஞ் சாதி

இலங்கையின் நீண்டகால இனப்பிரச்சினை மோதல் முரண்பாடுகள் பற்றி சில்லையூர் எழுதிய கவிதைகள் குறைவு என்றே சொல்லாலாம். தேசிய ஒருமைப்பாடு அவருடைய குறிக்கோளாய் இருந்திருக்கிறது. அவர் எழுதிய தேசபக்கதப் பாடல்கள் சில அவருடைய தொகுப்பில் இடம்பெற்றுள்ளன. அவற்றில் தான் இலங்கையன் என்ற பெருமிதமே முதன்மைபெறுவதைக் காண்கிறோம்.

இலங்கையன் என்றதும் என் இனம் சாதி மதம்
எல்லாம் மறந்தேனே!
நிலம் ஒன்றிலே பிறந்தான் நெறி குலம் யாவும் ஒரே
நிகர், நேர், சமம் தானே!

என்று 'நான் ஓர் இலங்கையன்' என்ற பாடல் தொடங்குகின்றது. 'மீனவர் சங்கற்பம்' என்ற பாடலில் இரண்டு கண்ணிகள் வருமாறு:

குலபேதம், இனபேதம், மொழிபேதம், மதபேதம்
இலையாகும் திருநாட்டிலே – நாங்கள்
நலமாக சுகவாழ்வு பெறுமாறு வருமாண்டு
தரும் உண்மைப் பேறு மனமே!

....

உலகோடு சமமாக ஒருதேச மக்களாய்
ஒன்றித்து முன்னேறுவோம் – கடல்

> அலை வீழும்; எழும்; ஆழி அழியாது கடல்போல
> அகிலத்தை வென்றாளுவோம்!

எனினும், 'இலங்கை பற்றி ஓர் அங்கதக் கவிதையில் இலங்கையில் நிலவும் இன, மத, மோதல்கள் பற்றியும் பேசுகிறார். பின்வருவது அதில் ஒரு கண்ணி.

> சைவம், பௌத்தம், இஸ்லாம், கிறிஸ்தவம்
> சகல மதஸ்தரும் ஒருவரை ஒருவர்
> வைவதும், அதனால் குரோதமும் பகையும்
> உய்வதும் எங்கள் உயர்வுறு நாட்டில்!.

சில்லையூர் ஒரு இடதுசாரி என்ற வகையில் தமிழ்த் தேசியத்துக்கு ஆதரவாளர் அல்ல. இலங்கைத் தேசியம்தான் அவருடைய கருத்துநிலை எனலாம். 'நாளையத் தமிழருக்கு' என்ற தலைப்பில் அவர் ஒரு நீண்ட கவிதை எழுதியிருக்கிறார். இது 1980களில் எழுதப்பட்டிருக்கலாம். இதிலும் இன, மதப் பிளவுகளுக்கு எதிரான தேசிய ஒருமைப்பாடு பற்றியே பேசுகிறார். அதில் ஒரு பாடலை இங்கு எடுத்துக்காட்டாகத் தருகிறேன்

> மதம், இனம், சாதி என்று
> மாயமான் காட்டிக் காட்டி
> நிதமுமே எம்மைத் தாழ்த்தி
> நிரந்தரத் தலைமை பூணும்
> பதவியே குறிக்கோளான
> பதர்களால் தமிழ் இனத்துக்
> குதவிகள் எதுவும் நண்ணாது
> ஒருபயன் தமிழர் காணார்

1980களில் வட — கிழக்கில் எழுச்சியடைந்த தமிழ் இளைஞர்களின் தமிழ் ஈழ விடுதலைப் போராட்டம், அதன் விளைவான யுத்தம், பேரழிவு என்பன பற்றி சில்லையூர் கவிதைகள் எழுதியதாகத் தெரியவில்லை. ஆயினும், 1983 ஆடிக் கலவரம் பற்றி 'சிலுவையில் அறையுண்ட முழு நிலா' என்ற தலைப்பில் ஒரு நீண்ட கவிதை அவரது தொகுப்பில் இடம்பெற்றுள்ளது. வன்முறையின்

அரசியல் பார்வை அன்றி வன்முறைக்கு எதிரான ஒரு ஆன்மீக மெய்யியல் பார்வையே இக்கவிதையில் வெளிப்படுவதாகச் சொல்லலாம். அன்று பௌத்தர்களுக்குப் புனிதமான பௌர்ணமி தினம். இந்துக்களின் ஆடிவேல்விழா. கனத்தை மயானத்தின் எதிரில் உள்ள ஒரு வீட்டின் மாடி அறையில் குடியிருந்த சந்தர் என்ற கவிஞனின் பார்வையில் சம்பவம் விபரிக்கப்படுகிறது. வர்க்க நலனுக்கான கலவரம் அது என்ற குரல் கவிதையின் சில இடங்களில் ஒலிக்கின்றது. அதன் சில பாடல்களை நான் இங்கு தருகிறேன்

"ஈழமே வேண்டும்" என்னும்
இளைஞரின் வெடிக்கா ளான
வேளத்தின் கட்சி ஆட்சி
வீரர்கள் பத்தொடு மூவர்
வீழ, அன்னாரின் சாதி
வெகுண்டெழ, கொழும்பு அன்றோர் தீக்
கோளமாய் மாறும் என்னும்
குறிப்பினை உணர்ந்தான் அல்லன்!

....

உள்ளொன்று புறமொன்றாக
உலவிடும் கீழ்மைப் புத்திக்
கள்ளர்கள் மொழி, மதத்தைச்,
சாதியை, இனத்தைச் சுட்டிக்
குள்ளமாய்த் தங்கள் வர்க்கக்
கோன்மையைப் பேணத் தோண்டும்
பள்ளத்தில் வீழும் பேதைப்
பரம்பரைத் தொடர் ஈதென்று!

....

சிவன்முடி, மரியாள் பாதம்,
தீன்மறை, பௌத்தம் எங்கும்
கவின் பெறும் நிலவை, சாந்தக்
கதிர்களைப் பொழியும் நோன்புத்
தவநிலைக் குறியை, அன்பின்

சாட்சியை சிலுவை மீதில்
அவமதிப் படைந்தோர், ஆணி
அடித்து அறைந்தா விட்டார்கள்?

போர்க்கால இலக்கியத்துக்கு அவருடைய பங்களிப்பு இதைத்தவிர வேறு இல்லை என்றே நினைக்கிறேன். எனது அபிப்பிராயத்தில் சில்லையுர் செல்வராசன் பிரதானமாக ஒரு மேடைக் கவிஞர்தான். கவியரங்குகளிலேயே அவர் அதிகம் துலங்கினார். அதற்கு வெளியே அவர் எழுதிய அரசியல் நையாண்டிக் கவிதைகளும் கவியரங்குப் பாணியிலேயே அமைந்தன. அவை உடனடியான ஈர்ப்புக் குரியன. தொகுப்புகளில் இடம்பெறும்போது அவை கவிதையாக நிலைபெறுவதில்லை.

சில்லையூரிடம் அசாதாரணமான செய்யுளாற்றல் இருந்தது. தமிழ்ச் செய்யுளைப் பேச்சோசைக்குக் கிட்டியதாகக் கொண்டுவந்ததில் அவருடைய பங்கும் முக்கியமானது. சரளமான செய்யுளில் தன்னுடைய கருத்தை வீச்சாக வெளிப்படுத்துவதில் அவர் வல்லவர். கவிதை சொல்லும் முறையிலும் அவர் தனக்கென்று ஒரு கவர்ச்சிகரமான பாணியை உருவாக்கி இருந்தார். அதுவே அவருடைய பலம் என்று எனக்குத் தோன்றுகின்றது. கவித்துவம் சுடரும் உணர்வுபூர்வமான வரிகளும் அவற்றிடையே மின்னும். அவருடைய திறமையை வெளிக்காட்டும் வகையில் தேர்ந்த கவிதைத் தொகுப்பொன்று வெளிவரவேண்டியது அவசியமாகும்.

(இலங்கை முற்போக்கு கலை இலக்கிய மன்றம் 2016ல் வெளியிட்ட இலங்கை முற்போக்கு இலக்கிய எழுத்தாளர்கள் தொகுப்பில் இடம்பெற்ற கட்டுரை. சற்று விரிவாக்கப்பட்டுள்ளது)

•

புரட்சிக் கமால் கவிதைகள்

1962 இல்தான் எனது முதலாவது கவிதை பத்திரிகையில் வெளியானது. அப்போது நான் இலக்கிய உலகில் சிறுவன்; கண் விடுக்காத பூனைக் குட்டி. அதே ஆண்டில்தான் "புரட்சிக் கமால் கவிதைகள்" என்ற தலைப்பில் 75 கவிதைகள் கொண்ட ஒரு தொகுப்பு வெளிவந்தது. அப்போது புரட்சிக்கமால் இலங்கையில் பிரபல்யமான கவிஞர்களுள் ஒருவர். தமிழ் நாட்டு முஸ்லிம் இலக்கிய வட்டாரத்திலும் மிகுந்த பிரபல்யம் பெற்றிருந்தவர். என்னைப் போன்ற இளம் கவிஞர்களின் ஆதர்ஷ புருஷர்களுள் ஒருவராக இலக்கிய அரங்கில் கொலுவிருந்தவர்.

1960களில் இலக்கியவுலகில் பிரவேசித்த எனக்குப் புரட்சிக் கமாலுடன் நேரடிப் பரிச்சயம் இருக்கவில்லை. எனினும், வளமான அவரது கவிதைகள் என் தலைமுறையைச் சேர்ந்த வேறு பலரைப் போன்றே எனது வளர்ச்சிக்கும் நல்ல உரமாகப் பயன்பட்டன என்பதை நான் மகிழ்ச்சியுடன் ஒப்புக் கொள்வேன்.

1950, 60ஆம் ஆண்டுகளில் ஈழத்துக் கவிதையுலகில் ஆதிக்கம் செலுத்திய கவிஞர்கள் பலர். அவர்களுள் மஹாகவி, நீலாவணன், முருகையன், சில்லையூர் செல்வராசன், புரட்சிக் கமால் முதலியோர் முக்கியமானவர்கள். இக்கால கட்டத்தில் வளர்ச்சியடைந்த ஈழத்து நவீன கவிதையின் சில பிரதான பண்புகளை, அல்லது போக்குகளை நிர்ணயித்தவர்கள் என நாம்

இவர்களைக் கருதலாம். இவர்கள் செப்பனிட்ட பாதையிலேயே இவர்களுக்கு அடுத்த தலைமுறையைச் சேர்ந்த நானும் என் போன்ற பிற கவிஞர்களும் நிமிர்ந்து நடைபயில முடிந்தது என்பதைத் தங்கள் வம்சாவழி பற்றிய பிரக்ஞை அற்றிருக்கும் இன்றைய இளங்கவிஞர்களுக்கு அழுத்திக் கூற வேண்டும்.

புரட்சிக் கமால் கவிதைத் துறையில் கோலோச்சிய கால கட்டம் ஈழத்துத் தமிழ் இலக்கியத்தில் இரு வகையான சிந்தனைப் போக்குகள் மேற்கிளம்பிய கால கட்டமாகும். ஒன்று, சமதர்மத்தை வலியுறுத்திய முற்போக்குச் சிந்தனை. மற்றது, இனத் தனித்துவம் பற்றிய சிந்தனை. இக்கால கட்டத்தைச் சேர்ந்த கவிஞர்கள் பலரிடம் இவ்விரு சிந்தனைப் போக்குகளும் வெவ்வேறு அளவில் நிலைபெற்றிருந்ததை நாம் காணலாம். புரட்சிக் கமால் இதற்கு விலக்கல்ல. உலகளாவிய சமதர்ம நோக்கின் செல்வாக்கும் அதேவேளை, ஆழ்ந்த இஸ்லாமிய உணர்வும் அவரது கவிதைகளில் நன்கு வெளிப்படுகின்றன. 1950, 60களில் தமிழ் நாட்டு இஸ்லாமிய இதழ்களில் மத - இன உணர்வு சார்ந்த ஏராளமான கவிதைகளை அவர் எழுதினார். இஸ்லாத்தின் உயர் விழுமியங்களையும், இஸ்லாமிய இறையியலின் அடிப்படைகளையும் அவரது கவிதைகள் அழுத்தி உரைத்தன. சடங்குகளையன்றி அவற்றுள் உட்புதைந்திருக்கும் சாரத்தையே முதன்மைப்படுத்தின. முப்பது ஆண்டுகளுக்கு முன் வெளிவந்த அவரது தொகுதியில் இத்தகைய கவிதைகள் பலவற்றை நாம் காணலாம்.

சாரத்தை விட்டு விட்டு சடங்குகளில் மூழ்கியுள்ள முஸ்லிம் சமூகத்தை, “யானை தின்ற விளாங்கனியாய் உள்ளழிந்த நம் இனம்” என்று அவர் ஒரு கவிதையில் குறிப்பிடுகின்றார். இவ்வாறு உள்ளழிந்த தம் சமூகம் உள்ளீடுள்ள சமூகமாக மாற வேண்டும் என்பதே அவரது வேட்கையாக அவரது கவிதைகளில் வெளிப்படுகின்றது. வெறும் சடங்காசாரங்களையன்றி உயர் இஸ்லாமிய விழுமியங்களை உள்ளீடாகக் கொண்ட ஒரு சமூகமாக தன் சமூகத்தை மாற்ற முனைவதையே இனப்பற்றின் அடையாளமாக புரட்சிக் கமால் கருதுகிறார் என்று எனக்குத் தோன்றுகிறது.

இது ஆரோக்கியமற்ற இனவாத அரசியல் சார்ந்த இனப்பற்றல்ல. இஸ்லாத்தின் சாரத்தை இழந்த தம் சமூகத்தை அது கூறும் மானுட உயர் விழுமியங்களை நோக்கி மேலுயர்த்த விரும்பும் ஆரோக்கியமான இனப்பற்றாகும். அவரது பல கவிதைகளைப் படிக்கும்போது சமூகத்தை முழுமையாகப் புனரமைக்க வேண்டுமென்ற அவரது நோக்கு நன்கு புலப்படுகின்றது.

இச்சீர்திருத்த நோக்கே அவரது சமயச் சார்பான கவிதைகளின் சாரம் எனலாம். இதனால்தான், 'சாலிஹ்' என்ற தன் சொந்தப் பெயருக்குப் பதிலாக, "புரட்சிக் கமால்" என்ற புனைப்பெயரை அவர் ஏற்றுக்கொண்டார் என்று நினைக்கின்றேன். நவீன துருக்கியின் சிற்பி எனக் கருதப்படும், 'முஸ்தபா கமாலை' இலட்சியமாகக் கொண்ட பெயர் இது. 'ஐரோப்பாவின் நோயாளி' என்று கருதப்பட்ட துருக்கியை மதச் சார்பற்ற ஒரு நவீன துருக்கியாக மாற்ற முயன்றவர் முஸ்தபா கமால். மேலைத்தேய மயமாக்குவதையே அவர் நவீன மயமாக்கல் என்று கருதியவர். ஆனால், புரட்சிக் கமால் இதிலிருந்து வேறுபட்டவர். மத விழுமியங்களையே நவீன சமூகத்தின் பலமான அடித்தளமாக்க விரும்பியவர் இவர். ஆயினும், முஸ்லிம் சமூகத்தில் பெண்கள் நிலை பற்றி தீவிரமாக அவர் எழுதிய கவிதைகளைப் படிக்கும்போது புரட்சிக் கமாலுக்குள் இருக்கும் முஸ்தபா கமாலையும் நாம் இனம் காணமுடியும். இது அவசியமானதே. இன்றைய வரலாற்றுச் சூழலில் புதிய சமூகத்தைக் கட்டியெழுப்புவதில் ஒருவரை மற்றவர் நிராகரிக்க முடியாது. பதிலாக இருவரும் ஒரு முனையில் இணைய வேண்டி இருக்கும் என்றே நான் கருதுகின்றேன்.

புரட்சிக் கமாலின் இன, மத உணர்வு அவரது உலகளாவிய சமத்துவ நோக்கிற்கும் குறுகிய இன, மத வரம்புகளைக் கடந்த பேர் மனிதன் பற்றிய சிந்தனைக்கும் எதிரானதாக அமையவில்லை என்பது நாம் முக்கியமாகக் கவனிக்க வேண்டிய ஓர் அம்சமாகும். பதிலாக, இஸ்லாமிய சாரத்தில் பேர் மனித குணாம்சத்தையும் பேர் மனிதனில் இஸ்லாமிய சாரத்தையும் அவர் காண்பதாக நாம் கருதலாம். இந்த சாரத்தைக் கொண்ட பேர் மனிதனே அவர் கனவு காணும் நாளைய மனிதனாவான்.

இவ்வகையில், "நாளை வருவான் ஒரு மனிதன்" என்ற கவிதையை புரட்சிக் கமாலின் கவித்துவ சிகரம் என்று சொல்ல வேண்டும். 1960களில் மிகவும் பிரபலமாகப் பேசப்பட்ட கவிதை இது. இது யதார்த்தத்தைக் கடந்த உயர் இலட்சியம் பற்றிப் பேசுகின்றது. இன்றைய யதார்த்தத்தின் அவலத்திலிருந்து பிறந்த இலட்சியவாதக் கற்பனை இது. நாளைய மனிதன் பற்றிய உன்னதப் படிமம். ஓர் உயர்ந்த கனவு. அந்தக் கவிதையின் சில பகுதிகளை நான் இங்கு தருகின்றேன்.

> நாளை வருவான் ஒரு மனிதன்
> ஞாலத் திசைகள் கோலமிட
> நாளை வருவான் ஒரு மனிதன்

என்று தொடங்கும் கவிதை

> சாதி ஒன்றாய் நிறமொன்றாய்
> சமயம் ஒன்றாய் மொழி ஒன்றாய்
> நீதி ஒன்றாய் நிலை ஒன்றாய்
> நிறை கண்டாளும் விஞ்ஞானி

> வானக் கூரைப் பந்தரின் கீழ்
> வையகத்துப் பெரு மனையில்
> மானிடத்துப் பிள்ளைகளை
> மருவி மகவாய் விருந்தோம்ப

> நாளை வருவான் ஒரு மனிதன்

என்று முடிகின்றது. 30 ஆண்டுகளுக்கு முன்பு எழுதப்பட்டாலும் இன்றும் புதுமை மாறாத இலட்சியப் படிமமாகத் திகழ்கின்றது, இக்கவிதை. மனித ஆளுமை, குறுந்தேசியவாதச் சுழலில் சிக்குண்டு சிதறிப் போன இன்றைய உலகில் இத்தகைய உயர் இலட்சியங்களுக்கு இடமில்லாமல் போகலாம். வெறும் கற்பனையாக எள்ளி நகையாடப் பாடலாம். ஆயினும், இரண்டாயிரம் வருடங்களுக்குப் பிறகு இன்றும் நினைவு

கூரப்படும் கணியன் பூங்குன்றனின், "யாதும் ஊரே யாவரும் கேளிர்" என்ற கவிதை வரிபோல இன்னும் இரண்டாயிரம் வருடங்களுக்குப் பிறகும் நினைவு கூரப்படக்கூடிய ஒரு கவிதையாக புரட்சிக் கமாலின் இக்கவிதை திகழக் கூடும் என்றே நான் கருதுகிறேன்.

புரட்சிக் கமால் கனவு காணும் மனிதன் மிகத் தொலைவில் எங்கோ இருக்கிறான். அவன் எவ்வளவு தூரம் நம்மை அண்மி வருவான், அல்லது நாம் எவ்வளவு தூரம் அவனை அண்மிச் செல்கிறோம் என்பதிலேயே முழு மனித குலத்தினதும் விடிவு இருக்கின்றது என்றே நான் நினைக்கின்றேன்.

இத்தகைய உயர்ந்த கவிதைகள் பலவற்றைப் படைத்த கவிஞர் நம் மத்தியில் நம்முடன் வாழ்கிறார். அவருடைய பிறந்த ஊரில் மக்கள் அவருக்குப் பாராட்டு விழா எடுக்கின்றார்கள். நாமும் அதில் கலந்து கொள்வது நமக்குப் பெருமை தருவதாகும். இன்னும் பல வருடங்கள் வாழ அவருக்கு என் வாழ்த்துகள்.

இன்று விழா எடுப்பவர்கள் விழாவுடன் மட்டும் நின்று விடாது, கவிஞரின் கவிதைகள் அனைத்தையும் தேடித் தொகுத்து நூலுருவாக்க வேண்டும். அதுவே நாம் அவருக்குச் செய்யும் நிலையான பாராட்டாகும் என்பதையும் இச்சந்தர்ப்பத்தில் சொல்லி வைக்க விரும்புகிறேன்

1995

அன்பு முகையதீனின் மாதுளம் முத்துக்கள்

நண்பர் அன்பு முகையதீன் கிழக்கிலங்கையின் முக்கியமான கவிஞர்களுள் ஒருவர். பிரசித்திபெற்ற மேடைப் பேச்சாளர். கடந்த சுமார் 25 வருடங்களுக்கு மேலாகக் கவிதை எழுதிவரும் இவரது மாதுளம் முத்துக்கள் என்னும் கவிதைத் தொகுதி அண்மையில் வெளிவந்துள்ளது. இது கவிஞரின் நாலாவது கவிதை நூலாகும். ஏற்கனவே இவரது நபிகள் வாழ்வில் நடந்த கதைகள் என்ற தொகுதியும் அண்ணல் நபி பிறந்தார், மாதருக்கு வாழ்வளித்த மாகான் ஆகிய இரு சிறு கவிதைப் பிரசுரங்களும் வெளிவந்துள்ளன. கவிதைத் தொகுதி என்ற வகையில் நபிகள் வாழ்வில் நடந்த கதைகள் என்பதை விட மாதுளம் முத்துக்கள் சில வகையில் முக்கிய கவனத்துன்குரிய ஒரு தொகுப்பாகும்.

நபிகள் வாழ்வில் நடந்த கதைகள் முகம்மது நபி (ஸல்) அவர்கள் வாழ்வில் நடந்த சில சம்பவங்களைத் தேர்ந்து, அவற்றைச் செய்யுள் வடிவில் திருப்பிக் கூறிய ஒரு முயற்சியாகும். அதிலே கவிஞரின் சொந்தக் கற்பனைக்கும் உணர்ச்சி வெளிப்பாட்டுக்கும் அதிக இடம் இல்லை. சம்பவங்களின் தெரிவுக்கும் யாப்பு வடிவத்துக்குமே கவிஞர் பொறுப்பாக இருந்தார். மாதுளம் முத்துக்கள் அதில் இருந்து முற்றிலும் வேறுபட்ட ஒரு தொகுப்பாகும். 1964 முதல் 1983வரையுள்ள இருபது ஆண்டு

காலத்தில் அவ்வப்போது கவிஞரால் எழுதப்பட்ட 32 கவிதைகள் இத்தொகுப்பில் உள்ளன. இவற்றுள் பெரும்பாலானவை 1970க்குப் பிறகு எழுதப்பட்டவையாகும். இவற்றின் பொருளும் வடிவமும் கவிஞரின் சொந்த உணர்வுகளையும் எண்ணங்களையும் கற்பனையையும் வெளிப்படுத்துபவையாகும். ஆகவே, ஒரு கவிஞர் என்ற வகையில் அன்பு முகையதீனின் பலத்தையும் பலவீனத்தையும் மதிப்பிடுவதற்கு இத்தொப்பு நமக்கு ஒரு சந்தர்ப்பத்தை வழங்குகிறது எனலாம்.

இத்தொகுப்பிலே பொருள் அடிப்படையில் பல வகையான கவிதைகள் இருக்கின்றன. அவற்றுள் கவிதைபற்றிய கவிஞரின் கருத்துகளை வெளிப்படுத்தும் கவிதைகளை ஒரு வகையாகக் கொள்ளலாம். இத்தகைய ஆறு கவிதைகள் இத்தொகுப்பில் உள்ளன. இன்பம் காண்போம், என்னை எழுதவிடு, போலிக் கவிகளும் புலம்பல் ஒலிகளும், எப்போதும் படி, பாட விடு, படைப்பு என்பன அவை. இக்கவிதைகளிலே மண்ணிலே ஒரு மாற்றத்தைக் காண்பதற்கு வழிகாட்டும் ஒரு சாதனமாகவே கவிஞர் கவிதையைக் காண்கிறார்.

> நித்தமும் மனித வாழ்வில்
> நிகழ்ந்ததைப் பிழிந்தெடுத்து
> சித்திரமாக்கி எங்கள்
> சிந்தையில் உணர்வில் வாழ்வில்
> புத்துணர்வூட்டி நாளும்
> புதியதோர் உலகு செய்ய
> வைத்தலே இலக்கியத்தின்
> மார்க்கமும் பண்பும்

என்று கூறுகிறார் 'இத்தரையில் நொந்தழிவோர் எழுச்சிபெற இறவாத கவிதைகளைப் படைப்பதே தனது நோக்கம்' என்று கூறும் கவிஞர் காதலியின் எழிலைப் பாடுவதில் உலகுக்கு எவ்வித நன்மையும் இல்லை என்றும் ஏழைகளைப் பாடுவதே இன்பம் என்றும் கூறுகின்றார். கவிதையின் நோக்கம் பற்றிய கவிஞரின் இக்கருத்துகள் இலக்கியத்தின் சமூகச் சார்பினையும் செயற்பாட்டு முக்கியத்துவத்தினையும் வலியுறுத்துவனவாய்

உள்ளன. இதனை இலக்கியம் பற்றிய சமுதாய நோக்கு என்று கூறலாம். இது இலக்கியத்தின் பயன்பாடு பற்றிய ஒரு ஆரோக்கியமான நோக்குநிலை என்பதில் ஐயமில்லை. எனினும் கவிதைபற்றிய ஒரு முழுமையான பார்வை என்று இதனைக் கூறமுடியாது. கவிதையின் பன்முகப் பாட்டினை இந்நோக்குக் கருத்தில் கொள்வதில்லை.

கவிதையின் சமூகச் சார்பினை வலியுறுத்திக் கூறுதல் அவசியமே. ஆயினும், அதற்குள் மட்டுமே கவிதையின் எல்லையை வரையறுத்துவிட முடியாது. கவிதை பன்முகப்பட்ட மனித உணர்வுகளின் வெளிப்பாடு ஆகும். அது எல்லாவகையான மனித அனுபவங்களையும் உள்ளடக்கமாகக் கொள்ளவேண்டும். ஆயினும், கவிதைபற்றிப்பாடும் நமது கவிஞர்கள் பொதுவாகச் சமூகத்தை மாற்றுவதற்காகவே தாங்கள் கவிதை பாடுவதாக உரத்த குரலில் கூறுவது ஒருவாய்பாட்டு மரபாகிவிட்டது. கவிஞர் அன்பு முகையதீனின் கவிதை பற்றிய கவிதைகளிலும் கவிதைபற்றிய இத்தகைய ஒருவாய்ப்பாட்டுக் குரலே ஒலிக்கின்றது. ஆயினும் அவரது தொகுதியில் அவரது கவிதைக் கொள்கைக்குப் புறம்பான விரகதாபமும், காதலியின் எழிலும், சின்ன நிலவுபோன்ற சிறு குழந்தையும் கவிதை உருப் பெற்றிருப்பது நமக்கு மனநிறைவைத் தருகின்றது.

இத்தகைய கவிதைகள் இத்தொகுப்பில் உள்ள இரண்டாவது வகையைச் சார்ந்தவை. பார்த்தால் வருமோ பழி, அன்புத் துணை, ஏன் இரவே விடிகின்றாய், தாமதமேன், சின்ன நிலவே சிரி, உலகை வெல்லு, உத்தமி போன்ற கவிதைகள் இதில் அடங்கும். இக்கவிதைகளிலே கவிஞரின் காதல் உணர்வையும் குழந்தைப் பாசத்தையும், பெற்றோர் மீதுள்ள அபிமானத்தையும் நாம் காண்கின்றோம். இக்கவிதைகளிலே சமுதாய உணர்வு அன்றி, தனிமனித உணர்வுகளே வெளிப்பாடு பெற்றுள்ளன. இவை இயல்பான மனித உணர்வுகளேயாகும். அன்புத் துணை, சின்ன நிலவே சிரி, உலகை வெல்லு ஆகிய கவிதைகள் இவற்றுள் இயல்பாகவும் இறுக்கமாகவும் உள்ளன.

அஞ்சலோட்டம் போன்று - நினைவு
அவளின் பின்னே ஓட
நெஞ்சம் இழந்து நின்றேன் - என்
நினைவை மறந்து நின்றேன்

போன்ற வரிகள் குறிப்பிடத் தக்கன. கவிஞரின் சமூக உணர்வை வெளிப்படுத்தும் கவிதைகளை மூன்றாவது வகையாகக் கொள்ளலாம். இத்தகைய கவிதைகளே இத்தொகுப்பில் பெரும்பாலானவையாகும். 1960ஆம் ஆண்டுகளின் பிற்பகுதியில் இருந்து இலங்கைத் தமிழ்க் கவிதையில் செல்வாக்குச் செலுத்திவரும் சமுதாய நோக்கின் தாக்கத்தினை அன்பு முகையதீனின் இக்கவிதைகளிலும் காண்கிறோம். பொருள் அடிப்படையில் இக்கவிதைகளை நாம் மேலும் வகைப்படுத்தி நோக்கலாம். சமூகத்திலே பெண்களின் நிலைபற்றிக் கூறும் கவிதைகள் அவற்றுட் சில. பக்கத்து வீட்டுப் பரீதா, பாத்தும்மா வயலுக்குப் போகிறாள், பாதையிலே ஏன் லாத்தா படுத்துக்கிடக்கின்றாய், எங்கள் பரீதாக்கள் இனித் துணிந்துவிட்டார்கள் ஆகிய கவிதைகள் அடிமட்ட முஸ்லிம் பெண்களின் அவல வாழ்வின் வெளிப்பாடுகளாகும். வறுமையினாலும் சீதனக் கொடுமையினாலும் பெண்கள் எதிர்நோக்கும் கஷ்டங்களை இவை கூறுவதோடு சமுதாய விமர்சனமாகவும் அமைந்துள்ளன. "கதவுகளைத் திறந்துவிடு" முஸ்லிம் பெண்களின் வாழ்வில் புதிய சிந்தனையின் அவசியத்தை வலியுறுத்தும் ஒரு கவிதையாகும். இத்தொகுப்பில் உள்ள குறிப்பிடத்தக்க கவிதைகளுள் இதுவும் ஒன்றாகும். "பாத்தும்மா லாத்தா, பரீதா, அவ்வா, எங்கள் மூத்தம்மா எல்லோரும் மூடித்தான் வாழ்ந்திருந்தார்" என்று கூறும் கவிஞர் "உள்ளே வளருகின்ற உன் மகள் யஸ்மீன் இருள் படிந்த வீட்டுக்குள் இருப்பதற்கு விழைவாளா" என்று கேட்கிறார். வளர்ந்துவரும் புதிய தலைமுறையின் புதுமை நாட்டத்தை கவிஞர் இங்கு கோடிகாட்டுகிறார் எனலாம்.

முஸ்லிம் சமூகத்திலே காணப்படும் உழைப்புச் சுரண்டல், பொருளாதார ஏற்றத்தாழ்வு, சமுதாய ஊழல் என்பன பற்றிய சில கவிதைகளும் இத்தொகுப்பில் உள்ளன. வாப்பா வயதாய்ப்போனார், ஒரு குழந்தை அழுகிறது, வசந்த காலத்தை

இனி வரவிடுங்கள், புயலும் புதுமையும், இந்த உலகை இனிவென்றெடுக்க, ஆதங்காக்கா, வீறுகொண்டெழுவோம், ஓங்கி எழும்பும் உணர்ச்சி அலைகள் போன்ற கவிதைகள் இந்த ரகத்தவை. இவற்றிலெல்லாம் சமூகத்தில் நிலவும் பொருளாதார ஏற்றத்தாழ்வுகளையும், சுரண்டலையும், ஊழலையும் கவிஞர் எடுத்துக் காட்டுவதோடு, அவற்றுக்கு எதிரான தனது குரலையும் வெளிப்படுத்துகிறார். 'எல்லா மக்களும் எல்லாம் உடையராய் இன்பமாக இருக்கவேண்டும்' என்ற தனது ஆவலை வெளிப்படுத்துகின்றார். அதற்காக வீறுகொண்டு போராடவேண்டும் என்கிறார்.

"சொந்தமாய் நிலங்கள் யாவும்
சுரண்டுவோர் கையை விட்டு
வந்திடும் நாளை நாங்கள்
வரவேற்போம்..." என்கிறார்.

இவற்றின் மூலம் பொதுவுடைமைக் கருத்துகளின் செல்வாக்கு கவிஞரில் சுவறி இருப்பதை நாம் காண்கிறோம்.

சமூக சேவையையும் சேவை மனப்பாங்கையும் வலியுறுத்தும் இரு கவிதைகளும் இத்தொகுப்பில் உள்ளன. காணவர நேரமில்லை, குடையை விரியாதே என்பன அவை. கவிஞரின் ஆசிரிய வாழ்வின் அனுபவங்கள் இக்கவிதைகளின் பின்னணியாக உள்ளன எனலாம். பொதுவாக இத்தொகுப்பில் உள்ள கவிதைகளிலிருந்து தான் தனது குடும்பம், தனது கிராமியச் சுற்றாடல் என்ற எல்லைக்குள்ளேயே கவிஞரின் பார்வை படர்ந்துள்ளதை நாம் காணமுடிகின்றது. எனினும், இவற்றுக்குப் புறம்பாக பலஸ்தீன விடுதலைப் போராட்டம் தொடர்பான சற்று நீண்ட கவிதை ஒன்றும் இத்தொகுப்பில் இடம்பெற்றுள்ளது. "உலகப் பரப்பிலிருந்தோர் ஓசை வந்து கேட்கிறது" என்ற தலைப்பிலான இக்கவிதையில் பலஸ்தீன மக்களின் விடுதலைப் போராட்டத்துக்குத் தனது தார்மீக ஆதரவைக் கவிஞர் வெளிப்படுத்துகின்றார்.

இதுவரை இத்தொகுப்பில் உள்ள கவிதைகளை அவற்றின் பொருள் அடிப்படையில் வகைப்படுத்தி நோக்கினோம். மிகப்

பெரும்பாலான கவிதைகள் கவிஞரின் சமூக நோக்கினை வெளிப்படுத்துவதைப் பார்த்தோம். சுரண்டலும் வறுமையும் ஏற்றத்தாழ்வும் அற்ற ஒரு சமூகத்தைக் கவிஞர் அவாவி நிற்பதை அவரது கவிதைகள் காட்டுகின்றன. இதுவே இத்தொகுப்புக்கு வலுவளிக்கும் முக்கிய அம்சமாகும்.

ஒரு கவிதை சிறப்புப் பெறுவது அது உள்ளடக்கமாகக் கொண்டுள்ள கருத்துகளினால் மட்டுமன்று. அதன் கவித்துவப் பாங்கினாலுமாகும். ஆனால் இந்தக் கவித்துவம் என்பது பொதுவாகப் பிடிபடாத ஒரு சங்கதியாகும். பாரசீகப் பெருங்கவிஞர் றூமி கவிதையை ஓர் ஊஞ்சலுக்கு ஒப்பிடுவார். அது மேலும் போகும் கீழும்வரும் என்பார். கவித்துவம் பற்றிய விளக்கமும் இதுபோன்றதுதான். அது மேலும் போகும் கீழும் வரும். அது ஒருவரின் கவிதைப் பயிற்சியின் அளவையும், நுண் உணர்வுகளின் தன்மையையும், கற்பனை வளத்தையும், மொழித் திறனையும் பொறுத்தது. அதனால்தான் இதிலே தளநிலை வேறுபாடுகள் அதிகம் காணப்படுகின்றன. கவிதைபற்றிய, பொதுவாகக் கலைபற்றிய மதிப்பீடுகளிலே ஓர் ஒருமைப்பாட்டைக் காணமுடியாமைக்கு இதுவே காரணம் எனலாம். விமர்சன உலகிலே இந்த மதிப்பீட்டு வேறுபாடுகளை நாம் அடிக்கடி காண்கிறோம். விமர்சனத்தை எதிர்நோக்குபவர்கள் இதை மனங்கொள்வது தகும்.

ஒரு கவிஞனது எல்லாக் கவிதைகளும் ஒரேதரத்தில் இருப்பதில்லை என்பது ஒரு பொதுவான உண்மையாகும். அன்பு முகையதீனின் கவிதைகளிலும் நாம் இத்தர வேறுபாடுகளைக் காணலாம். பொதுவாக இவரது கவிதைகளிலே எளிமையும் நேரடித் தன்மையும் கணப்படுவது ஒரு சிறப்பம்சம் எனலாம். ஆயினும், பல கவிதைகளில் இந்த எளிமை மிகை எளிமையாய்ப் போய்விடுவதையும் உணரமுடிகிறது. குறிப்பாக அவரது சமூகச் சார்பான கவிதைகளிலே ஏனைய கவிதைகளில் காணப்படும் இறுக்கமும் செறிவும் ஊறுபட்டுள்ளது என்பது எனது கருத்தாகும். எடுத்துக்காட்டாக, பார்த்தால் வருமோ பழி, அன்புத் துணை, சின்ன நிலவே சிரி, உலகை வெல்லு. இதயம் ஒன்று வேண்டும் முதலிய கவிதைகளில் காணப்படும் இறுக்கம், பக்கத்து வீட்டுப்

பரீதா, வாப்பா வயதாயப்போனார், ஒரு குழந்தை அழுகிறது, இந்த உலகை இனி வென்றெடுக்க முதலிய கவிதைகளில் காணப்பட வில்லை. இவை சற்று நீர்த்துப்போன தன்மைகொண்டுள்ளன.

இவரது சில கவிதைகளில் கட்டிறுக்கம் தொய்ந்துபோவதற்கு இவர் கையாளும் திருப்பி உரைக்கும் உத்திமுறையும் ஒரு காரணம் எனலாம். ஒரு கவிதையில் வரும் ஒரு வரியை அல்லது சில வரிகளை மீண்டும் மீண்டும் அக்கவிதையில் எடுத்தாள்வதையே திருப்பி உரைக்கும் உத்திமுறை என்போம். பொருள் தொடர்ச்சி, தெளிவு, அழுத்தம் என்பவற்றுக்காகச் சில கவிஞர்கள் இவ்வுத்தியை அவசியம் அறிந்து சிறப்பாகக் கையாண்டுள்ளார்கள். கவிஞர் அன்பு முகையதீனும் சில கவிதைகளில் இந்த உத்தியைச் சிறப்பாகக் கையாண்டுள்ளார். அன்புத் துணை, கதவுகளைத் திறந்துவிடு, இதயம் ஒன்று வேண்டும் என்பவற்றை இதற்கு உதாரணமாகத் தரலாம். ஆயினும் சில கவிதைகளில் அவசியம் இன்றியே இவ்வுத்தி பயன்படுத்தப்பட்டுள்ளதையும் காணமுடிகிறது. இது கவிதையின் தொடர்ச்சியைச் சிதைப்பதோடு உணர்ச்சியையும் மட்டுப்படுத்திவிடுகின்றது. தாமதம் ஏன், வாப்பா வயதாய்ப்போனார், பாதையிலே ஏன் லாத்தா படுத்துக்கிடக்கிறாய், இந்த உலகை இனி வென்றெடுக்க ஆகிய கவிதைகளை இதற்கு உதாரணமாகக் காட்டலாம்.

கவிஞர் முருகையன் தனது முன்னுரையிலே அன்பு முகையதீனின் யாப்புத்திறன் பற்றிக் குறிப்பிட்டுள்ளார். பல தடவைகளில் யாப்பு அவரைக் கைதூக்கிவிடுவதனை அவதானிக்கின்றோம் என்று அவர் கூறுகின்றார். இது உண்மையே. ஆயினும், பல இடங்களில் யாப்பு நண்பரின் கவிதையைச் சாப்பிட்டுவிடுவதையும் நாம் காண்கிறோம். இங்கு சில உதாரணங்களை மட்டும் தரலாம்.

1.என்றாலும் இவ்வோசை யாவின் அனைத்திலுமே,
2.அன்னை ஒருத்தி அழகு மகவொன்றை
பலஸ்தீன மண்மீட்கும் படைக்கனுப்ப
ஓர் மகவைப் பெற்றுவிட ஆவற்
பிரசவத்தைக் காத்திருந்தாள்,
3.இன்னும் சில நாளில் எழுந்து எழுச்சிபெறும்,

4. ஏகாதிபத்திய ஏப்பமிடும் வாதிகள்

மேற்காட்டிய வரிகளிலே காணப்படும் வாக்கியச் சிதைவுகளுக்கு யாப்புக் குறைபாடே காரணம் எனலாம்.

இத்தகைய சில குறைபாடுகள் காணப்படினும், அன்புமுகையதீனின் மாதுளம் முத்துக்கள் நமது முக்கிய கவனத்துக்குரிய ஒரு தொகுப்பு என்பதில் ஐயம் இல்லை. இதுவரை கவிஞரின் சமயச் சார்பான கவிதைகளே நூலுருப் பெற்றன. இத்தொகுப்பிலே உள்ள பெரும்பாலான கவிதைகள் கவிஞரின் சமயச் சார்பற்ற, முற்போக்கான சமூகச் சிந்தனைகளை வெளிப்படுத்துகின்றன. அவ்வகையிலே இது கவிஞரின் வித்தியாசமான ஒரு தொகுப்பாகும்.

ஒவ்வொரு படைப்பாளியும் தொடர்ந்து வளர்ந்துகொண்டே செல்கிறான். அவ்வகையில் இது கவிஞர் அன்பு முகையதீனின் ஒரு வளர்ச்சி நிலையாகும். இக்கவிதைகள் பற்றிக் கவிஞருக்கு ஒரு சுயதிருப்தி இருப்பது அவரது முன்னுரையில் தெரிகிறது. அது இயல்பானதே. இக்கவிதைகளைத் தன் இதய நர்த்தனம், ஆத்ம கீதம் என்று கவிஞர் கூறுகிறார். ஆயினும், சுய திருப்தி கவிஞரின் மேல்நோக்கிய வளர்ச்சிக்குத் தடையாக இருக்கக் கூடாது என்பதே என் விருப்பம்.

(தினகரன் 29.7.1984)

•

பாதை புதிது: சடாட்சரன் கவிதைகள்

சில மாதங்களுக்கு முன் எனது பழைய பைல்களைக் கிளறிக்கொண்டிருந்த போது ஒரு புதையல் அகப்பட்டது. சுமார் ஐம்பது ஆண்டுகளுக்கு முன், 1960களின் தொடக்கத்தில், நான் இலக்கிய உலகுள் காலடி எடுத்துவைத்த ஆரம்ப காலத்தில், எனக்கு வந்த கடிதங்கள் அவை. நீலாவணன், மஹாகவி, அண்ணல் முதலிய எனது முன்னோடிக் கவிஞர்களின் கடிதங்களும் அவற்றுள் இருந்தன. நான் முற்றிலும் மறந்திருந்த, அண்ணலுக்கும் எனக்கும் இடையிலான கடிதப் போக்குவரத்து திடீரென நினைவுக்குவந்து என்னை வியப்பில் ஆழ்த்தியது. மருதூர்க் கொத்தன், மருதூர்க்கனி, பஸீல் காரியப்பர் ஆகிய இலக்கிய நண்பர்களின் கடிதங்களும் அவற்றுள் இருந்தன. அவற்றுள் அதிகமான கடிதங்கள் நண்பர் சடாட்சரனுடையது. தபாலட்டையும் கடிதங்களுமாக இருபது கிடைத்தன. 1963 முதல் 1965 வரை மூன்றாண்டு காலத்துள் எழுதப்பட்டவை அவை.

அக்கால கட்டத்தில் சடாட்சரன் கொழும்பிலும் இரத்தினபுரி மாவட்டத்திலும் பணியிலிருந்தார். 1963ல் கொள்ளுப்பிட்டி பகத்தல வீதியில் இருந்த சிறுவர் பாதுகாப்புத் திணைக்களத்தில் எழுதுவினைஞராகக் கடமையாற்றினார். 1964, 65ல் பறக்கடுவையில் புசல்லை தமிழ் வித்தியாலயத்தில் ஆசிரியராகப் பணியாற்றினார். அதே காலகட்டத்தில், 1963, 64ல் நான் அட்டாளைச்சேனை ஆசிரிய பயிற்சிக் கலாசாலையில் பயின்றுகொண்டிருந்தேன்.

1965ல் பொலன்னறுவையில் ஆசிரியனாகப் பணியாற்றினேன். எங்களுக்கிடையில் இருந்த தூரமும், எங்கள் இளமைக்கால இலக்கிய ஆர்வமும் எங்களைக் கடிதங்கள் மூலம் இணைத்தன. அதற்குப் பின் எங்களுக்கிடையே கடிதத் தொடர்பு இருந்ததற்கான சுவடுகள் இல்லை. கடிதம் எழுதும் ஆர்வமும் பழக்கமும் குன்றிப்போனதுதான் அதற்குக் காரணம் என்று நினைக்கிறேன்.

ஒரு கடிதத்தில் அவர் இவ்வாறு குறிப்பிட்டிருக்கிறார்: "உங்கள் கடிதம் கண்டு மகிழ்ந்தேன். அது கிடைக்கும்போது, எனது வகுப்பில் 'கடிதம் எழுதுதல்' இரண்டாம் முறையாகப் படிப்பிக்கும் வேளையாகையால், மாணவர்களும் பார்த்து - கடித உறுப்புகளை மனதில் நன்கு பதித்துக்கொள்ள உதவியாய் இருந்தது. நாம் அடிக்கடி நெஞ்சந் திறந்து இதுபோல் பரிமாறிக்கொள்வதால், உள்ளத்தில் அமைதி நிலவுவதோடு நமது வளர்ச்சிக்கும் பெருந்துணைபுரியும் என்று நம்புகிறேன்"

அதே கடிதத்தில் அடுத்த பந்தியில் பின்வருமாறு எழுதியிருக்கிறார்:

"இங்குள்ளவர்களின் தமிழ்ப் பற்றில்லாத செய்கைகளைக் கண்டு - றப்பர் மரங்களெல்லாம் மனம் நொந்து - இலையுதிர்த்து வெறுங் கம்புகளாகக் காட்சியளித்துக் கொண்டிருந்தது. ஆனால் நான் வந்ததும், என்னை அறிந்து சந்தோஷத்தினால் இலைகள் எல்லாம் துளிர்த்து ஆனந்தக் கீதம் இசைக்கத் தொடங்கிவிட்டது. முந்தநாள் இருந்து நல்ல தென்றற் காற்று - என் அறைக்குள்ளும் நுழைந்து இதம் தருகின்றது. நீங்கள் நினைப்பதுபோல், எல்லாம் வெற்றிச் சிகரங்களாய் ஒளிவீசும் காலம் தூரத்தில் இல்லை."

கொழும்பிலிருந்து பறக்கடுவைக்கு அவர் பணிமாறிச் சென்றது இலையுதிர் காலத்தில். 1964 பெப்ரவரியில் அவர் இந்தக் கடிதத்தை எழுதும் போது றப்பர் மரங்கள் தளிர்விடத் தொடங்கிவிட்டன. அது பற்றிய இளமைக்காலத் தன்னுணர்வோடு கூடிய அவரது தற்குறிப்பேற்றம் இப்போது படிக்கும்போதும் சுவையாக இருக்கிறது.

1963 நவம்பரில் அவர் கொழும்பில் இருந்தபோது எழுதிய கடிதத்தின் சில வரிகள் இவை:

"கடிதங்கள் வந்து கனிஇன்பம் தந்து கவலைகள் கொல்லும் பொழுதில் - தடித்தபை யோடு தபாற்காரன் நின்று தடவினான் என்றன் முகத்தை, எடும் என்ற போதே இலையென்றான் நெஞ்சில் எழுந்தது பொல்லா நெருப்பு - அடடா ஓர் அஞ்சல் ஐயாக்கு என்று அகமெலாம் செந்தேன் பொழிந்தான்! இந்த ஒரு புதிய உணர்வு ஏற்பட்டது உங்கள் கடிதத்தை வாங்கும் பொழுது. அதைப் படித்து முடித்ததும் நீரில்லாது காய்ந்த வயல் நல்ல ஓர் மழை பெற்றுப் பூரித்ததுபோல் தெம்பு பிறந்தது. இனிமேல் இப்படிக் காயவைக்க வேண்டாம்."

அதே கடிதத்தில் அவர் எழுதிய ஒரு தகவல் இன்று எனக்கு முக்கியமானதாகத் தோன்றுகின்றது.

"நண்பா! அன்று ஒரு தபாலட்டை மிகவும் அவசரத்தில் எழுதினேன். அதன் கதையைக் கூறுகிறேன் கேளுங்கள். இங்கு ஒரு கழகத்தில் சரஸ்வதி பூசை. அதைப் பார்க்கலாம் என்று போன என்னை ஒரு புத்தகக் கடை அழைத்தது. அங்கு நுழைந்ததும் நல்ல கதைத் தொகுதிகள் என்னை எடும் என்னை எடும் என்று கூறியது. அதனால் கொஞ்சம் புத்தகங்களை எடுத்துவைத்துவிட்டு அடுத்த நாள் போனேன். ஏனென்றால் அன்று சம்பளம். அன்று ஒரு பத்துப் பனிரெண்டு ரூபாவுக்குப் புத்தகங்கள் வாங்கினேன். (இசையமுது - பாரதிதாசன் 2ம் தொகுதி - இனிப்பும் கரிப்பும், ஜெயகாந்தன். இரு சகோதரர்கள் - கு. அழகிரிசாமி - பிச்சமூர்த்தியின் கதைகள். குங்குமப் பூ - அப்பாஸ்) இன்னும் கொஞ்சப் புத்தகங்களை எடுத்து வைத்துவிட்டுத்தான் உங்களுக்கு எழுதினேன். ஏனென்றால் இருவரும் கலந்து படிக்கலாம் அல்லவா? அதன் பின்பு உங்கள் கடிதத்தைக் கண்டு ஒரு பத்து ரூபாய்க்குப் பின்வரும் புத்தகங்கள் வாங்கி வந்திருக்கிறேன். மாலை மயக்கம், கைவிலங்கு, ஒரு பிடிச் சோறு - ஜெயகாந்தன், புஸ்கின் கதைகள். முன்பு வாங்கியதைப் படித்து முடித்ததும் அனுப்புகிறேன். நீங்கள் படியுங்கள், அண்ணருக்கும் கொடுங்கள்."

அண்ணர் என்று இங்கு குறிப்பிடப்படுவது நீலாவணன். ஆரம்ப காலத்திலேயே எங்களுக்கு இருந்த வாசிப்பு ஆர்வத்தை இது காட்டுவது மட்டுமன்றி, பத்து ரூபாய்க்கு இவ்வளவு புத்தகங்களா என்ற மலைப்பையும் ஏற்படுத்துகின்றது. இன்று பத்து ரூபாய்க்கு

ஒரு பத்திரிகை கூட வாங்க முடியாது. அன்று எங்கள் சம்பளமும் சுமார் 150 ரூபாய்தான்.

1964 அல்லது 1965ல் பறக்கடுவைக்குப் போய் நான் சடாட்சரனைச் சந்தித்தது, இருவரும் இரத்தினபுரிக்குப் போய் மு. தளையசிங்கத்தைச் சந்தித்தது எல்லாம் இன்றும் என் நினைவில் உள்ளன.

நண்பர் சடாட்சரனை 1960ல் அல்லது 61ல் முதல்முதல் சந்தித்தேன். அப்போது அவர் மட்டக்களப்பு ஆசிரிய கலாசாலையில் பயிற்சி முடித்திருந்தார், அல்லது முடிக்கும் தறுவாயில் இருந்தார் என்று நினைக்கிறேன். அந்தக் காலத்தில் நாங்கள் தினமும் அல்லது அடிக்கடி சந்திப்போம். பெரும்பாலும் நீலாவணன் வீட்டில், நீலாவணைக் கடற்கரையில் அல்லது கல்முனைக் கடற்கரையில் அல்லது எங்கள் வீடுகளில் சந்திப்பு நிகழும்.

என்னுடைய முதல் கவிதை 1962ல்தான் பத்திரிகையில் வெளிவந்தது. 1950களின் இறுதியிலிருந்தே சடாட்சரன் பத்திரிகைகளில் எழுதத் தொடங்கிவிட்டார். அந்த வகையில் அவர் என்னைவிட மூத்த கவிஞர். வயதிலும் என்னைவிட அவர் நாலு வயது மூத்தவர். அவருடைய பல கவிதைகளுக்கு நான் முதல் வாசகனாக இருந்திருக்கிறேன்.

கடந்த அரை நூற்றாண்டுக்கு மேலாக அவர் கவிதை எழுதிவருகிறார். கல்முனைப் பிரதேசத்தில் மட்டுமன்றி முழு இலங்கையிலும் அவர் குறிப்பிடத் தக்க முக்கியமான கவிஞர்களுள் ஒருவர். என்றாலும் இதுவரை அவரது கவிதைத் தொகுதி ஒன்றேனும் வெளிவரவில்லை என்பது என் மனதை உறுத்திக்கொண்டே இருந்தது. இது கல்முனைப் பிரதேசத்தில் பல கவிஞர்களுக்கு நேர்ந்த அவலம். நீலாவணன் மறைந்த பிறகுதான் அவருடைய தொகுப்புகள் வெளிவர முடிந்தது. பாண்டியூரனும் தன் தொகுப்பு எதையும் காணாமலே மறைந்துவிட்டார். கல்முனைப் பிரதேசத்தில் ஒரு பதிப்பகத்தைத் தொடங்கி பலருடைய புத்தகங்களையும் வெளிக் கொண்டுவர வேண்டும் என்று நாங்கள் சிலர் நினைத்ததுண்டு. ஆனால் அது சாத்தியமாக வில்லை. காலம் பிந்தியாவது கவிஞர் நவாஸ்

சௌபியின் ஆர்வத் தூண்டலினால் சடாட்சரனின் கவிதைத் தொகுதி ஒன்று வெளிவருவது மனநிறைவைத் தருகிறது.

சடாட்சரன் ஒரு கவிஞராகவே அறியப்பட்டவர். எனினும் அவர் அவ்வப்போது சில நல்ல சிறுகதைகளும் எழுதியிருக்கிறார். பதினைந்து கதைகள் எழுதியதாக அவர் சொல்கிறார். அவற்றுள் பதினொரு கதைகளைக் கொண்ட தொகுதி மேட்டு நிலம் என்ற பெயரில் புரவலர் ஹாஷிம் உமரின், புரவலர் புத்தகப் பூங்கா வெளியீடாக 2009ல் வெளிவந்தது. ஒரு நல்ல கவிஞனின் முதல் நூலாக ஒரு சிறுகதைத் தொகுதி வெளிவந்தது ஒரு முரண்தான். என்றாலும் நீண்ட காலக் காத்திருப்பின் பின்னர் தனது நூல் ஒன்று வெளிவந்ததில் நண்பருக்கு ஒரளவு திருப்திதான். என்றாலும் இப்போது வெளிவரும் பாதை புதிது என்ற இக்கவிதைத் தொகுதி சடாட்சரனின் நண்பர்கள் அனைவருக்கும் மனநிறைவைத் தரும் என்று நம்புகிறேன்.

பாதை புதிது சடாட்சரனின் மிகச் சிறந்த கவிதைகளுள் ஒன்று. 1965ல் அது கி.வா.ஜகநாதன் ஆசிரியராக இருந்த கலைமகள் இதழில் வெளிவந்தது. அது வெளிப்படுத்தும் மனோபாவமும் அதன் கவித்துவ வீச்சும் அக்காலத்தில் எங்களைப் பரவசப்படுத்தின. அக்கவிதை பற்றி நான் அவருக்கு எழுதிய கடிதம் இன்னும் தன்னிடம் இருப்பதாக சமீபத்தில் பேசிக்கொண்டிருந்தபோது சடாட்சரன் என்னிடம் சொன்னார். இப்போதும் அந்தக் கவிதை எனக்குப் புதிதாகவே இருக்கிறது.

போகின்றேன் பாதை புதிது
வழியெங்கும் வாகை மலர்கள்!
வளைந்த கதிர் வயல்கள்!
தாகம் அகற்றித்
தனி இன்பத் தேன்கனிகள்
வேகம் கொடுக்க,
விழிகள் வழிகண்டு
தோகை மயிலின் துயர்தீர் நடனத்தில்
தேகம் புளகமுறத்

> தென்போடு நான்துணிந்து
> போகின்றேன் பாதை புதிது!
> வழியெங்கும் வாகை மலர்கள்
> வளைந்த கதிர் வயல்கள்
>
> …..

ஒரு புதிய உலகத்தை நோக்கிய ஒரு புதிய பாதையில் ஒரு புதிய பயணம் பற்றிய அழகிய கற்பனை இக்கவிதை. இக்கவிதை முழுவதையும் ஒரு குறியீடாகவே நாம் கொள்ள வேண்டும். புதிய பாதை, வாகை மலர்கள், கதிர் வயல்கள், தேன் கனிகள், மயிலின் துயர்தீர் நடனம் எல்லாமே குறியீடுகள்தான். வாகை மலர்கள் வெற்றியின் குறியீடு என்றால், கதிர் வயல்கள் வளத்தின் குறியீடு. ஏனையவை இன்பத்தின் குறியீடு. கவிதை இவ்வாறு முடிகிறது:

> ஓடுகிறேன்
> நானுய்யும் உண்மை வழிமீதில்
> தேடரிய செல்வம்
> தினந்தோறும் வாழ்வுதர,
> ஈடில்லாத் தென்றல்
> எழுந்தென் உயிர்பேண
> நாடிப் புதுநிலவும்
> நட்போடு பாய்விரிக்க,
> வாடி மலர்கின்ற வான்பூக்கள்
> பூரித்துக் கூடிக் குதிக்க
> குயிலோசை காதினிக்க,
> ஓடுகிறேன் நானுய்யும்
> உண்மை வழிமீதில்!
> தேடரிய செல்வம்
> தினந்தோறும் வாழ்வுதர!

கவிதை முழுவதையும் படித்து முடிக்கையில் இதுவே நமது இலட்சியக் கனவும் என நமக்கு ஒரு மன நிறைவு ஏற்படுகின்றது. கவிஞன் நம் எல்லோருக்குமாகக் கனவு காண்பவன் என்பது

எம். ஏ. நுஃமான்

உண்மைதான். அவ்வகையில் சடாட்சரனின் கனவு நம் எல்லோருக்குமான கனவுதான். மகிழ்ச்சியும் இன்பமும் மனநிறைவும் அக்கனவின் சாரம். தனக்கென்று ஒரு புதிய பாதையை, மகிழ்ச்சியான பாதையை வேண்டும் யாரும் இக்கவிதையை அடிக்கடி படிக்கலாம், படித்துத் தன்னையும் புத்துயிர்ப்பிக்கலாம்.

சடாட்சரன் கடந்துவந்த பாதை, அவர் கனவு கண்ட மனோரம்மியமான புதிய பாதையல்ல. நாம் எல்லோரும் கடந்துவந்த கல்லும் முள்ளும் நிறைந்த, மேடும் பள்ளமுமான பாதைதான். அங்கங்கே சில நீர் நிலைகள், சில பூஞ்சோலைகள். அதுதான் யதார்த்த உலகின் நடைபாதை. அந்தப் பாதையில் நடந்த அவரது அநுபவங்கள் இந்தத் தொகுப்பில் பதிவாகியுள்ளன. பெரும்பாலான கவிதைகள் நமது யதார்த்த உலகின் அநுபவப் பதிவுகள்தான். அவற்றில் மகிழ்ச்சியை விட வலி அதிகம் இருக்கும். குறிப்பாக 1990க்குப் பிறகு அவர் எழுதிய கவிதைகளில் இந்த வலி மனதைப் பிசையும் வலியாக இருக்கிறது.

> குழந்தை முகம் காட்டிக்
> குதுகலித்த வானம்
> திடீரென மப்புக் கட்டிற்று!
> புன்னகைப் பொலிவில்லை

என்று தொடங்குகின்றது வதந்தி என்ற கவிதை. முதல் அடிகளிலேயே இருள் கவிந்த வாழ்வு படிமமாகிவிட்டது.

> திகைத்து நின்றது தெருவில் எங்களூர்
> வண்டிகளோ வாய்க்காலோ ஓடவில்லை
> வயோதிபரும் நகரவில்லை!
> வீதி அருகில் வெகுநேரம் நின்ற நான்
> பயணத்தை இடை நிறுத்தி
> வந்த வழி திரும்பினேன்!

> இன்றைக்கும் காய்கறிதான் சமையல்
> நாளைக்குச் சந்தையில்

நல்ல மீன் வாங்கி
நாவுக்கு ருசியாய்ச் சாப்பிடலாம்
தூரத்து உறவுகளும்
துயரத்தில் மூழ்கிற்று

விபரங்களில் வார்த்தைகளை விரயமாக்காது சூழல் பற்றிய சில இறுக்கமான படிமங்களை உருவாக்குவதன் மூலம் போர்ச் சூழலின் பயங்கரத்தையும் துயரத்தையும் இக்கவிதையில் வெளிப்படுத்துகிறார் சடாட்சரன். அநுபவத்தைத் தன்மயமாக்கித் தருவது கவிதையின் வலியை செறிவுபடுத்துகின்றது.

இந்த நாட்களில் எங்கள் மண்ணில்
எத்தனை துயரங்களை விழுங்கி
ஊமையாய் வாழ்கிறோம்...?
ஓர் உயிரின் சீவியம்
இரு விரலால் கிள்ளி எடுக்கும்
மண்பருக்கை அளவிலும் சிறியதே
(சீவியம் சிறிது)

ஒரு நொண்டிக் கோழியைக் கறிசமைத்து உண்ணும் போதுகூட சூழலின் யதார்த்தம் நினைவில் வந்து உறுத்துவதை இக்கவிதை வெளிப்படுத்துகின்றது.

பச்சை மரங்கள் இலை கருகிப்
பட்டழிந்து போனாலும்
தூதுவளை யாவது துளிர்த்துப் படரட்டும்
கடலும் இரங்கிக் கைநிறையக் கொட்டும்
நாற்று மேடைகளோ நாசம்
ஆழக் கிணற்றுள்ளும் அக்கினி பூக்கிறது

'ஆழக் கிணற்றுள் அக்கினி பூக்கும்' படிமம் சூழலின் குரூரத்தை உணர்த்தும் அருமையான படிமம். இத்தொகுப்பில் இடம்பெற்றுள்ள 1980க்குப் பின் அவர் எழுதிய இருபதுக்குச் சற்று அதிகமாக கவிதைகளில் பெரும்பாலானவை எதிர்பார்க்கக் கூடியதுபோல்

போர்க்கால வாழ்வின் வலி உணர்த்தும் கவிதைகள்தான். போர்க்கால இலக்கியத்தில் சடாட்சரனின் பங்கும் குறிப்பிடத் தக்கது.

1960களில் சடாட்சரன் ஏராளமாக எழுதினார் என்று நினைக்கிறேன். எனினும், இத்தொகுப்பில் அவரது ஆரம்பகாலக் கவிதைகள் பத்துக்குக் குறைவாகவே உள்ளன. இன்றைய வாசகர்களுக்கு அவை சுவைக்காதோ என்று அவர் நினைத்திருக்கலாம். நான் அப்படி நினைக்கவில்லை. ஒரு கவிஞனின் தனிப்பட்ட வளர்ச்சிப் படிகளை மட்டுமன்றி, ஈழத்துக் கவிதையின் வளர்ச்சிப் படிகளையும் அறிந்துகொள்வதற்கு அவை அவசியம்தான். அதிஷ்ட வசமாக அவரது ஆரம்பகாலக் காதல் கவிதைகள் சில இத்தொகுப்பில் இடம்பெற்றுள்ளன. உபாயம் என்ன?, பற்றுக்கோல் தாராயோ, வாராயோ நெடு ரெயிலே, வாழ்க்கை இனிக்கிறது, துங்காதிருக்கிறேன், உதவி செய்க என்பன இத்தகையன. காதலில் உழலும் மென் உணர்வின் வலி இக்கவிதை வரிகளில் பின்னிக் கிடக்கின்றது. இரண்டு உதாரணங்களை மட்டும் இங்கு தருகின்றேன்:

காதலி உனது கருணை மழையில்
குளித்திடல் வேண்டிக்
குமைந்து கிடக்கிறேன்!
ஆசைக்குரிய அரசி
உன்னுடைய மாசிலா உருவம்
மனத்திரைக்குள்ளே வந்து
என்னை வாட்டி வருத்துதல் அறிவாய்
(தூங்காதிருக்கின்றேன்)

உன் எழில் வதனம் ஒவ்வொரு நாளும்
என்முனே தோன்றி இடர் செய்கின்றதை
நீ உணராது நெருப்பேன் சொரிகிறாய்?
ஊமைபோல் இருந்தேன்
உழன்றிடச் செய்கிறாய்?
தங்க விளக்கே தயவாய்க் கேட்கிறேன்
நீ எனைப் பார்த்துச் சிரிப்பதை விடுக

என்னுடன் இன்மொழி பேசுதல் தவிர்க்க!
(உதவி செய்க உத்தமி)

1970களில் ஈழத்துத் தமிழ் இலக்கியத்தில் இடதுசாரிச் சிந்தனை மேலோங்கி இருந்தது. கவிதையிலும் அதுவே பிரதான போக்காகக் காணப்பட்டது. இனப் பிளவும் சுரண்டலும் அற்ற ஒரு சமதர்ம சமூகத்தை நமது கவிஞர்கள் கனவு கண்டார்கள். சடாட்சரனும் இதற்கு விலக்கல்ல. கறுத்த மாடுகளே, வென்றிடுவோம், மண்ணிலே சொர்க்கம் மலர ஆகிய கவிதைகள் இத்தகையன.

கறுத்த மாடுகள் கவிதையில் கறுத்த மாடுகள் அடிமைப்பட்ட மக்களின் குறியீடாக உள்ளன.

கண்கள் குளமாகி
நெஞ்சம் கனலாக
கசாப்புக் கடைக்காக
ஓடிஓடிப் போகும்
கறுத்த இளம் மாடுகளே காளைகளே
உங்கள் கழுத்திலுள நீள் கயிற்றை
மூச்சுப் பிடித்து முழுதாய் அறுத்தெறிவீர்!
மூர்க்கம் அடைந்தவனை மோதி
உடன் வீழ்திடுவீர்!

அக்கவிதையின் இந்த இறுதிவரிகள் அன்றைய இடதுசாரி உணர்வின் வெளிப்பாடாக இருந்தாலும் என்றைக்கும் பொதுவாக ஒடுக்கப்பட்ட மக்களின் எழுச்சியின் குரலாகவும் உள்ளன. வென்றிடுவோம் என்ற கவிதையும் இதுபோன்ற வெளிப்பாடே. அக்கவிதையில் போடியார் சுரண்டலின் சின்னமாக வருகிறார். அவரது வயற்காரன் சித்தன் சுரண்டப்படுவோரின் சின்னம். கவிதையின் கடைசி வரிகளில் விடுதலைக் குரல் பின்வருமாறு ஒலிக்கின்றது:

உனை அழிக்க,
எல்லாரும் நாங்கள் இணைந்து
ஒன்றாகப் போராடி
எல்லார்க்கும் எல்லாம்

இருக்கும் வழி அமைக்க
நாம் எழுந்துவிட்டோம் இந்நாடெங்கும்
வென்றிடுவோம்!

இனப் பிளவை மேவிய வர்க்க ஐக்கியமே சுரண்டப்படும் மக்களின் விடுதலைக்கான பாதை என்பது அன்றைய இடதுசாரிச் சிந்தனையின் மையக் கருத்தாக இருந்தது. இனத்துவவாதம் மேலோங்கிய இன்றையச் சூழலில் இக்கருத்து அர்த்தமற்றுப் போய்விட்டது என்று கருதமுடியாது. இனப் பிளவு யதார்த்தமாக இருந்தாலும், வர்க்க ஐக்கியம் ஒரு இலட்சியக் கனவாக இன்றும் இருக்கிறது. மண்ணிலே சொர்க்கம் மலர என்ற சடாட்சரனின் கவிதையில் இந்த இலட்சியம் வலுவாக, மக்கள் எழுச்சிக் குரலாக ஒலிப்பதைக் கேட்கலாம்.

இன்னுமின்னும் நாங்களிங்கே
ஏமாற்றப் படுவதுமேன்?
பொன்னா, கதிராமா, புஞ்சிபண்டா, இஸ்மாயில்,
சின்னையா, ஆதம், ஜெயதிலக, காத்தமுத்து
எல்லாரும் ஒன்றாய் எழுங்கள் பெரும்படையாய்
நல்லார் நாமென்று
ஊர் நடத்திடுவார் முன்னேபோய்
எங்களின் வீட்டில் இருளாட்சி செய்கையிலே
உங்களுக்கு மட்டும் ஒளிசேர ஞாயமென்ன?
இங்கிருப்பார் எல்லார்க்கும்
இன்ப ஒளி இல்லை எனில்,
பங்கம் நிகழும்! பகைவர் அழிவீர்கள்!
என்றோர் குரலில் எடுத்தியம்பிப் போராடி
பொன்னொளி எல்லார்க்கும்
பொது உடைமை ஆக்கி வைத்து
இம் மண்ணிலே
சொர்க்கம் மலர வழி அமைப்போம்

(மண்ணிலே சொர்க்கம் மலர)

சமூகப் புன்மைகள் ஒழிந்து, இன மேதலும் முரண்பாடும்

மறைந்து, அன்பும், இன்பமும், வளமும் நிறைந்து பொலியும் ஒரு சுவர்க்கத்தை இம்மண்ணில் காண விழையும் மனம் சடாட்சரனுடையது. அந்த மனதின் உணர்வுகள்தான் அவரது கவிதைகள். அவை மானுடம் பாடும் கவிதைகள். பாதை புதிது கவிதையின் தொனிதான் அவரது முழுக் கவிதைகளின் தொனியும் என்பதை நான் அழுத்திக் கூறலாம். காலம் தாழ்த்தியாவது அவரது தேர்ந்த கவிதைகள் சில ஒரு தொகுப்பாக நமக்குக் கிடைப்பது மகிழ்ச்சியே. சடாடசரனின் எல்லாக் கவிதைகளும் நூலுருப்பெற வேண்டும் என்பதே என் விருப்பம். அது விரைவில் நிறைவேறும் என்று நம்புகின்றேன்.

21.12.2012

•

ஆத்மாவின் அலைகள்: பஸீல் காரியப்பர் கவிதைகள்

சுமார் நாற்பது ஆண்டுகளாகக் கவிதை எழுதிவரும் நண்பர் பஸீல் காரியப்பரின் கவிதைத் தொகுதி ஒன்று மிகவும் காலம் தாழ்த்தியாவது வெளிவருவது நமது அதிர்ஷ்டம் என்றே சொல்ல வேண்டும். நாற்பது வருடங்களுக்கு முன்னர் அவர் எழுதிய கவிதைகள்கூட இன்றும் படிக்கக் கூடியதாக இருப்பதும் நமது நல்லதிர்ஷ்டம்தான். 1962ல் அவரது உயிர் கவிதை வெளிவந்தது. இது அவரது முதலாவது கவிதை அல்ல என்று நினைக்கிறேன். ஆயினும், இத்தொகுப்பில் அதுவே முதல் கவிதையாக இடம்பெறுகின்றது. இக்கவிதை வெளிவந்த அதே ஆண்டில்தான் எனது முதலாவது கவிதை அச்சில் வெளிவந்தது. நான் எழுதத் தொடங்கிய ஆரம்ப காலத்திலேயே எனக்கு மிகுந்த கவர்ச்சியாக இருந்த பஸீலின் இக்கவிதை இன்றும் அதே கவர்ச்சியுடன் இருப்பது மகிழ்ச்சிக்குரியது. நான் எத்தனையோ முறை தீக்குச்சியைப் பற்ற வைத்திருக்கிறேன். அது ஒரு கவிதையின் அதிர்வை எனக்குள் எழுப்பியதில்லை. நண்பருக்கு அது கவிதையின் அதிர்வைத் தந்திருக்கிறது. அதை ஒரு படிமமாக்கி, அதற்குள் வாழ்வின் தத்துவத்தைச் சிறைப்பிடித்திருக்கிறார்.

குச்சி அதன் பெட்டியுடன்
கூடி உரசியதால்

விச்செனவே சுடரொன்று
வீறிட்டெழுந்து இங்கு
நின்று சுழன்று
சில நொடியுள் மறைந்தது காண்
சென்றதுவும் எத்திசையோ
சேர்ந்ததுவும் எங்கேயோ?
எங்கு ஒளிந்திருந்து
எப்படியாய்ச் சென்றதுவோ?

அவரது கவிதை வரிகள் எழுப்பும் கேள்வி நம் மனதுள் அரூபமான எண்ண அலைகளை எழுப்புகின்றது. இது வெளிவந்த காலத்தில் ஒரு இளம் கவிஞனின் முதிர்ந்த கவிதையாகப் பலராலும் பேசப்பட்டது. இதைத் தொடர்ந்து கடந்த சுமார் நாற்பது ஆண்டுகளில் பல்வேறு ரகத்திலும் தரத்திலும் சில நூறு கவிதைகளையேனும் பஸீல் எழுதியிருக்கிறார். அவற்றுள் தேர்ந்தெடுத்த சுமார் 70 கவிதைகள் – அவை எழுதப்பட்ட அல்லது வெளிவந்த கால வரிசையில் – ஆத்மாவின் அலைகள் என்ற தலைப்பில் இத்தொகுப்பில் தொகுத்துத் தரப்பட்டுள்ளன. மிகவும், காலம் தாழ்த்தி வெளிவந்தபோதிலும், கால ஓட்டத்தினூடே பஸீலின் கவிதைகளில் பெரிய மாறுதல்களைக் காண முடியாதிருப்பினும், ஈழத்தில் புறக்கணிக்கப்பட முடியாத கவிஞர்களுள் ஒருவராக அவரது இருத்தலை இத்தொகுதி உறுதிப்படுத்துகின்றது.

பஸீல் காரியப்பரின் சொந்த ஊரான சம்மாந்துறைப் பொதுமக்கள் **1978**ல் பாவலர் என்ற பட்டத்தைச் சூட்டி அவரைக் கௌரவித்திருக்கிறார்கள். ஊர் மக்கள் அவர் மீது கொண்ட அன்பின் வெளிப்பாடு அது. கடந்த இருபது ஆண்டுகளாக அந்த அன்பைத் தன் பெயருடன் சுமந்திருக்கிறார் நண்பர். என்னைப் பொறுத்தவரை இந்தப் பட்டம், என்னுள் எழுப்பும் பிம்பம் வித்தியாசமானது. ஒரு மரபுவழிப் புலவரின் பிம்பமே அது. நண்பர் இந்தப் பிம்பத்துக்கு ஏற்பத் தன் உருவத் தோற்றத்தையும் மாற்றிக்கொண்டாரோ என்று சிலவேளை எண்ணத் தோன்றும். ஆயினும், பஸீல் ஒரு மரபுவழிப் புலவரோ, புலவர் பாரம்பரியத்தின் வாரிசோ அல்ல. அவர்

ஒரு நவீன கவிஞர். தன் கால வாழ்வை, அதன் பல்வேறு முகங்களைத் தன் கவிதை மொழியில் சித்திரமாக்கியவர். கிராமியமும், காதல் உணர்வும், தத்துவ சிந்தனைகளும் இவரது கவிதைகளில் உருவம் பெற்றிருக்கின்றன. வெளிப்படையான அரசியல் இவரது கவிதைக்குள் இல்லை. மனித நேயமே இவரது கவிதைக்குள் ஒளிந்திருக்கும் அரசியல் என்று சொல்லலாம்.

கிராமிய வாழ்வின் சில முகங்களை - துன்புற்று நொந்த சில பாத்திரங்களை - அவர்களின் உணர்வுகளை - தன் சில கவிதைகளில் படம் பிடித்திருக்கிறார் பஸீல். ஊனக்கலை, சட்டை, சுடுநீர் விழி மணிகள், வருத்துவது, தாய்மையின் தாகம், தன் பலப்பு, இரணக்கோல், சிறுக்கி, நட்டுமை போகவில்லை, தங்கம்மா முதலிய கவிதைகள் இத்தகையன, கிராமத்தின் வளமான பக்கத்தை விட அதன் வறிய பக்கத்திலேயே பஸீலின் பார்வை படிந்திருப்பதை இக்கவிதைகள் நமக்கு உணர்த்துகின்றன. இப்பார்வையின் பின்னால் உள்ள மனிதாபிமானமும், அதன் அரசியலும், கிராமிய மணமும் முக்கியமானவை. தாய்மையின் தாகம் மட்டக்களப்பு நாட்டார் கவிப் பாணியிலேயே அமைந்திருப்பதும் குறிப்பிடத்தக்கது.

>அல்லையிலே பன்புடுங்கி
>ஆபரணப் பாய் இழச்சு
>பாலன் விளையாட ஒரு
>பாக்கியம் தா ஆண்டவனே

என்ற நாட்டார் கவியில் ஒலிக்கும் அதே தாய்மையின் தாகத்துக்குப் பஸீலும் இக்கவிதையில் அதே நாட்டார் பாணியில் உருவம்கொடுத்திருக்கிறார். பின்வருவன அக்கவிதையில் இருந்து சில கண்ணிகள் -

>கரைவாகு வட்டைநெற்
>கதிர்போல என் மடியை
>நிறைவூட்டும் பிள்ளைமுகம்
>நீ தருவாய் ஆண்டவனே
>கூறைப் பிடவை தன்னைக்

கோலியே தொட்டில் கட்டி
ஆராரோப் பாட்டிசைத்தே
ஆனந்தங் காண்ப தென்றோ
குஞ்சுபிடி மாங்காய் சதங்கை
கோர்த்து வெள்ளி ஞாணிலிட்டு
பிஞ்சு மகன் தத்திநடை
போட்டுவரக் காணேனோ..?

பஸீலின் சில காதல் கவிதைகள் விசேடமாகக் குறிப்பிடத்தக்கவை. எனக்கு ஒரு தேவை, அழகான ஒரு சோடிக் கண்கள், படப்பிடிப்பு, நம் காதல், இன்சுரங்கள், நிலையான நிழல் முதலியவை இத்தகைய. அவரது ஆரம்ப காலக் கவிதையான எனக்கு ஒரு தேவையில் இடம்பெறும்

பெண்ணாள் தன் நெஞ்சில் ஒரு
றைஹாலைச் செய்திடுவாள்
என்ன இனி, காவியத்தை,
எடுத்துவைத்துப் பாட்டிசைப்பேன்

என்னும் கடைசி வரிகளில் சித்திரமாகும், படிமம், தற்புதுமையானது. இளமை உணர்வின் கற்பனை செறிந்தது. அவரது அழகான ஒரு சோடிக் கண்கள் வானொலியில் அடிக்கடி ஒலிபரப்பாகும் இசைப்பாடல். அதன் கற்பனையும் உணர்வும் வாலிபத்துக்கே உரியன. "நான் ஆழிச் சுழியில் மிதந்திடும் ஓடம்" ஒரு அழகான படிமம்.

பஸீலின் கவிதைகளின் ஊடாக, வெளிப்படும், பொதுவான வாழ்க்கைக் கண்ணோட்டம் மரபு சார்ந்ததோ மதச்சார்பானதோ அல்ல. நவீனத்துவமானது. அதேவேளை மதப் பொதுமையான அற விழுமியங்களைக் சார்ந்து நிற்பது. சமூக சார்பானது. இது சமூக, மத எல்லைகளைக் கடந்த ஒரு ஏற்புடைமையை அவருக்குப் பெற்றுத் தருகின்றது எனலாம். உயர்ந்த மனிதன் பற்றிய அவரது படிமம் ஒரு செருப்பின் வாயிலாக "அரிய பிறப்பு" என்ற கவிதையில் பின்வருமாறு வெளிப்படுகின்றது.

பழசுகள் அழிந்து
புதுப் பயிருக்கு உரமாக,
புத்துயிர் பெறவும்
....
தெம்பு தரும் வாழ்க்கைக்குத்
தெளிவான வழிகாட்டி
நம்பிக்கை ஊசிபாய்ச்சி
நலிந்த மனிதர்களைத்
துன்புறுத்தும் வலியவரைத்
துணிவோடு எதிர்த்து நின்று
காணும் பொருளில் அதன்
கர்த்தாவைக் கண்டு
மன ஏனத்தில் அமுதுண்ண
எத்தனங்கள் செய்துவரும்
தூய நெறியோனைச்
சுமந்து சுமந்து உருவே
தேய்ந்து நான் என்னைத்
தேய்த்தழித்துக் கொள்ளுகிறேன்

இத் "தூய நெறியின்" மனவளம் மிக்க ஒரு பாத்திரத்தை இத்தொகுதியின் கடைசிக் கவிதையிலும் (ஹலால்) காண்கின்றோம். அறுவடையின் பின் அண்டை வயற்காரரிடம் விடை பெற்றுச் செல்லும் ஒரு விவசாயியின் குரலில் கவிதை அமைந்தாலும், அவர் பெறும் பிரியாவிடை பலதளப் பொருண்மை உடையது. இத்தொகுதிக்கு முத்தாய்ப்பாய் அமையும் இக்கவிதையின் பொருத்தப்பாடு கவனத்துக்குரியது. அது பஸீலின் மன அமைப்பையும் நமக்குப் புலப்படுத்துகின்றது. அக்கவிதை வருமாறு

இந்தப் போகம் முடிந்துவிட்டது
இனிநாம் புறப்படப் போகிறோம்
இந்த அந்தர விடுதியில் பலவிதமான
ஆதரவுகள் செய்திருக்கிறீர்கள்
நன்றி காக்கா! பரண் கம்புகளும்

வண்டியில் ஏறிக்கொண்டன, நீங்கள்
விலா வயற்காரர். முளை எறியும்போது
பொதுவரம்பைத் தாண்டி சில மணிகள்
எந்தன் வயலிலும் சிந்தியிருக்கலாம்
அவை பலமணிகளைத் தந்துமிருக்கலாம்
ஆதலால் காக்கா அவைகளை நீங்கள்
ஹலால் சொல்ல வேண்டும்
வண்டி புறப்படப் போகிறது
சென்று வருகிறேன்! அஸ்ஸலாமு அலைக்கும்

சமகால இன முரண்பாடு, மோதல், யுத்த அவலம் பற்றிய கவிஞரின் எதிர்வினைகளைக் காட்டும் இரண்டு கவிதைகளே இத்தொகுப்பில் உள்ளன. 'மனங்கள் வெளுத்தே நாம் பேசிடுவோம்' என்ற இசைப் பாடலில் இன முரண்பாட்டின் அவலம் தாக்கமாக வெளிப்படுகின்றது.

எரிந்த தடங்கள் எங்கும் தெரிகின்றன - மனித
இரக்கம் எரிந்த சாம்பல் எங்கும் இல்லை.
பறந்து மறைந்துவிட்ட அமைதிப் புறா — இந்தப்
பக்கம் வருவதையும் காணவில்லை.

துளசி என்ற கவிதை (தமிழ் - முஸ்லிம்) இன முரண்பாட்டின் அபத்தத்தைப் பூடகமாக, அதேவேளை தாக்கமாக வெளிப்படுத்துகின்றது. துறைநீலாவணையில் (தமிழ்க் கிராமம்) இருந்து வேரடி மண்ணோடு கொண்டுவந்த துளசி, கல்முனைக்குடி (முஸ்லிம் கிராமம்) மண்ணில் கலந்து முளைக்கின்றது. 'மண்கள் கலந்தன. மனிதரைப் பழித்தன, துளசியின் இலைகள் என்னைப் பார்த்து மெல்லச் சிரிக்கின்றன' என முடிகின்றது கவிதை. துளசி இங்கு ஒரு பண்பாட்டின் குறியீடாகவே அமைகின்றது.

பஸீல் செய்யுள், வசனம், இரண்டையும் தன் கவிதைக்கு ஊடகமாகக் கொண்டிருக்கிறார். உயிர் முற்றிலும் செய்யுள் வழிக் கவிதைக்கு உதாரணம் என்றால் பிரியம் முற்றிலும் வசன கவிதைக்கு உதாரணம் எனலாம். எனினும் இவரது

செய்யுள் கட்டிறுக்கமான மரபுவழிச் செய்யுள் அல்ல. தமிழின் யாப்பு வடிவங்களில் பஸீலுக்கு நல்ல தேர்ச்சியும் பயிற்சியும் உண்டு என்று சொல்ல முடியவில்லை. இவரது செய்யுள் ஓரளவு நொய்மையானது. இசைப் பாடல்களில் அவர் ஒரு தொடர்ச்சியான சந்தலயத்தைப் பேண முயன்றிருக்கிறார். ஏனைய செய்யுள்களில் அத்தகைய முயற்சி காணப்படவில்லை. சந்த முறிவுகளை ஆங்காங்கே காணமுடிகிறது. பஸீல் தன் கவிதைகளை நினைவில் இருத்தி, அவற்றை இயல்பாக பேச்சோசையுடன் சொல்லிக்காட்டும் திறன் மிக்கவர். அவர் தன் கவிதையைச் சொல்லும் போது அவரது செய்யுளின் சந்த முறிவுகளை நாம் உணர முடியாது.

கவிதை சீரான சந்தத்துக்குள் மட்டும் இல்லை. அது எழுப்பும் உணர்வு, சிந்தனை வீச்சு, செறிவான படிமங்களின் ஒழுங்கமைப்பு ஆகியவற்றுக்குள் இருக்கின்றது. இவ்வகையில், பஸீலின் பெரும்பாலான எழுத்துகள் கவிதையாகி இருக்கின்றன.

எதுவாயினும் வரட்டும் - ஓ நெஞ்சே
எதிர்கொள்ளச் சம்மதமா?

என்ற அவரது பாடல் வரிகள் மன நெருக்கடிகளின் போது அடிக்கடி நினைவு வந்து எனக்கு ஆறுதலைத் தந்திருக்கின்றன. இது கவிதையின் பணிகளுள் முக்கியமானது என்று கருதுகின்றேன். பஸீலின் கவிதைகளில் அவரது பல்வேறு முகங்களை நாம் பார்க்கலாம். அவை நமது முகங்களும்தான். இவற்றைத் தன் ஆத்மாவின் அலைகளாக அவர் காண்கின்றார். அவற்றுள் நம் உணர்வின் அலைகளையும் நாம் காண முடியும்.

26.03.2001

மருதூர்க்கனியின் நெடுங்கவிதைகள்

நண்பர் மருதூர்க் கனியும் நானும் கிட்டத்தட்டச் சமகாலத்தில், 1960களின் தொடக்கத்தில் எழுதத் தொடங்கியவர்கள். 1960, 70களில் படைப்புத் துறையில் ஓரளவு தீவிரமாகச் செயற்பட்டவர்கள். கவிதை, சிறுகதை ஆகிய இரு துறைகளிலும் எங்களுக்கு ஈடுபாடு இருந்தது. ஆயினும், 80களிலிருந்து எங்கள் படைப்பு முயற்சிகள் படிப்படியாகக் குறைந்தன. நான் விமர்சனம், ஆராய்ச்சி என்று அதிகம் ஈடுபடத் தொடங்கினேன். அவர் வியாபாரம், அரசியல் துறைகளில் தன்னை அதிகம் ஈடுபடுத்திக் கொண்டார்.

1960, 70கள் இலங்கை அரசியலிலும் இலக்கியத்திலும் முக்கியமான காலகட்டம் எனலாம். ஒரு புறத்தில் சிங்கள, தமிழ், முஸ்லிம் இனத் தேசியவாதங்கள் எழுச்சிபெற, மறுபுறத்தில் இடதுசாரி இயக்கங்கள் மேலோங்கியிருந்த காலகட்டம் இது. சீன சோவியத் பிளவு நிகழ்ந்ததும், உலகளாவியரீதியில் மா ஓ சேதுங் - சேகுவேரா சிந்தனைகள் புரட்சிகர இயக்கங்களை ஊக்குவித்ததும் இக்காலப்பகுதியிலேயே. ஈழத்து இலக்கியத்துறையில் தேசிய இலக்கியம், முற்போக்கு இலக்கியம் என்பன இக்காலப்பகுதியிலேயே உரத்துப் பேசப்பட்டன. 1960களின் நடுப்பகுதியிலிருந்து கல்முனையிலும் இளம் எழுத்தாளர்கள் சிலர்

வெவ்வேறு முறையிலும் அளவிலும் இதனை எதிரொலித்தனர். மருதூர்க்கொத்தன். மருதூர்க்கனி, சண்முகம் சிவலிங்கம் முதலியோர் இவர்களுள் சிலர். நானும் இவர்களுள் ஒருவனாக இருந்தேன்.

இன, மத வரம்புகளைக் கடந்த, வர்க்க பேதமற்ற, சுரண்டலற்ற, மதச்சார்பற்ற ஒரு சமத்துவ சமூதாயம் இவர்களின் பொதுக் கனவாய் இருந்தது. பாட்டாளி வர்க்க சர்வதேசியம் என்ற ஒரு பரந்த இலட்சியம் இவர்கள் முன் இருந்தது. தாங்கள் படைக்கும் இலக்கியம் இத்தகைய சமூகத்தை உருவாக்க உதவ வேண்டும் என்ற குறிக்கோள் இவர்களுக்கு இருந்தது. தங்கள் இலட்சியம் விரைவில் நிறைவேறும் என்ற நம்பிக்கையும் எதிர்ப்பார்ப்பும் கூட இவர்களிடம் இருந்தது.

ஆயினும், சமகால வரலாறு மிகவும் குரூரமான முறையில் இவர்களின் கனவுகளைத் தகர்த்தெறிந்தது. உலகளாவியரீதியில் எழுச்சியடைந்த பல்தேசிய முதலாளித்துவம் சோசலிச முகாமை உடைத்து, முதலாளித்துவத்தைப் பூகோள மயமாக்குவதில் தற்காலிகமாகவேனும் வெற்றிபெற்றது. நாடுகளுக்குள்ளே பொருளாதார நெருக்கடிகளைத் தோற்றுவித்து இனத்துவ, மத, பிரதேச, சாதிய முரண்பாடுகளையும் மோதல்களையும் உக்கிரமடையச் செய்து, வகுப்புவாத அல்லது இனத்துவவாத அரசியலை உலகளாவியரீதியில் ஊக்குவித்தது. இலங்கை இதற்கு ஒரு சிறந்த உதாரணமாக அமைந்தது.

இலங்கையில் இடதுசாரிகளின் அரசியல் சித்தாந்த வறுமை 1970களில் நிரூபணமாயிற்று. பாராளுமன்றப் பாதையைத் தேர்ந்த இடதுசாரிகள் சிங்கள இனத்தேசியவாதிகளுடன் இணைந்து 1970ல் ஐக்கிய முன்னணி அரசை அமைத்தனர். சிறுபான்மை மக்களின் உரிமைகளுக்குக் குரல்கொடுப்பதற்குப் பதிலாக சிறுபான்மையினரின் நலன்களைப் புறக்கணிக்கும் இலங்கைக் குடியரசின் அரசியல் யாப்பை இவர்களே வரைந்தனர். மதச்சார்பின்மைக்காகப் போராடுவதற்குப் பதிலாக அரசின் பௌத்த மதச் சார்பினை அரசியல் யாப்பில் உறுதிப்படுத்தினர். இதன் மூலம் தமிழ்ச் சிறுபான்மையினரைத் தேசிய அரசியலில் இருந்து தனிமைப்படுத்தியதோடு தமிழ் இனத் தேசியவாதிகளின் கரங்களையும் பலப்படுத்தினர்.

பாராளுமன்றப் பாதையை நிராகரித்த 'புரட்சிகர இடதுசாரிகள்' பலம் குன்றியவர்களாகவும், பலம்வாய்ந்த மக்கள் அமைப்புகளைக் கட்டி எழுப்ப முடியாத வெறும் சித்தாந்தப் புரட்சியாளர்களாகவும் தேங்கிப் போயினர்.

இவ்விருவகை இடது சாரிகளாலும் ஏமாற்றமடைந்த கிராமப்புறத்து வறிய சிங்கள இளைஞர்கள் மத்தியிலிருந்து மூன்றாவது அதிதீவிர இடதுசாரி இயக்கம் ஒன்றும் ஜனதா விமுக்தி பெரமுன (மக்கள் விடுதலை முன்னணி) என்ற பெயரில் தோன்றியது. இதுவும் சிறுபான்மையினரின் அபிலாசைகளைப் புறந்தள்ளிய, சிங்கள இனத்துவ நலன்களை மையமாகக் கொண்ட இயக்கமாகவே எழுச்சியடைந்தது. இவ்வியக்கமே புரட்சிகர இடதுசாரிகளின் கனவில் இருந்த 'ஆயுதப்புரட்சியை' 1971இல் நடைமுறைப்படுத்திப் பார்த்தது. இந்த ஆயுதப் புரட்சி இடதுசாரிகள் அங்கம்வகித்த அரசினால் குரூரமாக அடக்கப்பட்டது. பல்லாயிரக்கணக்கான சிங்கள இளைஞர்களும் யுவதிகளும் கொல்லப்பட்டனர். மேலும் பல ஆயிரக்கணக்கானோர் பல ஆண்டுகள் சிறையில் சித்திரவதைக்குள்ளாயினர். புரட்சிகர இடதுசாரிகள் தத்துவார்த்தரீதியில் இதை ஒரு குட்டிபூர்ஷ்வாக் கிளர்ச்சியெனக் கூறி நிராகரித்து, இதற்கும் தமக்கும் இடையே எவ்வித தொடர்பும் இல்லை எனக் கைகழுவினர். பாராளுமன்ற இடதுசாரிகள் சட்டப்பூர்வமான அரசுக்கெதிரான பயங்கரவாதிகளின் கிளர்ச்சியெனக் கூறி சீன, சோவியத் உதவியுடன் இதனை முறியடித்தனர். ஒருவகையில் 1971ஐ இலங்கையில் இடதுசாரி இயக்கத்தின் சரிவின் தொடக்க ஆண்டு எனலாம்.

1970களில் இலங்கை அரசியல் இனத்துவவாதம் ஆழமாகக் காலூன்றியது. இடதுசாரி இயக்கங்களுக்குள்ளும் இனத்துவவாதம் வேர்கொள்ளத் தொடங்கியமை இக்காலகட்டத்தின் விசேட அம்சமாகும். பாராளுமன்ற சந்தர்ப்பவாதம் இனத்துவப் பிளவுகளை ஆழப்படுத்தப் பயன்படுத்தப்பட்டது. பாராளுமன்ற அரசியலில் நம்பிக்கை இழந்து புரட்சி, விடுதலை என்ற இடதுசாரிக் கருத்தியலை வரித்துக்கொண்ட இளைஞர் இயக்கங்களும் இனத்துவ அடிப்படையிலேயே எழுச்சியடைந்தன. சிங்கள இளைஞர்களின் புரட்சிகர அமைப்பான ஜனதா விமுக்திப்

பெரமுனவும் சரி, தமிழ் ஈழ விடுதலை இயக்கங்களும் சரி மார்க்சிய - இடதுசாரிக் கருத்தியல்கள் சிலவற்றை உள்வாங்கிய இனத்துவ இயக்கங்களாகவே வளர்ச்சியடைந்தன.

இலங்கை அரசியலில் வலதுசாரிகள் மட்டுமன்றி, பெரும்பாலான இடதுசாரிகளும் தங்களை இனத்துவ அடிப்படையில் அடையாளப்படுத்திக்கொள்ள வேண்டிய நிர்ப்பந்தத்தை சமகால இலங்கை வரலாறு தோற்றுவித்தது. மார்க்சிய - இடதுசாரிப் புத்திசீவிகளும் எழுத்தாளர்களும் கூட இதற்கு விலக்கல்ல. 70களின் தொடக்கத்தில் அதிதீவிரப் புரட்சிகரப் புத்திசீவிகளாக, எழுத்தாளர்களாக விளங்கிய தோழர்கள் பலர் 80களில் இனத்தேசியவாத விடுதலை இயக்கங்களுடன் தங்களை இணைத்துக் கொண்டனர்; அல்லது அவற்றின் அனுதாபிகளாயினர். வேறு சிலர் பாராளுமன்றப் பாதையைத் தேர்ந்துகொண்டு இனத்துவக் கட்சிகளுடன் இணைந்து கொண்டனர். என் போன்ற சிலர் திரிசங்கு நிலையடைந்தனர்.

உலக நாடுகள் பலவற்றைப் போலவே இலங்கையிலும் முஸ்லிம் இடதுசாரிகளின் பாரம்பரியம் ஒன்று உண்டு. அபூதாலிப் அப்துல் லத்தீப், எச். எம். பி. முகையதீன், இளங்கீரன் ஆகிய முன்னோடிகளை நினைத்துப் பார்க்கிறேன். 1950களின் நடுப்பகுதியிலிருந்து இலங்கைக் கம்யூனிஸ்ட் கட்சிகளுடன் நெருக்கமான உறவுகொண்டிருந்தவர்கள் இவர்கள். இனசமத்துவம், மதச்சார்பின்மை, தேசிய ஒருமைப்பாடு, வர்க்கப் போராட்டம், சோசலிசம் என்ற இலட்சியங்களுக்காக அர்ப்பணிப்போடு உழைத்தவர்கள். தேசிய அரசியலில் இனத்துவ நலன்கள் மேலோங்கியபோது இவர்கள் எதிர்நோக்கிய சவால்கள் பல. கடைசியில் தவிர்க்க முடியாமல் இனத்துவ நலன்களே வெற்றி பெற்றன. தேசிய ரீதியில் ஏற்பட்ட இடதுசாரிகளின் சரிவும், கடந்த இரண்டு மூன்று தசாப்தங்களில் இலங்கை முஸ்லிம் சமூகத்தில் தீவிரமாக வளர்ச்சியடைந்த இனத்துவ உணர்வும், மத அடிப்படைவாதமும் முஸ்லிம்கள் மத்தியில் இடதுசாரிகளின் இயங்குதளத்தை மூடிவிட்டன. ஒன்றில், அவர்கள் இனத்துவ அரசியலுடன் இணைந்து செயற்படவேண்டும் அல்லது, அரசியல் மௌனிகளாக வேண்டும் என்ற நிலையைத் தோற்றுவித்தன.

நண்பர் மருதூர்க்கனியையும் அவரது படைப்புகளையும் புரிந்து கொள்வதற்கு இந்தச் சுருக்கமான அரசியல் வரலாற்றுப் பின்னணி அவசியம் என்று நினைக்கின்றேன். 1970களின் இறுதிவரை கூட பாராளுமன்றப் பாதையை நிராகரித்த, சீன சார்பான இடதுசாரியாகத் தன்னை அடையாளப்படுத்தியவர் அவர். 80களின் அரசியல் போக்கு இனத்துவ அரசியல் கட்சி ஒன்றுடன் அவரையும் இணைத்தது.

1980கள் இலங்கையின் இனத்துவ அரசியலில், குறிப்பாக முஸ்லிம் அரசியலில், மிக முக்கியமான காலகட்டமாகும். தமிழ்ப் பேசும் முஸ்லிம்களை வெளிஒதுக்கிய தமிழ் இனத் தேசியவாதம் கிழக்கில் முஸ்லிம் சிறுபான்மையினரின் இருத்தலுக்குப் பெரும் அச்சுறுத்தலாக மாறியபோது முஸ்லிம்கள் மத்தியில் முன் என்றும் இல்லாத அளவு இனத்துவ உணர்வு மேலோங்கி எழுந்தது. அதன் ஸ்தாபன வெளிப்பாடாக சிறிலங்கா முஸ்லிம் காங்கிரஸ் உதயமாகியது. இக்கட்சியின் தொடக்க காலத்திலிருந்தே அதனுடன் இணைந்து செயற்பட்டவர் நண்பர் மருதூர்க்கனி. காலப்போக்கில் அதன் மூத்த துணைத் தலைவராக கட்சியில் தன் நிலையை உறுதிப்படுத்திக் கொண்டவர்.

இலங்கையின் சமகால சமூக அரசியல் வரலாற்றுப் பின்னணியில் மருதூர்க் கனியின் படைப்புகளை நோக்கும்போது கால அடைவில் அவரது படைப்புகளில் காணப்படும் நோக்குநிலை வேறுபாட்டை நாம் புரிந்து கொள்ள முடியும். 1960, 70 களில் எழுதப்பட்ட அவரது முதலாம் கட்ட ஆக்கங்களில் 'வர்க்க நோக்கு' முனைப்பாக வெளிப்படக் காணலாம். கிழக்கிலங்கை முஸ்லிம்கள் மத்தியில் நிலவும் வர்க்க முரண்பாடுகளே இவரது ஆரம்ப காலச் சிறுகதைகள், கவிதைகளில் பிரதான உள்ளடக்கமாக அமைகின்றன. சுரண்டப்படும், உழைக்கும் மக்கள் வர்க்க உணர்வோடு எழுச்சியடைந்து போராடுவதன் மூலமே விடுதலை பெறமுடியும் என்ற கருத்தை இக்காலகட்டத்து இவரது பெரும்பாலான படைப்புகள் வலியுறுத்துகின்றன. இது அக்கால கட்டத்தில் அவர் வரித்துக்கொண்ட மார்க்சிய இடதுசாரிச் சிந்தனையின் வெளிப்பாடாகும்.

1980, 90களில் எழுதப்பட்ட இவரது இரண்டாம் கட்டப்

படைப்புகளில் இவரின் இந்த நோக்குநிலை மாறுகின்றது. வர்க்க விடுதலையின் இடத்தை இனத்துவ விடுதலை பெற்றுக்கொள்கின்றது. "இங்கு மீட்சிக்கு ஒரேவழி இனங்களின் விடுதலையும், அதிகார அலகும், அதிகாரப் பகிர்வும்தான்" (அந்த மழை நாட்களுக்காக - பனைமரமும் குருவிக் கூடுகளும்) என்ற குரல் ஓங்கி ஒலிக்கின்றது. இனம்கடந்த வர்க்க விடுதலை பேசிய இடதுசாரிகள் இனவிடுதலைபற்றிப் பேசுவது ஒரு வரலாற்று முரண்தான். ஆனால் இந்த முரணைச் சந்திக்காத ஒரு முற்போக்கு எழுத்தாளனும் இன்று இலங்கையில் இல்லை. இதுவே இன்றைய நமது வரலாறு.

மருதூர்க் கனியின் ஐந்து நூல்கள் இப்போது ஒருமித்து வெளிவருகின்றன. இவை அவரது நாற்பது ஆண்டுகால இலக்கிய ஈடுபாட்டின் அறுவடை. இவரது ஆக்கங்களில் பெரும்பாலானவை 1960, 70களில் வெளிவந்தவை. அவை அப்போதே நூல் உருப்பெற்றிருக்க வேண்டும். நமது பெரும்பாலான படைப்பாளிகளைப் போன்றே கனிக்கும் அப்போது அதற்குரிய வாய்ப்பும் வசதிகளும் இருக்கவில்லை. இப்போது ஓரளவு ஸ்திரப்பட்ட பொருளாதார நிலையில் தனது எல்லாப் படைப்புகளையும் நூல் உருவாக்குகிறார். இது எனக்கு மகிழ்ச்சியே. இந்நூல்கள் மூலம் கனியின் தனிப்பட்ட ஆளுமை வளர்ச்சியை, கடந்த நாற்பது ஆண்டுகால நமது இலக்கிய வரலாற்றுப் போக்கின் சில அம்சங்களை, நமது அரசியலை, கனி பிரதிநிதித்துவப்படுத்தும் கிழக்கு முஸ்லிம் சமூகத்தின் ஒரு வெட்டுமுகத்தோற்றத்தை நாம் காண முடியும். அவ்வகையில் இவற்றைக் கனி நமக்குத் தரும் அவரது இலக்கிய ஆவணங்களாக, ஒரு படைப்பாளியின் வெற்றி தோல்விகளின் பதிவுகளாகவே நான் பார்க்கிறேன்.

என்னை நீங்கள் மன்னிக்க வேண்டும் என்ற இந்தத் தொகுப்புக்கே முன்னுரை எழுதித் தருமாறு நண்பர் கனி என்னைக் கேட்டுக் கொண்டார். அத்தோடு, வெளிவர இருக்கும் தனது ஏனைய தொகுப்புகளையும் பார்வைக்குத் தந்தார். அவரது பெரும்பாலான எழுத்துகளை அவை பத்திரிகைகளில் வெளிவந்த காலத்திலேயே படித்திருக்கிறேன். அவைபற்றி அவருடன் உரையாடி

இருக்கிறேன். இப்போது முழுமையாகப் பார்க்கும்போது, ஒரு இலக்கிய வரலாற்று மாணவன், ஒரு இலக்கிய விமர்சகன் என்ற வகையில் கனியின் படைப்புகளின் ஊடாக நமது இலக்கியப் போக்கின் சில அம்சங்களை என்னால் புரிந்துகொள்ள முடிகிறது.

காலவெள்ளத்தால் அள்ளுண்டு செல்லாத இலக்கியம் பற்றி நாம் அடிக்கடி பேசுகிறோம். இது ஒரு பேச்சுக்குத்தான் சரி. உண்மையில் காலத்தினால் கழுவப்படாத. காலத்தின் சுவடுகள் ஆழப் பதியாத ஒரு இலக்கியமும் இல்லை எனலாம். முப்பது ஆண்டுகளுக்குமுன் நாம் படித்த ஒரு படைப்பை அதே உணர்வுகளுடன் இன்று நாம் படிக்க முடியாது. அதே போல்தான் முப்பது ஆண்டுகளுக்குமுன் எழுதிய அதே பாணியில் இன்று என்னால் எழுத முடியாது. அவ்வாறு எழுதினால் என்னில் வளர்ச்சி இல்லை என்பது கருத்து. காலம் இலக்கியத்தின் முகத்தில் தன் கோடுகளை வரைந்து விடுகிறது. அதன் பொருள், உருவம், உத்தி, மொழி எல்லாம் மாறிவிடுகின்றது. "நான் நரைத்த போதிலும் என் கவி நரைத்தல் இல்லையடா நண்பா" எனத் தொடங்கும் ஒரு கவிதையை இளமையின் இறுமாப்போடு 60களின் நடுப்பகுதியில் நான் எழுதினேன். ஆனால் நான் நரைக்க முன்பே என் கவிதைகள் சில நரைத்துப்போனதை என் அனுபவத்தில் கண்டேன். இவ்வளவையும் நான் சொல்வது கனியின் எழுத்துகளை அவை தோன்றிய காலப் பின்னணியில் வைத்துப் பார்க்க வேண்டும் என்பதை வலியுறுத்தத்தான்.

இந்தத் தொகுப்பில் மருதூர்க்கனியின் ஐந்து நெடுங் கவிதைகள் உள்ளன. இவற்றை அவர் குறுங் காவியங்கள் என்கிறார். அந்த மழை நாட்களுக்காக என்ற தொகுப்பில் இடம் பெற்றுள்ள நெடுங்கவிதைகளையும் குறுங்காவியங்கள் என்றே கூறுகிறார். இந்தப் பதப்பிரயோகம் இலக்கிய வடிவம் தொடர்பான இலக்கியக் கொள்கை ரீதியான சில கேள்விகளை எழுப்புகின்றது. அதுபற்றி நான் இங்கு பேச முயலவில்லை. கவிதையின் நீளம் கருதி இவற்றை நெடுங்கவிதை என்று குறிப்பிடவே விரும்புகிறேன். இந்த ஐந்து கவிதைகளுள் சிறுபொறி, ஒரு கிராமத்து நெருப்பு, நைலோன் வலைகள் ஆகிய மூன்றும் கனியின் முதல் கட்டக் கவிதைகள். சாது விடு தூது, என்னை நீங்கள் மன்னிக்க வேண்டும்

ஆகிய இரண்டும் அவரின் இரண்டாம் கட்டக் கவிதைகள். அந்த மழைநாட்களுக்காக என்ற தொகுப்பிலுள்ளவை எல்லாம் அவரது இரண்டாம் கட்டக் கவிதைகளே.

இத்தொகுப்பிலுள்ள அவரது முதல் மூன்று கவிதைகளும் அவரது முதல் கட்ட சமூக அரசியல் பார்வையை வெளிக்காட்டுகின்றன. சிறுபொறி அவரது கிராமத்தின் வர்க்க முரண்பாட்டைப் பேசுகின்றது. உடையோர் இல்லாதோரை - உழைப்போரைச் - சுரண்டுவது பற்றிப் பேசுகிறது. ஹாஜியாரின் மத உணர்வை மேவி, இஸ்லாம் போதிக்கும் சகோதரத்துவத்தை மேவி அவருக்குள் செயற்படும் உள்ளார்ந்த வர்க்க நலன் பற்றிப் பேசுகிறது. இங்கு இனத்துவம் பற்றிய பிரக்ஞை இல்லை. மனிதர்களுக்கிடையே உள்ள வர்க்க உறவும், வர்க்க நலனும், வர்க்க முரணுமே செயற்படுகின்றன. இறுதியில் ஹாஜியாருக்கெதிராக சிறுவன் அக்பர் வர்க்க உணர்ச்சி பெற்று எழுச்சியடைவதுடன் கவிதை முடிகிறது. சுரண்டும் வர்க்கத்தின் தோல்வியையும் சுரண்டப்படும் வர்க்கத்தின் எழுச்சியையும் கனி இதில் காட்ட முனைகிறார். 'சிறுபொறி பெரும் காட்டுத் தீயை மூட்டும்' என்ற மா ஓவின் குரல் அக்பரின் விழிப்புணர்வின் பின்னால் ஒலிக்கிறது. 1960களில் இலங்கையில் முற்போக்கு இலக்கிய இயக்கம் முன்வைத்த இலக்கிய மாதிரியின் ஒரு கச்சிதமான உருவம் இது. இலக்கியம் உழைக்கும் வர்க்கத்தின் வீழ்ச்சியை அன்றி எழுச்சியை, தோல்வியை அன்றி வெற்றியைப் பேச வேண்டும், நம்பிக்கையை ஊட்ட வேண்டும் என்ற பயன்பாட்டுவாத முற்போக்கு இலக்கியக் கொள்கையின் பின்னணியில் உருவான இக்கவிதை அன்றையக் காலகட்டத்தில் கனியின் ஒரு முக்கியமான படைப்பாகும்.

1978இல் ஜே.ஆர்.ஜெயவர்த்தன அரசு அறிமுகப்படுத்திய திறந்த பொருளாதாரக் கொள்கை மருதூர்க்கனியின் சொந்தக் கிராமமான மருதமுனையின் நெசவுக் கைத்தொழிலை உடைத்து நொறுக்கிய சோகக் கதையைப் பேசுகிறது ஒரு கிராமத்து நெருப்பு. கிழக்கிலங்கையில் மருதமுனை நெசவுக் கைத்தொழிலுக்குப் பேர்போன கிராமம். அதனுடைய ஜீவனே அதுதான். 1970களில் ஐக்கிய முன்னணி அரசு கடைப்பிடித்த சுயசார்புப் பொருளாதாரக் கொள்கை - இறக்குமதிக்

கட்டுப்பாடு - உள்நாட்டு உற்பத்தியை ஊக்குவித்தபோது மருதமுனையில் பொன்கொழித்தது. முதலீட்டாளர்களிடம் மட்டுமன்றி தொழிலாளர்களிடமும் காசு புரண்டது. ஆயின், 70களின் இறுதியில் நடைமுறைக்கு வந்த திறந்த பொருளாதாரக் கொள்கை மருதமுனையின் முதுகெலும்பை முறித்தது. அதனால் பெரிதும் பாதிப்படைந்தவர்கள் சிறு முதலீட்டாளர்களும் தொழிலாளிகளும்தான். அவர்களின் வயிற்றில் பற்றிய நெருப்பை இக்கவிதையில் கதிசாம்மா ராத்தா பேசுகிறார். கனி படைத்த உயிர்ப்புள்ள பாத்திரங்களுள் கதிசாம்மா ராத்தாவும் ஒருவர். கனி தன் கிராமத்தின் சோகத்தை இதில் பதிவு செய்திருக்கிறார். அக்கால கட்டத்தில் அவரும் ஒரு சிறு முதலீட்டாளராக இருந்தவர் என்ற வகையில் அவரது சோகமும் இதில் கலந்து ஒலிக்கிறது.

நைலோன் வலைகள் வேறு ஒரு களத்தில் வைத்து மருதமுனையின் வர்க்க முரண்பாட்டைப் பேசுகிறது. இது மீனவர் களம். மூலதனத்துக்கும் உழைப்புக்கும் இடையிலான முரண் இங்கு மீனவர் வாழ்க்கை மூலம் சித்திரிக்கப்படுகிறது. கடலில் உழைப்பைக் கொட்டி கரைக்கு மீனைக் கொண்டுவரும் உழைப்பாளிகளை மீன் முதலாளி சுரண்டுவதும் அவர்களது ஆற்றாமையும் பேசப்படுகின்றன. இங்கும் இனத்துவ, மத உறவுகளுக்கப்பால் வர்க்கநலன் செயற்படுவதை நாம் காணலாம்.

மருதூர்க்கனி தன் முதற்கட்டத்துக்குரிய இந்த மூன்று படைப்புகள் மூலம் 1960, 70களில் இலங்கையில் முதன்மை பெற்றிருந்த முற்போக்கு இலக்கிய அணியில் தன்னையும் சரியாக அடையாளப்படுத்திக் கொண்டார் எனலாம். மண்பூனைகளும் எலி பிடிக்கும் என்ற சிறுகதைத் தொகுதியிலுள்ள அவரது பெரும்பாலான கதைகளிலும் அவரது முற்போக்கு அடையாளத்தை நாம் காணலாம். இவையும், அவரது ஆரம்பகாலச் சிறு கவிதைகள் பலவும் 60, 70 களில் ஈழத்தின் குறிப்பிடத்தகுந்த 'பாரம்பரிய' முற்போக்குப் படைப்பாளிகளுள் அவருக்கும் ஓர் இடத்தை உறுதிப்படுத்துகின்றன.

நான் மேலே குறிப்பிட்ட மூன்று படைப்புகளையும் மருதூர்க்கனி குறுங்காவியங்கள் என்கிறார். நான் இவற்றை நெடுங்கவிதை

என்று குறிப்பிட விரும்பினேன். இவற்றைச் சிறுகதைகள் என்று ஏன் சொல்லக் கூடாது என்ற கேள்வியும் எனக்குள் எழுகின்றது. இதற்குச் சரியான விடைகள் தென்படவில்லை. பேராசிரியர் சிவத்தம்பி மருதூர்க்கனியை பிரதானமாக ஒரு கவிஞனாகவும் இவரது சிறுகதைகளில் கவித்துவத்தையும் காண்கிறார். என்னைப் பொறுத்தவரை இந்த மூன்று படைப்புகளிலும் மருதூர்க்கனியை ஒரு சிறுகதையாசிரியனாகவே காண்கிறேன். இவற்றை நான் நெடுங்கவிதை என்று சொல்வது ஒரு வசதிக்காகத்தான். இவற்றின் அச்சமைப்பை, வரிசை முறையை மாற்றி பந்தி முறையில் அச்சிட்டால் இவற்றைச் சிறுகதைகள் என்று கூறுவதில் நமக்கு சிரமம் இருக்காது. கவித்துவம் செறிந்த சிறுகதைகள் என்று அமைதி காணலாம். இடையிடையே அகவல் அடிகள் விரவி வருவதைத் தவிர இவை உரைநடையிலேயே அமைந்துள்ளன. அச்சமைப்பு அவற்றுக்குப் புதுக்கவிதை என்ற தோற்றத்தைத் தருகின்றது.

இத்தொகுப்பிலுள்ள கனியின் கடைசி இரண்டு கவிதைகளும் - சாதுவிடு தூது, என்னை நீங்கள் மன்னிக்க வேண்டும் - இவரது இரண்டாம் கட்டத்துக்கு உரியவை. இப்படைப்புகளில் கனி என்ன சொல்கிறார் என்பதை இவர் சார்ந்த கட்சியின் உட்பூசல் பற்றி அறியாத பொது வாசகர்கள் புரிந்து கொள்ளச் சிரமப்படுவார்கள் என்றுதான் நினைக்கிறேன். கனி கருதுவதுபோல் இவற்றை 'அரசியல் இலக்கியம்' என்று சொல்வதைவிட 'கட்சி இலக்கியம்' என்று சொல்வது இன்னும் பொருத்தமாக இருக்கும். கட்சித் தலைமைத்துவம் சில நெருக்கடிகளை எதிர்நோக்கிய போது கனி இவற்றை எழுதினார். இப்படைப்புகளில் கனி ஒரு கவிஞன் என்பதைவிட தலைமைத்துவத்தின் சார்பில் பேசும் ஒரு கட்சிப் பேச்சாளனாகவே காட்சியளிக்கிறார். கட்சித் தலைமைத்துவத்தின்மீது தனது நம்பிக்கையையும் விசுவாசத்தையும் வெளிப்படுத்துகிறார். ஒரு கட்சி அரசியல்வாதி என்றவகையில் இவை அவரது நிலைப்பாட்டின் பிரகடனமாக அமைகின்றன. இதற்காக இவர் தங்கப் பதக்கம் வழங்கி கௌரவிக்கப்பட்டார் என்று அறிகிறோம். ஆயினும், கட்சிக்கு வெளியே உள்ள பரந்துபட்ட வாசகர்களுக்கு இவை இலக்கிய அனுபவமாக அமையுமா

என்பது ஐயமே. கட்சிப் பூசல்களை இலக்கிய அனுபவமாக்கித்தர அவர் தவறிவிட்டார் என்றே எனக்குத் தோன்றுகின்றது. ஒரு படைப்பாளி என்ற வகையில் இது அவரது தோல்வியாகும்.

மருதூர்க்கனியின் சிறுகவிதைகள் வேறு ஒரு தொகுப்பாக வெளிவருகின்றன. அதிலே அவரது முதல் கட்டத்துக்குரிய பல நல்ல கவிதைகள் இடம் பெற்றுள்ளன. சொற்செட்டும் இறுக்கமும் ஒரு நல்ல கவிதையின் பண்புகள் என்பேன். அத்தகைய நல்ல கவிதைகள் சிலவற்றை மருதூர்க்கனி நமக்குத் தந்துள்ளார். ஆனால், அவருடைய நெடுங்கவிதைகளின், குறிப்பாக அவருடைய இரண்டாம் கட்டத்துக்குரிய நெடுங்கவிதைகளின், பலவீனமான அம்சம் அவற்றின் சொற்சிக்கனமின்மைதான். தன் மனதில் தோன்றும் எண்ணங்களையெல்லாம் சொல்லிவிட வேண்டும் என்ற பேராசை அவருக்கு. தன் கவிக்குதிரையை சுயாதீனமாக ஓடவிட்டுவிடுகிறார் அவர். அது எங்கெல்லாமோ சஞ்சரிக்கிறது. அதற்கு ஒரு கடிவாளம் இட்டு நெறிப்படுத்துவதற்கு அவர் முயல்வதில்லை. அதன் பின்னால் ஓடுவதில் சிலவேளை நாம் களைப்படைந்துவிடுகிறோம்; சிலவேளை சலிப்படைந்துவிடுகிறோம். இந்தத் தொகுப்பிலுள்ள கடைசி இரண்டு கவிதைகளையும் படிக்கும்போது எனக்கு இந்த அனுபவமே ஏற்பட்டது. அந்த மழைநாட்களுக்காக என்ற நெடும்கவிதையும் இவற்றுக்குச் சளைத்தல்ல. இது என் அனுபவம். உங்கள் அனுபவம் இதிலிருந்து வேறாக இருக்கலாம்.

இது எவ்வாறாயினும், நண்பர் மருதூர்க்கனியின் சுமார் நாற்பது ஆண்டுகால எழுத்துகள் பத்திரிகை நறுக்குகளில் இருந்து விடுபட்டு அழகிய நூல்களாக எல்லோர் கைகளிலும் கிடைக்க இருக்கின்றன என்பது எல்லாவற்றையும் விட எனக்கு மகிழ்ச்சிதரும் அனுபவமாகும். ஒரு நீண்டகால நண்பனின், சக கவிஞனின் படைப்புகள், அவனது எண்ணங்களும் அனுபவங்களும் உணர்வுகளும் என் கைக்கெட்டிய தூரத்தில், என் புத்தக அலுமாரியில் நிரந்தரமாக இருக்கப்போகின்றன. நான் விரும்பியபோது அவற்றைத் தொட்டுப் பார்க்கலாம். தடவிப்பார்க்கலாம், படித்துப்பார்க்கலாம். என் அனுபவங்களையும் உணர்வுகளையும் கூடப் புதுப்பித்துக்

கொள்ளலாம். மகிழ்ச்சியடையலாம். குறையும் கூறலாம். இந்த வாய்ப்பை வழங்கிய நண்பருக்கு என் வாழ்த்துகளும், பாராட்டுகளும்.

2002

சாமரையில் மொழிகலந்து: அன்புடீன் கவிதைகள்

கல்முனைப் பிரதேசத்து முன்னணிக்கவிஞர்களுள் அன்புடீனும் ஒருவர். 1951இல் பாலமுனையில் பிறந்த இவர் கடந்த சுமார் இருபத்தைந்து வருடங்களாக கவிதை எழுதி வருகின்றார். 1988இல் 31 கவிதைகளைக் கொண்ட இவரது முதலாவது தொகுதி முகங்கள் என்ற பெயரில் வெளிவந்தது. இப்போது 14 வருடங்களுக்குப் பிறகு சாமரையில் மொழி கலந்து என்ற தலைப்பில் இவரது இரண்டாவது கவிதைத்தொகுதி வெளிவருகின்றது. இத்தொகுப்பிலே கடந்த சுமார் இருபது ஆண்டுகளில் இவர் அவ்வப்போது எழுதிய 49 கவிதைகள் இடம்பெற்றுள்ளன. இத்தொகுப்புக்கு ஒரு முன்னுரை எழுதித்தர வேண்டும் என்று கவிஞர் என்னைக்கேட்ட போது, அவரது கவிதைகள் பற்றிச் சிந்திக்க இதை ஒரு வாய்ப்பாகக்கருதி, எனது பல வேலைகளுக்கு மத்தியில் ஒப்புக்கொண்டேன். அவரது இரு தொகுதிகளையும் ஒன்றாக வாசித்த போது எனது மனதில் தோன்றிய பல கருத்துகளை இந்நூலுக்கு ஒரு முன்னுரையாகத்தருவது பொருந்தும் என்று நினைக்கின்றேன். ஆயினும், இது அன்புடீன் கவிதைகள் பற்றிய ஒரு முழுமையான மதிப்பீடு, அல்ல; ஒரு மதிப்பீட்டுக்கான சில அவதான குறிப்புகளாகவே இதனைக் கொள்ளவேண்டும்.

அன்புடீன் இலக்கியப் பிரவேசம் செய்த 1970கள் ஈழத்து இலக்கியத்தில் இடதுசாரிச் சிந்தனைப் போக்கு மேலோங்கியிருந்த காலகட்டமாகும். வர்க்க பேதமற்ற இன, மத, சாதி பேதமற்ற, சுரண்டல் அற்ற, அடிமட்ட மக்களின் விடுதலைக்கு வழி வகுக்கும் ஒரு சமத்துவமான சமுகத்தை இலட்சியமாகக் கொண்ட இடதுசாரி இயக்கங்கள் அரசியல் அரங்கில் முனைப்பாக செயற்பட்ட காலமது. மார்க்சிய அல்லது சோசலிசக் கருத்துக்களை வெவ்வேறு அளவிலும், வகையிலும் ஏற்றுக்கொண்ட படைப்பாளிகள் அக்கால கட்டத்தில் எழுத்துலகில் செயற்பட்டார்கள். 1970களில் அல்லது 1960களின் இறுதியில் எழுத தொடங்கிய அன்புடீன் போன்ற பல இளம் படைப்பாளிகளும் இச்சிந்தனைப் போக்கால் கவரப்பட்டார்கள். அன்புடீன் கவிதைகளிலே இச்சிந்தனைப் போக்கின் வெளிப்பாட்டை நாம் பரக்கக் காணலாம். 1970, 1980 களில் அவர் எழுதிய பல கவிதைகள் சமூக ஏற்றத் தாழ்வுகளை, குறிப்பாக முஸ்லிம் சமூக நிலைப்படுத்தி முஸ்லிம் சமூகத்தில் காணப்படும் வர்க்க முரண்பாடுகள், சுரண்டல்கள், சீதனப்பிரச்சினை, வறுமை போன்றவற்றை உட்பொருளாகக் கொண்டவை.

"அரிவாள் அமைப்பின்
உருவாய் அமைந்த
றம்ஸான் பிறையை "

விழித்து ஒரு கவிதையில் அவர் பின்வருமாறு கேள்வி எழுப்புகிறார்.

முப்பது நாட்கள்
நோன்பு
நோற்பவர்
வாழும் பூமியில்
முன்னூறு நாட்கள்
நோன்பாய் இருப்பவர்
வாழுதல் சரியா?

(முகங்கள் - பக்35)

பிறிதொரு கவிதையில் இறைவனிடம் இப்படிக்கேட்கிறார்

> "இல்லானும் இருப்பானும் இல்லாத இஸ்லாத்தில்
> இல்லான் ஒருவன் எங்ஙனம் வந்தனன்?
> அல்லாஹ் ஹூவே! அருட்கொடை யாளா?
> அவனையும் படைத்தவன் நீயா? இல்லை இப்
> பொல்லா உலகின் சமூக அமைப்பின்
> புழுதியில் அவன் பிறந்தானா? சொல் சொல்
>
> (முகங்கள் பக்41)

இவை அவரது பொதுமைச் சிந்தனையின் அடிப்பிறந்த கேள்விகள். இத்தொகுப்பில் இடம்பெற்றுள்ள "வேண்டும் பொதுவுடமை பூமிக்கு"என்ற கவிதையிலும் இவரது பொதுமைச் சிந்தனையைக் காண்லாம்.

1980க்குப் பின்னர் இலங்கையின் அரசியலில் இனமுரண்பாடும், இனத்துவச் சிந்தனையும் கூர்மையடைந்து, இனவன்செயல்களாகவும், உள்நாட்டு யுத்தமாகவும் வெடித்த சூழலில் பொதுமைச் சிந்தனையின் இடத்தை இனவாதமும், ஆயுதக் கலாசாரமும், யுத்த அழிவும் பிடித்துக் கொண்ட நிலையில் படைப்பாளிகள் இவற்றுக்கு முகம் கொடுக்கும் அவசியம் ஏற்பட்டது. "நிறுத்துங்கள் நரபலியை முதலில்" என்று குரல் கொடுக்க வேண்டிய தார்மீகக் கடப்பாடு அன்புடீனுக்கும் உரியதாயிற்று. உக்கிரமடைந்த இன, மத முரண்பாட்டுச் சூழலில் "நாளுக்கு நாள் முகம் கழுவாத சூரியன் மீது கண்விழிக்க" வேண்டிய நிலையில்

> "வா வழி அனுப்புவோம்
> எல்லா மதங்களையும்
> கொஞ்ச நாட்களுக்காவது...
>
> சிறையில் அடைக்க வேண்டும்
> எல்லாக் கடவுள்களையும் இனி

என்று கூறவேண்டிய நிர்ப்பந்தம் மனிதாபிமான உணர்ச்சிமிக்க எந்த கவிஞனுக்கும் ஏற்படக்கூடியதுதான். அன்புடீனின் இந்த இரண்டாவது தொகுதியிலே முதல் தொகுதியின் சிந்தனைத்

தொடர்ச்சியைக் காணும் அதே வேளை இன மோதலின் விளைவான புதிய படிமங்களையும், போருக்கெதிரான குரலையும் நாம் தெளிவாக இனங்காண முடிகிறது.

“யுத்தம் வேண்டாம்
சுதந்திரம் வேண்டும்
சுதந்திரப் பறவையின்
சங்கமம் வேண்டும்
இனங்களுக்கிடையே
ஒற்றுமை வேண்டும்”

என்ற உறுதியான குரலை நாம் அன்புடீனிடம் கேட்கிறோம் இத்தொகுதியில் உள்ள நல்ல கவிதைகளுள் ஒன்றான “இருக்காமல் போனவர்கள்” யுத்தத்தின் விளைவை, அதன் கொடூரத்தை மனதில் தைக்கும்படி கூறுகின்றது. “எங்கள் கிராமத்தில் எல்லாம் இருக்கிறது: மனிதர்கள்தான் இல்லை” என்ற வரிகளில் தனது ஏக்கத்தை வெளிப்படுத்துகிறார் கவிஞர்.

“அவர்கள் இன்று அகதிகள்
எங்கோ சொந்தம் இல்லாத
வானத்தின் கீழே
நகரத்தில் அல்ல
நரகத்தில் வாழுகிறார்கள்”

என்று முடிகிறது கவிதை. அகதிகளின் சமூக அல்லது இனத்துவ அடையாளத்தை கவிஞர் இங்கு காட்டவில்லை. அகதிகளுக்கு அந்த அடையாளம் தேவையில்லை. யுத்தம் எல்லா இனத்தவர்களையும் பாதித்திருப்பதை அதன் இனத்துவம் கடந்த தன்மையை இக்கவிதை மூலம் அன்புடீன் நன்கு வெளிக் கொண்டு வந்திருக்கிறார். அவரது இனத்துவம் கடந்த மானுட சார்பு நிலையை இக்கவிதை வெளிப்படுத்துகின்றது எனக்கருதலாம்.

கவிதைப் பொருளைப் பொறுத்தவரையில் இவரது முதலாவது தொகுதிக்கும், இரண்டாவது தொகுதிக்கும் இடையே ஒரு அடிப்படை வேறுபாட்டை அவதானிக்க முடிகின்றது. அதாவது,

முதல் தொகுதிக் கவிதைகள் பலவற்றில் வர்க்க முரண்பாடு முனைப்பாகவும், இரண்டாவது தொகுதிக் கவிதைகள் பலவற்றில் இனமுரண்பாடு முனைப்பாகவும் வெளிப்படுகின்றது எனலாம். முதல் தொகுதியில் கவிஞரின் சமூக அடையாளத்தைக் காட்டும் முஸ்லீம் சமூகம் பற்றிய கவிதைகள் பல இடம்பெற்றுள்ளன. இந்த இரண்டாவது தொகுதியிலே கவிஞரின் சமூக அடையாளம் உள்ளடங்கி 'மனிதன்' என்ற பொது அடையாளம் முனைப்பாகத் தெரிகின்றது.

"புத்தர்
முருகன்
அல்லாஹ்
இயேசு

ஆறுகளைத் தடைசெய்யாதீர்கள்
காத்திருக்கிறது கடல்
சங்கமம் ஆகுவதற்காக"

என்ற அன்புடீனின் குரல் இத்தொகுப்பில் உரத்துக் கேட்கின்றது. இன முரண்பாடும் மோதல்களும் மேலோங்கியுள்ள இன்றையச் சூழலில் இக்குரல் ஆரோக்கியமானதும், அவசியமானதும் ஆகும்.

அன்புடீனின் இரண்டு தொகுப்புகளுக்கும் இடையே கவிதைப்பொருளில் மட்டுமன்றி கவிதைப் பாணியிலும் வேறுபாட்டை அவதானிக்க முடிகின்றது. தனது முகங்கள் தொகுப்புக்கு கவிஞர் எழுதிய முன்னுரையிலே "நவீன கவிதைப் போக்கில் சொற்புதிது, சுவை புதிதாய்ப்பாடி என்னைப் பிரமிக்கச் செய்தவர்கள் முகம்மது மேத்தாவும், வைரமுத்துவும்தான்" என்றும், "பொருள் புதிது, வளம் புதிது என்ற சோதிமிக்க நவ கவிதைகளைப் பாடி என்னை ஆகர்ஷிப்பவர்கள் எம். ஏ. நுஃமானும், சண்முகம் சிவலிங்கமும்தான்" என்றும் கூறியுள்ளார். தற்காலத் தமிழ்க் கவிதையில் மேத்தா, வைரமுத்து பாணியும், நுஃமான், சிவலிங்கம் பாணியும் மிகவும் வேறுபட்டவை. முன்னவர்கள் மிகையுணர்ச்சி சார்ந்த, அலங்காரமான, ஜனரஞ்சக் கவிதைப் பாணி ஒன்றை வளர்த்தனர் என்றால், பின்னவர்கள்

அதற்கு எதிர் நிலையில், ஈழத்துக்கே உரிய, மஹாகவி, முருகையன், நீலாவணன் முதலியோர் தொடக்கிவைத்த தீவிரமான கவிதைப்பாணி ஒன்றை வளர்த்தனர். அன்புடீன் இவ்விரு போக்கினாலும் ஒன்று சேரக் கவரப்பட்டமை வியப்புக்குரியதே. எனினும், அவரது கவிப்பொருள் பெரிதும் ஈழத்துத் தீவிர கவிதை மரபுக்குரியதேயாகும். கவிதை நடையைப் பொறுத்தவரை கூட, அவரது முதலாவது கவிதைத் தொகுப்பில் ஈழத்து நவீன கவிதை மரபின் சில ஆரோக்கியமான அம்சங்களைக் காணமுடியும். யாப்போசையில் இருந்து முற்றிலும் விடுபடாத, ஒத்திசைவு கொண்ட, அதேவேளை மிகை உணர்ச்சி குறைந்த தீவிர கவிதை நடை ஒன்றை அதில் காணலாம். ஆயினும், அதற்குமாறாக, இந்த இரண்டாவது தொகுதிக் கவிதைகளுள் மேத்தா - வைரமுத்து பாணி ஜனரஞ்சக் கவிதைப் போக்கு சற்று முனைப்பாகத் தெரிகிறது. இது கவிதைப் பொருளின் தீவிரத்தையும். கட்டிறுக்கத்தையும், பெரிதும் தளர்த்தி விடுகின்றது. கவிதையின் வரி அமைப்பை மாற்றிப் பந்தி அமைப்பில் வாசித்தால் ஒத்திசைவு அற்ற வசனத்தன்மை பல கவிதைகளில் வெளிப்படக் காணலாம்.

சொற்சிக்கனம் இன்மை மேத்தா பாணி ஜனரஞ்சக் கவிதையின் ஒரு முக்கிய பண்பாகும். இத்தொகுப்பிலுள்ள அன்புடீன் கவிதைகள் சிலவற்றிலும் நாம் இதனை அவதானிக்க முடியும், “வேண்டும் பொதுவுடமை பூமிக்கு” என்ற கவிதையை இதற்கு நல்ல உதாரணமாகக் காட்டலாம். சொற்சிக்கனக் கொள்கையை இறுக்கமாகப் பேணினால் இந்த கவிதையை மூன்றில் ஒன்றாக குறைக்க முடியும் என்று தோன்றுகின்றது. எனினும், மேத்தா வைரமுத்து பாணி ஜனரஞ்சக் கவிதை இத்தகைய நொய்ந்த வார்த்தைச் சோடனைகளையே தன் பலமாகக் கொண்டுள்ளது. ஜனரஞ்சகக் கவிதை ரசிகர்களும் அதன் சுவைக்கே பழக்கப் பட்டுள்ளனர்.

மேத்தா - வைரமுத்து பாணிக் கவிதையின் பிறிதொரு அம்சம் அதன் வரி அமைப்பாகும். இப்பாணியைப் பின்பற்றும் கவிஞர்கள் வரி அமைப்பை பொருள் தொடர்பின் அடிப்படையில் அன்றி, பெரிதும் எழுந்தமானமாகவே அமைக்கின்றனர். அதாவது, ஒரு வரியில் இடம்பெற்றுள்ள சொல் அல்லது சொற்கள் ஏன்

அவ்வாறு அமைந்துள்ளன? வேறு வகையில் ஏன் அவற்றை அமைக்க முடியாது? என்பதற்கு பெரும்பாலான கவிஞர்களால் காரணம் காட்ட முடிவதில்லை. அது ஒரு மரபுபோல் பின்பற்றப்படுகின்றது.

வர்த்தகப் பத்திரிகைகளின் இடவசதியும் சிலவேளை வரி அமைப்பை தீர்மானிக்கின்றது. முடிந்தளவு ஒரு வரியில் உள்ள சொல் எண்ணிக்கையைக் குறைப்பது மேத்தா - வைரமுத்து பாணிக் கவிஞர்களுக்கு விருப்பம் போல் தோன்றுகின்றது. ஒவ்வொரு வரியும் ஒரு சொல்லால் அமைவது இவ்வகைக் கவிதையின் ஒரு தீவிர நிலையாகும். அன்புடீனும் மேத்தா பாணிக் கவிதையின் இவ்வியல்பினால் ஈர்க்கப்பட்டிருக்கிறார். இத்தொகுதியில் உள்ள 'காதுள்ள அமாவாசை' என்ற கவிதை இதற்கு நல்ல உதாரணமாகும். இதன் ஒவ்வொரு வரியும் ஒரு சொல்லால் அமைந்துள்ளது. உதாரணமாக,

பகலில்
என்ன
நடக்கிறது
பூமியில்?

இந்த நான்கு வரிகளையும் சொற்தொடர் அமைப்பு, பொருள் அலகு என்ற வகையில் பின்வருமாறு ஒரே வரியாக அல்லது இரண்டு வரிகளாக அமைக்க முடியும்,

பகலில் என்ன நடக்கிறது பூமியில்?
பகலில் என்ன நடக்கிறது
பூமியில்?

இது முன்னைய அமைப்பை விடத் தர்க்க ரீதியானது. இது எவ்வாறாயினும், எழுந்தமானமாக ஒரு சொல் வரிகளை அன்புடீன் பெருமளவு கையாளவில்லை என்பதும் ஆறுதல் தருகின்றது.

நீ குளிருக்கு எதிரி
நான் குளிருக்கு நண்பன்

தாமரைப் பூக்களுக்குத்
தலைவன் நீ
அல்லிப் பூக்களுக்கு
அரசன் நான்

போன்ற வரிகளில் பொருள் அமைப்பும், வரி அமைப்பும் இயைபுற்று இருப்பதைக் காண்கிறோம். எழுந்தமானமாக அமையும் ஒரு சொல், இரு சொல் வரிகளை விட பொருள் உணர்வோடு ஒத்தியங்கும் இத்தகைய வரியமைப்பு வாசகனை கவிதைப் பொருளோடு ஒன்றவைக்கக்கூடியது.

அன்புடீனின் கவிதைகளை மொத்தமாகப் பார்க்கும் போது, ஒரு நல்ல கவிஞனுக்கு இருக்கவேண்டிய சமூகப் பார்வை, இலட்சிய நோக்கு, மனிதாபிமானம் என்பன அவரது கவிதைகளில் வெளிப்படக் காணலாம். இது அவரை ஒரு முக்கியமான கவிஞனாக அடையாளப்படுத்துகிறது. எனினும், துரதிஷ்டவசமாக இத்தொகுப்பில் வெளிப்படும், நான் முன்னர் குறிப்பிட்ட ஜனரஞ்சகப் பாணி அவரது சில கவிதைகளை நொய்மைப்படுத்தி விடுகின்றது என்பது என் அபிப்பிராயம். அப்போக்கிலிருந்து விடுபட்டு சொற்சிக்கனமும் கட்டிறுக்கமும் உணர்வு வீச்சும் மிக்க இன்னும் சிறப்பான கவிதைகள் பலவற்றை அவர் நமக்கு தருவார் என்று நம்புகிறேன். "உயிர்ப்பு" கவிதையில் அவரே கூறுவது போல அவர் தொடர்ந்து மலர வேண்டும் என வாழ்த்துகிறேன்.

(அன்புடீனின் சாமரையில் மொழி கலந்து (2002) கவிதைத் தொகுதிக்கு எழுதிய முன்னுரை)

•

பாலமுனை பாறூக்: கவிதைகளும் காவியங்களும்

கல்முனைப் பிரதேசத்தின் முன்னணிக் கவிஞர்களுள் பாலமுனை பாறூக்கும் ஒருவர். கல்முனைக்குத் தெற்கே அமைந்துள்ள பாலமுனைக் கிராமத்தைப் பிறப்பிடமாகக் கொண்டவர். தன் கிராமத்தின் பெயரைத் தன் பெயருக்கு அடையாகக் கொண்டதன் மூலம் தன் கிராமத்துக்கும் ஓர் இலக்கிய இருப்பை வழங்கியவர்.

பாலமுனை பாறூக் 1970களின் தொடக்கத்தில் கவிதைத் துறையில் காலடிவைத்தவர். இலங்கை இலக்கிய உலகில் முற்போக்குச் சிந்தனை முனைப்பாக இருந்த காலகட்டம் அது. பாலமுனை பாறூக்கும் அச்சிந்தனையால் ஈர்க்கப்பட்டவர் என்பதில் ஐயம் இல்லை. இஸ்லாமியப் பற்றும், சமூக உணர்வும் மிக்க ஓர் இடதுசாரியாக நாம் இவரை அடையாளங் காணலாம். பதம் (1987), சந்தனப் பொய்கை (2009) ஆகிய இவரது முதல் இரு கவிதைத் தொகுதிகளும் இதற்குச் சான்று.

அன்னை ராபியா பஸ்ரியின் பிரார்த்தனையிலிருந்து இவர் மொழிபெயர்த்துத் தந்த பின்வரும் பாடல் வரிகள் அவரது மதப் பற்றையும் மன உணர்வையும் நன்கு வெளிப்படுத்துகின்றன.

> ஏழைக் குருடன் கரங்களிலே
> இருக்கும் கையின் தடியாக
> என்னை ஆக்கி விடுபோதும்

இதற்கு மேலே என்னை நீ
வீர இளைஞன் கரங்களிலே
மின்னும் வீர வாளாக
ஆக்கி விடவுந் தேவையில்லை
அல்லாஹ் எனக்கு அதுபோதும்

அரசனொருவன் மாளிகைக்குள்
அமைந்தே உள்ள அரியணையாய்
அல்லாஹ் என்னை ஆக்காதே
ஆசையில்லை எனக் கதன்மேல்
வழிப்போக் கர்கள் அமருகிற
நிழல்தரு மரமாய் என்னை நீ
உருவாக்கி விட்டால் அதுபோதும்
உவகை பெறுவேன் அதனாலே

(பதம்)

மத விழுமியங்களுக்கும் சமூக நடைமுறைகளுக்கும் இடையில் உள்ள முரண்பாடுகள் இவருடைய பதம் தொகுப்பிலுள்ள பல கவிதைகளில் வெளிப்படுகின்றன. குறிப்பாக வறுமைப்பட்ட பெண்களின் சமூக நிலை இவரது பல கவிதைகளில் பேசப்படுகின்றது. பாலையில் ஓர் நீர்ச்சுனை, மச்சானுக்கு ஓர் மடல், பெண்ணே மறந்துவிடு, கண்ணீரைத் துடைத்துவிடு, பாதை மாறிய பாவை, களைகள் அகற்ற முதலிய கவிதைகள் இத்தகையன. இவருடைய சந்தனப் பொய்கையில் உள்ள கவிதைகள் பெரிதும் மத ஆன்மீகம் சார்ந்தவை.

கவிதையின் மொழி அழகை விட அதன் பொருள் வலிமையால் பேசப்படக் கூடிய கவிதைகளே இவரது முதல் இரு தொகுதிகளிலும் பெருமளவு காணப்படுகின்றன. சுமார் முப்பது ஆண்டுகளில் இவர் எழுதிய கவிதைகளுள் குறைந்த எண்ணிக்கையிலான கவிதைகளே இவ்விரு தொகுதிகளிலும் இடம்பெற்றிருக்கின்றன என்று எண்ணுகின்றேன். 2010வரை இவர் எழுதிய கவிதைகளை முழுமையாக நோக்கும் பொழுதே இவருடைய தனிக் கவிதைகள் பற்றிய ஒரு சரியான மதிப்பீட்டை நாம் செய்யமுடியும். ஆயினும், ஒரு பானைச் சோற்றுக்கு ஒரு சோறு பதம் என்பதுபோல்

இவருடைய முதல் தொகுதியில் இவர் திரட்டித் தந்த 33 கவிதைகளையும் அடிப்படையாகக் கொண்டு பார்க்கும்போது, மருதூர்க்கொத்தன் தன் முன்னுரையில் இவரைப் பற்றி உயர்வு நவிற்சியாகச் சொன்ன வார்த்தைகளைப் புறக்கணித்துவிட்டுப் பார்த்தாலும், பாலமுனை பாறூக் புறக்கணிக்கப்பட முடியாத ஒரு கவிஞர் என்பதை யாரும் மறுக்க முடியாது.

2

2010ல் பாலமுனை பாறூக்கின் கவித்துவ ஆளுமையில் திடீரென ஒரு விகசிப்பை நாம் காண்கின்றோம். இவ்வாண்டில்தான் அவருடைய கொந்தளிப்பு என்ற குறுங்காவியம் வெளிவந்தது. தென்கிழக்கின், குறிப்பாகப் பாலமுனை, ஒலுவில் வாழ் முஸ்லிம் மக்களின் கொந்தளிப்பான வாழ்க்கையைப் பேசுகின்ற ஒரு நெடுங்கவிதை அது. சுனாமிப் பேரழிவில் தன் மனைவி மக்களை இழந்து தனித்துப்போன ஆதம் காக்கா என்ற தனிமனிதனின் விருத்தாந்தத்தை விவரிப்பதன் ஊடாக கிழக்கிலங்கை முஸ்லிம்களின் வாழ்க்கையின் சில அம்சங்களைப் படம்பிடிக்கும் முயற்சி அது.

சன சந்தடி மிகுந்த கடற்கரையில் ஒரு மாலை நேரத்துக் காட்சியுடன் ஆரம்பிக்கிறது காவியம். ஆதம் காக்கா தனியே ஓரமாய் ஒதுங்கி நின்ற ஒற்றைத் தென்னையின் கீழே வந்து அமர்ந்துகொள்கிறார். அவரின் நினைவோட்டமாகக் கவிதை விரிகிறது. ஆழிப் பேரலை அனர்த்தம் அவரின் நினைவில் எழுகிறது. அதில் அள்ளுண்டுபோன தன் மனைவி, மக்களின் நினைவு அவரைத் துயரத்தில் ஆழ்த்துகின்றது. அதையொட்டி அவரது 33வருட மணவாழ்வு, சுனாமிக்கு ஒருவாரம் முன்னால் மூத்த மகளுக்குத் திருமணம் பேசியது, அதற்கு இரண்டு மாதங்களுக்கு முன்னர் இளைய மகள் குமராகி சடங்கு செய்தது எல்லாம் அவரது நினைவில் வந்து மோதுகின்றன. பின்னர், சுனாமி நிவாரணத்தில் நிகழ்ந்த மோசடிகளை, பாதிக்கப்பட்டவர்கள் புறக்கணிக்கப்பட்டு வசதியானவர்கள்

நிவாரணம் பெற்றதை, நினைத்துப் பார்க்கிறார். ஒலுவில் துறைமுக வேலைகள் தொடங்கியதும் அவரது பாரம்பரியமான மீன்பிடித் தொழில் பாதிக்கப்பட்டதை நினைத்துப்பார்க்கிறார். அதையொட்டி மீன்பிடித் தொழில் நடைமுறைகள் அவர் மனத்திரையில் ஓடுகின்றன. மீன்பிடித் தொழிலையும் இழந்து, துறைமுக நிர்மாணத்தில் வேலை வாய்ப்புகளையும் இழந்து நிற்கும் அவரது பரிதாப நிலை, தன் பிரதேசத்தில் வெளியிலிருந்து வந்த பெரும்பான்மையினரின் மேலாதிக்க அச்சுறுத்தல் என்பவற்றால் அவரது மனச்சுமை அதிகரிக்கிறது.

மீன்பிடித் தொழிலை இழந்த பின்னர் போடியாரின் வயலில் வேளாண்மைச் செய்கையாளராக (வெளியான்) மாறிய தன் வாழ்க்கைபற்றி பின்னர் அவர் நினைத்துப்பார்க்கிறார். தன் வாப்பாவுடன் சிறுவயதில் வயலுக்குப் போன நினைவுகள் அவர் மனத்திரையில் எழுகின்றன. வேளாண்மைச் செய்கையில் இயந்திரம் நுழைவதற்கு முந்திய விவசாய நடைமுறைகளை விஸ்தாரமாக நினைத்துப்பார்க்கிறார். இப்போது எல்லாம் போய்விட்ட நிலை.

இலயித்து, அவர் மனம் சுவைத்து
வாழ்ந்திட்ட வாழ்க்கை
விலகியதாய், விட்டுவிட்டு
நழுவியதாய் உணர்ந்தார்
கலங்கிவிட்டார்... மனசினிலே
கவலைவர நொந்தார்
இயந்திரமாய்ப் போனதிந்த
வாழ்க்கை என வெந்தார்

இருண்டே இருந்தது
இடி இடித்தது
ஒப்பாரி வைத்தே அழுதது வானம்!

ஓடிச் சென்றே
ஒதுங்கினார் காக்கா
தகட்டுக் கூரைத் தாழ்வாரத்தே

என்று முடிகிறது கொந்தளிப்பு குறுங்காவியம். 14 சிறு அத்தியாயங்களில் நினைவோட்டமாகச் சொல்லப்படும் இக்காவியம் பாலமுனை பாறூக்கின் கவித்துவ முதிர்ச்சியைக் காட்டுகின்றது என்பதில் ஐயம் இல்லை. புனை கதையின் விபரிப்பு முறையைப் பயன்படுத்தியிருப்பது அவரது காவியத்துக்கு வலுவூட்டுகின்றது எனலாம்.

3

இதைத் தொடர்ந்து 2011ல் தோட்டுப்பாய் மூத்தம்மா குறுங்காவியம் வெளிவருகிறது. இது கொந்தளிப்பின் வடிவத்தில் இருந்தாலும் அதிலிருந்து பெரிதும் வேறுபட்டது. கொந்தளிப்பில் ஒரு கதை இல்லை. ஆதம் காக்கா மட்டுமே அதில் வரும் பாத்திரம். ஏனையவர்களுக்கு முகமும் இல்லை, குரலும் இல்லை. ஆதம் காக்காவின் நினைவுகளின் ஊடாகச் சம்பவங்களைக் கவிஞர் விபரித்துச் செல்கிறார்.

தோட்டுப்பாய் மூத்தம்மாவில் ஒரு கதை உண்டு. சொந்த ஊரை விட்டு இளம் வயதில் அயலூருக்குத் தன் கணவனோடு வந்து, ஊரார் வழங்கிய ஒரு சிறு நிலத்தில் குடிசை அமைத்து அவனுடன் ஊர் மெச்ச வாழ்ந்து, கணவன் இறந்த பின்னரும் தானே உழைத்துத் தன் குடிசையில் தனித்து வறுமையில் வாழ்ந்து எழுபது வயதில் மரணித்துப்போன செய்னம்புவின் கதையைச் சொல்கிறது இக்காவியம். இந்தச் செய்னம்புதான் தோட்டுப்பாய் மூத்தம்மா.

'மூத்தம்மா மௌத்தாகி மூன்றாம் நாள் மூத்தம்மா வசித்திருந்த குடிசைக்குக் கொண்டாட்டம். 'கார்களிலும் சொகுசான பஸ்களிலும் எங்கிருந்தோ எவரெவரோ உறவுமுறை கூறி ஓடோடி' வந்தார்கள். 'கத்தம் கொடுத்து கடன் கழிக்க வேண்டுமென உற்சாகத் தோடவர்கள் உருண்டு புரண்டார்கள்! கோழி புரியாணி குடிசையிலே மணம் வீசி வேலிகளைத் தாண்டி விரைந்து பரவிற்று.' அப்போதுதான் இந்தக் கேள்வி எழுகிறது. "ஆர் இந்த மூத்தம்மா?"

இந்தக் கட்டத்தில் நீலாவணனின் 'உறவு' கவிதையில் வரும் மரணித்தப்போன மானாகப் போடிப் பெரியப்பாவை நினைவுறுத்துகிறாள் தோட்டுப்பாய் மூத்தம்மா. ஆனால், உறவு கவிதையில் நீலாவணனின் நோக்கம் போலி உறவைக் கேலிசெய்வதுதான். தோட்டுப்பாய் மூத்தம்மா அதிலிருந்து முற்றிலும் வேறுபட்டது.

செய்னம்பு பெரிய குடும்பத்துப் பெண். பரம்பரைப் போடியாரான பெரியம்பிப் போடியின் ஒரே மகள். அவள் பிறப்பை நாற்பது நாள்வரை அந்தக் குடும்பம் கொண்டாடியது. பள்ளிப் படிப்பு இல்லாவிட்டாலும் மார்க்கக் கல்வி ஊட்டி 'அதபாய்' வளர்க்கப்பட்டவள் அவள். பன்னிரண்டு வயதில் அவள் பருவமடைந்ததும் சொந்த மாமியே வந்து சம்பந்தம் கலக்கிறாள். உரியமுறையில் திருமணம் பேசி சொந்த மச்சானுக்கே மணம் முடித்துவைக்கப்படுகிறாள். கணவனின் குடும்பமும் போடி குடும்பம். பெரியம்பிப் போடியின் சகோதரியின் கணவன் இளையம்பிப் போடி. அவருடைய மகன் அகமன். திமிரும் முன்கோபமும் உடைய சுடுதண்ணி என விபரிக்கப்படுகிறான். செய்னம்பு அவனுடன் ஐந்து ஆண்டுகள் குடும்பம் நடத்துகிறாள். காவியத்தில் அவளுடைய குடும்ப வாழ்க்கை பற்றிய விபரணங்கள் எவையும் இல்லை. எனினும் அது திருப்தியற்ற மணவாழ்க்கை என்று கதை சொல்லியான கவிஞரால் கூறுப்படுகிறது. 'ஒட்ட முடியாத உறவு.' தகப்பன்மாரும் மரைக்கார்மாரும் சமரசம் செய்ய முயன்றும் முடியவில்லை. செய்னம்பு பிடிவாதமாக நின்று மணவிலக்குப் பெறுகிறாள்.

செய்னம்புவின் தனிமை வாழ்க்கை தகப்பனைத் துன்புறுத்துகின்றது. மகளுக்கு மறுமணம் செய்துவைக்க அவர் முடிவெடுக்கிறார். மறுமண முடிவெடுத்ததும் அவருக்குத் தன் வண்டிக்கார இசுமாயில்தான் நினைவுக்கு வருகிறான். அவன் "பார்வைக்கு நல்ல அழகன், நேர்மையுடன், தொழில் தேர்ச்சியுடன் செய்துவரும் பேர்பெற்ற நல்ல உழைப்பாளி." வண்டி இழுப்பதுடன் பெரியம்பிப் போடியின் குடும்ப அலுவல்களையும் பார்ப்பவன். செய்னம்பு சிறுமியாக இருந்த காலத்தில் அவளை ஓதப்பள்ளிக்கு வண்டியில் கூட்டிப்போய்க் கூட்டி வந்தவன்.

அவள் கிண்ணம் பழம் கேட்டு அடம்பிடிக்க மரமேறி கிண்ணம் பழம் ஆய்ந்து கொடுத்திருக்கிறான். அவள் குமரான பின்னரும் அவள் போகும் இடத்துக்குக் கூட்டு வண்டியில் கூட்டிப்போய்க் கூட்டிவந்திருக்கிறான். போடியாரின் நம்பிக்கைக்குரியவன். தகப்பன் மறுமணம் பற்றிய பேச்செடுத்தபோது முதலில் செய்னம்பு மறுக்கிறாள். "குணத்தினை விடுத்து, பரம்பரை குடும்பம் பார்த்து முடிக்கும் மறுமணம் எதற்கு என்றவள் நினைத்தாள்." ஆனால், இசுமாயில்தான் மாப்பிள்ளை என்று அவர் சொன்னதும் இணங்குகிறாள். "நேர்மையும் உழைப்பும் நேர்த்தியும் தொழுகையும் இளமையும் அழகும் ஒழுக்கமும் நிறைந்த உருவமொன்றவளின் கண்களில் தெரிய... சம்மதம் சொன்னாள்."

பின்னர் இசுமாயிலின் சம்மதம் கேட்க விரைகிறார் தகப்பன். மகளின் பரிதாபக் கதையைச் சொல்லி சொத்துகள் காணி தருவதாகச் சொல்லி மகளுக்கு மறுவாழ்வளிக்கும்பாடி வேண்டுகிறார். அவனோ சொத்துகளை நிராகரித்து இஸ்லாமிய முறைப்படி மஹர் கொடுத்து செய்னம்புவை மணமுடிக்கச் சம்மதிக்கிறான். கவிஞர் நமக்கு அதிக விபரம் தராவிடினும் இசுமாயிலுக்கும் செய்னம்புக்கும் இடையில் வெளிப்படுத்தப்படாத ஒரு ஊமைக்காதல் அவர்களின் நெஞ்சங்களில் உறைந்திருந்தது என்பதை நாம் எளிதாக யூகிக்கலாம்.

ஆனால் "போடியார் மகளுக்குக் கூலிக்காரனா" எனக் குடும்பம் எதிர்க்கிறது. அதனால் "இணங்கிக்கொண்ட இரண்டு மனங்கள் ஊரைவிட்டே போக நினைத்தன." உள்ள சொத்தெலாம் பள்ளிக்குக் கொடுத்து வக்பு செய்தபின் பள்ளிக்கூடம் அமைத்துப் பிள்ளைகள் ஓதவும் படிக்கவும் உதவும்படியாய்க் கோரிக்கைவைத்து ஊரைவிட்டே போய் பத்துமைல் தொலை தூரப் பயணத்தில் வரும் இந்தச் சிற்றூரை வந்தடைந்து வாழ்ந்தார்கள். புறப்பட்டு இங்கிருந்தே போயிற்று மையத்து.

இதுவரை மையத்து வீட்டிலிருந்து பின்னோக்குப் பார்வையில் கதை சொல்லிவந்த கவிஞர், மீண்டும் வாசகரை அந்தக் குடிசைக்குக் கொண்டுசெல்கிறார். மூன்றாம் நாள் மையத்து வீட்டுக்கு வந்தவர்கள் அவளுடைய சொந்த ஊரார்தான்.

அவள் வக்பு செய்த சொத்துகளால் பயனடைந்து, பட்டங்கள் பெற்றவரும் பதவிகளில் உயர்ந்தவரும் வந்திருந்தார்கள். அவளுக்காய் கிரியைகளும் பிரார்த்தனையும் புரிந்தார்கள். அவர்களின் வழிகாட்டுதலில் அந்த ஊரிலும் "செய்னம்பு நாச்சியார் கல்விச் சகாய நிதி" என்ற பெயரில் ஒரு நம்பிக்கை நிதியத்தையும் தாபித்தார்கள்.

விண்ணில் படர் இருளும்
விலகிற்று!
விண்மீன்கள் புடைசூழ
நிலவுமகள் உலாவந்தாள்!

குளிர் நிலவின்
ஒளி மழையில்
நனைந்திற்றே ஊரெல்லாம்!

நிலவுக்குள் ஒளிமுகமாய்
நிறைந்தாளோ செய்னம்பூ?

என்று காவியத்தை முடித்துவைக்கிறார் கவிஞர்.

நான் இதுவரை இங்கு விபரித்த கதை காவியத்தின் எலும்புக்கூடுதான். அளவில் சிறிய 18 அத்தியாயங்களில் தன் கவிதை நடையில் இந்த எலும்புக் கூட்டுக்கு உருவமும் உயிரும் கொடுத்திருக்கிறார் கவிஞர். ஒரே இருப்பில் வாசித்த முடிக்கக்கூடிய சிறிய படைப்புத்தான். எனினும், அதன் ஊடாக ஒரு முக்கால் நூற்றாண்டுகால முஸ்லிம் சமூகத்தின் பண்பாட்டுக் கூறுகளை, சமூக அசைவியக்கத்தை மையக் கதையின் ஓரங்களில் இழையோட விட்டிருக்கிறார்.

இக்கதை நிகழும் காலம் பற்றிய வெளிப்படையான குறிப்புகள் எவையும் இதில் இல்லை. எனினும் செய்னம்பு எழுபது ஆண்டுகளுக்கு முன் பற்றூரில் பிறந்தாள் என்று சொல்லப்படுகின்றது. அவள் இறந்தது சமகாலத்தில் என்றால் அவள் பிறந்தது 1950களில் என்று கொள்ளவேண்டும். ஆனால்,

அவள் சிறுமியாக இருந்த காலத்தில் மிசனரிப் பள்ளிக்கூடங்களைத் தவிர முஸ்லிம் கிராமங்களில் வேறு பள்ளிகளே இல்லை. மாட்டுவண்டிதான் பிரதான வாகனம். இதில் விபரிக்கப்படும் சாமர்த்திய, திருமணச் சடங்கு சம்பிரதாயங்கள் இன்று பெரிதும் வழக்கில் இல்லாதவை. அவ்வகையில் இந்தக் கதை 1930களில் தொடங்குவதாகக் கொள்ளலாம். அன்றிலிருந்து கல்வி முன்னேற்றம், பட்டம் பதவிகள் பெற்ற ஒரு மத்தியதர வர்க்கத்தின் உருவாக்கம், மையத்து அடக்கம் செய்யும்போது தல்கீன் ஓதுவது கூடுமா கூடாதா என்பன போன்ற மத முரண்பாடுகள் என்பன காணப்படும் சமகால முஸ்லிம் சமுதாயம் உருவாகிய வரையிலான வரலாற்றினை இக்காவியம் மெல்லிதாகத் தொட்டுச் செல்வதைக் காணமுடிகிறது. அவ்வகையில் ஒரு யதார்த்த நாவலுக்குரிய பொருளை இக்காவியம் தன் கவிப் பொருளாகக் கொண்டுள்ளது என ஒருவர் கூறமுடியும். யதார்த்த நாவலுக்குப் பழக்கப்பட்ட வாசகன் இக்காவியம் பற்றிப் பல்வேறு வினாக்களை எழுப்புவான்:

அகமனுக்கும் செய்னம்புக்கும் இடையிலிருந்த உண்மையான முரண்பாடு என்ன? ஏன் செய்னம்பு விவாக விலக்கில் தீவிரமாக இருந்தாள்? அதை நியாயப்படுத்துவதற்கான வலுவான காரணிகள் எவை?

பெரியம்பிப் போடிக்கிருந்த செல்வத்துக்கும் செல்வாக்குக்கும் அவருக்குத் தகுதியான குடும்பத்தில் இருந்து தன் மகளுக்கு இரண்டாவது மாப்பிள்ளை தேடியிருக்கலாமே. அப்படி இருந்தும் ஏன் அவர் வண்டிக்கார இசுமாயிலிடம் போய் தன் மகளுக்கு மறுவாழ்வு தரும்படி இரந்து நிற்க வேண்டும்?

செய்னம்பு - இசுமாயில் திருமணம் ஊரில் செல்வமும் செல்வாக்கும் உள்ள அவளுடைய தகப்பன் பேசிச் செய்த திருமணம்தானே. அப்படியிருந்தும் சுற்றத்தவர் விரும்பவில்லை என்பதற்காக கள்ளக் காதலர்கள் போல் அவர்கள் ஏன் ஊரைவிட்டுச் சென்று அஞ்ஞாத வாசம் செய்ய வேண்டும்?

இசுமாயில் சீதனமாக சொத்துகள், காணி எதுவும் வேண்டாம் என்றவன். செய்னம்பு தகப்பனின் சொத்தில் உரிமை உடையவள் எனினும், தகப்பன் எழுதிக் கொடுக்காதவரை

அவள் சொத்துடையவள் அல்ல. இந்நிலையில் அவர்கள் சொத்துகளையெல்லாம் பள்ளிவாயலுக்கு வக்பு செய்தது எப்படி? தகப்பன் முழுவதையும் எழுதிக்கொடுத்தாரா? அப்படியானால் பின்னர் தாய், தகப்பனுக்கு என்ன நடந்தது?

இசுமாயிலும் செய்னம்புவும் சொந்தக் கிராமத்திலிருந்து பத்துமைல் தூரத்தில்தான் வாழ்ந்தார்கள். செய்னம்பு சுமார் ஐம்பது ஆண்டுகள் அங்கு வாழ்ந்திருக்கிறாள். அதுகாலவரை அவளுக்கும் அவளது குடும்பத்தினருக்கும் எவ்வித தொடர்பும் இருக்கவில்லையா? அவளுடைய வக்பு செய்த சொத்துகளினால் பயன் பெற்று பட்டமும் பதவிகளும் பெற்றவர்கள் அவள் மரணிக்கும் வரை அவளைப்பற்றி அறியாமல் இருந்தார்களா? அவளது மௌத்துக்குப் பின்னர் திடீரென அவள் பற்றி அவர்களுக்கு ஞானம் கிடைத்தது எவ்வாறு?

இது ஒரு யதார்த்த நாவலாக இருந்தால் வாசகர் மனதில் இத்தகைய கேள்விகள் எழுதல் இயல்பே. ஆனால், இந்தக் கேள்விகளுக்குப் பதில் சொல்வதாயிருந்தால் பாலமுனை பாறூக் இந்தக் காவியத்துக்குப் பதிலாக ஒரு நாவலைத்தான் எழுதியிருப்பார்.

ஒரு யதார்த்த நாவலில் நாம் எதிர்பார்ப்பதை எல்லாம் யதார்த்த வாழ்வைப் பிரதிபலிக்கும் ஒரு காவியத்தில் எதிபார்க்க முடியாது. நாவலின் தளம் வேறு, காவியத்தின் தளம் வேறு. அதனால்தான் இந்தக் காவியத்தைப் பற்றி எழுதிய யாருக்கும் இத்தகைய கேள்விகள் எளவில்லை என்று நினைக்கின்றேன். ஒரு யதார்த்த நாவல் யதார்த்த வாழ்வின் நுட்ப விபரங்களையும் ஊடுருவிச் செல்லும் இயல்புடையது. அது விபரிக்கும் சம்பவங்களுக் கிடையே ஒரு தர்க்க ஒழுங்கைப் பேணும் கடப்பாடு அதற்கு உண்டு. உண்மைக்குக் கிட்டியதாக, நம்பும் படியான ஒரு பிரமையை வாசகனுக்குள் ஏற்படுத்துவதே அதன் அழகில் எனலாம்.

அத்தகைய தர்க்க ஒழுங்குக்குக் கட்டுப்பட வேண்டிய கடப்பாடு காவியத்துக்கு இல்லை. அதனுடைய அழகியல் வேறு. அது யதார்த்தத்தைக் கற்பனையாகவும் கற்பனையை யதார்த்தமாகவும்

மாற்றக்கூடியது. யதார்த்தவாதத்தை விட இலட்சியவாதம் அதில் மேலோங்கி இருக்கும். தர்க்கரீதியான நுட்ப விபரங்களில் அது அதிகம் மினக்கெடுவதில்லை. கற்பனையான புனைவுலகம் அதற்கு மிகவும் உவப்பானது.

கடந்த நூற்றாண்டின் நடுப்பகுதிவரை காவியம் பெரிதும் கற்பனை உலகு சார்ந்ததாகவே இருந்தது. யதார்த்த உலகுக்குரிய இலக்கிய வடிவமாக நாவல் வளர்ச்சிபெற்றது. யதார்த்த வாழ்வையும் காவியத்தையும் இணைக்கும் முயற்சி இருபதாம் நூற்றாண்டுக்கு உரியதுதான். தமிழில் அதில் வெற்றிபெற்றவர்கள் மிகச் சிலரே. மஹாகவியை அதில் முக்கியமானவராக நான் சொல்வேன். அவருடைய சடங்கு, ஒரு சாதாரண மனிதனது சரித்திரம், கண்மணியாள் காதை என்பன அவ்வகையில் தமிழில் முன்னுதாரணம் இல்லாத படைப்புகள். இப்பொழுது பாலமுனை பாறூக் அந்த ரசவாதத்தைச் செய்துபார்க்க முயன்றிருக்கிறார். கொந்தளிப்பு, தோட்டுப்பாய் மூத்தம்மா ஆகிய இரண்டிலும் அவர் பெருமளவு வெற்றிபெற்றிருக்கிறார் என்றே சொல்லவேண்டும்.

4

இப்போது அவருடைய மூன்றாவது குறுங்காவியம் எஞ்சியிருந்த பிராத்தனையோடு வெளிவருகின்றது. வடிவால் முன்னைய இரு காவியங்களையும் ஒத்தது எனினும் பொருளால் அவற்றிலிருந்து இது பெரிதும் வேறுபட்டது. கடந்த முப்பது ஆண்டுகளில் இலங்கையில் நிலவிய இன முரண்பாடு, யுத்தம் என்பவற்றுக்கு மத்தியில் கிழக்கில் முஸ்லிம் - தமிழ் இன உறவில் ஏற்பட்ட விரிசலையும், தனிமனித அவலங்களையும் பொருளாகக் கொண்டது இக்காவியம். குறிப்பாக இந்திய அமைதிப்படை இங்கிருந்த காலத்தில் (1987 -1989) நிலவிய சூழலை இது மையமாகக் கொண்டது.

இக்காவியத்தின் பிரதான பாத்திரத்துக்குப் பெயர் இல்லை. அவன், இவன் என்ற படர்க்கைப் பெயராலேயே அவன்

குறிப்பிடப்படுகிறான். பாதிக்கப்பட்ட பொது மகனைச் சுட்டுவதற்காக படர்க்கைப் பெயர் பயன்படுத்தப்பட்டிருக்கலாம்.

    நாலா பக்கமும்
    கடலால்
    சூழ்ந்துள இலங்கைத் தீவில்
    இவன் ஒரு பொது மகன்
    எப்பிழை செய்தான்
    எதனைக் கேட்டான்
    கிழக்கில் பிறந்தான் இது
    பிழையாவதா?

என்ற கேள்வி எழுகின்றது. எனினும், அவன் ஒரு முஸ்லிம் பொதுமகன் என்ற இன அடையாளம் வெளிப்படையாகவே உள்ளது. தமிழ், முஸ்லிம் கிராமங்களின் எல்லைப் புறத்தில் வாழ்ந்தவன் அவன். இரு கிராமங்களையும் ஒரு வீதிதான் பிரித்தது. இரு இனத்தவரும் அக்கம் பக்கமாய் அன்னியோன்னியத்துடன் வாழ்ந்தவர்கள்.

    வண்டிக்கார முஸ்லிம்கள்
    தமிழர்
    ஒன்றாய்ச் சேர்ந்து
    ஒற்றுமை யாகவே
    காட்டினிற் சென்று
    கம்புகள் வெட்டி
    கோயிலைப் பள்ளியைக்
    கட்டிக் கொண்ட...
    ஒருவருக் கொருவர்
    உதவி வாழ்ந்த..

    பள்ளி வாசலில் கந்தூரி ஆக்க
    கொள்ளி தறித்துக்
    கொடுத்து மகிழ்ந்த ..

> கோயில் வைபவக் கலைவிழா நிகழ்ச்சியில்
> பேதம் இன்றி
> முஸ்லிம் கலைஞரும்
> கூடிக் கலந்து
> குதூகலித் திருந்த..

அந்தக் காலம் போயிற்று. "கண்பட்டுப் பெய்த்திடா தம்பி, என்னமாய் இருந்தம் ஒருதாய் வகுத்துப் புள்ளைகள் போல..." என்ற அந்தக் காலம் கனவாய்ப் போயிற்று. இப்போது எல்லை வீதி யுத்த களமாயிற்று. அது

> முழங்கும் அதிரும்
> குண்டுமாரி பொழிவது கேட்கும்
> வாகனம் உடைந்து
> மல்லாந்து படுக்கும்
> வீதி இரண்டாய்
> வெடித்துக் கிடக்கும்..
> வாகனத் தொடரணி
> புழுதி கிளப்பும்..
> அழுகை ஒப்பாரி
> ஊரெலாம் கேட்கும்

இந்தச் சூழலில் அவன் குடும்பத்துடன் இடம் பெயர்ந்து உள்ளூரில் தன் உறவினர் வீட்டில் அகதியாகத் தங்கியிருக்கிறான். ஒரு நாள் அவன் தன் சொந்த வீட்டைப் பார்க்க வருகிறான். வந்தவன் அமைதிப் படையின் சுற்றிவளைப்பில் அகப்பட்டுக்கொள்கிறான். அதிலிருந்துதான் காவியம் தொடங்குகின்றது.

"ஆசிரியர்கள், மாணவர், தினமும் கூலித் தொழிலே செய்து வாயை வயிற்றைக் கட்டிக் கொள்வோர், வைத்தியர், இனங்களுக் கிடையில் உறவுப் பாலம் அமைக்க விரும்பி சமாதான சங்கம் அமைத்தோர் என்று பலரும் இன, பால் வயது வேறுபாடின்றி அமைதி காக்க என்று வந்த அந்த நாட்டுப் படையினராலே அள்ளப்பட்டனர்."

> சொந்த நாட்டில்
> சொந்த ஊரில்

> சொந்த வீட்டைப் பார்க்க வந்தவன்
> அந்த நாட்டுப் படையினராலே
> அள்ளப் பட்டான்
>
> உறுமிக் கொண்டும்
> உதைத்துக் கொண்டும்
> விரைந்தது வாகனம்!

யுத்த காலத்தில் வட கிழக்கு மக்களின் பொது அனுபவமாக இது இருந்தது. அமைதிப் படையோ, அரச படையோ சுற்றிவளைப்பில் பாதிக்கப்பட்டவர்கள் பொதுமக்கள்தான்.

அடுத்துவரும் 12 அத்தியாயங்களிலும் கைதுசெய்ப்பட்டு விடுவிக்கப்பட்டவனின் மன உணர்வுகளும் அனுபங்களும் சித்திரிக்கப்படுகின்றன. அதன் ஊடாக யுத்தத்தில் இரு சமூகங்களும் தனிமனிதர்களும் பட்ட இன்னல்களை வெளிக்கொண்டுவர முயல்கிறார் கவிஞர்.

சுற்றி வளைப்பில் அமைதிப் படையால் கைதுசெய்யப்பட்டு பின்னர் விடுவிக்கப்பட்டவன் தான் தங்கியிருந்த உறவினர் வீட்டுக்கு வருகிறான். அங்கு ஒருவரும் இல்லை. மனைவி குழந்தைகளும் இல்லை. சுற்றாடலில் அச்சம் கவிந்திருக்கிறது. எல்லோரும் அவனைக் கண்டு ஒதுங்குகிறார்கள். விசாரித்ததில் அவன் கைது செய்யப்பட்டபின் ஆயுதக் குழுவினர் அடிக்கடி அவனைத் தேடிவந்து தொல்லை கொடுத்ததாகவும், "அவனால் ஏதும் தகவல் கசிந்து அவர்களில் யாரும் பிடிக்கப்பட்டால் தொலைப்போம் என்று எச்சரித்ததைச் சொல்லக் கேட்டான்."

> அச்சப்பட்ட கோழியும்
> குஞ்சும்
> ஊரைவிட்டே உறவினரோடு
> ஒளித்துப் போன பரிதாபத்தை
> கூறக் கேட்டுக்
> குமுறி அழுதான்

இனி என்ன? எஞ்சியிருந்தது பிரார்த்தனை மட்டும்தான். எல்லை வீதியில் சொந்த வீட்டுக்கு வருகிறான். வீடு சிதிலமடைந்து

குப்பை மேட்டுக்குள் அமிழ்ந்திருக்கிறது. பசிக் களைப்போடு விறாந்தையில் அமர்கிறான். பக்கத்து வீட்டுப் பார்வதி அக்கா அவனைக் கண்டு பரிவோடு அரவணைக்கிறாள். உணவு கொடுத்து, பணமும் கொடுத்து இங்கிருந்தால் அவனுக்கு ஆபத்து என்று அவசரமாக அவனை அனுப்பிவைக்கிறாள். அவன் இலக்கின்றி நடந்து நகருக்கு வருகிறான். பஸ்நிலையத்தில் பஸ்கள் இல்லை. கடைகள் மூடிக்கிடக்கின்றன. "உறைந்துபோய் இருந்தது ஊர்." திகில் படர்ந்த சூழலில் 'அச்சப்பட்ட உடம்பு வியர்க்க' ஓடுகிறான். சனம் குழுமியிருந்த ஒரு இடத்துக்கு வருகிறான். அங்குதான் அவனுக்கு நிலைமையின் அர்த்தம் புரிகிறது. ஆட்கடத்தல் நிகழ்ந்திருக்கிறது. 'அந்தப் பக்கம் நேற்று கோழிவாங்கச் சென்ற காக்கா ஊரை வந்து சேரவில்லை. இந்தப் பக்கம் மேசன் வேலையாய் வந்த இருவர் பணயக் கைதியாய்ப் பிடிபட்டிருக்கிறார்.'

அப்பாவிகளும் தொழிலாளர்களும்
அடிக்கடி இப்படி
அமுங்கிப் போவதை
அகதி யாவதை
எண்ணிப் பார்த்து
மனசு துவண்டது
தன்னைப் பற்றியும்
எண்ணம் எழுந்தது
என்ன பிழை நான்
செய்திருக் கின்றேன்
இனத்தின் பெயரால்
எவர்க்குத் துன்பம்
இழைத்திருக் கின்றேன்!
முடுக்கி விட்டவர்
தடுக்கி விழாமல்
இருக்கும் இடத்தில் இருந்துகொள்ள
பாதிப்படைகிற மக்களை நினைக்க
வேதனைப் பட்டு
மேனி சுட்டது

கடத்தல் விரைவில் ஒரு முடிவுக்கு வருகிறது. கடத்தப்பட்ட கோழிக் காக்கா குஞ்சு முகம்மது தமிழர் பகுதியில் பிரபலமானவர், நல்லுறவு கொண்டிருப்பவர். ஊர் மக்களே ஒன்று திரண்டு அவரை விடுவிக்கின்றனர். பதிலாக பிடித்துவைக்கப்பட்ட மேசன் மாசிலாமணியும் விடுவிக்கப்படுகிறான். அவன் முஸ்லிம்கள் மத்தியிலேயே தொழில் செய்து வாழ்பவன். இனக்குரோதம் துளியும் இல்லாதவன். இவனுடன் ஒன்றாகப் படித்தவன்.

ஊர் வளமைக்குத் திரும்புகின்றது. கடைகள் திறக்கப்படுகின்றன. தன் குடும்பம் பற்றிய மனச் சுமையுடன் இவன் பஸ் நிலையத்துக்கு வருகிறான். தன் உறவினரைச் சந்திக்கிறான். அவனது மனைவி பிள்ளைகள் பயத்தில் ஊரூராகத் திரிந்து கடைசியில் ஓணேகமையில் ஒரு தூரத்து உறவினர் வீட்டில் இருப்பதாக அறிகிறான். 'அகதி வாழ்வே ஊர்ஜிதமானதாய் எண்ணி எண்ணி ஏங்கி அழுதான்... ஊரைவிட்டு ஓடிச் சென்று கோழி குஞ்சொடு கூடி இருப்பதா? தேடும் குழுவைத் தேடிச் சென்று உண்மை நிலையை விளக்கி வைப்பதா? .. ஊரை விட்டு ஓடிச் சென்ற கோழியைக் குஞ்சைக் கூட்டி வருவதா?'' விடைதெரியாத இந்தக் கேள்விகளோடு அல்லாடுகின்றது அவன் மனம்.

எஞ்சி இருப்பது
பிரார்த்தனை மட்டுமே!
இருகரம் ஏந்தினான்
புரிந்துணர் வோடு
வாழ்வதற்கான
சரிசமமான
சமாதானம் நாடியே!

என்று முடிகிறது காவியம். யுத்தகால அனுபவத்தை, அது ஏற்படுத்திய மன உழைச்சலை ஒரு கழைக்கூத்தாடியின் நிதானத்துடன் காவியமாக்குவதில் பாறூக் வெற்றிகண்டிருக்கிறார் என்பதில் ஐயம் இல்லை. சரிசமமான சமாதானம் என்பது இன்னமும் நமக்கு ஒரு கனவே எனினும் அந்தக் கனவை நனவாக்குவதற்கான ஒரு சமூக உளவியல் தேவையை இக்காவியம் வலியுறுத்துகின்றது எனலாம். அவ்வகையில் கவிஞரின் முன்னைய

இரு காவியங்களையும் விட இதன் சமூக அரசியல் முக்கியத்துவம் அதிகமாகும்.

மூன்று காவியங்களின் அமைப்பும் உத்தி முறையும் கிட்டத்தட்ட ஒரே மாதிரியானது. பெரும்பாலும் அகவல் யாப்பு வடிவத்தையே கவிஞர் கையாண்டிருக்கிறார். ஒரு அகவல் அடியை இரண்டு வரிகளாக உடைத்திருக்கிறார். புதுக் கவிதைக்குப் பயிற்றப்பட்ட வாசகர் எளிதாக இதற்குள் உள் நுழையலாம்.

இம்மூன்று காவியங்களையும் படிக்கும்போது கவிஞர் பாலமுனை பாறூக்கினுள் ஒரு நாவலாசிரியனும் ஒளிந்திருக்கிறான் என்று தெரிகின்றது. காவிய வடிவத்தை அவர் தேர்ந்திருக்காவிட்டால் சிலவேளை அவர் நல்ல நாவல்களை எழுதியிருக்கக் கூடும். சமகாலச் சமூக அரசியல் அனுபவத்தைக் கையாள்வதற்கு காவியத்தை விட நாவலே வலுவான ஊடகம் என்று நான் நினைக்கின்றேன். ஆயினும், இரண்டினுடைய வெற்றியும் தோல்வியும் படைப்பாளியின் தனித்திறனில் தங்கியுள்ளது. சிலவேளை பாறூக் இவற்றை நாவலாக எழுதித் தோல்வி அடைந்திருக்கலாம். காவியமாக்கியதில் அவர் பெருமளவு வெற்றிபெற்றிருக்கிறார் என்பதே என் கருத்து.

15.02.2013

•

சசியும் அவரது கவிதைகளும்

சமகாலத் தமிழ்க் கவிதையில் அதிக பரிச்சயமும், ஆழ்ந்த கலை உணர்வும் உள்ள வாசகனுக்கு சண்முகம் சிவலிங்கத்தின் (சசி) கவிதைகள், அவை பற்றி நான் சொல்வதைவிட அதிகமாகவே சொல்ல வல்லன. என்றாலும் சசிக்கும் எனக்கும் இடையேயுள்ள தொடர்பின் காரணமாகவும் நீண்ட காலமாக நானே அவரது முதல் வாசகனாக இருந்தவன் என்பதனாலும் அவரைப் பற்றியும் அவரது கவிதைகள் பற்றியும் ஓர் அறிமுகக் குறிப்பாக சிலவற்றைக் கூறலாம் என்று நினைக்கிறேன்.

சசியே சொல்வது போன்று அவரது கவிதைகளில் "உள்ளும் புறமுமான உணர்வுகளில் பல இடங்களில் நுழைந்திருப்பவன்" நான். நீர் வளையங்களில் அவர் விளிக்கும் நண்பன் நான்தான். நாங்கள் இரு தும்பிகளில் வரும் இரண்டாவது தும்பியும் நான்தான். பரவளைவுக் கோட்டிலும் நான் இருக்கிறேன். விலகிச் செல்லும் மையங்கள் என்னை நோக்கியதுதான். அந்த அளவுக்கு சசியும் நானும் நெருங்கி இருந்திருக்கிறோம். அவர் எனது நண்பர். என்னைவிட ஐந்து வயது அதிகமான - எனினும், தோற்றத்தில் என்னைவிட ஐந்து வயதேனும் குறைவான நண்பர். அறுபதுகளின் பின் அரைவாசியில் நாங்கள் சந்தித்தோம். கடந்த இருபதுக்கும் அதிகமான ஆண்டுகளில் கவிதை எங்கள் நட்பை வளர்த்திருக்கிறது. 1969இல் நாங்கள் இருவரும் சேர்ந்து கவிஞன் என்ற காலாண்டு இதழை வெளியிட்டோம். அதன் வெளியீட்டில்

என்னைவிட அதிக பங்கு வகித்தவர் சசி. தன்முனைப்பு அற்ற, தன்னை ஒளித்துக்கொள்ளும் அவரது சுபாவத்தின் காரணமாக அதன் தொகுப்பாளராக எனது பெயரே இடம்பெற நேர்ந்தது. அவரது ஆரம்ப காலத்தில் எனது பாதிப்பு தன்னில் இருப்பதாக அவரே கூறும்போதிலும் எனது ஆதர்சமாகவும் நான் விரும்பி, வியந்து படிக்கும் கவிஞராகவும் அவர் விரைவாகவே வளர்ந்துவிட்டார். (எனினும் கவிதையில் எனது பாணி வேறாகவும் அவரது பாணி வேறாகவுமே இருந்துவருகின்றது. எங்கள் தனித்துவம் அப்படி.) இன்று தனது விலகிச் செல்லும் மையங்களில் என்னையும் ஒன்றாக அவர் கருதிய போதிலும் அது ஒரு பிரமைதான். என்னைப் பொறுத்தவரை இன்றும் அவர் என் நெருங்கிய நண்பர்தான். நான் மனம் நெகிழ்ந்து நினைவு கூரும் மிகச் சில நண்பர்களுள் அவரும் ஒருவர்.

சண்முகம் சிவலிங்கம் கிழக்கிலங்கையில் பாண்டிருப்பு என்னும் கிராமத்தில் 1939இல் பிறந்தவர். அவர் பிறந்தது ஒரு வைதீக இந்துக் குடும்பத்தில். அவர் பெயரே அதைச் சொல்லும். ஆனால் இளம் வயதில் - பாடசாலைக் காலத்திலேயே - கத்தோலிக்கராக மதம் மாறியவர். (விலகிச் செல்லும் மையங்களில் அவர் குறிப்பிடும், பதினொரு வயதில் அவரை ஊடுருவிய தாடிவாலாவின் செல்வாக்கு அதற்குக் காரணமாக இருக்கலாம்.) அதன் பொருட்டு வீட்டில் அடி உதைகள் வாங்கியவர். ஒரு கத்தோலிக்க குடும்பத்திலேயே திருமணம் செய்து கொண்டவர். ஆறு ஆண் பிள்ளைகளின் தகப்பன். அவரது கிராமத்தில் ஸ்டீபன் (மாஸ்டர்) என்ற கிறிஸ்தவப் பெயராலேயே இன்றைக்கும் பலர் அவரை அறிந்துவைத்திருக்கின்றனர். கேரளத்தில் படித்து விஞ்ஞானத்தில் பட்டம் பெற்றவர் அவர். கடந்த 25 ஆண்டுகளாக விஞ்ஞான ஆசிரியராகத் தொழில் புரிபவர். தத்துவார்த்த ரீதியில் ஒரு பொருள்முதல்வாதியாகப் பரிணமித்திருக்கிறார். அவரது கவிதைகள் பலவற்றின் - குறிப்பாக, ஒரு ஞாயிற்றுக்கிழமை, ஆதாம்கள் ஆயிரம், எமது பாடுகளின் நினைவாக போன்றவற்றின் அனுபவ அடிப்படைகளைப் புரிந்துகொள்ளவும், அவரது கவிதைகளில் பரவிக் காணப்படும் விஞ்ஞானக் குறியீடுகளின் பின்னணியை விளங்கிக்கொள்ளவும்

அவரைப் பற்றிய இந்தச் சிறுகுறிப்பு உதவக்கூடும்.

2

தற்காலத் தமிழ்க் கவிதையில் சற்றுப் பரிச்சயம் உடையவர்கள் சசியின் கவிதைகள் வித்தியாசமாக இருப்பதை உணர்ந்து கொள்வர். அவரைப்போல பிறிதொரு கவிஞரை, அவருடையதைப்போல் பிறிதொருவருடைய கவிதையை அடையாளம் காட்டுவது கடினம். அவருடைய தனித்துவம் அப்படி. தனித்துவமான இலங்கைத் தமிழ்க் கவிதை மரபின் ஒரு தீவிர வளர்ச்சி நிலையை - பாய்ச்சலை இவரது கவிதைகளில் காணமுடிகிறது.

அறுபதுகளின் பின் அரைவாசியில்தான் சசி கவிதை எழுதத் தொடங்கினார். அவர் ஆரம்பத்தில் எழுதிய சில கவிதைகளில் சற்றுச் செந்நெறிப் பாங்கான (classical) நடையினைக் காணமுடியும். 'கண்படுவரை நீள் கரைவாகு வட்டை' எனத் தொடங்கும் கவிதை அவ்வகையில் நான் படித்த அவரது முதலாவது கவிதை என்று நினைக்கிறேன். அது இத்தொகுப்பில் இடம் பெறவில்லை. இத்தொகுப்பில் உள்ள அவள் நினைவிலும் இதன் சாயரைப் பார்க்கலாம். 'இளைய சிவப்பரும்புகளில் இலை மறையும் புது ரோசா', 'பளபளென்ற சிவப்பு நிறப் பரல் கல்லில் நீரோடும்.' இதன் மொழிதான் செந்நெறிப் பாங்கானதாக இருக்கின்றதே தவிர இக்கவிதை – இதன் அமைப்பு - தமிழுக்கு மிகவும் புதிது.

செந்நெறிப் பாங்கு சசி கவிதைகளின் ஒரு பண்பல்ல. இத்தொகுதியில் அத்தகைய கவிதைகள் அவள் நினைவு ஒன்றுதான். அதுகூட முற்றிலும் செந்நெறிப்பாங்கானது அல்ல. பொதுவாக அவரது மொழி மிகச் சாதாரணமான இன்றைய நடைமுறைத் தமிழ்தான்.

நீ வந்திருக்கிறாய்
நான் எழுதவேண்டும்

> ஏன்
> நீயே எனது மையமா

என்று தொடங்குகிறது ஒரு கவிதை.

> அற்ப நிகழ்வும்
> அர்த்தமற்றதும்
> என்னுடன் வருக

என்று தொடங்குகிறது பிறிதொரு கவிதை.

> எல்லாம் முடிந்தது
> இனி என்ன நாம் நடப்போம்

என்று தொடங்குகின்றது வேறொரு கவிதை.

> சந்தியில் நிற்கிறேன்
> பகல் சாய்கிறது

என்பது இன்னொரு கவிதையின் தொடக்கம். இப்படி பெரும்பாலும் சாதாரணமொழிதான் (*plain language*). ஆனால் இந்தச் சாதாரண மொழியில் அசாதாரண உணர்வுகளை எழுப்பி அந்த மொழிக்கு ஒரு அசாதாரணத் தன்மையை, ஒரு கனதியை, வேறு ஒரு பரிமாணத்தை கொடுப்பன அவரது கவிதைகள். இது மகாகவி, நீலாவணன், முருகையன் போன்றோர் மூலம் ஈழத்தில் வளர்ச்சியடைந்த ஒரு கவிதை மரபின் தொடர்ச்சி. சண்முகம் சிவலிங்கம் இம்மரபின் உண்மையான வாரிசுகளுள் ஒருவர். அதற்கு ஒரு புதிய வளத்தைக் கொடுத்தவர். ஈழத்தில் வளர்ந்த இம்மரபு தமிழகத்தில் வளர்ந்த பாரதிதாசன் பரம்பரையினரின் சத்தற்ற எளிய செய்யுள் மரபில் இருந்து வேறானது. அதற்கு எதிராக 'எழுத்து' வளர்த்த புரியாத இருண்மைக் கவி மரபில் இருந்தும் வேறானது. பிற்காலத்தில் வானம்பாடிக் குழுவினர் வளர்த்த ஜனரஞ்சகமான அலங்கார வசன மரபில் இருந்தும் வேறானது. இந்தக் கவிதைகள் முதல் பார்வையில் மிகச் சாதாரணமாகத் தெரியக்கூடும். ஆனால், இவற்றைப் போலியாகப்

பிரதிபண்ண முடியாது. இவை எளிமையாகத் தோன்றினாலும் இது ஏமாற்றும் எளிமை. இதை உண்மையான கவிதையின் ஒரு லட்சணமாகவும் சொல்லலாம்.

3

தற்காலத் தமிழ்க்கவிதைபற்றிப் பேசுபவர்கள் மரபுக் கவிதை, புதுக்கவிதை என்ற இருமைமுரண்பற்றி இன்னும் பேசிக் கொண்டுதான் இருக்கின்றனர். சசிகூட புதுக்கவிதை, அகலித்த புதுக்கவிதை பற்றியெல்லாம் பேசியிருக்கிறார். என்னைப் பொறுத்தவரை இந்த இருமைமுரண் இப்போது அபத்தமானதாகவே தோன்றுகிறது. இந்த இருமைமுரணின் அடிப்படை என்ன? வேறு எதைச் சொன்னாலும் சாராம்சத்தில் யாப்பும் யாப்பின்மையும்தான். யாப்பில் எழுதுவது மரபுக்கவிதை. யாப்பை மீறி எழுதுவது புதுக்கவிதை. புதுக்கவிதையாளர்கள் மரபுக்கவிதையை ஒரு பத்தாம் பசலியாகவே நோக்குகின்றனர். மரபுக்கவிஞர்கள் புதுக்கவிதையை ஒரு சவலைக் குழந்தையாகவே பார்க்கின்றனர். இன்றுகூட இந்த நோக்கு, கவிதை பற்றிய நமது விமர்சனப் பார்வையைப் பெரிதும் பாதிக்கவே செய்கின்றது.

சரி. சசி ஒரு மரபுக் கவிஞரா? புதுக் கவிஞரா? இந்தத் தொகுப்பில் உள்ள சுமார் அரைவாசிக் கவிதைகள் சுத்தமான யாப்பில் - வெண்பா, அகவல், விருத்தம் போன்ற செய்யுள் வடிவங்களில் - அமைந்தவை. ஏனைய கவிதைகளும் பெரிதும் "யாப்பு இடையிட்டவை" தான். இதே காரணத்துக்காக சசி யாப்பை (பத்தாம் பசலித்தனமாகக்) கையாளும் மரபுக் கவிஞர்களுள் ஒருவராகிவிடமாட்டார். யாப்பில் பரிச்சயமில்லாதவர்களுக்கு சசியும் யாப்பை நிராகரித்து கவிதை எழுதும் ஒரு புதுக் கவிதைக்காரர்தான். என்னைப் பொறுத்தவரை சசி இரண்டும் இல்லை. அவர் ஒரு கவிஞர். நல்ல கவிஞர். மரபுவழிச் சிந்தனை முறையில் இருந்தும், வெளிப்பாட்டு முறையில் இருந்தும் விலகி, நவீன வாழ்வின் நெருக்கடிகளை நவீன முறையில் வெளிப்படுத்தும் ஒரு நவீன கவிஞர்.

யாப்பிலே எந்த அளவுக்கு மோசமான கவிதைகள் உள்ளனவோ அந்த அளவுக்கு - சிலவேளை அதைவிட அதிகமாக - யாப்பை மீறி, வசனத்தில் எழுதப்பட்டவற்றிலும் மோசமானவை உண்டு. ஆகவே யாப்பு அல்லது யாப்பின்மைக்கு தானே ஒரு கவித்துவத் தகைமை இல்லை. செய்யுளும் வசனமும் கவிதைக்கான ஊடகங்கள் (medium) மட்டும்தான். ஊடகம் தானே கவிதையாவதில்லை. அது கவிதையைத் தாங்கி நிற்கும் சாதனம் அவ்வளவுதான். கவிதை என்பது கவிதைப் பொருளும், பொருளின் வெளிப்பாட்டுமுறையும் இணைந்த ஒன்று. வெளிப்பாட்டுமுறைதான் கவிதைப் பொருளுக்கு ஒரு கவித்துவத் தன்மையைக் கொடுக்கின்றதே தவிர செய்யுள் அல்லது வசனம் என்ற ஊடகம் அல்ல.

4

இத்தொகுப்பில் சண்முகம் சிவலிங்கத்தின் 54 கவிதைகள் உள்ளன. இக்கவிதைகள் 1967 முதல் 1988 வரையுள்ள கடந்த 22 ஆண்டு காலத்தில் எழுதப்பட்டவை. இந்த இரண்டு தசாப்தங்களில் கவிஞருக்குள்ளும் கவிஞருக்கு வெளியே சமூகத்திலும் ஏற்பட்ட வளர்ச்சிகளை, மாற்றங்களை இந்தக் கவிதைகளில் நம்மால் இனம்காண முடிகிறது.

1960கள் ஈழத்து இலக்கிய வரலாற்றிலே முற்போக்கு இலக்கியக் கோட்பாடு ஆதிக்கம் செலுத்திய காலம். 70களிலும் இதன் தொடர்ச்சி இருந்தது. இது அன்றைய சமூக, அரசியல் நிலைமைகளின் இலக்கிய வெளிப்பாடு. சமூக முரண்பாடுகள், வர்க்கப் போராட்டம், சமூக மாற்றம், புரட்சி, சோசலிசம் என்பது எமது இலக்கியத்தின் உள்ளீடாக இருந்த காலம் அது. இக்காலத்தில் இதற்கு எதிரான, இதிலிருந்து விலகிய போக்குகள் இருந்தன. எனினும் இலக்கியத்தில் இதுவே ஆதிக்கப் போக்கு எனலாம். இக்கால கட்டத்தில் எழுதப்பட்ட சசியின் பெரும்பாலான கவிதைகள் இப்போக்கினைப் பிரதிபலிக்கின்றன. சமூகப் பிரக்ஞையும், புரட்சிகர அரசியல் நோக்கும் அவற்றின்

உள்ளீடாக உள்ளன. புதைத்து வருகிறோம், ஆலம் இலைகள், சனங்கள், சந்தியிலே நிற்கிறேன், எகிப்தின் தெருக்களிலே, ஒரு ஞாயிற்றுக்கிழமை, ஆதாம்கள் ஆயிரம், ஆக்காண்டி, இருட்டுக் குரல்கள், வெளியார் வருகை, மண்ணில் முளைக்கும் வால் நட்சத்திரம் போன்றவற்றை இதற்கு உதாரணமாகக் காட்டலாம். இக்கால கட்டத்தில் இங்கு பெருமளவில் எழுதப் பட்ட கட்டுரைப் பாங்கான, கோஷ நடை சார்ந்த படைப்புகளில் இருந்து சசியின் கவிதைகள் அவற்றின் அழகியல் வீச்சிலும் ஆழத்திலும் எவ்வளவோ உயரத்தில் இருப்பதை ஒரு நல்ல வாசகன் எளிதில் கண்டு கொள்வான்.

1970களின் பிற்பகுதியில் இருந்து குறிப்பாக 1977க்குப் பிந்திய கடந்த பத்து ஆண்டுகளில் ஈழத்துத் தமிழ்க் கவிதையின் உள்ளீடு பெரிதும் மாறியிருக்கின்றது. கடந்த பல தசாப்தங்களில் சிங்கள பௌத்த பெருந்தேசியவாதத்தின் இன ஒதுக்கல் நடைமுறைகளின் விளைவாக வளர்ச்சியடைந்த தமிழ்த்தேசியவாதம் இக்காலப் பகுதியிலேயே ஆயுதம் தாங்கிய விடுதலைப் போராட்ட வடிவத்தை எடுத்தது. ராணுவ ஒடுக்கு முறையும், ஆயுதப் போராட்டமும் ஏற்படுத்திய சமூக விளைவுகளின் எதிரொலிகளே கடந்த பத்தாண்டுகளில் இலங்கைத் தமிழ்க் கவிதையின் பிரதான பொருளாகியது. இத்தகைய கவிதைகளைக் கொண்ட பல தொகுப்புக்கள் சமீபத்தில் வெளிவந்துள்ளன. சேரன், ஜெயபாலன் போன்ற சில நல்ல கவிஞர்களை இக்காலகட்டம் உருவாக்கியுள்ளது. 1980களில் சசியும் இக்காலகட்டத்தின் உணர்வுகளை தன் பல கவிதைகளில் வெளிப்படுத்தியுள்ளார். அத்தகைய 12 கவிதைகள் இத்தொகுப்பில் இடம் பெற்றுள்ளன. இன்றைய வாழ்நிலையின் குரூரமான பல அம்சங்களை அவை வெளிப்படுத்துகின்றன. குறிப்பாக, பாடாத பாடல்கள், இப்போது, பிள்ளைக்கறி ஆகியவை இன்றைய வாழ்நிலையின் குரூரம் பற்றிய மனதை உறுத்தும் படிமங்களைக் கொண்டுள்ள வீச்சான கவிதைகளாகும். இத்தகைய தாக்கமான இன்னும் பல கவிதைகளை சசி இத்தொகுப்பில் சேர்த்துக்கொள்ளவில்லை. சசியே சொல்வதுபோல் “உண்மையான கருத்துச் சுதந்திரம் பெயரளவில்கூட இல்லாத இந்தப் பயங்கரமான நாட்களில்

ஆமை போல் ஐந்தடங்கி ஊமையாக" இருக்க நிர்ப்பந்திக்கும் உள்ளச்சமே இதற்குக் காரணமாகும்.

5

கவிதை கவிஞனின் சமூக, அரசியல் பிரக்ஞையின் வெளிப்பாட்டுச் சாதனம் மட்டுமல்ல. அது அவனது முழுமையான உணர்வுலகையும் தழுவி நிற்பது. மொத்தமான வாழ்க்கை அனுபவத்தின் ஒரு வெளிப்பாட்டுச் சாதனம் அது. இரத்தமும் சதையும் உள்ள எல்லா மனிதர்களையும் போலவே கவிஞனும் பல்வேறு வகையான வாழ்க்கை அனுபவங்களுக்கு உள்ளாகின்றான். அதனாலேயே 'எகிப்தின் தெருக்களிலே' எழுதிய ஒரு கவிஞனால் 'இன்று இரவு' எழுதுவதும் சாத்தியமாகின்றது. 'நண்டும் முள்முருக்கும்' எழுதிய ஒரு கவிஞனால் 'நத்தைச் சுகம்' எழுதுவதும் சாத்தியமாகின்றது. இது கவிஞன் மனிதனாக இருப்பதன் அடையாளம். அவன் தன் இருத்தலுக்குப் பிரக்ஞையாக இருப்பதன் அடையாளம். ஆனால், நமது பெரும்பாலான கவிஞர்களைப் பொறுத்தவரை கவிதை இத்தகைய ஒன்று அல்ல. பலருக்கு அது சமூக மாற்றத்துக்கான ஒரு கருவி மட்டும்தான். சமூக, அரசியல் பிரச்சினைகளைச் சொல்வதற்கு மட்டுமே அவர்கள் கவிதையைப் பயன்படுத்துகின்றனர், பயன்படுத்த வேண்டும் என்கின்றனர். வேறு பலருக்குக் கவிதை, வடிவம் சார்ந்த ஒரு பரிசோதனைக் கருவிதான். எதிர்க் கவிதை, படிமக் கவிதை, ஹைக்கூக் கவிதை என எழுதி, தாங்களே இவற்றை தமிழில் முதலில் அறிமுகப்படுத்தியதாகவும் சுயதிருப்தி உறுவர். இவர்களைப் பொறுத்தவரை கவிதை மூளை சார்ந்தது. தங்கள் கெட்டித்தனத்தைக் காட்டும் ஒரு வித்தை. தங்கள் சுயத்தின் குரல் அல்ல. இவர்கள் எல்லாருமே தங்கள் சுயத்தின் பெரும் பகுதியை மறைத்துக் கொண்டு தங்களுக்குச் சமூக அங்கீகாரம் பெற்றுத்தரக் கூடிய ஒரு சிறு பகுதியை மட்டும் கவிதைக்குள் கொண்டு வருபவர்கள். அந்த வகையில் ஒற்றைப் பரிமாணிகள். சண்முகம் சிவலிங்கம் இவர்களுள் ஒருவரல்ல. அவர் தன்

சுயத்தை முழுமையாக வெளிச்சத்துக்குக் கொண்டு வருவதை விரும்பும் ஒரு கவிஞர். "இருத்தலும் இருத்தலுக்குப் பிரக்ஞையாய் இருத்தலும்" முக்கியமானது என்று கருதுபவர். தனது மூல விக்கிரகத்தை நாம் காண வேண்டும் என்பதற்காக, அதில் நமது மூல விக்கிரகத்தையும் தரிசிக்கவேண்டும் என்பதற்காக - தன்னைத் திரை நீக்கிக் காட்டுகிறார் அவர். எல்லா நல்ல கவிஞர்களினதையும் போல அவரது கவிதையும் அவரது முகமாக இருக்கிறது. அவரில் இருந்து பிரிக்க முடியாத ஒன்றாக அமைகின்றது. அவரது உணர்வுகளையெல்லாம் பிரதிபலிக்கின்றது. அவரது மன அமைப்பின் வெவ்வேறு பரிமாணங்களை அவரது கவிதைகள் மூலம் நாம் காண்கின்றோம். அவரது சமூக, அரசியல் கவிதைகள் அவரின் ஒரு பக்கத்தைக் காட்டுகின்றன என்றால், அவரது தன்னிலைக் கவிதைகள் (personal poems)) அவரின் வேறோரு பக்கத்தைக் காட்டுகின்றன. அவரது கவிதைகளில் கணிசமானவை அவரைப் பற்றிய கவிதைகள்தான்.

சரியாக இருபது ஆண்டுகளுக்கு முன்பு சசி எழுதிய கவிதை நீர்வளையங்கள். இது அவரது முக்கியமான தன்நிலைக் கவிதைகளுள் ஒன்று. அவரின் மனக் குளத்தில் வீசப்பட்ட ஒரு கல் எழுப்பும் நீர்வளையங்களாக - உணர்வலைகளாக - அமைகிறது கவிதை. மென் உணர்வுகளும் இலட்சியங்களும் நிறைந்த 29 வயது இளம் கவிஞனின் இதயக் குரலாக அது அமைந்துள்ளது. 'ஏகமும் தாம் என்று எண்ணுபவர்களுக்கு' எதிர்வினையுமாகும் அது.

'நீர்வளையங்கள்' இத்தொகுப்பின் தலைப்பாகவும் இருப்பது இதற்கு ஒரு குறியீட்டுத் தன்மையையும் தருகின்றது. ஒவ்வொரு கவிதையும் வெளித் தாக்கத்தினால் கவிஞனின் மனக் குளத்தில் எழும் நீர்வளையங்கள்தான் என்பதை இது குறித்து நிற்கிறதுபோலும்.

1977க்குப் பிந்திய பத்தாண்டுகள் சசியின் தனிப்பட்ட வாழ்க்கையிலும் நெருக்கடிகள் மிகுந்த காலம். விரக்தியும், சோர்வும், நிராசையும் அவரை ஆட்கொண்ட காலம் இது. அவரது சொந்த மனமுறிவுகள் இக்காலத்தில் எழுதப்பட்ட பல கவிதைகளில் பதிவாகியுள்ளன. நிலவும் ஒரு வழிப்போக்கனும்,

மறுதலை, வெறும் வரிகளும் ஒரு முன் இளவேனிலும், நத்தைச் சுகம், தவறிய பருவங்கள், ஒரு பிரியாவிடை, மீண்டும் எழுந்திருக்கையில், மரியாத உயிர்க் சுவடும் விலகிச் செல்லும் மையங்களும் முதலியவை இத்தகையன. சிலவேளை நிராசையை ஒரு வாழ்வியல் தத்துவமாகக் காணவும் இவர் தூண்டப்பட்டுள்ளார். "மறுதலையில்" இந்த நோக்கு கூர்மையாக வெளிப்படுகின்றது. சிலவேளை இவர் தன்னை அளவு மீறி நசித்துத் துன்புறுத்துகிறார் என்று தோன்றுகிறது. மறுதலை, வெறும் வரிகளும் ஒரு முன் இளவேனிலும், ஒரு பிரியாவிடை, மீண்டும் எழுந்திருக்கையில், விலகிச் செல்லும் மையங்கள் போன்றவற்றில் இதுவே நிகழ்ந்துள்ளது. சுய துன்புறுத்தலின் சாயலை நான் இவற்றில் காண்கின்றேன். 'நான் அது அல்ல, அது என்னில் உள்ளதல்ல' என தன்னையே நிராகரித்தலும், தன்னை ஒரு *living fossile* ஆக, *xiphosuridae* ஆக காண்பதும் என்னைப் பொறுத்தவரை அவரைப் பற்றி அவருக்குள் நிகழும் ஒரு பொய்த்தோற்றமாக (*illusion*) ஒரு திரிபுக் காட்சியாகவே இருப்பினும் அதன் மூலம் நமக்குச் சில நல்ல கவிதைகள் கிடைத்துள்ளன. மறுதலை, விலகிச் செல்லும் மையங்கள் என்பன தமிழில் மிகவும் வித்தியாசமான கவிதைகள்தான்.

6

தற்காலத் தமிழில் சசி ஒரு வித்தியாசமான, தனித்துவமான கவிஞர் என்று ஏற்கனவே சொன்னேன். இவர் மூலம் நவீன தமிழ்க் கவிதை சில சிகரங்களை எட்டியிருக்கிறது என்பதை இத்தொகுப்பைப் படிப்பவர்கள் காண்பார்கள். சந்தியிலே நிற்கிறேன், மண்ணும் மனிதரும், ஆக்காண்டி, பரவளைவுக்கோடு, மென்மையின் தளைகளிலிருந்து, ஆதாம்கள் ஆயிரம், மறுதலை, மரியாத உயிர்ச்சுவடும் விலகிச் செல்லும் மையங்களும், வெளியார் வருமை என்பன எனக்கு சில சிகரங்களாகத் தெரிகின்றன. வேறு சிலருக்கு வேறு சில சிகரங்கள் தெரியலாம். ஆனால் அற்பம் என்று ஒதுக்கக் கூடியவை இந்தத் தொகுப்பிலே

யாருக்கும் அதிகம் கிடைக்காது என்றே சொல்வேன். இப்போது திரும்பிப் பார்க்கையில் சில கவிதைகள், உதாரணத்துக்கு, ஒரு ஞாயிற்றுக் கிழமை இன்னும் சற்று செறிவாக இறுக்கமாக அமைந்திருக்கலாம் என்று தோன்றினாலும் 'நான்காம் இரவு' தவிர மற்ற கவிதைகள் எல்லாவற்றிலுமே சசியின் முத்திரை பளிச்சிடவே செய்கின்றது.

சிவலிங்கம் தன் கவிதைகள்பற்றி ஒருபோதும் பெருமைப் பட்டுக் கொண்டவர் அல்ல. இத்தொகுப்பில் உள்ளவற்றுள் சுமார் மூன்றில் ஒரு பங்குக் கவிதைகள்தான் இதுவரை பத்திரிகைகளில் பிரசுரமாகி இருக்கின்றன. அவற்றைக்கூட கவனமாகச் சேர்த்து வைத்துப் பேணும் பழக்கம் அவரிடம் இல்லை. எழுதியவற்றில் கை எழுத்துப் பிரதியிலேயே காணாமற்போனவை பல. அவருடைய பெரும்பாலான கவிதைகளுக்கு நான்தான் முதல் வாசகனாக இருந்திருக்கிறேன். சிலவற்றுக்கு இன்று வரை நான்மட்டும்தான் வாசகனாக இருந்திருக்கின்றேன். நீண்டகால வற்புறுத்தல்களுக்குப் பிறகு சங்கோசத்துடன்தான் என்றாலும் இந்தத் தொகுப்பை வெளிவிட அவர் சம்மதித்திருக்கிறார். இத்தொகுப்பின் மூலம் இன்றைய தமிழ்க் கவிதை ஒரு புதிய 'வெளிச்சத்தைப்' பெறும் என்பதே என் நம்பிக்கை.

27.10.1988

●

யேசுராசா கவிதைகள்

1

1969 ஜூலை 20. சந்திரத் தரையில் முதல் மனிதன் - நீல் ஆம்ஸ்றங் காலடி எடுத்துவைத்த நாள். உலகம் பரபரப்பாக இருந்தது. நானும்தான். அன்று முழுவதும் வானொலிக்குமுன் அமர்ந்து நிகழ்ச்சி விபரணத்தைக் கேட்பதிலே கழித்தேன். அது மனிதனின் பெரும் சாதனை என்ற பெருமிதம் நெஞ்சில் நிறைந்திருந்தது. அடுத்த நாள் கல்முனையில் கிட்டங்கித் துறையில் சைக்கிளோடு நின்றேன். துறையைக் கடந்து சவளக்கடைக்குப் போகவேண்டும். பாலம் உடைந்து கிடந்தது. தோணியில்தான் சைக்கிளையும் ஏற்றிக்கொண்டு அக்கரைக்குப் போகவேண்டும். தோணிக்காகக் காத்திருந்தேன். முதல் நாள் சந்திரத் தரையில் கால்வைத்த மனிதனையும், இன்று தோணிக்காகக் காத்திருக்கும் என்னையும் ஒப்பிட்டுப் பார்த்தேன். நேற்றையப் பெருமிதமும் இன்றையச் சலிப்பும் நமது யதார்த்தம்தான். இந்த முரண்பாட்டை ஒரு கவிதையில் கொண்டுவரவேண்டும் என்று நினைத்தேன். ஆனால், அது சாத்தியமாகவில்லை.

அதற்கு இரண்டு மாதங்களுக்குப் பிறகு, செப்டம்பர் 1969 மல்லிகை இதழில் 'பெருமிதம்' என்ற தலைப்பில் ஒரு கவிதை பிரசுரமாகியிருந்தது. அந்த இதழில் வெளிவந்திருந்த

ஐந்து கவிதைகளுள் அது ஒன்றே படித்ததும் என் நெஞ்சில் கொழுவிக்கொண்டது. அதை எழுதியவர் அ. யேசுராசா. நான் முன்பின் அறியாத பெயர். சந்திரத் தரையில் முதல் மனிதக் காலடி பதிந்தபோது என்னுள் எழுந்த உணர்வையும் அக்கவிதை பிரதிபலித்தது. கவிதை இதுதான்.

என்னுடைய வாழ்வுக்
காலத்து ஒரு நாளில்,
சந்திரனில் முதல் மனிதன்
காலடியை எடுத்துவைத்தான்!
நீண்டு.... மிக நீண்ட
அண்டவெளிச் சூனியத்துச்
சுற்றுகிற கிரகத்தில்
மனிதத் தடம் பதியத்
தொடங்கியதோர்
யுகத்தின் முதல் நாளில்,
நானும் வாழ்ந்திருந்தேன்!

நான் வழக்கமாகப் பத்திரிகைகளில் வரும் படைப்புகள் பற்றி உடனடியாக விமர்சனக் குறிப்புகள் எழுதுவது வெகு அபூர்வம். ஆனால், அந்த இதழில் வெளிவந்திருந்த ஐந்து கவிதைகளையும் படித்தபோது கவிதைகளைப் பற்றிய எனது சில கருத்துகளை வலியுறுத்துவதற்கு அது ஒரு நல்ல சந்தர்ப்பம் என்று நினைத்தேன். அந்த ஐந்து கவிதைகளையும் பற்றிய ஒரு விமர்சனக் குறிப்பு எழுதி அஞ்சிறைத் தும்பி என்ற புனைபெயரில் மல்லிகைக்கு அனுப்பினேன். அடுத்த இதழில் அது பிரசுரமாகி இருந்தது. அதில் யேசுராசாவின் கவிதை பற்றி நான் எழுதிய குறிப்பு பின்வருமாறு:

"வழக்கமான கருத்துகளைச் சொற்குப்பைகளோடு அள்ளிக் கொடுப்பவன் அல்ல கவிஞன் என்ற உண்மையைப் புலப்படுத்துவது அ. யேசுராசாவின் பெருமிதம் என்ற கவிதை. எதுகை மோனையைத் தேடி அலைபவர்கள் அதைக் கவிதை என்று சொல்லமாட்டார்கள். கவிதை செய்யுள் உருவத்திலே இல்லை. அதன் உணர்விலும் உணர்வு வெளிப்படுத்தப்படும்

முறையிலுமே உண்டு என்பதை ஒப்புக்கொள்பவர்கள் அதிலே கவிதையைக் காண்பார்கள். முன்னைய நான்கு கவிதைகளும் கருத்துக்களின் சொற்சேர்க்கைகளாக இருக்கையில் யேசுராசாவின் பதினொரு சிறு வரிகளும் இறுக்கமாகவும் நேரடியாகவும் உணர்ச்சிநிலையை வெளிப்படுத்தி இருப்பது கவனிக்கத்தக்கது. அதைப் படிக்கும்போது நானும் அதே பெருமித உணர்வுக்கு ஆட்பட்டேன் என்பதனால்தான் அதைத் திட்டமாக ஒரு நல்ல கவிதை என்று சொல்லக் கூடியதாக உள்ளது. இன்னும் ஓர் ஆயிரம் வருடங்களுக்குப் பிறகு சந்திரனுக்குப் போய்வந்துகொண்டிருக்கும் மனிதன் இதைப் படிக்க நேர்ந்தால் நம்மைப்பற்றி அவன் மதிப்போடு நினைவுகூரக் கூடும்.

கவிதை அறிவு ரீதியானது அல்ல, உணர்வு ரீதியானது. மூளையினால் விளங்கிக்கொள்ளும் கவிதையை விட உணர்வினால் புரிந்துகொள்ளப்படுவதே சிறந்ததாக இருக்கும். யேசுராசா ஒரு புதிய பெயர் - ஆனால் உணர்வை வெளிப்படுத்துவதில் முதிர்ச்சியைக் காணக்கூடியதாக உள்ளது. மற்றவர்களுக்கு அது உதாரணமாக அமையலாம்."

யேசுராசா 1967 அல்லது 68ல்தான் எழுதத் தொடங்கினார் என்று நினைக்கின்றேன். சிலவேளை நான் எழுதிய இந்தக் குறிப்பே அவருடைய கவிதை பற்றி முதல்முதல் பத்திரிகையில் வெளிவந்த ஒரு விமரசனக் குறிப்பாக இருக்கலாம். அவர் எழுதத் தொடங்கிய காலத்திலேயே அவருடைய கவிதைகள் என்னைக் கவர்ந்தன என்பதற்கு இது ஒரு சான்றுதான். அப்போது அவருடன் எனக்கு எவ்வித தொடர்பும் இருக்கவில்லை.

1969 மார்ச்சில் இருந்து நானும் நண்பர் சண்முகம் சிவலிங்கமும் இணைந்து கவிதைக்காக மட்டும் என்று கவிஞன் என்ற காலாண்டு இதழைத் தொடங்கினோம். முதல் இதழைப் படித்த சூட்டோடு யேசுராசா கவிஞனுக்கு ஒரு கவிதை அனுப்பியிருந்தார். 'நல்லம்மாவின் நெருப்புச் சட்டிகள்' என்பது தலைப்பு. கவிதை எங்களுக்குப் பிடித்துக்கொண்டது. அங்கங்கே சில திருத்தங்கள் செய்தால் கவிதை இன்னும் மெருகேறும் என்று நினைத்தோம். அவருடைய சில திருத்தங்களுடன் மூன்றாவது இதழில் (நவம்பர் 1969) கவிதை வெளிவந்தது. யேசுராசாவின் மிகச் சிறந்த

கவிதைகளுள் அதுவும் ஒன்று என்பது என் கருத்து. இரவில் இரண்டு மணிக்கு அலாம்வைத்து எழும்பி, நாலுமணிக்கு திறக்கும் கடைக்கு அப்பம் சுட்டுக்கொடுத்து, கஷ்டப்பட்டு உழைத்துப் பிள்ளைகளை ஆளாக்கும் ஒரு தாய் பற்றிய உருக்கமான ஒரு யதார்த்தச் சித்திரம் அது.

நல்லம்மாவின் நெருப்புச் சட்டி தினமும் நெருப்பில் உழலும் அவளுடைய வாழ்க்கைக்கு ஒரு குறியீடு. ஒவ்வொரு நாளும் அவளுடைய வாழ்க்கை ஒரேமாதிரித்தான் விடிகிறது

> இன்றும் இந்தப் பின்னிரவில்,
> அலாம் அலறி ஓய்கையிலே
> திகைச்செழுந்த நல்லம்மாள்
> பாயிருந்து
> சோம்பல் முறிக்கையிலே,
> எங்கிருந்தோ நாயொன்று
> ஊளையிட்டுக் கேட்கிறது.

தானும் எழுந்து மகளையும் எழும்பவைத்து, ஆயத்தங்கள் செய்து, தூங்கிவிழும் மகளைப் படுக்கவைத்து அவள் தனியாக அப்பம் சுடுகின்றாள்

> பற்றியெரி சிரட்டைத் தணல்
> கரிபற்றத் தணல் நிறைந்த
> நெருப்புச் சட்டிகள்,
> வீசுகின்ற பெரு வெக்கை
> நெஞ்சினிலும் முகத்தினிலும்
> முன்னெழுந்து தாக்கித்
> தன்னுடலைத் தின்கையிலும்,
> குந்தியிருந்தபடி
> அவள், அப்பம் சுடுகின்றாள்.

கவிஞர் காட்சிப் படிமங்களை அடுக்கிச் செல்லும் விதம், நெருப்பில் வேகும் ஒரே வகையான அவளுடைய வாழ்க்கைச் சுழற்சியை நம் கண்முன் கொண்டுவருகின்றது. "இன்றும்

இந்தப் பின்னிரவில்...... நாயொன்று ஊளையிட்டுக் கேட்கிறது'' என்று தொடங்கும் கவிதை ''நாளைக்கும்.. மீண்டும் அந்தப் பின்னிரவில் .... நாயொன்று ஊளையிடுங் குரல் கேட்கும். என்று முடியும்போது நெருப்புச் சட்டியுள் வாழ்க்கைச் சுமையுள் திணறும் நல்லம்மாக்களின் வாழ்க்கை நம் கண்முன் விரிகின்றது.

வாழ்க்கையில் நொந்துபோனவர்களின் பக்கத்தைக் இவ்வாறு கவித்துவ வீச்சுடன் வெளிப்படுத்தும் யேசுராசாவின் பிறிதொரு கவிதை 'அறியப்படாதவர் நினைவாக' என்பது. ஆங்கிலக் கவிஞர் தோமஸ் கிறேயின் இரங்கற் பா, அதைத் தழுவி மஹாகவி எழுதிய சிற்றூர் மயானம் என்பனபோல் ஒரு சிறந்த கவிதை என்று இதைச் சொல்லலாம். மயானத்திலும் மேலோங்கித் தெரியும் வர்க்க வேறுபாட்டை முதன்மைப்படுத்துவது இக்கவிதையின் ஒரு பிரதான அம்சம் எனலாம்.

> மரித்தோரின் நாள்:
> கல்லறைத் திருநாள்
> விரிந்து கிடக்கின்ற சவக்காலைக் கதவுகள்
> வந்துபோனபடி பெரிய சனக்கூட்டம்

என்று தொடங்குகின்றது கவிதை. அடுத்து சமூகத்தில் மேல்மட்டத்தவர்களின் கல்லறைகள் நிறைந்துள்ள 'தென்கிழக்குமூலை குவிமையப்படுத்தப்படுகின்றது.

> வரிசையாய் கல்லறைகள்:
> 'சங்கைக்குரிய கன்னியர்கள் தந்தையர்கள்'
> படுத்துக் கிடக்கிறாராம்
> பளிங்கில் அவர் நினைவு
> பொறிக்கப்பட்டுள்ளன.

பளிங்கில் நினைவு பொறிக்கப்பட்ட பெரிய மனிதர்களின் கல்லறைகளைத் தாண்டினால் வேறு ஒரு காட்சி விரிகிறது.

கிணற்றருகில்
தென்னை மரத்தடியில்,
பட்டிப்பூ மலர்ந்துள்ள
சிப்பிச் சிலுவை
மேடுகளின் கீழெல்லாம்
மனிதர் புதைபட்ட அடையாளம்.
பேரும் தெரியாது
ஊரும் தெரியாது
யாரென்றும் அறியப்
படாத மனிதர்கள் இங்கு புதைந்துள்ளார்

அவர்கள் அறியப்படாதவர்கள் என்றாலும், அவர்களைக் குறிப்பால் உணரமுடியும் என்கிறார் கவிஞர். அவர்கள் யார்? 'சம்மாட்டி கொழுத்திருக்க கருவாடாய்க் காய்ந்து மடிந்த மீனவர்கள், மூட்டை சுமந்தவர்கள், பார விறகுவைத்து வண்டில் இழுத்தவர்கள், நாளும் அழுக்குகளைக் களைந்து சுமந்தவர்கள் என்று அங்கு புதைந்து கிடப்பவர்கள் எல்லாரும் உழைப்பாளர்தான் என்பதைக் காட்டுகிறார் கவிஞர். கவிதை இவ்வாறு முடிகின்றது:

செத்துப் புதைபட்டுக்
கிடந்த மண்மீதும்
எல்லைகட்டி,
கல்லறையாய் மேடுகளாய்
வர்க்கத்தின் முத்திரைகள்
வர்க்கத்தின் முத்திரைகள்!

யேசுராசாவின் ஆரம்பகாலக் கவிதைகள் பலவற்றில் இடதுசாரி அரசியல் சார்பு மேலோங்கித் தெரிவதைக் காணலாம். சமூக ஏற்றத்தாழ்வு, வர்க்க முரண்பாடு, சுரண்டல் ஆகியவற்றுக்கு எதிரான குரல் பல கவிதைகளில் ஒலிக்கின்றது. நான் மேலே சுட்டிய இரண்டு கவிதைகளையும் தவிர, கீனாகலையில், மேடையிலே சில பிரமுகர்கள், சுவடுகளைத் தொடர்தல், தோழா வா, சுட்டகுறி, இதோ மனிதர்களைப் பாருங்கள்

முதலிய கவிதைகள் அவருடைய இடதுசாரி அரசியல் உணர்வின் வெளிப்பாடுகளாகவே அமைகின்றன.

2

1970களின் நடுப்பகுதியிலிருந்து தமிழ்த் தேசிய அரசியலின் செல்வாக்கும் அவரது கவிதைகளில் முதன்மை பெறத் தொடங்குகின்றது. இதன் முதல் வெளிப்பாடு '1974 தை 10' என்ற கவிதை. 1974ல் அரசின் எதிர்ப்புக்கு மத்தியிலும் யாழ்ப்பாணத்தில் நடைபெற்ற அனைத்துலகத் தமிழாராய்ச்சி மகாநாட்டின் இறுதிநாளில் பொலிசார் நிகழ்த்திய துப்பாக்கிச் சூட்டில் அப்பாவிப் பொதுமக்கள் ஒன்பதுபேர் பலியான சம்பவத்தின் எதிரொலியாக அமைந்த ஒரு முக்கியமான கவிதை இது.

1970களின் பின் அரைவாசியில் தமிழ் ஈழக் கோரிக்கை தமிழர்களுக்கான அரசியல் தீர்வாக முன்வைக்கப்பட்டதும், ஆயுதம் தாங்கிய இளைஞர் இயக்கங்கள் படிப்படியாக உருவாகத் தொடங்கியதும், 1977, 1981, 1983ஆம் ஆண்டுகளில் தமிழர்களுக்கு எதிராகக் கட்டவிழ்த்து விடப்பட்ட இனக்கலவரங்களும், பயங்கரவாதத் தடைச் சட்டத்தின் கண்மூடித்தனமான அமுலாக்கலும், தொடர்ந்த யுத்தமும் ஈழத்து இலக்கியத்தில், குறிப்பாகக் கவிதையில் பெரிதும் செல்வாக்குச் செலுத்தின. இக்காலகட்டத்து ஈழத்துத் தமிழ்க் கவிதை வளர்ச்சியில் யேசுராசாவுக்கும், அவருடைய அலை சஞ்சிகைக்கும், அவரும் பதிப்பாசிரியராக இருந்து தொகுத்து வெளியிட்ட மரணத்துள் வாழ்வோம் கவிதைத் தொகுப்புக்கும் முக்கிய பங்குண்டு. சூழலின் யதார்த்தம், நிச்சயமின்மை, புதிய சப்பாத்தின் கீழ், உன்னுடையவும் கதி, அறிந்தும் அறியாதது, எனது வீடு முதலிய கவிதைகளில் யேசுராசா இக்காலகட்டத்து அனுபவங்களையும் உணர்வுகளையும் பதிவுசெய்துள்ளார். இவற்றுள் 'புதிய சப்பாத்தின் கீழ்' என்ற கவிதை தமிழ்த் தேசியவாதக் கருத்துநிலை அடிப்படையில் முக்கியமானது

எனலாம். 'தமிழர் தாயகத்தை' ஐரோப்பியர் காலத்திலிருந்து ஆக்கிரமிக்கப்பட்ட பூமியாகக் காண்பது இக்கவிதையின் முக்கிய அம்சமாகும். யாழ்ப்பாண டச்சுக் கோட்டையின் பின்னணியில் தொடங்கும் கவிதை, 'சூழ்ந்த காற்றிலும் அச்சம் பரவும்' ராணுவ அணிநடையைக் காட்டி இவ்வாறு முடிகின்றது:

> முன்னூறு ஆண்டுகள் கழிந்தனவாயினும்
> நிறந்தான் மாறியது
> மொழிதான் மாறியது
> நாங்கள் இன்றும்
> அடக்குமுறையின் கீழ்

3

யேசுராசாவின் காதல் உணர்வு சார்ந்த கவிதைகள் பற்றியும் நான் சில வார்த்தைகள் சொல்லவேண்டும். 1950, 60களில் ஈழத்துக் கவிஞர்கள் பலரும் எழுதிய வெளிப்படையான பாலியல் நாட்டம் சார்ந்த காதல் கவிதைகள் எதுவும் யேசுராசா எழுதவில்லை. அவருடைய கவிதைகள் மென்மையான மன உணர்வு சார்ந்தவை. எதிர்பார்ப்பும் ஏமாற்றமும் கலந்தவை. தெரிந்துகொண்டமை, தொடரும் பிரிவு, மௌனமாய்ப் பிரிந்துசெல்லல், சிறுகதை, காதல் தொற்றிச் சில வரிகள், சங்கம் புழைக்கும் மயாகோஸ்கிக்கும் என்பன இவ்வகையில் இவருடைய குறிப்பிடத்தக்க காதல் கவிதைகள் எனலாம். காதல் முறிவும் அதை எதிர்கொள்ளலும் அவருடைய காதல் கவிதைகளின் முதன்மைப் பொருள் எனலாம். உதாரணமாக 'சிறுகதை' என்ற கவிதையை நோக்கலாம்:

> காத்திருந்தான், காதல் கனியும் உளத்தோடு.
> முன்கிடந்த சாதி
> மதச்சுவர்கள் தாண்டி
> போகும் நெடுவழியின்

இன்னலெதிரேற்றும்
முன்
செல்லும் முனைப்போடுங் காத்திருந்தான்.

வெளி'யெல்லாம் ஒளிபரவிப், படிந்ததொரு காலை
எம்முடைய உறவு 'அண்ணன் - தங்கை'யென
சொல்லியவள் சொல்கேட்டு முகமிருள நின்றான்.
நெஞ்செல்லாம் இருளோடி,
விரைந்து பரவியது.
ஒளிகாணான்,
கனவு சிதையக் கனத்த நெஞ்சொடும்
நின்று துயரில் உழலுகிறான்.

நிராகரிப்பின் துயரம் அடங்கிய குரலில் சொல்லப்படுகின்றது இக்கவிதையில். 'காதல் தொற்றிச் சில வரிகள்' இவ்வகையில் பிறிதொரு நல்ல கவிதை எனலாம். முரண்பாடுகள் மிக்க, சாதிமதச் சுவர்கள் எழும்பிய இன்றையச் சமூகச் சூழலில் நிகழும் காதல் முறிவைக் கசப்புணர்வோடு பேசுகின்றது கவிதை. ஆண்குரலில் அமைந்த கவிதை காதல் முறிவுக்குப் பெண்மீது பழியைப்போட முயன்றாலும், சமூகத்தின் புறநிலை யதார்த்தமே வில்லனாக நம்முன் காட்சியளிக்கின்றது.

காதல் தொடர்பான யேசுராசாவின் பிறிதொரு முக்கியமான கவிதை 'சங்கம் புழைக்கும் மாயா கோவ்ஸ்கிக்கும்!' என்பது. இது பலராலும் பேசப்பட்ட கவிதை. காதல் தோல்வியினால் தற்கொலை செய்துகொண்டதாகக் கருதப்படும் புகழ்பெற்ற இரு கவிஞர்களையும் விழித்து, காதல் முறிவடைந்த பிறிதொரு கவிஞன் கூறுவதாக அமைகிறது கவிதை.

சங்கம் புழை!
உன் நெஞ்சை முட்கள் கிழித்த கதையறிவேன்
"குளிர்ந்துபோன என் நிராசை நித்தமும்
மூடுபனியாக, உன் வீதியிற் படரும்"
என்றபடி துயரில் நீ செத்துப்போவாய்
உயிர் தின்றது உன்காதல்.

"நொறுங்கியது காதற்படகு
வாழ்வும் நானும் பிரிந்தனம்"
ஓ! மாயாகோவ்ஸ்கி,
துயரினிலாழ்ந்தாய்,
குண்டுகளால் அதை வெல்லப் பார்த்தாய்

என்று கூறும் கவிஞன், அடுத்துத் தன்னிலை விளக்குகின்றான்.

காதலின் வசீகரக்
கடுமைதாக்க
நானும் உம்போல் மனமழிந்த கவிஞன்தான்
இந்தவண்ணமெல்லாம் நமக்கேன் நிகழ்கிறது?
மெல்லிதயம் கொண்டிருந்தோம் என்பதாலா?

தற்கொலை செய்துகொண்ட கவிஞர்களை விழித்து அடுத்து அவன் கூறுவது கவிதையின் முக்கியமான பகுதி:

முதிரா இளைஞர் செயலென்று
உம்மையெலாம்
எள்ளுவார் அணிசேரேன்,
என்றாலும்
உமது வழிதொடரேன்
செய்வதற்கு இன்னும் பணிகள் மிக உளதே!
செயலற்று வாழ்வில் ஒதுங்க முடியாது
பிறத்தியா னெல்லாம்
உள் நுழையும் காலம்!

முள்முடி குத்தும்
சிலுவை உறுத்தும்தான், என்றாலும்
சாவு வரை வாழ்வேன்!
சாவுக்கு அப்பாலும்
என் செயலிற் கவியில்
உயிர்த்தெழுவேன்
உயிர்த்தே எழுவேன்!

இது யேசுராசாவின் சிறந்த கவிதைகளுள் ஒன்று எனினும், ஒரு பிழையான தகவலை அடிப்படையாகக் கொண்டு எழுதப்பட்ட கவிதை. புகழ்பெற்ற மலையாளக் கவிஞர் சங்கம் புழை கிருஷ்ண பிள்ளை (1911 - 1948) காதல் தோல்வியினால் தற்கொலை செய்துகொண்டவர் அல்ல. அவர் திருமணம் செய்து நான்கு பிள்ளைகளின் தகப்பனாக வாழ்ந்து, தனது 36ஆவது வயதில் காசநோய்க்கு ஆளாகி இறந்தவர். ஆனால், காதல் தோல்வியினால் தற்கொலை செய்துகொண்டவர் சங்கம் புழையின் உற்ற நண்பனும் பள்ளித் தோழனும் இளமையிலேயே புகழ்பெற்ற மலையாளக் கவிஞனுமான எடப்பள்ளி ராகவன் பிள்ளை (1909 - 1936) என்பவர். ஒரு பணக்கார வீட்டுப் பெண்ணுக்கு டியூசன் கொடுக்கப்போய் அவள்மீது காதல் வசப்பட்டு, அவளுடைய பெற்றோரின் எதிர்ப்பினால் பிரிய நேர்ந்து, தனது 27ஆவது வயதில், அவளது திருமண நாளன்று தூக்கிட்டுத் தற்கொலை செய்துகொண்டார். ராகவன் பிள்ளையின் மறைவின் பின்னர் அவரின் நினைவாக சங்கம் புழை 'ரமணன்' என்ற ஒரு நீண்ட இரங்கற்பா எழுதினார்.

மயாகோவ்ஸ்கியின் மரணம் பற்றியும் அது கொலையா, தற்கொலையா என்ற தீராத சர்ச்சை உண்டு. ஆயினும் இந்தக் கவிதையைப் பொறுத்தவரை இந்தத் தகவல் முக்கியமான தல்ல. சங்கம் புழைக்கும், மயாகோஸ்கிக்கும் பதிலாக வேறு பெயர்களையும் போட்டுக்கொள்ள முடியும். அதனால் கவிதையின் பொருள்வீச்சுப் பாதிக்கப்படாது.

4

1960களின் பிற்பகுதியிலிருந்து யேசுராசா கவிதை எழுதிவருகிறார் என்று நினைக்கின்றேன். எனினும் கடந்த சுமார் ஐம்பது ஆண்டுகளில் இவர் அதிகம் எழுதியவர் அல்ல. க்ரியா வெளியிட்ட (1984) அவரது அறியப்படாதவர் நினைவாக தொகுப்பில் 45 கவிதைகளே உள்ளன. அதன் பிறகுள்ள கடந்த சுமார் முப்பத்தைந்து ஆண்டுகளில் அதைவிடவும் குறைவான கவிதைகளே அவர் எழுதியிருக்கிறார். பெரும்பாலும் சிறிய கவிதைகள். இரண்டு அல்லது மூன்று பக்கங்களைத் தாண்டிய கவிதைகள் எண்ணிக்கையில் மிகச் சிலதான். சொற்சிக்கனம்

யேசுராசாவின் கவிதைகளின் ஒரு முக்கிய அம்சம் எனலாம். சொல் அலங்காரமோ, அளவுக்கதிகமான படிமச் சேர்க்கைகளோ அவருடைய கவிதைகளில் இடம்பெறுவதில்லை. தன் எண்ணங்களை நேரடியாகக் குறைந்த சொற்களில் எடுத்துரைப்பது அவருடைய கவிதைப்பாணி எனலாம். அவ்வகையில் நேரடித்தன்மையும் எளிமையும் அவரது கவிதைகளின் சிறப்பம்சம் எனலாம்.

யேசுராசாவின் மொழிபெயர்ப்புக் கவிதை முயற்சிகள் பற்றியும் சொல்லவேண்டும். சுயமாகக் கவிதை எழுதத் தொடங்கிய காலத்திலிருந்தே பிறமொழிக் கவிதைகளிலும் அவருக்கு ஈடுபாடு இருந்திருக்கிறது. ஆங்கில மொழிமூலம் மேலைத்தேய, கீழைத்தேயக் கவிதைகள் பலவற்றை அவர் தமிழுக்குக் கொண்டுவந்திருக்கிறார். இவ்வகையில் சீனா, ரஷ்யா, அமெரிக்கா, இங்கிலாந்து, ஸ்பானியா, யூகோஸ்லாவியா, உருகுவே, இந்தியா, இலங்கை (சிங்களம்) ஆகிய நாடுகளைச் சேர்ந்த 14 கவிஞர்களின் 26 கவிதைகளைக் கொண்ட அவருடைய 'பனிமழை' என்ற தொகுதி குறிப்பிடத்தக்கது. மஹாகவி சொல்வதுபோல் 'மொழிபெயர்ப்பு மறு படைப்பே' என்ற வகையில் மொழிபெயர்ப்பையும் கவிதைக்கான அவருடைய சொந்தப் பங்களிப்பாகவே கருதவேண்டும்.

இளம் கவிஞர்களை ஊக்குவிக்கும் வகையில் 'கவிதை' என்ற பெயரில் கவிதைக்காகவே இருதிங்கள் இதழ் ஒன்றையும் சிலகாலம் யேசுராசா நடத்திவந்தார். ஈழத்துத் தமிழ்க் கவிதை வளர்ச்சிக்கு யேசுராசாவின் முக்கியமான பங்களிப்புகளுள் ஒன்றாக நாம் அதையும் கருத்தில்கொள்ளவேண்டும்.

யேசுராசாவின் கவிதைத் தொகுதி 'அறியப்படாதவர் நினைவாக' வெளிவந்து சுமார் 35 ஆண்டுகள் ஆகின்றன. இந்த இடைக்காலத்தில் அவர் குறைவாக எனினும், சில நல்ல கவிதைகள் எழுதியிருக்கிறார். அவற்றுள் சிலவற்றையாவது நான் படித்திருக்கிறேன். அவருடைய கவிதைகள் எல்லாம் ஒரு தனித்தொகுதியாக வரவேண்டும். அப்போதுதான் அவரைப்பற்றிய ஒரு முழுமையான மதிப்பீடு சாத்தியமாகும்

2021

சிவசேகரம் கவிதைகள்

பேராசிரியர் சி.சிவசேகரம் இலங்கைப் பேராதனைப் பல்கலைக்கழக பொறியியல் பீடத்திலும் லண்டன் இம்பீரியல் கல்லூரியிலும் இயந்திரப் பொறியியல் துறையில் நீண்டகாலம் பணியாற்றி ஓய்வுபெற்றவர். அருடைய புலமைத் துறையான இயந்திரப் பொறியியலில் அவருடைய பங்களிப்பு பற்றி எனக்கு எதுவும் தெரியாது. ஆனால், கடந்த சுமார் அரைநூற்றாண்டு காலமாக தமிழ்மொழி, இலக்கியத் துறையிலும் அரசறிவியல் துறையிலும் அவருடைய பங்களிப்பு அத்துறைகள் சார்ந்த பல பேராசிரியர்கள் செய்ததை விடக் காத்திரமானது என்பது என்னுடைய கணிப்பு.

தமிழின் நவீனத்துவப் பிரச்சினைகள் பற்றி அவர் அதிகம் எழுதியிருக்கிறார். இலங்கையின் இனத்துவ அரசியல் பற்றியும், சர்வதேச அரசியல் பற்றியும் அவர் அதைவிட அதிகம் எழுதியுள்ளார். இவை எல்லாவற்றையும் விட படைப்பிலக்கியத் துறையில் அவருடைய பங்களிப்பு முக்கியமானது. நவீன தமிழ்க் கவிதை வரலாற்றில் முக்கியமான ஆளுமைகளுள் அவரும் ஒருவர். சிறுகதை எழுத்தாளர், விமர்சகர், நாடக ஆசிரியர், முக்கியமான மொழிபெயர்ப்பாளர் எனப் பன்முக ஆற்றலுடையவர்.

1970களின் நடுப்பகுதியிலிருந்து கவிதைத் துறையில் அவர் தீவிரமாக ஈடுபட்டுவருகிறார். நதிக்கரை மூங்கில் (1983),

எம். ஏ. நுஃமான் ○ 281

செப்பனிட்ட படிமங்கள் (1988), தேவி எழுந்தாள் (1991), போரின் முகங்கள் (1996), ஏகலைவ பூமி (1998), வடலி (1999), இன்னொன்றைப் பற்றி (2003), கல்லெறி தூரம் (2008), முட்கம்பித் தீவு (2011) ஆகிய அவரது ஒன்பது கவிதைத் தொகுதிகளும், மாஓ சேதுங் கவிதைகள் (1976), பணிதல் மறந்தவர் (1993), பாலை (அடோனிஸ் கவிதைகள் (1999), மறப்பதற்கு அழைப்பு (2003) ஆகிய நான்கு மொழிபெயர்ப்புக் கவிதைத் தாகுதிகளும் இதுவரை வெளிவந்துள்ளன. ஆச்சியின் கொண்டை ஊசிகள் என்ற கவிதைத் தொகுதி ஒன்றும் வெளிவர இருக்கின்றது. அவ்வகையில் என்னைப் போன்ற தொங்கோட்டம் ஓடுபவர்களுடன் ஒப்பிடுகையில் அவரது கடந்த சுமார் அரைநூற்றாண்டு கால கவிதைப் பங்களிப்பு கணிசமானது, நிறைவானது எனலாம்.

சிவசேகரம் என்னைவிட இரண்டு வயது மூத்தவர். இவ்வாண்டு (2022) அவருக்கு எண்பது வயது நிறைகிறது. அதை ஒட்டி என்று இல்லாவிட்டாலும், தேவையும் முக்கியத்துவமும் கருதி நண்பர் பௌசர் சிவசேகரத்தின் மொத்தக் கவிதைகளையும் சிவசேகரம் கவிதைகள் என்ற தலைப்பில் ஒரு தனித் தொகுப்பாகக் கொண்டுவருகிறார். அவ்வகையில் அவர் நமது பாராட்டுக்கு உரியவர். இத்தொகுப்பில் மொத்தம் 272 கவிதைகள் அடங்குகின்றன. சிவசேகரத்தின் கவிதைகள், பெரும்பாலும் எல்லாவற்றையும் - முட்கம்பித் தீவைத் தவிர - அவை தொகுப்புகளாக வெளிவந்த காலத்திலேயே படித்திருக்கிறேன். அவைபற்றி நான் எப்போதோ எழுதியிருக்கவேண்டும். அது முடியவில்லை. அவரின் போரின் முகங்கள் பற்றி ஒரு விமர்சனம் எழுத முயன்றேன் அதுவும் நிறைவேறவில்லை. இப்போது பௌசர் சிவசேகரம் கவிதைகளுக்கு - குறுகிய அவகாசத்தில் எனினும் - ஒரு முன்னுரை எழுத வாய்ப்புத் தந்திருக்கிறார். அவருக்கு எனது நன்றி.

2

1970களின் பிற்பகுதியில்தான் சிவசேகரம் ஒரு கவிஞராக எனக்கு அறிமுகமானார். அவரை எனக்கு அறிமுகப் படுத்தியவர் நண்பர் யேசுராசா. அவர் நல்ல கவிதைகள் எழுதுகிறார்,

நீங்கள் அவரைப் படித்துப்பார்க்கலாம் என்று யேசுராசா அறிமுகப்படுத்திய பின்னர்தான் நான் சிவசேகரத்தைத் தேடிப் படிக்கத் தொடங்கினேன். அப்போது அவர் மணி என்ற புனைபெயரில் குமரன் சஞ்சிகையில் சில கவிதைகள் எழுதியிருந்தார். வேறு இதழ்களிலும் அவரது கவிதைகள் அவ்வப்போது வெளிவந்தன. அப்போது அவர் மிகக் குறைவான கவிதைகளே எழுதியிருந்தாலும் அப்போதைய அவரது கவிதைப் பாணி அவரை ஒரு முக்கியமான கவிஞராக எனக்கு அறிமுகப்படுத்தியது. 1982 இறுதியில் நானும் யேசுராசாவும் பதினொரு ஈழத்துக் கவிஞர்கள் தொகுப்புக்காகக் கவிஞர்களைத் தேர்வுசெய்தபோது சிவசேகரம் மிகவும் குறைவாகவே எழுதியிருந்தார். அவரது மா ஓசேதுங் மொழிபெயர்ப்புக் கவிதைத் தொகுதி மட்டுமே வெளிவந்திருந்தது. எனினும், அவருடைய கவிதைகளின் முக்கியத்துவம் கருதி அவருடைய ஐந்து கவிதைகளை அத்தொகுப்பில் சேர்த்துக்கொண்டோம். பதினோரு ஈழத்துக் கவிஞர்கள் மிகவும் தாமதமாக 1984 ஆகஸ்டில்தான் வெளிவந்தது. அதற்கு முன்னர் 1983ல் சிவசேகரத்தின் முதலாவது கவிதைத் தொகுப்பு நதிக்கரை மூங்கில் - வெளிவந்துவிட்டது.

நதிக்கரை மூங்கில் வெளியீட்டு விழா யாழ்ப்பாணத்தில் நடைபெற்றபோது நானும் அதில் பேசினேன். என்ன பேசினேன் என்று இப்போது நினைவில்லை. நான் எழுதிவைத்த குறிப்புகளும் புத்தகமும் எப்படியோ தொலைந்துவிட்டன. எனினும், பெரும்பாலும் கோஷநடையிலான முற்போக்குக் கவிதைகளே வெளிவந்துகொண்டிருந்த அக்காலத்தில் சிவசேகரத்தின் கவிதைகள் சில அதிலிருந்து விலகி, உள்ளடங்கிய குரலில் பெரிதும் இயற்கைப் படிமங்களின் ஊடாகக் கருத்து வெளிப்படுத்தும் தன்மையையும், அவரது ஆரம்பகாலக் கவிதைகள் சிலவற்றில் மா ஓவின் கவிதைப் பாணியின் தாக்கம் இருப்பதையும் சுட்டிக்காட்டிப் பேசியதாக நினைவு. அவருடைய மறப்பதற்கு அழைப்பு மொழிபெயர்ப்புத் தொகுதியின் வெளியீட்டுவிழா 2003ல் கொழும்பில் நடைபெற்ற போதும் நான் பேசினேன்.

3

சிவசேகரம் இலங்கையில் மார்க்சிய இடதுசாரி அரசியலுடன் நெருக்கமான உறவுடையவர். அவருடைய அரசியல் பார்வை நெகிழ்ச்சியற்றது அல்லது சமரசமற்றது எனலாம். இலங்கையில் பாரம்பரிய மார்க்சிய அரசியல் கட்சிகள் பாராளுமன்ற சந்தர்ப்பவாத அரசியலுக்குப் பலியாகி, பெரும்பான்மை அரசியல் கட்சிகளுடன் சமரசப்பட்டுப்போன பின்னணியில் உருவாகிய மாஓ சார்பு புதிய ஜனநாயக மார்க்சிய லெனினிசக் கட்சியின் ஆதரவாளராகச் செயற்படுபவர் அவர். கட்சியின் இதழ்களான செம்பதாகை, New Democracy ஆகியவற்றின் வெளியீட்டில் முக்கிய பங்களிப்புச் செய்பவர். அவர்களுடைய கலை இலக்கியப் பேரவையின் முக்கிய செயற்பாட்டாளர். சிவசேகரத்தின் கவிதைத் தொகுதிகள் தேசிய கலை இலக்கியப் பேரவையின் முயற்சியினாலேயே வெளிவந்தன என்பதும் குறிப்பிடத்தக்கது. இதை நான் இங்கு சொல்வதற்குக் காரணம் அவருடைய கவிதைகளின் அரசியல் சார்பைப் புரிந்துகொள்வதற்காகத்தான்.

சிவசேகரம் நான் முன்பு குறிப்பிட்டுள்ளதுபோல் பன்முகப்பட்ட ஆளுமை உடையவர் எனினும் அவருடைய கவிதைகள் ஒருமுகப்பட்டவை என்றே சொல்லவேண்டும். அடிப்படையில் அவை சமூக - அரசியல் சார்புடையவை. அவற்றை மொத்தமாக அரசியல் கவிதைகள் என்றே சொல்லிவிடலாம். தேசிய, சர்வதேசிய அரசியல், வர்க்க அரசியல், இனத்துவ அரசியல், பெண்ணிய, சாதிய அரசியல் என அவரது கவிதைப் பொருள் அவருடைய அரசியல் நிலைப்பாட்டின் வெளிப்பாடுகளாகவே உள்ளன. அவரது மொத்தக் கவிதையிலும் "இன்னும் ஒரு காதலின் கதை" போன்ற காதல் கவிதை என்று சொல்லக்கூடிய இரண்டொரு கவிதைகள்தான் அகப்படும். அவையும் வழக்கமான காதல் கவிதைகள் அல்ல. நண்பர் தேவராஜாவின் மனைவி இறந்தபோது கலாவின் நினைவாக என்று ஒரு இரங்கல் கவிதையும் எழுதியிருக்கிறார். நண்பர் செந்தில்வேலின் மகன் இறந்தபோதும் வடலி என்ற தலைப்பில் ஒரு கவிதை எழுதியிருக்கிறார். இவை வழக்கமான கையறுநிலைக் கவிதைகள் அல்ல. இயற்கை பற்றிய

அவருடைய சில கவிதைகள் இயற்கையின் அழகுபற்றிப் பேசுவதாகத் தோன்றினாலும் உண்மையில் இயற்கைத் தோற்றப்பாட்டின் ஊடாக வாழ்வியல் உண்மைகளையே பேசுகின்றன. இலையுதிர் கால அரசியல் நினைவுகளை ஒரு உதாரணமாகக் காட்டலாம். அவரது தனிப்பட்ட மென்னுணர்வுகள் கவிதையில் வெளிப்பாடு பெற்றது அரிது என்றே சொல்லவேண்டும். அவ்வகையில் நிலவு என்ற ஒரு சிறு கவிதையைத்தான் சுட்டிக் காட்டலாம். தாயை நினைவுறுத்தும் படிமச் செறிவுமிக்க ஒரு அருமையான கவிதை அது. கவிதை பின்வருமாறு

புகையிரத மேடை, பேர்ப்பலகை
மின்விளக்குகள் எல்லாமே
என்னை விலகிச் சென்றுவிட்டன.
மரங்களும் கம்பங்களும்
தலைதெறிக்க ஓடுகின்றன.
யன்னலூடு தலைநீட்டும்
அந்த
நிலவுத் துண்டு மட்டும்
என்னைத் தொடர்ந்து வருகிறது
அம்மாவின்
நினைவுத் துண்டுபோல.

இத்தகைய சில விலகல்களை விட்டுப்பார்த்தால், பொதுவாகச் சொல்வதானால் கூர்மையான சமூக அரசியல் விமர்சனமும், போராட்ட உணர்வும், நம்பிக்கைக் குரலும் அவரது கவிதைகளின் தொனிப்பொருள் எனலாம்.

4

தன்னைக் கவிதை எழுதத் தூண்டிய சிந்தனைத் தாக்கம் பற்றி நதிக்கரை மூங்கில் தொகுப்புக்கு எழுதிய முன்னுரையில்

சிவசேகரம் பின்வருமாறு குறிப்பிடுகின்றார்

''கலையும் இலக்கியமும் அரசியல் – சமுதாயச் சார்புடையன என்ற உணர்வும், என் இளமைக் காலத் தீவிர தமிழ் இன உணர்வின் பிடிப்பினின்று மீட்சியும், மார்க்சியச் சிந்தனையின் ஈர்ப்புமே என்னை எழுதத் தூண்டின என்று நினைக்கிறேன்''

தேவி எழுந்தாள் தொகுப்புக்கு எழுதிய முன்னுரையில் பின்வருமாறு எழுதுகிறார்.

''முற்போக்கு இலக்கியம் சமூதாயத்தைப் பிரதிபலிக்கும் ஒரு கண்ணாடியாக மட்டுமன்றி, சமுதாயத்தை மாற்றியமைக்கும் ஒரு கருவியாகவும் அமைய வேண்டும். இது நமது வரலாற்றுத் தேவை. அந்த அளவில் இலக்கியத்தின் சமுதாய விமர்சனப் பணி முற்போக்கு இலக்கியத்தில் அதிக அழுத்தம் பெறுகிறது. என்னுடைய கவிதைகளில் முன்னை விட அதிக அளவில் இப்போது இவ்வாறான அழுத்தம் உள்ளது என நினைக்கிறேன். இதற்கான காரணங்களில் இன்றைய அரசியற் தேவைகள் பற்றிய எனது மதிப்பீடு முக்கியமானது''

போரின் முகங்கள் தொகுப்புக்கு எழுதிய முன்னுரையில் இதுபற்றி மேலும் பின்வருமாறு குறிப்பிடுகிறார்

"என் சமூக விமர்சனங்களைக் கட்டுரைகளில் மட்டுமன்றிக் கவிதைகளிலும் முன்வைத்து வருகிறேன். இத்தொகுதியிலுள்ள விமர்சனங்கள் பெருமளவு நேரடியானவையும் கடுமையானவையும் என நினைக்கிறேன். இக்கவிதைகள் எவரையும் மகிழ்விக்கும் நோக்குடையன வல்ல. இது மகிழ்ச்சிக்கான வேளையுமல்ல. என் கருத்துக்களுடன் எவரும் உடன்பட வேண்டும் என நான் எதிர்பார்க்கவில்லை"

ஏகலைவ பூமி என்ற கவிதைத் தொகுப்பின் முதலாது கவிதையாக இடம்பெறும் அவரது கவிதைக் கோட்பாட்டின் பிரகடனம் போல் அமையும் இந்த எழுத்து என்ற தலைப்பிலான கவிதையின் இரண்டாவது பகுதி பின்வருமாறு -

இந்த எழுத்து –
ஓ, மதிப்பீட்டாளரே

பிறப்பவை யாவும் இறப்பது உறுதி
எனவே மீண்டும்
அடித்துச் சொல்கிறேன்

இந்த எழுத்து
கற்பகத் தருவிற் காகிதம் செய்து
அமிர்தங் குழைத்து அச்சிற் பதித்த
அமர காவியம் இல்லவே இல்லை
மனித இனத்தின் மேன்மை பேண
ஒடுக்கு முறைக்கு எதிராய் இணைந்து
ஓங்கி உயரும் கைகளில் வாளாய்
நீளுந் துவக்காய்
அல்லது அதனுட் சின்னத் துணிக்கையாய்
விரையுங் கால்களில் செருப்பின் தோலாய்
கொடுமைக் கெதிராய்க் கிளர்ந்தெழும் போரிற்
கோபக் கனலின் சிறுபொறி ஒன்றாய்
ஒருகணப் பொழுதே உயிர்த்து மரிப்பினும்
இந்த எழுத்தின் அச்சிறு உயிர்ப்பு
எந்த அமர நிலையினும் உயரும்

சிவசேகரத்தின் இந்த வரிகள் அவரது மட்டுமன்றி பொதுவாகவே அரசியல் கவிதைகளின் பயன்பாட்டு நோக்கை உரத்துப் பேசுகின்றன.

5

அரசியல் கவிதைகளை நாம் எவ்வாறு புரிந்துகொள்வது, எவ்வாறு வரையறுப்பது? ஒரு பரந்த அர்த்தத்தில் கவிஞனின் சமூகக் கடப்பாட்டில் (social commitment) மையம்கொண்ட கவிதையை அரசியல் கவிதை என்று சொல்லலாம். சமூக, அரசியல், பண்பாட்டுப் பிரச்சினைகள் அனைத்தையும் இது உள்ளடக்குவதாகக் கொள்ளலாம்.

அவ்வகையில், அவற்றின் பொருள் காரணமாக அரசியல் கவிதைகளைக் கவிதைகளே இல்ல என்று கூறும் ஒரு கூட்டம்

இன்னும் தமிழில் செல்வாக்குடன் இருக்கின்றது. இன்று ஜெயமோகனை இவர்களின் தலைமைச் சிந்தனையாளர் என்று கூறலாம். தூய கவிதை என்ற ஒரு மாயமானைப் பற்றி உரக்கப் பேசுபவர் அவர். பாரதி தூய கவிதைகள் அதிகம் எழுதாததால் தமிழின் மகாகவி வரிசையில் பாரதிக்கு இடம் இல்லை என்றும் அவர் அடித்துச் சொல்கிறார்.

தூய கவிதை என்றால் என்ன என்பதே நமக்குப் புரிவதில்லை. அரசியல், சமூக சார்பற்ற கவிதைகளைத்தான் அவர்கள் அவ்வாறு கருதுகிறார்கள் போலும். இரண்டாயிரம் வருடத் தமிழ்க் கவிதை வரலாற்றில் நாம் அத்தகைய தூய கவிதையைத் தேடிச் சென்றால் நமக்கு அது இலகுவில் அகப்படாது. உலகில் எந்த மொழியிலும் வெளிப்படையாகவோ மறைமுகமாகவோ சமூக அரசியல் சார்பற்ற கலை, இலக்கியங்கள் என்று பெரும்பாலும் எதுவும் இல்லை. தூய கவிதைச் சிந்தனைக்குப் பின்னால் போனால் புறநானூறை, சிலப்பதிகாரத்தை, திருக்குறளை எல்லாம் நாம் மறந்துவிட வேண்டும். அவ்வகையில் இந்தத் தூய கவிதை என்பதை நாம் புறக்கணித்துவிடலாம்.

சிவசேகரத்தின் கவிதைகள் பொதுவாக அரசியல் கவிதைகள் என்று சொன்னேன். அவை பலரகப்பட்டவை. பொருள் அடிப்படையிலும், சொல்லும் முறையிலும் வேறுபடுபவை. சர்வதேச, தேசிய அரசியல் நிகழ்வுகள் பற்றிய அவருடைய பார்வை, போர் எதிர்ப்பு, ஜனநாயக அரசியல் பம்மாத்துகள் பற்றிய கிண்டல், இனவாதம், வர்க்க ஒடுக்குமுறை, பெண்ணடிமைத் தனம், சாதி ஒடுக்குமுறை என்பவற்றுக்கு எதிரான குரல் என சமூக அரசில் பிரச்சினைகள் பற்றிய அவரது எண்ணங்களே அவரது கவிதையின் பிரதான உள்ளடக்கம் எனலாம்.

கவிதை வெளிப்பாட்டு முறையிலும் வேறுபாடுகளை அவதானிக்கலாம்.அவருடைய ஆரம்ப காலக் கவிதைகள் பலவற்றில் அரசியல் உள்ளூறைந்து இருக்கும். நதிக்கரை மூங்கில், செப்பனிட்ட படிமங்கள் தொகுதிகளில் இத்தகைய கவிதைகள் சிலவற்றைக் காணலாம். ஏகாதிபத்தியமும் வலது சந்தர்ப்பவாதமும், எழுச்சி, பயணம், இலை உதிர்கால அரசியல் நினைவுகள் போன்றவற்றை உதாரணமாகக்

காட்டலாம். இங்கு தலைப்பில்தான் அரசியல் வெளிப்படையாக இருக்கிறது. கவிதையில் அது மறைவாக இருக்கிறது. கவிதைகள் வெளிப்படையாக இயற்கை நிகழ்வுகளை விபரிப்பனவாகத் தோன்றுகின்றன. ஆனால் உள்ளே அரசியல் செய்திகள் உறுதியாக உள்ளன.

வீரசூரிய வேறொரு கோணம், உன் மண்ணும் என் மண்ணும் போன்றவை வெளிப்படையாக அரசியல் பேசுபவை. சிவசேகரத்தின் பெரும்பாலான கவிதைகள் வெளிப்படையான அரசியல் கவிதைகள்தான். இவற்றுள் பல மரபுசார்ந்த அகவல்பா வடிவிலும், சில விருத்தப்பா வடிவிலும், இன்னும் சில சிந்து கும்மி போன்ற இசைப்பா வடிவிலும் அமைந்துள்ளன. அவருடைய அகவல் பொதுவாகப் பேச்சோசை சார்ந்து புதுக் கவிதைக்குக் கிட்டியதாக இருக்கும். விதிவிலக்காக அவருடைய ஆரம்பகால நதிக்கரை மூங்கில் தொகுப்பில் உள்ள சில கவிதைகள் சங்ககால அகவலுக்குக் கிட்டிய நடையில் உள்ளன. இவற்றைவிட முட்கம்பித் தீவு என்ற தொகுப்பில் இடம்பெற்றுள்ள நாடற்றார் பாடல்கள் என்ற தலைப்பிலான கவிதை நாட்டார் பாடல்களைத் தழுவி அமைந்துள்ளதும் குறிப்பிடத்தக்கது.

சிவசேகரத்தின் கணிசமான கவிதைகள் அகவலும் உரைநடையும் கலந்த, வரையறுக்கப்பட்ட சந்தத்துடன் கூடிய, அல்லது சந்தம் அற்ற புதுக்கவிதை வடிவில் அமைந்துள்ளன. வெளிப்படையான அரசியல் கூற்றுகளாகவும், உரைநடைத் தன்மை மிக்கதாகவும் உள்ளன. ஆட்டமும் விதிகளும், றாங்கிபிடித்த தெரு, நுகர்வுப் பொருளாதாரச் சிந்தனை, ஊரடங்கு, ஆகழ்வாராய்வு பற்றிய ஒரு ஆய்வு, வாக்குக் கடதாசியைச் சரியாகப் பயன்படுத்தவது எப்படி, டொன் கிஹோட்டே, பதவிகள் பற்றிய ஒரு ஆராய்ச்சி, தாய்மை எய்தல் பற்றிய ஒரு சிந்தனை, காஸாவின் அபிமன்யு, சிலந்திபற்றி ஒரு சிந்தனை போன்ற கவிதைகளை இதற்கு உதாரணமாகக் காட்டலாம். வாக்குக் கடதாசியைச் சரியாகப் பயன்படுத்தவது எப்படி என்ற கவிதை முற்றிலும் உரைநடையில் பந்திமுறையில் அச்சிடப்பட்டிருப்பதும், காஸாவின் அபிமன்யு பெரும்பகுதி உரைநடையிலும் பந்திமுறையிலும் அமைந்திருப்பதும் இங்கு குறிப்பிடத்தக்கது.

நான் இங்கு குறிப்பிட்ட கவிதைகளையும் இன்னும் பலவற்றையும் கட்டுரைப் பாங்கான கவிதைகள் என்று சொல்லலாம். இவை கட்டுரைகள் அல்ல, கவிதைகள்தான். ஆனால் கட்டுரைப் பாங்கானவை. இவற்றில் பொருளை எடுத்துரைக்கும் தர்க்கமுறை கட்டுரைக்கு உரியதாகவும், மனோபாவமும், தொனியும், வெளிப்பாட்டு முறையும், உள்ளார்ந்த அல்லது வெளிப்படையான கேலியும் கிண்டலும் கவிதைக்குரியதாகவும் இருப்பதால் இவற்றை அவ்வாறு வகைப்படுத்தலாம் என்று நினைத்தேன். பேர்டோல் பிறக்ற், பாப்லோ நெருடா, நஸீம் ஹிக்மத், அடோனிஸ், மஹ்மூட் தர்வீஷ் போன்ற புகழ்பெற்ற கவிஞர்களின் பல கவிதைகளிலும் நாம் இப்பண்பைக் காணலாம். சிவசேகரத்தின் கவிதைகளில் அவர்களின் செல்வாக்குப் படிந்திருப்பதையும் அவதானிக்க முடிகிறது.

முடிவாகச் சொல்வதானால், சிவசேகரம் இடதுசாரி மரபில் வலுவாகக் காலூன்றிய முக்கியமான கவிஞர். ஒடுக்கப்பட்ட மக்கள் சார்பிலும் அடக்குமுறைக்கு எதிராகவும் தன் கவிதையைப் பயன்படுத்துபவர். 1950களிலிருந்து தமிழில் இடதுசாரி மரபில் வந்த கவிஞர்கள் பலர் இருக்கிறார்கள். சிவசேகரம் அவர்களுள் தனித்துவமானவர். அவரது கவிதைப் பாணி அவருக்கே உரிய தனித்துவமானது. தமிழில் மட்டுமன்றி மூன்றாம் உலக நாடுகளின் முற்போக்குக் கவிஞர்கள் மத்தியிலும் அவர் தனித்துத் துலங்கக் கூடியவர். அவரது கூர்மையான அரசியல் பார்வையும், சமரசமற்ற விமர்சன நோக்கும், காரமான எள்ளலும் கடந்த சுமார் அரைநூற்றாண்டு காலத்தில் தமிழில் வெளிவந்த அரசியல் கவிதைகளுள் அவருடைய கவிதைகளை வேறுபடுத்திக் காட்டுகின்றன. தமிழில் அரசியல் கவிதைகள் பற்றிப் பேசுபவர்கள் சிவசேகரத்தைத் தவிர்த்துவிட்டுப் பேசமுடியாது என்பதை இத்தொகுதி உறுதிப்படுத்துகின்றது எனலாம். அவர் தொடர்ந்தும் தமிழ்க் கவிதைக்குப் பங்களிப்புச் செய்யவேண்டும் என்பதே எனது எதிர்பார்ப்பு.

ஜனவரி 2022

•

புதுக்கவிதையும் மேமன்கவியும்

சுமார் நான்கு ஆண்டுகளுக்கு முன் (1972) ஒலக் - ஷெஸ்ச்ரின்ஸ்கி என்ற ரஷ்யக் கவிஞர் இலங்கைக்கு வந்திருந்தார். அவரை வழியனுப்பு முகமாக, இலங்கை சோவியத் நட்புறவுச்சங்க மண்டபத்தில் நடைபெற்ற ஒரு பிரிவுபசாரக் கூட்டத்தில் சோவியத் கவிதை பற்றி ரஷ்ய மொழியில் அவர் ஒரு உரை நிகழ்த்தினார். அதைச் சிங்களத்தில் ஒருவர் மொழிபெயர்த்துச் சொல்லிக்கொண்டிருந்தார். ஒரு சந்தர்ப்பத்தில் ஷெஸ்ச்ரின்ஸ்கி கூறிய ஒரு கூற்றை "ரஷ்ய மக்கள் 'நிசந்தஸ்' கவிதையை அதிகம் விரும்பிப் படிக்கிறார்கள்" என்று மொழி பெயர்ப்பாளர் சிங்களத்தில் மொழிபெயர்த்துக் கூறினார். அவரது உரையைத் தொடர்ந்து நடைபெற்ற கலந்துரையாடலில் சிலர் இக் கூற்றை ஒட்டிய பல கேள்விகளைக் கேட்டனர். "ரஷ்ய மக்கள் நிசந்தஸ் கவிதையை அதிகம் விரும்பிப் படிக்கிறார்கள் என்றால், 'சந்தஸ்' கவிதையின் நிலைமை என்ன என்று ஒருவர் கேட்டார்.

ரஷ்யக் கவிஞரால் அந்தக் கேள்வியின் பொருளை விளங்கிக்கொள்ள முடியவில்லை. மொழிபெயர்ப்பாளரும் மேடையில் இருந்த சில எழுத்தாளர்களும் சிங்களக் கவிதை உலகில் நிலவும் சந்தஸ், நிசந்தஸ் போராட்டத்தை எடுத்து விளக்கிய பிறகுதான் அவர் அந்தக் கேள்வியின் பொருளை ஒருவாறு புரிந்து கொண்டதாகத்

தெரிந்தது. அவர் அதற்குக் கூறிய விடை, 'ரஷ்யக் கவிஞர்கள் மத்தியில் இத்தகைய போராட்டங்கள் எதுவும் இல்லை. அவர்கள் தாங்கள் விரும்பியவாறு தங்கள் தேவையை ஒட்டி பழைய யாப்பு வடிவங்களிலோ அல்லது புதிய வடிவங்களிலோ எழுதுகிறார்கள். கவிதைத் தன்மையையும் பொருளையும்தான் அவர்கள் முக்கியமாகக் கருதுகிறார்கள்.' என்ற பொருள்பட அமைந்தது. அவர் ரஷ்ய மொழியில் நவீன கவிதை என்று குறிப்பிட்டதைத்தான் மொழி பெயர்ப்பாளர் தவறுதலாக நிசந்தஸ் கவிதை என்று கூறி இருக்க வேண்டும் என நான் நினைத்தேன்.

இந்த நிகழ்ச்சியை நான் இங்கு கூறுவதற்கு காரணம் உண்டு. நாமும் கடந்த முப்பது நாற்பது ஆண்டுகளாக புதுக்கவிதை, மரபுக்கவிதை பற்றி அதிகம் வாக்குவாதம் செய்து களைப்படைந்திருக்கிறோம். தூவானம் போல இன்னும் இப்பொருள் பற்றிய சச்சரவுகள் இருந்து கொண்டுதான் உள்ளன. ஆயினும், இச்சச்சரவுகளைப் பரிசீலித்துப் பார்க்கையில் பெரும்பாலும் அவை பொருளற்றனவாகவே தோன்றுகின்றன.

புதுக்கவிதை, மரபுக்கவிதை என்ற பாகுபாடு உண்மையில் மொழி ஊடகத்தை அடிப்படையாகக் கொண்டதேயாகும். புதுக்கவிதை உண்மையில் ஒரு புதிய கவிதை வடிவம் அல்ல; ஒரு ஊடக மாற்றம் மட்டுமேயாகும். செய்யுளை ஊடகமாகக் கொண்ட கவிதை மரபுக் கவிதை என்றும், உரைநடையை ஊடகமாகக் கொண்ட கவிதை புதுக்கவிதை என்றும் அழைக்கப்படுகின்றது. புதுக்கவிதையாளர்கள் தங்கள் கவிதை உரைநடையில் எழுதப்படுகின்றது என்பதை ஒப்புக்கொள்ளத் தயங்கக்கூடும். ஆயினும், மொழியியல் அடிப்படையில் நோக்கும்போது இன்றைய புதுக்கவிதைகளில் தொண்ணூறு சதவீதத்துக்கு அதிகமானவை உரைநடையையே ஊடகமாகக் கொண்டுள்ளதைக் காணலாம். ஆனால், கவிதை எந்த ஊடகத்தில் எழுதப்படுகின்றது என்பது பிரச்சினைக்குரியதல்ல. உரைநடையிலும் சிறந்த கவிதைகள் எழுதப்பட முடியும் என்பதற்கு தமிழிலும் பிறமொழிகளிலும் நாம் பல உதாரணங்கள் காட்டமுடியும். இலக்கியத்தின் பிற வடிவங்களைப் போன்றே கவிதையும் உரைநடை ஊடகத்துக்கு மாறத் தொடங்கியமைக்கு சில வரலாற்றுக் காரணங்கள் உள்ளன.

அவற்றை நாம் இங்கு ஆராய வேண்டியதில்லை.

ஆயினும், புதுக்கவிதையாளருக்கும் மரபுக்கவிதையாளருக்கும் இடையே தொடர்ந்து கருத்து மோதல்கள் நடைபெற்று வந்துள்ளன. புதுக்கவிதையாளர் பலர் கண்மூடித் தனமாகச் செய்யுளை நிராகரிப்பர். அதற்கு அவர்கள் கூறும் பிரதான காரணம், நவீன உள்ளடக்கத்தை வெளிப்படுத்துவதற்கு செய்யுள் சக்தியற்றது; அது வளைந்துகொடுப்பதில்லை என்பதாகும்.

இது அவர்களின் இயலாமையின் வெளிப்பாடு என்றே தோன்றுகின்றது. செய்யுளை நவீனப்படுத்துவதற்கும், நவீன உள்ளடக்கத்தை அதில் வார்ப்பதற்கும் அதிகபட்ச மொழியாற்றலும் செய்யுளாற்றலும் வேண்டும். துரதிஷ்டவசமாக நமது புதுக்கவிதையாளர்களிடம் அது இருப்பதாகத் தெரியவில்லை. பிச்சமூர்த்தியின் 'குயிலின் சுருதி' என்ற நூலே செய்யுள் இவர்களுக்குக் கைவராத சங்கதி என்பதற்கு நல்ல உதாரணம். ஒருவகையில், புதிய கல்வி முறையின் தவிர்க்கமுடியாத விளைவாகவும் நாம் இதனைச் சொல்லலாம். ஆனால், மறுதலையில் மஹாகவிபோன்ற செய்யுள் ஆற்றல்மிக்க கவிஞர்கள் செய்யுளை நவீனப்படுத்தியுள்ளதையும், நவீன உள்ளடக்கத்தை செய்யுளில் அற்புதமான கவிதைகளாக வார்த்துள்ளதையும் நாம் காண்கின்றோம். என்னைப் பொறுத்தவரை செய்யுள் ஊடகத்திலேயே நான் பெரிதும் கவிதை எழுதுகின்றேன். ஆனால், ஆற்றல்மிக்க புதுக்கவிதையாளர் சிலர் எனது கவிதைகளையும் புதுக்கவிதை என்றே கருதிவந்தனர். செய்யுளை உரைநடைக்குக் கிட்டியதாக ஒருங்கமைத்ததும், கவிதையின் அச்சமைப்பில் நவீன முறையை ஏற்றுக் கொண்டதும் இதற்குக் காரணமாகலாம்.

புதுக்கவிதையை எதிர்த்தவர்களை நாம் மூன்றுவகைப் படுத்தலாம். ஒருசாரார், பழமை வழிவந்த பண்டித மரபினர். இவர்கள் செய்யுளுக்கும் கவிதைக்கும் பேதம் உணராதவர்கள். செய்யுளில் எழுதுபவற்றையெல்லாம் கவிதையாகவே கருதியவர்கள். இவர்களின் எதிர்ப்பு ஆக்கபூர்வமற்ற முணுமுணுப்பாக தேய்ந்து அழிந்தது. மறுசாரார், செய்யுளை ஊடகமாகக் கொண்டு சிறந்த கவிதைகள் பல படைத்த மஹாகவி, முருகையன், நீலாவணன், போன்ற செய்யுள் வழிக் கவிஞர்கள். இவர்களின் எதிர்ப்பு

பழக்கதோஷத்தின் பாற்பட்டது என்றே கூறவேண்டும். ஓசை நயத்தை கவிதையின் முக்கியமான ஒரு உறுப்பாக இவர்கள் கருதினர். அதனால், ஓசை நயமற்ற புதுக்கவிதைகளை இவர்கள் கவிதை என்று ஒப்புக் கொள்ளத் தயங்கினர். மூன்றாவது சாரார், முற்போக்கு விமர்சகர்கள். இவர்களே சித்தாந்த ரீதியில் தீவிரமாகப் புதுக்கவிதையை எதிர்த்தனர். உண்மையில் இவர்களின் எதிர்ப்பின் அடிப்படை புதுக்கவிதையின் உள்ளடக்கமே எனலாம்.

குறிப்பாக, 1970ம் ஆண்டுவரை, இந்தியாவிலும் இலங்கையிலும் புதுக்கவிதை அகநோக்காளர்களின் வெளியீட்டுச் சாதனமாகவே இருந்துவந்தது. தனிமனிதவாதிகளான இவர்கள் தமது மனமுறிவுகளையும் விரக்திகளையும் தங்களுக்கே உரிய படிமங்கள் மூலம் கருகலான மொழியில் கவிதைகளாக வெளிப்படுத்தினர். பெரும்பாலான வாசகர்களுக்கு அவை புரியாத புதிர்களாகவே இருந்தன. இக்கவிதைகளின் சித்தாந்த அடிப்படையை சாடிய முற்போக்கு விமர்சகர்கள், அதேசமயம் அதன் உருவத்தையும் நிராகரித்தனர். இவர்களும் ஓசைநயம் கவிதையின் பிரதான உறுப்பு என வலியுறுத்தினர். ஆனால், 1970ன் பின்னர் புதுக்கவிதை பொது நலன் பேணும், ஆக்கபூர்வமான சமுதாய உணர்வை உள்ளடக்கமாக ஏற்றுக்கொள்ளத் தொடங்கியதும் இவர்களின் எதிர்ப்பும் படிப்படியாக மறைந்துவிட்டது.

உண்மையில் ஊடகத்தின் மீதான இவர்களின் எதிர்ப்பு உள்ளடக்கத்தின் மீதான எதிர்ப்பின் ஒரு பிரதிபலிப்பு என்பதையே இது காட்டுகின்றது. இன்று உரைநடையில் கவிதை எழுத முடியாது என்ற கருத்து மெல்ல மெல்ல மங்கி வருவதை நாம் அவதானிக்க முடிகின்றது. இப்போது புதுக்கவிதையும் நிலைபேறுடையதாக மாறிவிட்டது என்றே கொள்ள வேண்டும். ஆற்றல் உடைய கவிஞனின் கையில் ஊடகமாற்றம் கவிதையை அதிகம் பாதிக்காது என்பதைப் புரிந்து கொண்டு, புதுக்கவிதை, மரபுக்கவிதை என்ற போராட்டம் மறைந்து, நவீன கவிதை அல்லது தற்காலக் கவிதை *(Modern Poetry)* என்ற கருத்தோட்டம் வளர்வதே இன்று விரும்பத்தக்கதாகும். இதை உணர்த்தவே சோவியத் கவிஞர் பற்றி ஆரம்பத்தில் குறிப்பிட்டேன். பிற ஐரோப்பிய மொழிகளிலும் நிலைமை இப்படித்தான் என்றே தெரிய வருகிறது.

2

தமிழில் புதுக்கவிதை நிலைபேறுடையதாக மாறிவிட்ட போதிலும் இன்றையப் புதுக்கவிதை பற்றிப் பல விமர்சனங்கள் உண்டு. இன்று பொதுவாக அச்சமைப்பே கவிதையை நிர்ணயிக்கும் ஒரு பிரதான கருவியாகக் காணப்படுகின்றது.

மேல் இருந்து கீழ்நோக்கி வரிசை முறையில் குத்துநிலையாக (Vertical) அச்சிடப்படும் எதுவும் கவிதை என்றே இன்று கருதப்படுகின்றது. இது நல்ல கவிதை அல்லது கூடாத கவிதை என்று விமர்சிக்கப்படலாம். ஆனால், அது கவிதைதான் என்பதை அதன் அச்சமைப்பு முதலிலேயே நிர்ணயித்து விடுகின்றது. ஒரு காலத்தில் வெண்பா, விருத்தம் போன்ற செய்யுள் உருவங்களில் எழுதப்பட்டதெல்லாம் கவிதை என்று கருதப்பட்டதைப்போல குத்துநிலையாக அச்சிடப்படும் எல்லாம் கவிதை என்று கருதப்படும் ஒருநிலைமைக்கு இது வழிகோலி உள்ளது. இவ்வாறு அச்சிடப்படும் ஒரு பத்திரிகை விளம்பரம்கூட முதலில் கவிதை என்ற பிரமையை ஊட்டுகின்றது. பொதுவாக புதுக்கவிதையின் அச்சமைப்பில் சொற்கள் காரணமற்ற முறையிலேயே (arbitrary) வரிசைப் படுத்தப்படுகின்றது. ஆனால், இவ் அச்சமைப்பைக் கொண்டு புதுக்கவிதைக்கு இலக்கணம் வகுக்கவும் சிலர் அப்பாவித்தனமாக முன்வருகின்றனர். இது இன்றையப் புதுக்கவிதையின் ஒரு பாதகமான விளைவு எனலாம். இன்றையப் புதுக்கவிதைகள் பலவற்றைக் கிடைநிலையாக (horizontal) பந்தி அமைப்பில் அச்சிட்டால் அவற்றைக் கவிதை என்று சொல்ல யாரும் முன்வரார். குத்துநிலையாகவோ, கிடைநிலையாகவோ அச்சிடப்படினும் ஒரு கவிதை தன் கவிதைத் தன்மையை இழக்காதிருக்க வேண்டும்.

இன்றையப் பெரும்பாலான புதுக்கவிதைகள் ஒரே பொருளை வெவ்வேறு வார்த்தைகளிலும் முறைகளிலும் திரும்பத் திரும்பக் கூறுவதாக அமைந்துள்ளன என்பது பிறிதொரு விமர்சனமாகும். ஏழை, பணக்காரன், தொழிலாளி, முதலாளி, சுரண்டும் வர்க்கம், சுரண்டப்படும் வர்க்கம் என்ற அடிப்படையில் நாங்கள் எழுவோம்,

நீங்கள் அழிவீர், நாங்கள் சாசுவதமாவோம், நீங்கள் சாம்பராவீர் போன்ற கோசங்களைத் திரும்பத் திரும்ப எழுப்புவதாகவே பெரும்பாலான கவிதைகள் காணப்படுகின்றன. கோசங்களின் மிகைப்பும் உணர்வின் மரப்புமே அதிகரித்துள்ளன. வாழ்வின் முழுமையான இயக்கப்போக்கையும் புறவாழ்வு அக உணர்வுகளில் ஏற்படுத்தும் விகற்பங்களையும் நுட்பமாகப் புரிந்துகொண்டு பிரதிபலிப்பதைவிட சூத்திரப்பாங்கான கோசங்களை எழுப்புவது சுலபமானதே. வாழ்வை முழுமையாகப் புரிந்துகொள்வதற்கு மார்க்சியம் வழிகாட்டுகின்றது. ஆனால், பிரபஞ்ச யதார்த்தம் பேசும் சிலர், மார்க்சியத்தைக் கொச்சைப்படுத்திப் புரிந்து கொண்டதைப் போல, மார்க்சியத்தை வரித்துக்கொண்ட சிலரும் அதைக் கொச்சைப்படுத்திப் புரிந்து கொண்டதன் விளைவே இது எனலாம். இதனால் கவிதையின் அகண்டமான பரப்பை சில குறிப்பிட்ட சூத்திரப் பாங்கான கோச நடைக்குள் இவர்கள் குறுக்கிக் கொண்டனர். அதனால் இன்றையக் கவிதை ஜீவன் இழந்து காணப்படுகின்றது என்பது உண்மையே.

3

இந்தப் பின்னணியில், நண்பர் மேமன்கவியின் இக்கவிதைத் தொகுதியை நோக்குவது பயனுடையதாக இருக்கும். மேமன் கவி 1970ம் ஆண்டின் பின்னர் கவிதை எழுதத் தொடங்கியவர் என்று நினைக்கின்றேன். 70ன் பின்னர் இலங்கைத் தமிழ்க் கவிகையில் ஒரு புதிய அலை தோன்றியது. இக்காலப் பகுதியில் ஏற்பட்ட அரசியல், இலக்கிய விழிப்புணர்வும் தென்இந்தியப் புதுக்கவிதைகளின் செல்வாக்கும் நூற்றுக்கணக்கான இளைஞர்களை கவிதை உலகுள் இழுத்துவிட்டன. புதிய சமுதாய மாற்றத்துக்காகக் குரல்கொடுக்கும் புரட்சிகரச் சிந்தனைப் போக்குடைய இவ்விளைஞர்கள் யாவரும் தங்கள் எண்ணங்களையும் கருத்துகளையும் வெளியிடுவதற்குப் புதுக்கவிதை ஒரு இலகுவான சாதனம் எனக் கண்டனர். சமீப ஆண்டுகளில் ஈழத்துக் கவிதை பெரும்பாலும் புதுக்கவிதையாகவே மாறிவிட்டது. முற்போக்கான கருத்துகளே

இன்றையப் புதுக்கவிதையின் பலம் என்று சொல்லவேண்டும். கலைப் பெறுமானம் உடைய படைப்புகள் இவற்றுள் மிகச் சொற்பமாகவே காணப்படுகின்றன. புதுக்கவிதை உலகில் சில தனி ஆளுமைகள் வளர்ச்சியடையும்வரை நிலைமை இவ்வாறே இருக்கக்கூடும். இத்தகைய தனி ஆளுமையின் வளர்ச்சிக்கான அறிகுறிகளும் சமீபத்தில் தென்படத் தொடங்கியுள்ளன என்று வேறு ஒரு கட்டுரையில் இன்றைய ஈழத்துக் கவிதைப் போக்கு பற்றிக் குறிப்பிட்டிருந்தேன்.

நண்பர் மேமன்கவி இன்றைய ஈழத்துக் கவிதைப் போக்கின் ஒரு பிரதிநிதியாகவும் உள்ளார். அவரது இத்தொகுப்பில் பல்வேறு ரகமான *32* கவிதைகள் உள்ளன. பொதுவாக இவை அனைத்தும் சமூக ஏற்றத் தாழ்வுக்கு எதிரான கருத்துகளையே உள்ளடக்கமாகக் கொண்டுள்ளன. அவ்வகையில் இது ஒரு ஆரோக்கியமான சிந்தனைப் போக்கை வெளிக்காட்டுகின்றது எனலாம். வளர்ச்சி, தோழன் ஆகிய இரண்டு சிறிய கவிதைகளை இங்கு உதாரணமாகத் தரலாம்.

வளர்ச்சி

“இதோ மனிதன்
சந்திரனில் இறங்கிவிட்டான்”
வானொலி
அலறி ஓய்கிறது
இது
விஞ்ஞானத்தின்
வளர்ச்சி.....!
“அம்மா பசிக்கிறது”
குழந்தை அலறி ஓய்கிறது
இது வறுமையின் வளர்ச்சி!

தோழன்

சமத்துவக்
கதிரவனை
மறைக்க முயலும்
முதலாளித்துவ
மேகங்களைக்
கலைக்க வந்த
காற்றே
பாட்டாளித் தோழன்

இன்றையப் புதுக்கவிதைகளில் காணப்படும் சில குறை பாடுகளையும் நாம் இங்கும் காண முடிகின்றது, அச்சமைப்பைக் கொண்டு கவிதை அந்தஸ்துப் பெற்ற சில கவிதைகள் இத் தொகுப்பிலும் உள்ளன. திரும்பத் திரும்ப ஒரே பொருளை வெவ்வேறு வகையில் கூறுவதான ஒரு மனப் பதிவையும் சில கவிதைகள் ஏற்படுத்துகின்றன.

இன்றையப் புதுக்கவிதைகள் பலவற்றில் காணப்படுவது போன்றே இத்தொகுப்பில் உள்ள சில கவிதைகளிலும் மேல் இருந்து கீழ் நோக்கிச் செல்லும் குத்துநிலையான வரிசை அமைப்பு காரணமற்ற ரீதியில் அமைந்திருக்கக் காணலாம். உதாரண மாக "அறுவடை" என்ற கவிதையைக் காட்டலாம். அதன் சொற்களை பொருள் உடைய நீண்ட சொற்றொடர்களால் வேறு வரிசை அமைப்பிலும் அச்சிடலாம்.

அவ்வாறு அச்சிடின் கவிதையின் நீளமும் குறையும், பொருட் புலப்பாடும் இலகுவாகும். உதாரணமாக:

என்னருமை
அம்மா நீ
அன்று அடித்த
அடிகள்
இன்னும்
என்நினைவில்
தேங்கி நிற்கின்றன...

என்ற ஏழு வரிகளையும்

> என்னருமை அம்மா,
> நீ அன்று அடித்த அடிகள்
> இன்னும் என் நினைவில் தேங்கி நிற்கின்றன

என மூன்று வரிகளாகக் குறைக்கலாம். இச்சொற்றொடர் அமைப்பில் பொருட்புலப்பாடும் தெளிவுபடும்

மேமன் கவி ஆற்றல் உடைய, வளரும், இளம் கவிஞர். இங்கு நான் காட்டிய குறைபாடுகள் அவரது வளர்ச்சிக்கு உதவும் என்றே கருதுகின்றேன். அவரது இக்கன்னி முயற்சியை தமிழ்க் கவிதை உலகம் விரும்பி வரவேற்கும் என்று நம்புகின்றேன்.

(மேமன் கவியின் யுக ராகங்கள் என்ற முதலாவது கவிதைத் தொகுதிக்கு எழுதிய முன்னுரை. சில திருத்தங்களுடன். 1976.)

●

ஆனந்தனும் அவனது கவிதைகளும்

"என்னை இன்னொருவர் காணும் போது
அன்னவர் அகம் மலரவும்
அதனறிகுறியாய்
புன்னகை அவர் முகத்தில்
பூக்கவும் வேண்டும்
இதுவே நான் எடுத்த பிறவிப்பயன்"

ஆனந்தனின் இந்த வரிகள் அவனுக்கு ஒரு நினைவுச் சின்னம் எழுப்பினால் அதில் பொறிக்கப்பட வேண்டிய வரிகள்; ஆனந்தனை ஓர் உண்மை மனிதனாக அடையாளப்படுத்தும் அவனது சொந்த முகவரிகள்.

ஆனந்தன் இன்று நம்மிடை இல்லை. அவனுக்கு என்ன நடந்தது? அவன் இறந்து போனான். எப்படி இறந்தான்? அகால மரணம் என்று அவனைப் பற்றி எழுதியவர்கள் இரங்கிக் கண்ணீர் விட்டிருக்கிறார்கள். அகால மரணம் என்பது ஒரு பொருளற்ற வார்த்தை. திடீரென்று வரும் மாரடைப்பாலோ, அல்லது வேறு எந்த நோயினாலோ அவன் இறந்து போகவில்லை. நடந்து செல்கையில் வழுக்கி விழுந்து மண்டையில் அடிபட்டு மரணிக்கவில்லை. வீதி விபத்தில் இறந்து போகவில்லை. அவன் கொலை செய்யப்பட்டான். பாதி வழியில் படுகொலை

செய்யப்பட்டான். அவன் மட்டுமல்ல, அவனுடன் பலர். சிறுவர்களும் பெரியவர்களுமாகப் பலர்! கல்முனை - மட்டக்களப்பு நெடுஞ்சாலையில் பஸ் வண்டியில் வீடு திரும்பிக் கொண்டிருக்கும் போது 05-12-1995இல் சீருடையணிந்த சில துப்பாக்கி அரக்கர்கள் வழிமறித்து அவனையும் பிறரையும் கொன்றனர். அவனது உடல் ஒரு சிறுமியை மூடி அணைத்தபடி கிடந்ததாகக் கண்டவர்கள் சொன்னார்கள். சாகும்போதும் அவன் ஒரு குழந்தையைப் பாதுகாக்க முயன்றிருக்கின்றான் என்று நினைக்க உடல் புல்லரிக்கின்றது.

இந்த நாட்டின் இனமுரண்பாடும் இனவாத அரசியலும் இதுவரை பல்லாயிரக் கணக்கான உயிர்களைப் பலி கொண்டு விட்டன. ஆயுதம் ஏந்திய சில ஆயிரம் பேரைத்தவிர மற்ற எல்லாருமே அப்பாவிகள். அதில் ஆனந்தன் ஒருவன். அவன் நமக்கு நெருக்கமாக இருந்தவன்; நம்மோடு சேர்ந்து நம்மைப் போல் சிந்தித்தவன்; நம்மைச் சிந்திக்கவைத்தவன்; கவிதை பற்றியும் இலக்கியம் பற்றியும் சமூக அரசியல் விவகாரங்கள் பற்றியும் நம்மோடு பேசியவன்; வாதித்தவன்; ஒரு சமத்துவமான சமூகத்தைக் கனவு கண்டவன்; குறுகிய இன உணர்வுகளுக்கு அப்பால் நின்றவன்.

நமக்கு நெருக்கமான ஆனந்தனைப் போல இன மோதல்களில் மடிந்த அப்பாவிகள் அனைவருமே யார் யாருக்கோ நெருக்கமானவர்கள்தாம்; உயிருக்கு உயிரானவர்கள்தாம். அந்த வகையிலே ஆனந்தனில் அவர்களையும், அவர்களில் ஆனந்தனையும் நான் காண்கிறேன். ஆனந்தனைப் போன்ற பல்லாயிரம் அப்பாவி மக்களின் உயிரைப் பலி கொண்ட இந்த இனவாத அரசியலின் முகத்தில் நான் காறி உமிழ்கிறேன். மனிதனின் அடையாளத்தைக் களைந்தெறிந்து அவனது ஆன்மாவை இனவாத ஆடைகளால் போர்த்தும் பேரினவாத, சிற்றினவாத சித்தாந்தங்களை நான் நிராகரிக்கின்றேன்.

மனித அடையாளம் உடைந்து நொறுங்கிக்கொண்டிருக்கும் கால கட்டத்தில் வாழ நேர்ந்த துர்ப்பாக்கியசாலிகள் நாம். இனவாத நச்சு நம் இரத்தத்தையும் மாசு படுத்துகின்றது. மரணத்தின் நிழல் நம் எல்லார் மீதும் கவிந்துள்ளது. யுத்தமற்ற சமாதானத்தை

வேண்டிநின்ற நாம், மீண்டும் ஒருமுறை சமாதானமற்ற யுத்த நெருப்பில் வீசி எறியப்பட்டிருக்கின்றோம். இதற்கு ஒரு முடிவு வேண்டும். இந்த இனவாத யுத்தத்துக்கு ஒரு முடிவு வேண்டும். இந்த இனவாத யுத்தத்துக்கு எதிராக நமது உணர்வுகளாலும் வார்த்தைகளாலும் ஒரு தார்மீக யுத்தத்தைப் பிரகடனம் செய்வதைத் தவிர நமக்கு வேறு வழி இல்லை. இனவாதத்துக்கும் வன்முறைக்கும் எதிராக சமாதானம், சமத்துவ உரிமைகளை மீட்பதற்காக நாம் ஒரு தார்மீக யுத்தத்தைப் பிரகடனஞ் செய்ய வேண்டும். இது நமது இருத்தலுக்கான பிரகடனம்; நமது எதிர்காலச் சந்ததியின் விடுதலைக்கான பிரகடனம்; மானுட அடையாளத்துக்கான பிரகடனம். ஆனந்தனின் மரணம் இதன் அவசியத்தையே நமக்கு வலியுறுத்துகின்றது.

ஆனந்தனை சுமார் இருபத்தைந்து ஆண்டுகளுக்கு மேலாக அவனது முதிரா இளம் பருவத்தில் இருந்து எனக்குத் தெரியும். என்மீது நெருக்கமான அன்பும் மரியாதையும் கொண்டிருந்தவன். சம்மாந்துறையில் ஒரு சாதாரண ஏழைக் குடும்பத்தில் பிறந்து வறுமையின் ருசி கண்டவன். ஈழத்தில் **1960**களில் மேலோங்கிய மார்க்சிய சிந்தனையில் பள்ளி மாணவனாக இருந்த காலத்திலேயே ஈர்க்கப்பட்டு, இடதுசாரித் தொழிலாளர் இயக்கங்களுள் நுழைந்து, புரட்சிக் கனவுகளுடன் வளர்ந்தவன். **1980**க்குப்பின் இங்கு தீவிரமாக வீசிய இனவாதச் சூறாவளியில் அள்ளுண்டு போகாமல் இறுதி வரை தன் புரட்சிக் கனவுகளுடன் வாழ்ந்தவன். பாட்டாளி வர்க்கத்தின் உண்மையான ஒரு பிரதிநிதியாகவே நான் அவனைக் கண்டேன். என்னைச் சந்திக்க வந்த பல சந்தர்ப்பங்களில் அவனது தோற்றமும் கூட அப்படித்தான் இருந்தது. ஒரு பழைய சைக்கிளில் அல்லது நடந்து, அவன் என்னைக் காண வருவான். வேர்வை கசிந்து வெய்யில் சுட்ட உடலும், கசங்கிய சற்று அழுக்கான உடையும், எண்ணெய் பூசி வாரப்படாத தலையுமாக நெருக்கடி நிலவிய காலகட்டங்களில் அவன் என்னைக் காண வீட்டுக்கு வந்த சந்தர்ப்பங்களில் அவனை யாரும் ஒரு ‘பயங்கரவாதி’யாக நினைத்துவிடக் கூடாதே என்று நான் பயந்திருக்கின்றேன். பிரதான வீதி வரை அவனைத் திரும்பக் கொண்டு விட்டிருக்கின்றேன்.

சம்மாந்துறை அஞ்சலகத்தில் ஒரு தபாற்காரனாகவே முதலில் அவன் சேர்ந்தான். வீடு வீடாகக் கடிதங்களைக் கொண்டு சேர்ப்பிக்கும் தொழில்; குறைந்த சம்பளம். ஆனால், அவனுக்கு மனம் நிறைந்த வாழ்க்கைதான். தன் தொழிலைப்பற்றி அவன் குறைப்பட்டுக் கொண்டதை நான் கேட்டதில்லை. குறைந்த வருமானத்தோடுதான் அவன் மண வாழ்க்கையில் நுழைந்தான். வத்ஸலாவைத் தன் துணைவியாகக் கொண்டான். வத்ஸலா மௌனகுருவின் மருமகள். 1969ஆம் ஆண்டு தீண்டாமை ஒழிப்பு மகாநாடு கொழும்பில் நடைபெற்றபோது லும்பினி அரங்கில் மௌனகுருவின், "சங்காரம்" நாடகத்தில், "சமுதாயம்" என்ற பாத்திரமேற்று ஆடி நடித்த சிறுமியாகவே, நான் அவளை முதலில் கண்டேன். பின்னர் ஆனந்தனின் மனைவியாக சம்மாந்துறையில் அவனது சிறிய வீட்டில் கண்டேன். ஆனந்தன் மனைவியுடன் சம்மாந்துறையில் வாழ்க்கை தொடங்கிய புதிதில் நான், சண்முகம் சிவலிங்கம் உட்பட கல்முனை எழுத்தாளர் நண்பர்கள் சிலர் புதுமணத் தம்பதிகளை வாழ்த்தி அவர்கள் வீட்டில் உணவு உண்டு மகிழ்ந்த நாள் எனக்கு இன்னும் நினைவிருக்கிறது.

ஊரவருக்கு ஆனந்தன் கடிதங்களைக் கொண்டு கொடுத்தான். நண்பர்களுக்கோ, புதிய புதிய தகவல்களைக் கொண்டு வந்தான். அரசியல் என்றாலும் சரி, கலை இலக்கியத் துறை என்றாலும் சரி, எப்போதும் அவனிடம் நமக்குத் தெரியாத பல தகவல்கள் இருக்கும். இவற்றையெல்லாம் அவன் எங்கு பொறுக்குகின்றான் என்று எமக்கு ஆச்சரியமாக இருக்கும். ஆனந்தன் தன்னை நிலைநிறுத்திக் கொண்ட எழுத்தாளன் அல்லன்; கவிஞன் அல்லன். எழுத்தாளனாக, கவிஞனாகத் தன்னை நிலைநிறுத்திக் கொள்ளுமளவிற்கு அவன் எழுதியவனும் அல்லன். அடிப்படையில் அவன் ஒரு வாசகன். அவனது தகவலின் மூலம் அவனது வாசிப்புத்தான்.

மலையாள இலக்கியங்களை மூல மொழியில் படிக்கவேண்டும் என்பதற்காகவே அவன் மலையாளம் படித்தான். சம்மாந்துறையில் அதற்கு ஏது வாய்ப்பு? கொழும்பில் மலையாள அமைப்புகளுடன் தொடர்புகொண்டு, சொந்த முயற்சியிலேயே மலையாளம் கற்றான். தமிழ்நாடு போய்வந்தபோது அவனுக்காக மலையாளப்

பாடநூல்கள் சிலவும், சில சஞ்சிகைகளும் கொண்டுவந்து கொடுத்தேன். எனக்காகவும், அவனுக்காகவும் கொண்டுவந்த ஒரு மலையாள அகராதி (அது சுந்தரராமசாமி உபயம்) அவனுக்குக் கொடுபடாமல் நானும் பயன்படுத்தாமல் என்னிடமே தங்கிவிட்டதை இப்போது நினைக்கும்போது கவலையாக உள்ளது.

அண்ணாமலைப் பல்கலைக்கழகத்தில் இருந்த காலத்தில் நானும் மலையாளம் கற்றேன். ஒரு சான்றிதழும் வைத்துள்ளேன். நான் கற்ற மலையாளம் எனக்கே பயன்படாமல் மறந்து போயிற்று. ஆனால், ஆனந்தன் ஈழத்தின் ஒரு மூலையில் இருந்துகொண்டு கற்ற மலையாளம் நமக்கெல்லாம் பயன்பட்டது. மலையாளச் சிறுகதைகளை, சில கட்டுரைகளை மொழிபெயர்த்து அவன் நமக்குத் தந்திருக்கிறான். ஆனந்தனின் முன் நான் சிறுத்துப்போன சந்தர்ப்பங்களில் இதுவும் ஒன்று.

ஆனந்தன் ஒரு விமர்சகனா? விமர்சனக் கட்டுரைகள் என்று அதிகம் எழுதாவிட்டாலும் அவன் ஒரு விமர்சகன்தான். ஒரு மேடை விமர்சகன் என்று சொல்லலாம். அவன் பங்குகொண்ட இலக்கியக் கூட்டங்கள், கருத்தரங்குகள் அநேகம். அவனுடைய பேச்சுக்கு நிறைய ரசிகர்கள் இருந்தனர். முகத்தாட்சணியமின்றி அடித்தாற்போல தன் கருத்துக்களைக் கூறுவது அவனுடைய இயல்பு. அடிப்படையில் அவனுடைய கலை இலக்கியப் பார்வை மார்க்சியப் பார்வைதான். ஆயினும், ஒரு எளிமையான பயன்பாட்டு வாதத்திலிருந்து அவன் ஏற்கெனவே வெளிவந்து விட்டான். அதனால் அவனது இலக்கிய வாசிப்பு குழுவாதத்திலிருந்து விடுபட்டு ஆழமும் அகலமும் பெற்றது. அவனது அகன்ற வாசிப்பே அவனுக்கு ரசிகர்களையும், இலக்கிய நண்பர்களையும் பெற்றுத்தந்தது. கிழக்கிலங்கைக்கு வெளியே ஆனந்தனை அறிந்தவர்கள் குறைவு. ஆனால், கிழக்கில், குறிப்பாக மட்டக்களப்பு, கல்முனைப் பிரதேசங்களில் ஆனந்தனை அறியாத எழுத்தாளர்கள், கவிஞர்கள், கலை இலக்கிய ஆர்வலர்கள் இல்லையெனலாம். அந்த அளவு அவன் இங்கு அறிமுகமும் பிரபலமும் பெற்றிருந்தான்.

நாட்டாரியலில் ஆனந்தனுக்கிருந்த ஆர்வத்தையும் நான் குறிப்பிட

வேண்டும். கிழக்கிலங்கை நாட்டுப்பாடல்கள், நாட்டார் கதைகள், பழமொழிகள் போன்றவற்றைத் தொகுப்பதில் அவன் ஆர்வம் கொண்டிருந்தான். இத்துறையில் நானும் அவனும் சேர்ந்து கூட்டாகச் செயற்படுவதென்று பலமுறை பேசிக்கொண்டோம். கிழக்கிலங்கை நாட்டாரியற் கழகம் ஒன்றைத் தொடங்கும் எண்ணமும் எங்களுக்கிருந்தது. நாட்டாரியல் பற்றி மட்டக்களப்பில் நான் சில சொற்பொழிவுகள் ஆற்ற வேண்டும் என்று பலமுறை அவன் என்னை அழைத்திருக்கிறான். அவனுடைய ஆர்வத்துக்கெல்லாம் ஈடுகொடுத்து அவனோடு ஒத்துழைக்க என்னால் இயலாது போயிற்று. எனது பல்வேறு சோலிகள், நானும் அவனும் வெவ்வேறு இடங்களில் இயங்கவேண்டியிருந்தமை எல்லாம் அதற்குக் காரணமாயின. ஒரு கணிசமான அளவு நாட்டுப்பாடல்களை, குறிப்பாக வர்க்க முரண்பாடுகளை வெளிப்படுத்தும் பாடல்களை அவன் சேகரித்து வைத்திருந்தான். அவற்றை நாம் வெளிக்கொணர முடிந்தால், நாட்டாரியலுக்கு ஆனந்தனின் நன்கொடையாக அது அமையும்.

ஆனந்தன் மறைந்தபின் அவனது எழுத்துக்களைத் தேடித் தொகுத்து வெளியிடுவதில் அவனுடைய நண்பர்கள் போட்டி போட்டுக்கொண்டு ஈடுபட்டனர். அவனது மரணம் நண்பர்கள் மத்தியில் எத்தகைய பாதிப்பை ஏற்படுத்தியது என்பதை இது காட்டுகின்றது. வியூகம் ஏற்கெனவே ஆனந்தனின் பத்தி எழுத்துக்களையும் வேறுசில ஆக்கங்களையும் 'துளிர்' என்ற தலைப்பில் தொகுத்து வெளியிட்டது.

சம்மாந்துறை மக்கள் அவனது நினைவாக சிறியதாயினும் பயனுடைய பிரசுரமொன்றை வெளிக்கொண்டுவந்தனர். அவனது சிறுகதைகள், மொழிபெயர்ப்புக் கதைகளை வேறுசில நண்பர்கள் வெளியிடவிருப்பதாய் அறிகிறேன். சுமார் ஒரு தசாப்த காலமாக அவன் ஈடுபாட்டோடு உழைத்து வளர்த்த மட்டக்களப்பு வாசகர் வட்டம், இப்போது அவனது கவிதைகளைத் தேடித் தொகுத்து, 'ஆனந்தன் கவிதைகள்' என்ற பெயரில் வெளியிடுகின்றது. இத் தொகுப்பு ஆனந்தனை ஒரு கவிஞனாகவும் அறிமுகப்படுத்துகின்றது. மட்டக்களப்பு வாசகர் வட்டத்தினர் நமது நன்றிக்கும் பாராட்டிற்கும் உரியவர்கள்.

ஆனந்தன் நூற்றுக்கணக்கில் கவிதைகள் எழுதியவனல்லன். இத்தொகுதியில் 19 கவிதைகள் உள்ளன. இன்னும் தேடினால் சில கவிதைகள் கிடைக்கக் கூடும். அவனது ஆக்கங்கள் எண்ணிக்கையில் கொஞ்சந்தான். எனினும், அவனது எண்ணங்களையும், உணர்வுகளையும், தார்மீக நோக்கையும் அவை நமக்குக் காட்டுகின்றன. இந்த முன்னுரையின் தொடக்கத்தில் எடுத்தாளப்பட்டுள்ள அவனது கவிதை வரிகள், அவனது நேச உணர்வின் ஆழத்தை நமக்குக் காட்டுகின்றன.

> "அதர்மம் நாட்டில்
> அதிகரிக்கும் போது
> கண்ணன் மட்டுமல்ல
> கவிஞனும் பிறப்பான்"

என்று ஆனந்தன் எழுதும்போது கவிதையின், கவிஞனின் தார்மீகக் கடமையை அவன் அழுத்திக் கூறிவிடுகின்றான். இந்தச் சிறு தொகுப்பிலே அதர்மத்துக்கு எதிரான ஆனந்தனின் குரலை நாம் கேட்கிறோம். கர்த்தரால் அருவருக்கப்படும் கள்ளத் தராசுகள், தேவனின் பரம ராச்சியம், பலி ஆடு ஆகிய கிறிஸ்தவப் படிமங்களிலும் இக்குரலையே நாம் கேட்கிறோம்.

இந்த நாடு இனவாத அரசியலில் சிக்குண்டு குருதி சிந்திக்கொண்டிருக்கையில் அவனது நெஞ்சம் உடைந்த குமுறலை சில கவிதைகளில் கேட்கிறோம். இந்த நாட்டை ஒரு பிணந்தின்னும் நாடாக ஒரு கவிதையில் காண்கிறான். தீத்திறத்தார் தம்மைத் தீயிட்டழித்த கண்ணகியை விளித்துக் கேட்கிறான்; "மீத முலையொன்று உன்னிடம் மிச்சமிருக்குதம்மா, அதையும் பிச்செறி இந்தப் பிணந்தின்னும் நாடெரிய" என்று. இந்த வரிகளில் தெறிக்கும் அவனது தார்மீகக் கோபம் நம் உணர்வுடன் சங்கமிக்கிறது. "உள்ளங்கள் எல்லாம் இருளில் ஊறிக் கிடக்கையில் வெளிக்கு மட்டும் வெளிச்சம் போடும் சூரியனும் சந்திரனும் எதற்கு என்று பிறிதொரு கவிதையில் கேட்கிறான். "உள்ளங்கள் போல் உலகும் இருள் வெள்ளத்தில் மூழ்கட்டும், சூரியனைத் துரத்து" என்கிறான். கடந்த ஒரு தசாப்த

காலத்தில் இந்நாட்டில் நிகழ்ந்த கோரக் கொலைகளும், அழிவும் நம்மையெல்லாம் இவ்வாறுதான் சிந்திக்கத் தூண்டின. இது அவநம்பிக்கையின் குரல் என்று சிலர் சொல்லலாம். இல்லை; தார்மீகக் கோபத்தின் வெளிப்பாடுதான்.

அன்பினாலே இன்பம் காண்போம்' என்ற ஆனந்தனின் கவிதை இன்றைய வன்முறைச் சூழலிலே எனக்கு முக்கியமானதாகத் தோன்றுகின்றது. 'வன்முறைக் கொலைகள், கொள்ளை, வாழ்வினை அழித்தலெனும் புன்முறை எல்லாம் புகுந்துலகை ஆட்சிசெய்ய கண்ணிலார் போல மனிதர் வாழக் காரணம் அன்பின்மையே என ஆனந்தன் இக்கவிதையில் கூறுகிறான். "இனிக் கவலை இல்லையென உலக மக்கள் இனிது வாழ" அன்பு தழைத்து உலகில் வளர்தல் வேண்டுமென அவன் கோருகிறான். "உயிர்களிடத்தில் அன்பு வேண்டும்" என்றும், "அன்பென்று கொட்டு முரசே" என்றும் பாடிய பாரதியின் வழியில் ஆனந்தனும் நிற்பதை நாம் இங்கு காண்கிறோம்.

"மானிலம் பயனுற" இன்னும் நீண்ட காலம் வாழ்ந்திருக்க வேண்டிய அவன், மனிதரிடத்து அன்பற்றவர்களால் கொடூரமாகக் கொலையுண்டமை நம் காலத்து அவலம். இன்று மாலை அல்லது நாளை அல்லது நாளை மறுநாள் நம்மில் யாருக்கும் இந்த அவலம் நிகழலாம். எழுத்தாளர்கள், கவிஞர்கள், கலைஞர்களிடம் நான் வேண்டுவது இதுதான், நமக்கு ஒரு தார்மீகக் கடமையுண்டு. இனவாத அரசியலுக்கு எதிராக, யுத்தத்துக்கு எதிராக மக்களின் தார்மீக உணர்வுகளைத் தட்டி எழுப்புவோம். ஆனந்தனுக்குச் செய்யும் உண்மையான அஞ்சலி அதுதான்.

ஆனந்தன் உயிரோடு இருந்த காலத்தில் தனது கவிதைத் தொகுதிக்கு எனது முன்னுரையைப் பெறவேண்டுமென அவாவுற்றிருந்ததாக வாசகர் வட்ட அன்பர் திரு. த. தேவகாந்தன் எழுதியிருந்தார். அவனது மரணத்தின்பின் இந்தக் குறிப்பை எழுத எனது மனமும், கையும் கூசுகின்றன. இந்தத் தொகுப்பில் அவனது ஆளுமையின் ஒரு சிறு துளியைத்தான் நாம் பார்க்கிறோம். அவன் எழுத்தில் தந்தவற்றைவிட எழுதாமல் தந்தவைதான் அதிகம். அவன் எழுதிய சில கவிதைகள் இந்தத் தொகுப்பில் உள்ளன. அவன் எழுதாத கவிதைகள் நம் நெஞ்சம் நிறைய உள்ளன. அவனின் மறைவே ஒரு

சோகக் கவிதையாக நம் உணர்வுகளில் வியாபித்துள்ளது. தனது மிகுதிக் கவிதைகளை நம் கனவுகளில் வந்து அவன் பாடுவான்.

1997

எச்.எம்.எம். அஷ்ரஃபின் கவிதையும் அரசியலும்

கவிஞர்கள் பலர் அரசியல் தலைவர்களாகவும் அமைச்சர்களாகவும் இருந்திருக்கிறார்கள். எனக்கு உடனே நினைவுக்கு வருபவர் நிகராகுவாவின் கல்வி, கலாசார அமைச்சர் ஏனஸ்ரோ காடினால். உலகப் பிரசித்தி பெற்ற கவிஞர் இவர். சிறுகதை எழுத்தாளரும்கூட. நிகராகுவாவின் விடுதலைப் போராட்டத்தில் நேரடியாகப் பங்குகொண்டவர். எனது நினைவுக்கு வரும் இன்னொரு கவிஞர் மஹ்மூட் சாமி பஹ்ரூதி. நவீன அரபுக் கவிதையின் பாரதி என இவரைச் சொல்லலாம். பிரித்தானியக் காலனித்துவத்தின் கீழ் எகிப்தின் முதலமைச்சராக இருந்தவர். சதிப்புரட்சிக் குற்றச்சாட்டின் பேரில் அறாபி பாஷாவுடன் இலங்கைக்கு நாடு கடத்தப்பட்டவர்களில் இவரும் ஒருவர். இலங்கையில் பதினெட்டு ஆண்டுகள் வாழ்ந்திருக்கிறார். மாஓசேதுங், ஹோஷிமின் ஆகியோர்கூட புரட்சிகர அரசியல் தலைவர்களாக மட்டுமன்றி குறிப்பிடத்தக்க கவிஞர்களாகவும் வாழ்ந்தவர்கள்.

தமிழ்க் கவிஞர்களில் தீவிரமான அரசியல் ஈடுபாடு உடையவர்கள் என்று பாரதி முதல் பலரைச் சொல்லலாம். ஆயினும், கட்சி அரசியலில் ஈடுபட்டு முக்கிய அரசியல் தலைவர்களாகவும், அமைச்சர்களாகவும் வந்த கவிஞர்கள் என்று யாரைச்

சொல்லலாம்? முதலில் நிற்பவர் கலைஞர் கருணாநிதி தான். இவரது ஆரம்பகாலச் சினிமாப் பாடல்கள் சில இன்னும் மனம் கவர்வன. ஆயினும், தன் கவிதையின் தரத்தினால் அன்றி, அரசியல் ஆளுமையினாலேயே கவிஞராகவும் பெயர் பெற்றவர் இவர்.

கலைஞரை அடுத்து வருபவர் நண்பர் எம். எச். எம். அஷ்ரஃப். அரசியலில் நுழைவதற்கு முன்பிருந்தே கவிதைகள் எழுதி வருபவர் இவர். 1960களின் தொடக்கத்தில் இருந்தே இவரது கவிதைகள் பத்திரிகைகளில் பிரசுரம் பெற்றன. கல்முனைப் பிரதேசத்தின் குறிப்பிடத்தக்க கவிஞர்களில் இவரும் ஒருவர்.

கடந்த பத்தாண்டுகளில் ஆற்றலும் ஆளுமையும் மிக்க அரசியல் தலைவராகவும் இவர் வளர்ச்சி பெற்றிருக்கிறார். 1980களில் முதிர்ச்சியடைந்த இன மோதலும், தமிழ் ஈழ விடுதலை இயக்கங்களின் முஸ்லிம்கள் மீதான மேலாண்மையும், அதன் விளைவாகக் கிழக்கில் உக்கிரமடைந்த தமிழ் – முஸ்லிம் முரண்பாடுகளும் இவர் ஒரு கவிஞர் என்பதற்கு மேலாக முஸ்லிம் அரசியலின் முக்கிய தலைவராகவும், இலங்கை அரசியலின் தீர்மான சக்திகளுள் ஒருவராகவும், அமைச்சரவையின் பலம்வாய்ந்த அமைச்சர்களுள் ஒருவராகவும் எழுச்சிபெற உதவியுள்ளன.

நான் நண்பர் அஷ்ரஃப் அவர்களின் அரசியலுக்கு வெளியில் இருப்பவன். ஆயினும், எங்களுக்கிடையில் நிலவும் அரசியலுக்கு அப்பாலான நீண்டகால நட்பும், பரஸ்பர மதிப்பும், சக கவிஞர் என்ற ஈடுபாடும் காரணமாக அவர் தனது கவிதைத் தொகுப்புக்கு என்னிடம் ஓர் அணிந்துரை பெற விரும்பினார். அதில் எனக்கு மகிழ்ச்சியே! ஆயினும், அதிகார பீடத்திலும், புகழ் ஏணியின் உச்சியிலும் இருக்கும் ஓர் அரசியல் தலைவரின் கவிதை நூலுக்கு நடைமுறை அரசியலுக்கு வெளியே இருக்கும் என்னைப் போன்ற நடுநிலையான விமர்சகன் ஒருவன் அணிந்துரை வழங்குவதில் சில சங்கடங்கள் உள்ளன. இதில் மிக முக்கியமானது அதிகாரத்தில் உள்ள அரசியல் தலைவர்களைச் சுற்றி எப்போதும் மாலைசூட்டும் ஆர்வலர்கள் உலாவருவதாகும். இது நமது அரசியல் பண்பாட்டின் துரதிருஷ்டவசமான ஓர் அம்சமாகும். கடந்த ஆண்டு இத்தகைய

ஆர்வலர்கள் சிலர் நம் கவிஞருக்கு, 'கவிஞர் திலகம்' எனும் பட்டத்தைச் சூட்டி மகிழ்ந்திருக்கிறார்கள். அவர் அதிகாரத்தில் இல்லாத பட்சத்தில் அவருக்கு இத்தகைய ஒரு பட்டம் சூட்ட இந்த ஆர்வலர்கள் முன்வந்திருக்க மாட்டார்கள் என்பதை மட்டும் நிச்சயமாகச் சொல்லலாம். எது எவ்வாறாயினும், நீலாவணன் பிறந்த கல்முனை மண்ணில் அவரை மிஞ்சிய கவிஞர் எவரும் இதுவரை உருவாகவில்லை என்பதே என் தாழ்மையான கருத்து. அவர் ஒரு சாதாரண பள்ளிக்கூட ஆசிரியர். பட்டம் எதுவும் சூட்டப்படாமலேயே மரணத்தின் பின்னும் நிலைத்து நிற்க அவரால் முடிகிறது.

ஆசிரியனின் அந்தஸ்தைக் கவனத்தில் கொள்ளாது அவனது படைப்பை மதிப்பிட வேண்டும் என்பது இலக்கிய விமர்சனத்தின் அரிச்சுவடி. ஒரு படைப்பாளி ஒரு படைப்பை உருவாக்கிய பின் அதன் மீதுள்ள ஆதிக்கத்தை இழந்துவிடுகிறான். அது வாசகனுக்கு உரியதாகின்றது. வாசகன் படைப்பாளியின் ஆளுமையினால் பாதிக்கப்படாது அந்தப் படைப்பை வாசித்துப் புரிந்து கொள்ளவும் மதிப்பிடவும் வேண்டும். இதையே ஆசிரியரின் மரணம் *(Death of the author)* என பிரெஞ்சு விமர்சகர் றோலன் பார்த் அறிவித்தார்.

கடந்த இருபது - முப்பது ஆண்டுகளாக இலக்கிய விமர்சன உலகில் இக்கருத்து செல்வாக்குச் செலுத்தி வருகின்றது. ஒரு படைப்பைப் பற்றிய மதிப்பீட்டில் அதன் ஆசிரியனின் ஆளுமைக்கு இடமில்லை என்பதே இக் கருத்தின் சாராம்சமாகும்.

இச்சிறு முன்னுரையோடு கவிஞர் எம்.எச்.எம் அஷ்ரப் அவர்களின், 'நான் எனும் நீ' கவிதைத் தொகுப்பு பற்றிய எனது குறிப்புகள் சிலவற்றை முன்வைக்க விரும்புகிறேன்.

கடந்த சுமார் 30 ஆண்டுகளாக கவிஞர் எழுதிய 179 கவிதைகள் இத் தொகுப்பில் உள்ளன. சில விடுபட்டிருக்கக் கூடும். எனினும், தான் எழுதத் தொடங்கிய ஆரம்ப காலத்திலிருந்து இன்றுவரை அவர் எழுதிய கவிதைகளின் முழுமையான தொகுப்பு இது எனலாம். இலங்கையில் இதுவரை வெளிவந்த கவிதைத் தொகுப்புகளில் இதுவே அளவில் பெரியது என்றும் சொல்லலாம்.

> "கலையாக் கனவைத் தருகின்றாய்
> கனவில் நிலைக்க மறுக்கின்றாய்"

போன்ற அழகிய வரிகளைக் கொண்ட ஆரம்ப காலக் காதல் கவிதைகள் முதல் சமயச் சார்பானவை, அரசியல் சார்பானவை, குழந்தைப் பாடல்கள், இசை பாடல்கள் என பலதரப்பட்ட கவிதைகள் இத் தொகுப்பில் உள்ளன. கவிஞரின் உலகப் பார்வையும், சிந்தனையும், கவித்துவமும் சுமார் 30 ஆண்டுகளில் எவ்வாறு வளர்ச்சி பெற்று வந்துள்ளன என்பதை கால வரிசையாக இக்கவிதைகளைப் படிப்போர் உணர்ந்து கொள்ள முடியும். இக்காலகட்டத்தில் இலங்கையின் சமூக, அரசியல், இலக்கியப் போக்குகளில் ஏற்பட்ட மாற்றங்கள் இவரது கவிதைகளிலும் பிரதிபலிக்கக் காணலாம்.

1960, 70கள் வரை ஈழத்துக் கவிதை பெரிதும் யாப்பு வயப்பட்டதாய் இருந்தது. யாப்பே கவிதையின் பிரதான ஊடகமாகக் கருதப்பட்டது. பெரும்பாலான கவிஞர்கள் யாப்பிலேயே எழுதினர். கவிஞர் அஷ்ரஃபின் ஆரம்பகாலக் கவிதைகளிலும் இப்பண்பைக் காணலாம். அக்காலகட்டத்து அவரது பெரும்பாலான கவிதைகளிலும் இப்பண்பைக் காணலாம். அக்காலகட்டத்து அவரது பெரும்பாலான கவிதைகள் மரபு வழிப்பட்ட யாப்புக் கவிதைகளாக உள்ளன.

> மல்லிகையின் மருங்கிருந்து வாசம் வீசும்
> மகிழம்பூ அதனோடு போட்டி போடும்
> அல்லி மலர் பொய்கையினில் விளக்கம் தாங்கும்
> அதைச் சுற்றி கொக்கினங்கள் காவல் காக்கும்
>
> அணியணியாய் பயிர்வயலில் அழகு காட்டும்
> அருகிலுள்ள ஆற்றில் நீர் நிறைந்தே ஓடும்
> புனலிடையே நீராடும் மங்கையர்கள்
> புன்னகையைக் காண்பதற்காய் மலர்கள் பூக்கும்

இவ்வரிகள் கவிஞரின் யாப்புத் திறனுக்கு நல்ல

எடுத்துக்காட்டுகளாகும். யாப்புப் பிசிறில்லாத கச்சிதமான எண்சீர் விருத்தம், மரபுவழிப்பட்ட கற்பனை செறிந்த அழகிய வருணனை - இவை ஒரு நல்ல யாப்பறி கவிஞராக இவரை அடையாளம் காட்டுகின்றன. கவிதைக் கடிதங்கள் என்ற பகுதியில் இவர் தொகுத்துள்ள செய்யுள்களிலும் இவரது யாப்புத்திறன் நன்கு புலப்படுகின்றது. இவை 1960களின் பிற்பகுதியில் எழுதப்பட்டு 1970களின் தொடக்கத்தில் பிரசுரிக்கப்பட்டவை.

1970க்குப் பிந்திய ஈழத்துக் கவிதை பெரிதும் யாப்பை மீறிய புதுக்கவிதையாகவே வளர்ச்சிபெற்று வந்துள்ளது. தமிழ்நாட்டுப் புதுக்கவிதை இயக்கத்தின் தாக்கமும் இதற்கு ஒரு காரணம் எனலாம். அஷ்ரஃபின் பிற்காலக் கவிதைகள் பெரும்பாலும் யாப்புக் கட்டற்ற புதுக்கவிதைகளாகவே காணப்படுகின்றன. கவிஞரின் யாப்புக் கவிதைகளில் காணப்படும் இறுக்கமும் செறிவும் அவரது புதுக்கவிதைகளில் காணப்படவில்லை. குறிப்பாக இவரது நீண்ட கவிதைகள் சொற்சிக்கனமற்று வசனத் தன்மை மிகுந்தனவாக உள்ளன. "விடாது பெய்யும் பெருமானார் என்னும் அருள் மாரி", "பிரியாவிடை", "எஸ்.ஜே.வி.யை என் இறக்கைகளில் காணுங்கள்" போன்றவற்றை சில உதாரணங்களாகக் கூறலாம். ஆயினும், இவற்றிலும் கவித்துவம் மின்னும் வரிகள் விரவிக் கிடப்பதைக் குறிப்பிட வேண்டும்.

"பூக்கள் சருகுகள் ஆகின்ற போது
வண்டு புன்னகையுடன் விடை கொடுக்கும்"

"குளிர்காலம் வேண்டுமென்றால்
கோடை விடை கொடுத்தாக வேண்டும்"

போன்றன இத்தகையவைகளுட் சில.

"எஸ். ஜே. வி. யை என் இறக்கைகளில் காணுங்கள்" என்னும் கவிதை பிரசுரமானபோது சிலர் மதநிலை நின்று அதனை விமர்சித்தனர். அவர்கள் கவிஞனின் பாஷையைப் புரிந்து கொள்ளாதவர்கள். அல்லாமா இக்பாலின் ஜாவீது நாமாவை அவர்கள் படித்துப் பார்க்க வேண்டும்.

அஷ்ரப் குறிப்பிடத் தகுந்த ஒரு குழந்தைக் கவிஞரும் கூட என்பதை இத்தொகுப்பில் இடம்பெற்றுள்ள 18 குழந்தைக் கவிதைகள் எடுத்துக்காட்டுகின்றன. "தங்கையே" என்ற தலைப்பில் உள்ள அறம் போதிக்கும் பாடலைத் தவிர ஏனையவை சிறுவர்களின் அனுபவ வலயத்துக்கு உட்பட்டவையாகையால் அவர்களது அழகுணர்ச்சியைத் தூண்டுவனவாய் அமைந்துள்ளன. கவிஞர் இவற்றை ஒரு சிறு தனித்தொகுப்பாகப் பிரசுரித்தால், சிறுவர்கள் தாமே அவற்றைப் பயன்படுத்துவதற்கு அது வாய்ப்பாக அமையும்.

கவிதையை சொற்சிற்பம் என்று சொல்வார்கள். கற்களில் நுட்பமாகச் சிற்பங்களைச் செதுக்குவது போன்று உணர்வுகளையும், அனுபவங்களையும், சிந்தனைகளையும் சொற்களில் நுட்பமாகச் செதுக்கும்போதே ஆற்றல் உள்ள அழகிய கவிதைகள் கிடைக்கின்றன. ஒரு நல்ல கவிதை தன்னை மீண்டும் மீண்டும் செதுக்கிச் செப்பனிடுவதைக் கவிஞனிடம் வேண்டி நிற்கின்றது. கவிஞர் அஷ்ரபின் அரசியல் சுமை தன் கவிதைகளை அவ்வாறு செப்பனிடுவதற்கு உரிய அவகாசத்தை அவருக்கு வழங்கவில்லை என்பதை அவரது பிற்காலக் கவிதைகள் பல உணர்த்தி நிற்கின்றன. ஆயினும், சுரண்டல், சமூக ஏற்றத்தாழ்வு என்பவற்றுக்கு எதிரான, சமூக நீதிக்கான, இன ஒருமைப்பாட்டுக்கான குரல் அவரது கவிதைகளில் ஒலிப்பதை யாரும் புறக்கணிக்கமுடியாது.

சுதந்திரத்துக்குப் பின்னரான நமது அரசியல் இலங்கை மக்களை ஆழமாகப் பிளவுபடுத்தி இருக்கின்றது. சுரண்டலையும், சமூக முரண்பாடுகளையும் வளர்த்து சமூகநீதியை, சமத்துவத்தைப் புறந்தள்ளி இருக்கின்றது. இன முரண்பாட்டையும், மோதலையும் உக்கிரப்படுத்தி இருக்கின்றது. நம் வாசற்படிகளை இரத்தத்தால் கறை படுத்தி இருக்கின்றது. ஆனால், நமது கவிதையோ மனித ஆன்மாவின் குரல் என்ற வகையில் இவை எல்லாவற்றுக்கு எதிராகவும் ஓங்கி ஒலிக்கிறது. மனிதர்களை ஒன்றுபடுத்தவும், இன ஐக்கியத்தைப் பேணவும், சமத்துவம், சகோதரத்துவம் என்பவற்றை வளர்க்கவும், சமூக நீதியை நிலைநிறுத்தவும், இரத்தக் கறையைத் துடைத்து மனிதநேயத்தை அதன்மீது கம்பளமாய் விரிக்கவும் அது நம்மைத் தயார்படுத்துகின்றது.

நமது அரசியலுக்கும், நமது கவிதைக்கும் இடையிலான இந்த முரண்பாடு மறைந்து, நமது அரசியல் நமது கவிதையின் குரலுக்குச் செவிசாய்க்கும் காலம் வரவேண்டும். நண்பர் அஷ்ரஃப் ஒரு கவிஞராகவும் அரசியல்வாதியாயும் இருக்கிறார். அவரது கவிதைகளின் குரல் நமது அரசியல் எதிர்காலத்தைச் செப்பனிட உதவ வேண்டும் என்பதே என் எதிர்பார்ப்பு.

1999

தாஸிம் அகமதின் சுழற்சிகள்

நண்பர் தாஸிம் அகமது அவர்களின் இரண்டாவது கவிதைத் தொகுதிக்கு அணிந்துரை எழுதுவதில் எனக்கு மகிழ்ச்சிதான். இவரது முதலாவது கவிதைத் தொகுதி, "வெள்ளையில் ஒரு புள்ளி" 1982ல் வெளிவந்தது. அதன் பின் அட்டையில் கவிஞரைப் பற்றி நான் ஒரு சிறு அறிமுகக் குறிப்பு எழுதி இருந்தேன். பத்து ஆண்டுகளுக்குப் பிறகு இப்போது வெளிவருகின்றது, "சுழற்சிகள்' என்ற அவரது இரண்டாவது தொகுதி.

கடந்த பத்து ஆண்டுகளில் இந்த நட்டில் வாழும் நாம் எத்தனையோ சுழற்சிகளையும், சுழல்களையும், சூறைகளையும் எதிர்கொண்டு விட்டோம். அவற்றால் அள்ளுண்டு எறியப்பட்டவர்கள் அநேகர். எஞ்சி இருப்பவர்கள் நாம். அவற்றையெல்லாம் பார்த்துக்கெண்டு அவற்றுக்குச் சாட்சியாக நாம் உயிர் வாழ்ந்திருக்கின்றோம்.

கலைஞர்கள் சமூக இருத்தலின், இன்னல்களின் மௌன சாட்சிகள் அல்லர். அவற்றின் குரல்வளை அவர்கள். அவற்றின் ஆத்மாவும் அவர்கள்தாம். தமது படைப்புக்களில் தமது சமூக இருத்தலை அவர்கள் பதிவு செய்கின்றனர். இன்னல்களுக்கு எதிராகக் குரல் எழுப்புகின்றனர். மனித அனுபவக் கிட்டங்கியில் அவர்களது கலைப்படைப்புக்கள் அவர்கள் வாழ்ந்த காலத்தின் சாட்சியங்களாக இடம்பெற்று விடுகின்றன.

இத்தொகுப்பில் உள்ள கவிதைகள் நண்பர் தாஸிம் அகமது அவர்களின் அனுபவ சாட்சியங்கள். தான்வாழ்ந்த சூழலில் அவர் பெற்ற அனுபவங்களின் வெளிப்பாடுகள். அவரது வாழ்க்கை அனுபவம் பற்றிய அவரது பார்வை, எண்ணங்கள், சிந்தனைகள் என்பவற்றைப் பிரதிபலிப்பவை.

இலங்கையின் இனவாத யுத்தம் முதல், சர்வதேச ரீதியிலான அணுவாயுத ஒழிப்பு வரை; போதைப் பொருள் பாவனை முதல், எயிட்ஸ் நோய்வரை இன்றைய தீவிர மனிதப் பிரச்சினைகள் பலவற்றுக்கு அவர் தன் கவிதைகளில் வடிவம் கொடுக்க முயன்றுள்ளார். இவ்வகையில், தான் வாழும் சூழல் பற்றிய அவரது தீவிர பிரக்ஞையை அவரது கவிதைகள் வெளிக்காட்டுகின்றன எனலாம்.

ஒரு கவிஞனது பிரக்ஞை, அவனது உணர்வுகளும் சிந்தனைகளும் அவனது வெளிப்பாட்டுத் திறனாலேயே சிறந்த கவிதைகளாகின்றன. கற்பனை வளமும் மொழி ஆற்றலும் உள்ள கவிஞர்களே சிறந்த கவிதைகளைப் படைக்கின்றனர். ஆயினும், எல்லாக் கவிஞர்களும் எப்போதுமே சிறந்த கவிதைகளைப் படைக்க முடிவதில்லை. பாரதி, தாகூர் போன்ற மகாகவிகள் கூட இதற்கு விலக்கு அல்ல.

இத்தொகுப்பிலே நண்பர் தாஸிம் அகமது அவர்களின் பலரகமான கவிதைகள் இடம் பெற்றுள்ளன. யாப்பில் அமைந்தவையும் யாப்பற்றவையும்; கவித்துவ வீச்சு நிறைந்தவையும் கட்டுரைப் பாங்கானவையும் இவற்றுள் அடங்கும். சுமார் இருபது ஆண்டுகால இடைவெளியில் அவ்வப்போது எழுதப்பட்ட கவிதைகள் இவை. அதனால் தரவேறுபாடு இயல்பானதே. கவிஞரின் வளர்ச்சிக்கும் முதிர்ச்சிக்கும் இவை சாட்சியங்களாக உள்ளன.

'எயிட்ஸ்' இத்தொகுப்பிலுள்ள கவித்துவ வீச்சுக்குக் குறைந்த கட்டுரைப் பாங்கான கவிதைக்கு உதாரணம் என்றால், 'சுழற்சிகள்' கவித்துவம் மிகுந்த கவிதைக்கு உதாரணமாகும். 'சுழற்சிகள்' இத்தொகுப்பில் உள்ள கவிதைத் தன்மை மிக்க கவித்துவப் படிமங்கள் நிரம்பிய ஒரு சிறந்த கவிதையாகும். இனவாத யுத்தத்தில் நமது அமைதியான வாழ்க்கைச் சூழல் எவ்வாறு

மாசுற்றது என்பது பற்றிய ஒரு நல்ல கவித்துவப் படிமம் அது. அமைதிக்காலம் பற்றிய சில படிமங்களையும் அழிவுக் காலம் பற்றிய சில படிமங்களையும் முரண்நிலையில் வைத்து அவர் இக்கவிதையை அமைத்துள்ளார்.

அமைதிக் காலம் பற்றிக் கவிஞர் பின்வருமாறு கூறுகிறார்:

"ஒரு காலம் இருந்தது
வீட்டின் கதவுகள்
திறந்து கிடந்தன
....
உலகமே உறவுக்
கரங்களை நீட்டக்
கனவுகள் கண்டோம்."

அழிவுக் காலம் பற்றிய கவிஞரின் சில படிமங்கள் இவை:

"வீசும் காற்றும்
விஷத்தைக் கலந்தே
பேசிச் சென்றது
....
உறவுகள் உடைந்தன
உதடுகள் மூடின
புன்னகை மறைந்தது
பூத்த மானுடப்
பூக்கள் உதிர்ந்தன..."

நம் எல்லாரையும் போலவே எதிர்காலத்தைப் பற்றிய ஐயம் இவருக்கும் உண்டு.

"நாளைய இரவுகள்
எப்படி இருக்கும்
என்பதை அறியோம்"

என்கிறார். ஆயினும் கவிஞர் கவிதையை முடித்து வைப்பது

அலாதியாக இருக்கின்றது:

> "எவளோ ஒருத்தி
> ....
> கற்கால மனிதனின்
> விந்தைச் சுமந்து
> கர்ப்பந் தரிக்கக்
> காத்துக் கிடக்கிறாள்."

இந்த இறுதி வரிகளில் உள்ளுறையாக வெளிப்படும் நாகரிக மனிதன் பற்றிய எள்ளலும் கவிஞரின் தார்மீகக் கோபமும் இன்றைய வாழ்நிலை பற்றிய அவரது விமர்சனமுமாகும்.

உணர்வும் உருவமும் ஒருங்கமைந்த இத்தகைய கவிதைகள் மூலமே ஒரு கவிஞன் இலக்கிய உலகில் இடம்பெற முடியும். நண்பர் தாஸிம் அகமது இத்தகைய கவித்துவ வீச்சு நிறைந்த கவிதைகளை மேலும் மேலும் நமக்குப் படைத்தளித்து இலக்கிய உலகில் தனக்கென்று ஓர் இடத்தை நிலைநிறுத்திக் கொள்வார் என்று நம்புகின்றேன்.

1994

சோலைக்கிளியின் கவிதைகள்

சோலைக்கிளி எண்பதுகளில் உருவாகி வளர்ந்து வரும் ஒரு முக்கியமான கவிஞர். 'எட்டாவது நரகம்' இவரது இரண்டாவது கவிதைத் தொகுதி. சோலைக்கிளியின் முதலாவது தொகுப்பு 'நானும் ஒரு பூனை' வெளிவந்த பொழுதே இவர் ஒரு வித்தியாசமான, தனித்துவம் உள்ள கவிஞர் என்பதை நான் இனங்கண்டேன். 'எட்டாவது நரகத்தில் உள்ள கவிதைகள் இவரது தனித்துவத்தை மேலும் உறுதிப்படுத்துகின்றன.

சோலைக்கிளியின் தனித்துவத்தின் முக்கியமான அம்சம் இவர் கையாளும் மொழியாகும். கவிதையின் மொழி கணக்கியலின் மொழிபோல் நேரானதல்ல. ஒன்றும் ஒன்றும் இரண்டு என்பது போல் முற்றிலும் தர்க்கரீதியானதல்ல. அது நெளிவு சுழிவு மிக்கது. கற்பனைத் தளத்தில் படிமச் சேர்க்கையில் இயங்குவது. பாரதி குழந்தை கண்ணம்மாவை 'ஆடிவரும் தேன்' என்று விளிக்கின்றான். இங்கு தேன் ஆடி வருமா என்று நாம் தர்க்கவாதம் புரியமுடியாது. காதலி கண்ணம்மாவை 'உயிர்த்தீயினிலே வளர் சோதி' என்று வியக்கின்றான். இங்கு உயிர் எப்படித் தீயாகும் என்றோ, உயிர்த் தீயில் எப்படி சோதி வளரும் என்றோ நாம் வினவமுடியாது. இத்தகைய வினாக்கள் கவிதைக்குப் புறம்பானவை; கவிஞனின் உணர்வுலகை, அவனது

வெளிப்பாட்டுத் தளத்தைப் புரிந்துகொள்ள நமக்கு உதவாதவை. தர்க்கரீதியான மொழிபெயர்ப்பில் பாரதியின் இப்படிமங்கள் வெளிப்படுத்தும் உணர்வு நிலையை நாம் விளங்கிக்கொள்ளவும் முடியாது. அதை விளங்கிக் கொள்வதற்கு அவனது 'பாஷையை' நாம் புரிந்து கொள்ளவேண்டும். இல்லாவிட்டால் ஒரு நல்ல கவிதை கூட பொருளற்றதாக, அபத்தமானதாக, ஒரு ஏமாற்று வித்தையாகக் கருதப்படும் ஆபத்து நிகழக்கூடும். இத்தகைய ஆபத்து சோலைக்கிளியின் ஒரு கவிதைக்கும் நிகழ்ந்திருக்கின்றது- முருகையன் 'கடும் கோபத்துடன்' எழுதிய ஒரு கட்டுரையில் (மல்லிகை இருபத்தோராவது ஆண்டு மலர்) முருகையன் போன்ற முதிர்ந்த கவிஞரைக் கூட சோலைக்கிளியின் 'பாஷை'தடுமாறச்செய்துவிட்டது.

சோலைக்கிளியின் கவிதைகள் கருத்து நிலைப்பட்டவையல்ல. ஒரு வெளிப்படையான கருத்தை நாம் அவரது கவிதைகளில் காணமுடியாது. பதிலாக அவை அனுபவ, உணர்வுநிலை வெளிப்பாடுகளாகவே உள்ளன. பெரும்பாலும் அவரது சொந்த அனுபவங்களும் உணர்வுகளும். இது நமது கவிஞர்கள் பலரிடம் அரிதாகக் காணப்படும் ஒரு பண்பாகும். நமது பெரும்பாலான கவிஞர்கள் கவிதையை ஒரு கருத்து வெளிப்பாட்டுச் சாதனமாகவே இன்னும் கருதுகின்றனர். சோலைக்கிளியின் சில கவிதைகளிலும் கூட நாம் ஒரு கருத்தினை இனங்காண முடியும்தான். ஆனால் அது அவர் வெளிப்படுத்தும் அனுபவங்களுள், உணர்வுகளுள் புதையுண்டே கிடக்கின்றது. உதாரணமாக இத்தொகுப்பிலுள்ள 'தொப்பி சப்பாத்துச் சிசு' என்ற கவிதை கருத்து அடிப்படையில் வன்முறைக்கு எதிரானது எனலாம். ஆனால் இவ்வன்முறை- எதிர்ப்பு இன்றைய தொடர் வன்செயல்களின் விளைவாக எழும் எதிர்காலம் பற்றிய அச்ச உணர்வுள் புதையுண்டு கிடக்கின்றது. கவிதை வெளிப்படுத்துவது இவ்வச்ச உணர்வையே. இது அதிர்ச்சியூட்டும் படிமங்களை அடுக்கிச் செல்வதன் மூலம் புலப்படுத்தப்படுகின்றது:

தொப்பி
காற்சட்டை, சப்பாத்து,

இடுப்பில் ஒரு கத்தி
மீசை
அனைத்தோடும் பிள்ளைகள் கருப்பைக்குள் இருந்து
குதிக்கின்ற ஒரு காலம் வரும்.

என்று தொடங்குகின்றது கவிதை. இது பயங்கரமான அதிர்ச்சியூட்டும் கற்பனை. இத்தகைய படிமங்கள் மூலமே கவிதை தொடர்கின்றது. மனிதர்கள் போலவே பயிர்பச்சைகளும்அக்காலத்தில் இயங்குமாம்:

சோளம் மீசையுடன் நிற்காது.
மனிதனைச் சுட்டுப் புழுப்போல் குவிக்கின்ற
துவக்கை ஓலைக்குள் மறைத்துவைத்து ஈனும்
'பூமரங்கள் கூட
....துப்பாக்கிச் சன்னத்தை
அரும்பி அரும்பி
வாசலெல்லாம் சும்மா தேவையின்றிச் சொரியும்'
'குண்டு குலைகுலையாய் தென்னைகளில் தூங்கும்'
'வற்றாளைக் கொடி நட்டால்
அதில் விளையும் நிலக்கண்ணி'

அதிர்ச்சியூட்டும் இப்படிமங்கள் மூலம் எதிர்காலம் பற்றிய அச்சத்தை மட்டுமின்றி, தன் வன்முறை-எதிர்ப்பையும் சோலைக்கிளி வெளிப்படுத்துகின்றார். இத்தொகுப்பில் உள்ள நல்ல கவிதைகளுள் இதுவும் ஒன்று. இவரது 'வால் மனிதர்கள்', 'தொட்டில்' ஆகிய கவிதைகளிலும் இத்தகைய படிம அமைப்பை நாம் காணலாம். இவ்வகையில் படிமங்களே இவரது பாஷையாகின்றது.

சோலைக்கிளியின் படிமங்கள் அவரது அலாதியான வெளிப்பாட்டுத் திறனைக் காட்டுகின்றன. 'இதயத்துள் உறைகின்ற மேகம்' கவிதையில் மேகம் சுதந்திர வேட்கையின் குறியீடாகிவிடுகின்றது:

'ஒரு சிறகு முளைத்த கவிஞனைப் போல
மேகம்
சுதந்திரமாய்த் திரிகிறது'

என்று தொடங்குகின்றது கவிதை. 'சிறகு முளைத்த கவிஞன்' என்ற படிமம் இங்கு அற்புதமாக விழுந்திருக்கின்றது. "கவிஞனுக்குச் சிறகு முளைக்குமா? இது என்ன அபத்தம்!" என்று கேட்போர் கவிஞனின் 'பாஷை'யைப் புரியாதவர்கள், கவித்துவஞானம் அற்றவர்கள்.

இது
தும்பிக்குக் கூட
சிறகுகள் நோண்டப்பட்டு
வாலில் கடதாசி முடியப்பட்ட யுகம்.
'மேகம்'
அதற்கு வாலும் இல்லை
சிறகும் இல்லை
வெட்டுதற்கு.
அதனால் அது
சிறு குழந்தையின் மனம்போல பூக்கிள்ளி முகருவதும்
பிறகு கழிப்பதுமாய்
வானப் பூந்தோப்பில் மேய்கிறது மேய்ச்சல்...

தும்பியைக் கூட அடிமைப்படுத்தும் யுகத்தில் சுதந்திரமாய்த் திரியும் வெண்மேகம் கவிஞனின் ஆதர்சமாகிவிடுகின்றது:

என் பிரிய வெண்மேகத்தைப் பற்றி
இனியாச்சும் நானொரு
கவிதை எழுத வேண்டும்
மனம்
அதிகாலையைப் போல குளிர்ந்து கிடக்கையில்
இருக்கின்ற கற்பனை அனைத்தையும்
அள்ளித் தெளித்து

எம். ஏ. நுஃமான்

பஞ்சு மேகத்தைப் பாடி
சிம்மாசனமேற்றிப் பார்க்கத்தான் வேண்டும்.

என்று கவிதை முடிகையில் சோலைக்கிளியின் வெளிப்பாட்டுத் திறன் வியப்பூட்டுவதாய்உள்ளது.

இத்தகைய வெளிப்பாட்டுத் திறனுக்கு சோலைக்கிளியின் 'வெல்வெட்டுப் பறவை'யை இன்னும் ஒரு உதாரணமாகக் கூறலாம். இத்தொகுப்பில் என்னைக் கவர்ந்த கவிதைகளுள் இதுவும் ஒன்று. காதல் தோல்வியின் துயரம் இதில் அற்புதமாய் வெளிப்பாடு பெற்றுள்ளது. தான் காதல் கிறுக்கில் மூழ்கிக் கிடந்த நாட்களைக்கவிஞன் இப்படி நினைவுகூருகின்றான்:

வால் மினுங்கும் வெல்வெட்டுப் பறவை
அது மூக்குத் தொங்கலில் எச்சம் அடித்தாலும்
அந்நேரம் மணம்தான்
அது ஒரு காலம்
காதல் கிறுக்குத் தலையில் இருந்த
நாம் பெருவிரலில் நடந்த நேரம்.
அப்போது வானம்
எட்டிப் பிடித்தால் கைக்குப் படுகின்ற
ஒரு முழ இருமுழத் தூரத்தில் இருந்தது.
ஏன் உனக்குத் தெரியுமே
அண்ணாந்து நீ சிரித்தால்
நிலவிற்குக் கேட்கும்
வானுக்கும் உச்சியெல்லாம் பூப்பூக்கும்!

மூக்கு நுனியில்பட்ட பறவையின் எச்சம்கூட மணப்பதும், பெருவிரலில் நடப்பதும், வானம் ஒரு முழ இரு முழ தூரத்தில் இருப்பதும், அவள் சிரிப்பு நிலவுக்குக் கேட்பதும், வானுக்கு உச்சியெல்லாம் பூப்பூப்பதும் காதல் கிறுக்கின் வெற்றிக் களிப்பை உணர்த்தும் நல்ல படிமங்கள். தர்க்கத்துக்கு புறம்பான கவிதைப் பாஷை இது. வேறு வகையில் இவ்வளவு சிறப்பாக இந்த உணர்வு நிலையை வெளிப்படுத்தியிருக்க முடியும் என்ற எனக்குத் தோன்றவில்லை. இக்கவிதையில் வரும் 'தின்ற விதையைக் கக்கித் தரும்' வெல்வெட்டுப்

பறவை நிறைவேறாக்காதலின் குறியீடாக உள்ளது.

வைத்திருப்பேன்
உனது கடிதங்கள் அனைத்தையுமே வைத்திருப்பேன்
தைத்துப் பொருத்தி அவற்றை
ஆடையாய் உடுத்திக் கொண்டு திரிய

என்று கவிதை முடியும்போது மஜ்னூனின் காதல் பித்தை நினைவூட்டுகின்றது. ஆயினும் காதலியின் கடிதங்களை ஆடையாகத் தைத்து உடுத்திக் கொண்டு திரிவதான இப்படிமம் தமிழ் கவிதைக்கு மிகவும் புதியது. காதல் தோல்வியின் கொதிநிலை இவ்விரண்டு வரிகளில் சிறப்பாக வெளிப்பாடு பெற்றுள்ளது. இத்தகைய அலாதியான வெளிப்பாட்டுத் திறன் சோலைக்கிளியிடம் நிறைய உண்டு.

சோலைக்கிளியின் வெளிப்பாட்டு முறையை, அவர் எழுப்பும் அலாதியான புதுப்புதுப் படிமங்களைப் புரிந்துகொள்வதன் மூலமே நாம் அவருடைய உணர்வுலகுள் பயணம் செய்ய முடியும். ஆயினும் அவரது 'பாஷை'யின் வேறு சில அம்சங்கள் இந்தப் பயணத்தில் நமக்கு இடையூறாக அமையலாம். இந்த அம்சங்கள் அவரது பிரதேச, சமூகப் பண்பாடு சார்ந்த மொழிக் கூறுகளாகும். மட்டக்களப்புப் பேச்சு வழக்குகளையும்-குறிப்பாக முஸ்லிம் வழக்குகளையும் பிராந்திய மரபுத் தொடர்களையும் -தன் கவிதையில் தாராளமாகக் கையாள்பவர் சோலைக்கிளி. இதனால் இப்பிரதேச, சமூக மொழி வழக்குகளுடன் பரிச்சயமற்றவர்களுக்கு இவரது கவிதை சில சமயம் புரியாது போகின்றது. முருகையனுக்கும் இதுவே நிகழ்ந்தது. சோலைக்கிளியின் 'மழைப் பழம்' கவிதையில் ('நானும் ஒரு பூனை' தொகுப்பில்) வரும் 'காற்றுக் கட்டி', 'மழைப் பழம்' போன்ற வழக்குத் தொடர்கள் அவருக்குப் புரியவில்லை. "காற்று கட்டியாய் இருக்குமாமே அது என்ன?", "மழைப் பழமா? அது என்ன?" என்று கேட்கிறார் முருகையன். இது சோலைக்கிளியின் தவறல்ல. முருகையனுக்கு இப்பிராந்திய வழக்கில் பரிச்சயம் இல்லை. அவ்வளவுதான். மட்டக்களப்பில் சிறுவர்களும் இத்தொடர்களைப் பயன்படுத்துவர். கவித்துவம் நிறைந்த மட்டக்களப்புப் பாமரன் உருவாக்கிய மரபுத் தொடர்கள் (*Idiom*) இவை. காற்றுக் கட்டி என்றால்

பாரம் அற்றது என்று பொருள். மழைப்பழம் பெருமழையைக் குறிக்கும். "மழையா இது! மழைப்பழம்" என்பது வழக்கு. இத்தொகுப்பில் உள்ள 'பேய் நெல்லுக் காயவைக்கும் வெயில்' என்னும் கவிதைத் தலைப்பும் இத்தகைய ஒரு பிராந்திய வழக்குத்தான். சில சமயம் அந்தி மாலையில் தனி மஞ்சள் நிறத்தில் வெயில் எறிப்பதுண்டு. வெயிலுக்கு இத்தகைய ஒரு நிறம் பேய் நெல்லுக் காயவைப்பதனாலேயே ஏற்படுகின்றது என்பது கிராமிய நம்பிக்கை. இத்தகைய பிராந்திய வழக்குகள் சோலைக்கிளியின் கவிதைகளில் இயல்பாக வந்துவிழுகின்றன. ஆயினும் இவரது முதல் தொகுதியைவிட இரண்டாவது தொகுதியில் ஒப்பீட்டளவில் பிராந்திய வழக்கு குறைவு என்றே கூறவேண்டும்.

இத்தகைய பிராந்திய வழக்குகளுடன் சமயம் சார்ந்த பண்பாட்டு வழக்குகளையும் சேர்த்துக் கொள்ளவேண்டும். 'எட்டாவது நரகம்' என்ற தொடர் இத்தகைய வழக்கின் அடியாகவே உருவாகியுள்ளது. ஏழு வானம், எழு பூமி, ஏழு நரகம் உண்டென்பது இஸ்லாமிய நம்பிக்கை. ஏழாம் நரகம் நரகத்தில் மிக மோசமானது. இந்நம்பிக்கை மரபில் நின்று சோலைக்கிளி இவ்வுலகத்தை எட்டாவது நரகமாக உருவகிக்கின்றார். 'உயில்' கவிதையில் மீசான் கட்டை, வெள்ளைக் கொடி, குடை மல்லிகை ஆகிய பிரேத அடக்கச் சடங்கு சார்ந்த சொற் குறியீடுகள் இடம் பெறுகின்றன. முஸ்லிம்களின் மரணச் சடங்கு பற்றிய பரிச்சயம் இக்கவிதையை முற்றிலுமாய் உள்வாங்குவதற்கு அவசியமாகின்றது.

இவ்வளவு பரிச்சயங்கள் இருந்தாலும்கூட சோலைக்கிளியின் கவிதைகளுடன் எல்லோருக்கும் ஒரு அத்தியந்த உறவு ஏற்பட்டுவிடும் என்று சொல்வதற்கில்லை. கவிதை பற்றி நம்மில் பலருக்கு பல முற்கற்பிதங்களும் மனத் தடைகளும் உண்டு. கவிதைகளில் வெளிப்படையான கருத்துக்களையே தேடுவோர் பலர். அவர்களுக்கு சோலைக்கிளியின் கவிதைகளுடன் நல்லுறவு ஏற்பட வாய்ப்பில்லை. அறிவியல் போல் கவிதையிலும் ஒரு ஒற்றைப்பரிமாண மொழியினைத் தேடுவோர்க்கும் சோலைக்கிளியின் கவிதைகளுடன் நல்லுறவு ஏற்பட முடியாது. கவிதை பிற எல்லாக் கலைகளையும் போலவே அடிப்படையில்

உணர்வுலகு சார்ந்தது. கற்பனை சேர்ந்து கலைவெளிப்பாடு கொள்வது. அவ்வகையில் சோலைக்கிளியின் கவிதைகள் நம்மிடத்திலும் உணர்திறனையும் கற்பனை வளத்தையும் வேண்டி நிற்கின்றன. அவை நம்மிடமும் இருந்தாலே நாம் அவருடைய கவிதை உலகுள் நுழைய முடியும். இந்நிலை அவரை ஒரு கவிஞனாக உறுதிப்படுத்துகின்றது. இந்த உறுதிப்பாட்டில் நிலை கொண்டு அவர் இன்னும் மேலே போக வேண்டும். அவருடைய உணர்வுலகும் உலகப் பார்வையும் இன்னம் விசாலமடைய வேண்டும். அடையும் என்றே நம்புகின்றேன். இத்தொகுப்பினை அவருடைய முதல் தொகுப்புடன் ஒப்புநோக்குகையில் அவர் துரிதகதியில் பரிணமித்து வருவதைக் காண முடிகிறது. இந்தப் பரிணாமம் எதிர்காலத் தமிழ்க் கவிதையில் அவருக்கு ஒரு நிலையான இடத்தைப் பெற்றுக் கொடுக்கும் என்பதே என் நம்பிக்கை.

09-02-1988.

ஒரு பின் குறிப்பு

சோலைக்கிளி பற்றிய இக்குறிப்பை எழுதி 35 வருடங்களாகிவிட்டன. இக்காலப் பகுதியில் அவர் ஏராளமாக எழுதியிருக்கிறார். இலங்கையில் இவரளவு பெரும் எண்ணிக்கையில் கவிதை எழுதிய நவீன கவிஞர்கள் வேறு யாரும் இல்லை என்றே சொல்லவேண்டும். பத்தி எழுத்துப்போல் தொடர்ச்சியாக எழுதுகிறார். நான் எதிர்வு கூறியதுபோல் தற்காலத் தமிழ்க் கவிதையில் ஒரு நிலையான இடம் பெற்றிருக்கிறார். உலகக் கவிஞர் என்றும் சிலரால் அழைக்கப்படுகிறார்.

என்னைப் பொறுத்தவரை அவரது பெரும்பாலான பிற்காலக் கவிதைகள் ஏமாற்றத்தையே தருகின்றன. பொருளிலும் பார்வையிலும் அவை விசாலமும் ஆழமும் பெறவில்லை என்றே தோன்றுகின்றது. செயற்கையான படிமங்களைப் பெருமளவு பயன்படுத்தி ஒரேவகையான கவிதைகளையே தொடர்ந்தும் எழுதுகிறார். அவரைப் பின்பற்றிப் பலர் எழுதினார்கள். இப்போது அவரே தன்னைப் புதுப்பித்துக்கொள்ளாமல் தன்னைத்தானே பின்பற்றி எழுதுகிறார். அவருடைய கவிதைகள் பற்றி ஒரு விரிவான விமர்சனத்துக்கான தேவை இருக்கிறது. அவருடைய தேர்ந்த கவிதைகளின் தொகுப்புக்கான தேவையும் இருக்கிறது.

•

வாசுதேவனின் வாழ்ந்துவருதல்

அன்புள்ள வாசுதேவன்,

உங்கள் நினைவுறுத்தல் கடிதம் வந்தும் ஒரு வாரம் ஓடிவிட்டது. எனது முன்னுரைக்காக நீங்கள் அதிக நாட்கள் காத்திருக்க நேர்ந்தமைக்காக வருந்துகின்றேன். எனது முன்னுரைக்காகக் காத்திருக்கும் அச்சான பிரதிகளை அச்சகத்தில் உள்ள கறையான் பிரச்சினைக்கு மத்தியில் காப்பாற்றுவது பெரிய கஸ்டமாக இருப்பதாகவேறு எழுதியிருக்கிறீர்கள். இரண்டு வரிகளாவது புகழ்ந்து எழுதிவிட வேண்டும் என்ற நிர்ப்பந்தங்கள் எதும் இல்லை; உங்கள் நோக்கில் தலையில் அடித்தமாதிரியான ஒரு விமர்சனத்தையே எதிர்பார்க்கிறேன் என்றுகூட எழுதியிருக்கிறீர்கள். இவ்வளவுக்கும் பிறகு இன்னும் உங்களைக் காக்கவைக்கக் கூடாது.

கறையான் சாப்பிடுகிறதா இல்லையா என்பதைக் கொண்டு உங்கள் கவிதையின் தரத்தைமட்டிடும் யோசனை எதுவும் எனக்கு இல்லை. இப்படியான பரிசோதனைகள் பழங்காலத்துக்குத்தான் சரி. ஓடுகிற ஆற்றிலோ எரிகிற நெருப்பிலோ போட்டு நமது கவிதையின் தரத்தைத் தீர்மானிக்க முயன்றால் இலக்கியம் என்று நமக்கு ஒரு வரிகூட மிஞ்சாது. கறையானுக்குப் போடுவதும் அப்படித்தான். நல்லதோ கெட்டதோ எல்லாவற்றையும் அது அரித்துத் தின்று விடத்தான் செய்யும்.

உங்கள் கவிதைத் தொகுதியை உங்கள் கடிதத்தை உடைத்த உடனேயே ஒரே மூச்சில் படித்துமுடித்துவிட்டேன். இப்போது மீண்டும் ஒரு முறை படித்தேன். இந்தக் கடிதத்தை (அல்லது முன்னுரையை) எழுதி முடிப்பதற்கிடையில் உங்கள் கவிதை வரிகளை இரண்டு மூன்று முறைகளாவது படித்துமுடித்துவிடுவேன். சமீபகாலமாக வந்துகொண்டிருப்பவற்றை போல மிகவும் சிறியதுதான் உங்கள் தொகுதியும். நாற்பது பக்கங்கள், மொத்தம் 27 கவிதைகள். இரண்டு முழுப்பக்கங்களைத் தாண்டியது ஒரே ஒரு கவிதைதான். சிறிய கவிதை மூன்றே மூன்று வரிகள்தான். பலரையும் போல ஹைக்கூ என்று நினைத்துக் கொண்டு அவற்றை நீங்கள் எழுதியிருக்கக்கூடும். வேலைமினக்கெட்டு எல்லா வரிகளையும் எண்ணிப்பார்த்தேன். மொத்தம் 498 வரிகள் தான். என்னுடைய "நிலம் என்னும் நல்லாள்" கவிதை வரிகளைவிட உங்கள் முழுக்கவிதைத் தொகுதியிலும் 74 வரிகள்தான் அதிகம். நான் பழைய தலைமுறை. வளவளா என்று அதிகம் எழுதியிருப்பேன். சலிப்புத் தரும் நீண்ட வரிகளைவிட தொட்டு எடுத்துவிடலாம் போல் தெரியும் நான்கு வரிகள் கவிதைக்கு அழகுதான். நான்கு வரியில் நல்ல கவிதை எழுதுவதற்கு அதிகபட்ச திறமை வேண்டும் என்பது என் அனுபவம். நானூறு வரியில் ஒரு நல்ல கவிதை எழுதுவதற்கு அதைவிடவும் ஆற்றல் வேண்டும் என்பதையும் நான் உணர்ந்திருக்கிறேன். கவிதையின் நீளம் அல்ல முக்கியம்; தரம்தான் முக்கியம்.

உங்கள் கவிதைகள் தரமாக இருக்கின்றன என்பதுதான் என் அபிப்பிராயம். உங்கள் முதல் தொகுதியில் கண்டதைவிட உணர்வில் முதிர்ச்சியை, கவித்துவ முதிர்ச்சியை இந்தத் தொகுதியில் நான் பார்க்கின்றேன். 'வாழ்ந்து வருதல்' உங்கள் தொகுதிக்கு ஏற்ற தலைப்புத்தான். 'புல் மேய்ந்து விட்டு பொழுதுபட வீடு திரும்பச் சொல்லும்' இன்றைய வாழ்நிலை யதார்த்தத்தில் 'வாழ்தல்' எதிர் நோக்கும் நெருக்குதல்களை மீறி 'உயிர் ஒளிசுடர வாழ்வின் ரசத்தைப் பருகும்' வேட்கையை எழுப்பி விடுதல்தான் இன்றையக் கவிஞனின் கடமை என்று நானும் கருதுகிறேன்.

இன்றைய வாழ்வின் நெருக்குதல்களை உங்கள் கவிதைப் படிமங்கள் நன்கு வெளிப்படுத்துகின்றன.

பௌர்ணமி இரவில்
தங்கச் செதிள் முளைத்து
தகதகக்கும் மட்டுநகர்
வாவிக் கரையோரம்
காற்றில் நடக்கும்
சுகத்தினை இழந்தேன் (பக்-2-3)
எனது பாதை மூடப்பட்டுள்ளது
எனது மைதானமும்
குன்றும் குழியுமாய்ச் சிதைக்கப்பட்டுள்ளது
எனது நிலா முற்றமோ
நாய்க்குரைப்பின் அச்சத்தில் உறைந்திருக்கிறது
எனது நிழல் வெளியும் கூட
பட்டமரமும் வெய்யிலுமாய் உள்ளது (பக் - 5)

யுத்தம் நடந்த பூமியில்
மனமே சிதைந்து கிடக்கிறது
பசி கொண்ட விழிகளோடு
இந்த வெளிகளில் நானும் அலைகிறேன்
பொருளற்ற வெறும் பிண்டமாய்
அழகற்றுப்போனது உலகு (பக் - 9)

ஆயினும், இந்த நெருக்குதல்களுக்குள்ளும் 'வாழ்வின் கனி பறிக்க 'கவிஞனுள் எழும் அவாதான், புதிய உயிர்ப்புதான் என்னை அதிகம் கவரும் அம்சம்.

'உன் தேனை உறிஞ்சி
பொலிந்து நிமிர்வுற
அவாவி நிற்கிறது என் இதயம்
உன்னைப் பிரிவதற்கில்லை நான்'

என்னும் உறுதி,

'வதங்கி
தொங்கித் துவண்ட

செடியில்
உயிர் பாய்ந்து
இலைகள் சிலிர்த்து
தண்டு விறைத்து
தலை நிமிர்த்தும்
எழுச்சி,

'ஆன்மாவின் கண் மலர்வில்
பொய்மையின் திரைகள் உரிய
அதுவா இதுவா என்ற
ஆசைக் குழப்பங்கள் அற்று வீழ
அத்தனை மலர்களும் சருகாய்த் தெரிய
எனது மலரை' இது எனக் காணும்
தெளிவு

'கால் நூற்றாண்டுக்
குப்பைகளின் அடியில் இருந்து
இதோ என் முகம் எனக் கண்டறியும் தீர்க்கம்

இவை உங்கள் கவிதைகளின் பலம் என்று எனக்குத் தோன்றுகின்றது.

ஆனால், இவையெல்லாம் அழகான, அருபமான இலட்சியப் படிமங்கள்தான்.

"இருக்கிறதே
எனது தெருவிலும்
மின்கம்பங்கள்" எனப் பயந்து
"அலைபாயும் என் ஊற்றே
ஆழத்தில் போய் நீ
அடங்கு! அடங்கு!"

என அடக்கிவிட்டு "தின்று புணர்ந்து விட்டுப் பேசாமல் திரிவதுதான்" யதார்த்தம்.

மௌனத்தின் அடியில்
மானுட ஆளுமை விம்மலுற

> தன்னைச் சுடப் போகிற மனிதனை
> சுடப் போகிற துப்பாக்கியை
> பார்த்தபடி நிற்கும் அவன்,
> 'ஒரு நூறு காக்கைகள் செட்டை அடித்துச்
> சிதறிக் கரைய வெடிதீர்க்கப்பட்டு
> வீழ்ந்து மடிவதுதான் யதார்த்தம்.

இந்த யதார்த்தத்தில் இருந்து மனிதனின் உண்மையான விடுதலைக்கு நம் கவிதை செய்யக் கூடியது என்ன?

அன்புள்ள வாசுதேவன்,

துப்பாக்கி பற்றிய எனது கனவுகள் கலைந்து விட்டன. மனித விடுதலையின் சின்னம் என மூக்கருகே வைத்துக் கொஞ்சி மகிழ்ந்த துப்பாக்கி நம் பிடரியையும், நெற்றிப் பொட்டையும் காதுத் துவாரத்தையும் குறிபார்த்து நிற்கும் போது, நம் விடுதலையின் ஊற்றைக் காணிக்கையாகக் கேட்டு நிற்கும்போது, நம் அடிமைத் தனத்தின் சின்னமாகக் கண் எதிரே நிமிர்ந்து நிற்கும்போது துப்பாக்கி பற்றிய எனது கனவுகள் கலைந்துவிட்டன.

நம் வாசல் படியில் மட்டும் அல்ல உலகின் எல்லா மூலைகளிலும் இன்று துப்பாக்கியினால் அடிமை கொள்ளப்பட்ட மனிதனை விடுவிப்பதற்கு நமது கவிதை செய்யக் கூடியது என்ன? அதனால் ஏதும் செய்ய முடியுமா? இந்தக் கேள்விதான் இப்போது எது மனதை ஆக்கிரமித்திருப்பது. மனித உயிர்ப்புப் பற்றிய அருபமான படிமங்களால் நாம் இதனைச் சாதிக்க முடியுமா?

முடிகிறதோ இல்லையோ, வாழ்வின் ரசத்தைப்பற்றி, வாழ்வின் கனி பறித்தலைப் பற்றி, வாழ்ந்து வருதலின் சுகத்தைப் பற்றி நம்மால் பாடமுடிகிறதே, இப்போதைக்கு இதுவே ஒரு ஆறுதல்தான். இவ்வாறு பாடுவதற்கேனும் நம்மால் உயிர் வாழ்ந்திருக்க முடிகிறது என்பதே ஒரு ஆறுதல் தான். இந்த ஆறுதல் எல்லா மனிதருக்கும் கிடைக்கட்டும். சகல வாதங்களில் இருந்தும் விடுபட்டு தொடர்ந்தும் மானுடவாதத்தைப் பாடுங்கள்.

05-08-1993

•

எச். எம். பாறூக்கின் காணாமற்போன சில ஆண்டுகள்

எச்.எம்.பாறூக் கிழக்கிலங்கையில் கவித்துவ வளம் மிக்க கல்முனைப் பிரதேசத்தின் குறிப்பிடத் தக்க கவிஞர்களுள் ஒருவர். 1970களில் எழுதத் தொடங்கியவர். 80, 90 களில் அதிகம் எழுதி, பலருடைய கவனத்தையும் கவர்ந்தவர். பின்னர் சில ஆண்டுகள் காணாமலே போய்விட்டார். இரண்டாயிரத்துக்குப் பிறகு இவர் எழுதியது மிகவும் குறைவு என்று நினைக்கின்றேன்.

இப்போது வெளிவரும் காணாமற்போன சில ஆண்டுகள் காலம் தாழ்த்திவரும் இவருடைய முதலாவது கவிதைத் தொகுதி. இது இருபது ஆண்டுகளுக்கு முன்பே வந்திருக்க வேண்டும். கடந்த இருபது ஆண்டுகளில் அவருடைய இன்னும் சில தொகுதிகளேனும் வெளிவந்திருக்க வேண்டும். வரவில்லை என்பது நமது துரதிஷ்டம். ஆனால், இப்போதாவது அவருடைய தொகுதி ஒன்று வருவது நமது அதிஷ்டம் என்றுதான் சொல்ல வேண்டும். காலம் தாழ்த்தி வந்தாலும் அவருடைய கவிதைகள் இன்னும் புதிசாகவே உள்ளன. இது அவருடைய கவிதைகளின் தனித்துவம்.

1978 முதல் 2020 வரை அவர் எழுதியவற்றுள் 54 கவிதைகள் இத்தொகுப்பில் உள்ளன. இவர் தீவிரமாகக் கவிதை எழுதிய காலம் (1980களும் 90களும்) ஈழத்தில் அரசியல் கொந்தளிப்பு

மிகுந்த காலம். இன மோதல்களும், மனிதப் படுகொலைகளும், யுத்தமும் பேரழிவும், இடப்பெயர்வும் மிகுந்த காலம். இக்காலத்தில் இங்கு எழுதப்பட்ட கவிதைகள் பெரும்பாலும் இவற்றையே பொருளாகக் கொண்டிருந்தன. வெளிப்படையான அரசியல் கவிதைகளாக இருந்தன. பாறூக் இவற்றால் பாதிக்கப் படாதவர் அல்ல. ஆனால் அவருடைய கவிதைப் போக்கு வேறுபட்டதாக உள்ளது. வெளிப்படையான அரசியல் கவிதைகள் என்று அவர் அதிகம் எழுதவில்லை. அதனால் அவர் அரசியல் பிரக்ஞை அற்றவர் என்று சொல்ல முடியாது. இத்தொகுப்பில் உள்ள அனேக கவிதைகளில் அக்காலத்து வன்முறையும் வன்மமும் அவற்றுக்கு எதிரான கவிஞரின் உணர்வும் கவித்துவ வீச்சுடன் பதிவாகியுள்ளன. வேக்காட்டு விளிப்புகள், இவர்கள், உடைவிலும் ஒரு முனைப்பு, தக்காளித் தடிச்சிகள், மண்ணாங்கட்டி, பொய்மைகளுடன் பரிசோதனை, நானும் நாயும் காகமும் முதலிய கவிதைகளை இதற்குச் சில உதாரணங்களாகக் காட்டலாம்.

பொய்மையுடன் பரிசோதனை காந்தியத்தை நினைவூட்டும் ஒரு நல்ல கவிதை.

> உயிர் எனக்குள் துளிர்க்கிறது
> கோட்சே சுட்டது நினைப்பு வருகிறது
> தூரத்தில் தெருநாய்ச் சத்தம்
> நிலவு மங்கிய பின்னிரவு
> குளிர்கிறது

என்று தொடங்குகிறது கவிதை. 'உயிர் எனக்குள் துளிர்க்கிறது' என்ற படிமம் இங்கு முக்கியமானது. மனிதப் பிரிவினை, வன்முறை என்பவற்றுக்கு எதிரான கவிஞரின் குரல் இக்கவிதையில் பின்வருமாறு பதிவாகின்றது -

> மானிடப் பிரிவின் சுவர்களைத் தகர்த்தாய்
> மக்கள் எல்லாம் ஒன்றே குலம் என
> ஓதினேன் ஒரு தரம்
> அகிம்சை

உண்ணாவிரதம்
இவைகளின் உட்பொருள்
இரத்தப் பிசுபிசிப்பில்
தெளிவாய் உணர்ந்தேன்

கவிதையின் முடிவு முக்கியமானது. அது கவிஞரின் பார்வையாக, செய்தியாக அமைகின்றது.

வீதிமுழுதும் மக்களே வருக
அமர்க
மண்வெளி எங்கும்
புல்வெளி எங்கும்
மக்களே அமர்க

நாளைய வாழ்வின்
நுகர்வின் பொருட்டு
புதிய விரதமாய்
இதனைச் செய்க
மறக்காமல்
தெருவோரமெங்கும் மல்லிகை நடுக

காணாமற்போன சில ஆண்டுகள் என்ற தலைப்புக் கவிதையில் வெளிப்படும் ஆதங்கம் நம் மனதை நெருடுவது. நம் ஒவ்வொருவர் வாழ்விலும் சில ஆண்டுகள் காணாமல் போயிருக்கலாம். அதன் பாரத்தைக் கவிஞர் அனாயாசமாக வெளிப்படுத்துகின்றார் இப்படி...

"சில ஆண்டுகள்
இருட்டறையில்
இறந்து கிடந்து
எழும்பிவந்த மனிதனைப்போல...
இடைநின்ற மின்சாரம்
சில நேரம் சென்று
வந்தாப்போல...
கடந்த சில ஆண்டுகள்
காணத்துப் போயிற்று

அவளுடைய புன்னகை இதழ்
கூம்பிச் சுருங்கி
முடிச்சிக் கட்டி
யாரோ இவள்
எனும் படியாய்ப்
போயிற்று

காதலின் தோல்வியாகவும், நம் கனவுகளின் தோல்வியாகவும் நாம் இதைப் புரிந்துகொள்ளலாம். ஒரு காற்றுப் பூவின் உதிர்வு கவிதையும் இத்தகைய ஒன்றுதான்.

ஒரு சாதாரண விசயத்தையும் நல்ல கவிதையாக்கும் ரசவாதம் பாறூக்குக்குக் கைவந்த கலை என்பதற்கு இத்தொகுப்பில் உள்ள வாசற்படி ஒரு நல்ல உதாரணம். ஒரு கிராமத்து வீட்டு வாசற்படி இங்கு ஒரு நல்ல கவிதையாகி இருக்கிறது.

பாறூக்கின் கவிதைகள் புதுமையான, கவித்துவ வீச்சுடைய, எளிமையான படிமங்களால் நிறைந்திருக்கின்றன. தன்மையிலும், தன்னை முன்னிலைப்படுத்தியும் அவர் பேசுகிறார். அவர் பயன்படுத்தும் சொற்கள் சாதாரணமானவை. அவற்றைக்கொண்டு அசாதாரணமான கவிதைகளை அவர் பின்னுகிறார். அவருடைய மொழி எளிமையானது. அதன்மூலம் அவர் வெளிப்படுத்தும் உணர்வுகள் ஆழமானவை. புரியாமையின் புதிருக்குள் அவர் நுழைவதில்லை. அதனால் அவருடைய கவிதைகள் நமக்கு நெருக்கமாக இருக்கின்றன. பலதரம் படிக்கத் தூண்டுகின்றன. இத்தகைய இன்னும் பல தொகுப்புகளை அவர் நமக்குத் தரவேண்டும். அதற்காக நாம் காத்திருக்கலாம். அந்தக் காத்திருப்பு வீண்போகாது என்று நம்பலாம்.

29.05.2022

•

உபா கவிதைகள்

1960களின் இறுதியிலும் 1970களின் தொடக்கத்திலும் கல்முனைப் பிரதேசத்திலிருந்து பல இளங் கவிஞர்கள் உருவானார்கள். அவர்களுள் ஒருவர் உபா என நண்பர்களால் அழைக்கப்படும் உ. பாறூக். பள்ளி இறுதிவகுப்பு மாணவராக இருந்த காலத்திலேயே சமூக அக்கறையும் இலக்கிய ஈடுபாடும் கொண்டிருந்த நண்பர் பாறுக், நீண்ட காலமாக ஒரு பொறியியலாளராக கொழும்பில் கைத்தொழில் துறையில் பணியாற்றிவிட்டு, சமீபத்தில் தென் கிழக்குப் பல்கலைக்கழக பொறியியல் பீடத்தில் ஒரு சிரேஷ்ட விரிவுரையாளராக இணைந்து பணியாற்றிவருகின்றார்.

முளைவிடும் காலத்திலேயே ஒரு நல்ல கவிஞராக வருவார் என்ற நம்பிக்கை ஊட்டிய உபா, துரதிஷ்டவசமாக அதிகம் எழுதி ஒரு கவிஞர் என்ற அடையாளத்துடன் பரவலாக அறியப்பட வில்லை. கடந்த சுமார் ஐம்பது ஆண்டுகளில் அவ்வப்போது அவர் எழுதிய கவிதைகள் எண்ணிக்கையில் மிகக் குறைவே. அவற்றுள் அவரே தெரிந்தெடுத்த இருபத்தைந்து கவிதைகள் இத்தொகுப்பில் உள்ளன. அவற்றுள் 1970கள் முதல் 1990கள் வரை அவர் எழுதியவை பத்து, 2000த்திலிருந்து இன்றுவரை எழுதியவை பதினைந்து. அவருடைய கவிதை ஆக்கம் எண்ணிக்கையில் குறைவுதான் எனினும் கவிதைத் துறையில்

அவருடைய அடையாளத்தை இத்தொகுப்பில் உள்ள கவிதைகள் உறுதிப்படுத்தும் என்று நம்பலாம்.

இத்தொகுப்பில் உள்ள உடைந்த கதிரை என்ற கிராமியப் பின்னணியில் அமைந்த முதலாவது கவிதையே சுவாரஸ்யமான, அதேவேளை நம்மைச் சிந்திக்கத் தூண்டும் ஒரு சம்பவத் துணுக்கு. பொல்லடி (கோலாட்டம்) நிகழ்ச்சி பற்றித் தாய்சொல்லக் கேட்டு அவசர அவசரமாகச் சாப்பிட்டுவிட்டு மைதானத்துக்குச் செல்லும் சிறுவன் கதிரை ஒன்று கிடக்க, அதில் உட்காராது நின்றபடி நிகழ்ச்சியைப் பார்க்கும் எல்லோரையும் முட்டாள்கள் என்று நினைத்து அதில் போய் உட்கார்கிறான். அது உடைந்த கதிரை. அவனை விழுத்திவிடுகின்றது. உண்மை உணர்ந்த அவன் "முறிந்த கதிரை என் மூர்க்கம் தீர்த்தது" என்று தெளிவு பெறுகிறான். உண்மை அறியாத நம் முன்முடிவுகளைக் கேலிசெய்யும் அவரது ஆரம்ப காலக் கவிதை இது.

1970கள் ஈழத்து இலக்கியத்தில் முற்போக்குச் சிந்தனை மேலோங்கியிருந்த காலம். இது மார்க்சிய இடதுசாரி அரசியல் போக்கின் உடன் விளைவாகும். பொருளாதார ஏற்றத்தாழ்வு அற்ற, வர்க்க, சாதி, இன முரண்பாடு அற்ற ஒரு சமத்துவமான சமூகத்தை உருவாக்குவது இதன் குறிக்கோளாக இருந்தது. இளைஞர்கள் பலரும் இக்கவர்ச்சியான சிந்தனைப் போக்கினால் கவரப்பட்டனர். உபாவின் கவிதைகள் சிலவற்றிலும் இதன் செல்வாக்கைக் காணலாம் நீண்ட இரவுகள், மச்சான் சேருவம், பொதுவுடமை அறிவியல், மூத்தம்மா, தேவமானுடன், அந்தக் கிழவி முதலிய கவிதைகள் இத்தகையன. இவற்றுள் பொருளாதார ஏற்றத்தழ்வு, சுரண்டல், வறுமை என்பவற்றுக்கு எதிரான - உழைக்கும் மக்களுக்கு ஆதரவான - கவிஞரின் குரலைக் கேட்கலாம். உபாவின் ஆரம்பகாலக் கவிதைகளில் மட்டுமன்றி அந்தக் கிழவி போன்ற பிற்காலக் கவிதைகளிலும் அவருடைய அரசியல் பிரக்ஞை வெளிப்படுவதைக் காணலாம்.

ஆட்சிமாற்றங்கள் வறுமைப்பட்ட கீழ்மட்ட மக்களின் வாழ்வில் எத்தகைய மாற்றங்களையும் ஏற்படுத்துவதில்லை என்பதை அந்தக் கிழவி என்ற கவிதை வலுவாக வெளிப்படுத்துகின்றது. அம்மாவின் ஆட்சியிலும், ஐயாவின் ஆட்சியிலும் அவளுக்கு

விமோசனம் இல்லை. இவர்களுடைய அபிவிருத்திச் செயற்பாடுகள் கீழ்மட்ட மக்களை அடைவதே இல்லை. "வல்லாரை பொன்னான் வழுதுணங்காய் கீரை" என்று விற்று பாதுகாப்பற்ற பற்றாக்குறை வாழ்வு நடத்தும் அந்தக் கிழவிக்கு விமோசனம் இல்லை. கவிதை அதை இவ்வாறு சொல்கிறது

காலம் மிகவும் கடுகதியில் ஓடிற்று
அம்மாவின் ஆட்சிபோய் ஐயா வந்திருந்தார்
பாதைகள் எல்லாம் பளிச்சிடத் தொடங்கின
வீதியில் வாகனம் விரைந்து சென்றன

வாழ்க்கையின் சுமையோ வளர்ந்திடல் கண்டனள்
ஆட்களின் உதவியும் அருகிடல் கண்டனள்
கண்களின் வெளிச்சம் கரைதலும் கண்டனள்
கால்கள் தடுக்கி விழுதலும் கண்டனள்
கூனல் விழுந்து குனிவுறல் கண்டனள்
குவலய வாழ்வு கொடிதெனக் கண்டனள்

……………

ஆட்சி மாறிட ஐயா போயினர்
ஐயா போயிட அடுத்தவர் வந்தனர்

வல்லாரை பொன்னான் வழுதுணங்காய் கீரை
பாகற்காய் மற்றும் பயற்றங்காய் சுமந்து
அந்தக் கிழவி அதோ போகிறாள்
அந்தக் கிழவி அதோ போகிறாள்

அடிப்படையான ஒரு அரசியல் மாற்றத்துக்கான குரல் இக்கவிதையில் உள்ளடங்கி, ஆனால் ஓங்கி ஒலிப்பதை வாசகர் உணரலாம்.

சமூக ஏற்றத்தாழ்வு, வர்க்க அரசியல் என்பவற்றோடு இன அடிப்படையில் மோசமாகப் பிளவுண்ட நமது தேசிய அரசியல் பற்றியும் கூர்மையான பார்வை உடையவர் உபா என்பதை

அவருடைய வேறுபல கவிதைகள் உணர்த்துகின்றன. இவ்வகையில் காலைக் கனவு, பொட்டியின் குட்டிகள், மூடர்கள் ஆளுகின்ற நாடு, பாவம் அண்ணாமார் என்பவற்றைக் குறிப்பிடலாம். காலைக் கனவு அவருடைய முக்கியமான கவிதைகளுள் ஒன்று எனலாம். இன, மத அடிப்படையில் பிளவுண்ட தேசத்துக்கு மாற்றான ஒன்றிணைந்த ஈழ தேசியம் பற்றிய அவரது கனவை இக்கவிதை சித்திரிக்கின்றது.

> காலையில் நானொரு
> கனவு கண்டேன் — அந்தக்
> கனவு நனவாக உருகி நின்றேன்

என்று தொடங்குகின்றது அக்கவிதை. அது ஒற்றுமைக் கனவு. அதன் இரு கண்ணிகளை இங்கு தருகிறேன்.

> சிங்களர் சோனகர் செந்தமிழர் — நம்
> சிங்கக் கொடியுடன் ஓடக் கண்டேன்
> மங்கள வாத்தியம் முழங்குகையில்
> மலர்த்தொடை பகிர்ந்திட நானும் கண்டேன்
>
> ....
>
> கங்கை யாவுமே ஒன்றிணைய — அந்தக்
> கவிஞர் குழாம் நற் பாட்டெடுக்க
> மங்கையர் ஆடவர் பேதமின்றி
> மானுடர் கூடிட நானும் கண்டேன்
>
> காலையில் நானொரு
> கனவு கண்டேன் — அந்தக்
> கனவு நனவாக உருகி நின்றேன்

கவிஞருடைய கனவு நம் எல்லோருடைய கனவும்தான். அது பகற்கனவாகப் போய்விடாமல் நனவாக வேண்டும் என்பதே எல்லோருடைய பிரார்த்தனையும்.

மூடர்கள் ஆளுகின்ற நாடு என்ற கவிதை இந்நாட்டின் அரசியல்வாதிகள் பற்றிய கவிஞரின் கோபத்தின் வெளிப்பாடு எனலாம்.

> இது
> மூடர்கள் ஆளுகின்ற நாடு – இங்கு
> மூளை படைத்தவன் எங்கு ஒளிந்துள்ளான் தேடு
> ....
> எண்பத்து மூன்றில் ஈனச் செயல் செய்து
> இன்பம் ருசித்தவன் நாடு- பின்னர்
> ஈடேற முடியாத யுத்தம் புரிந்தாலும்
> எதுவும் உணராமை கண்கூடு
> ....
> இது
> மூடர்கள் ஆளுகின்ற நாடு – இங்கு
> மூளை படைத்தவன் எங்கு ஒளிந்துள்ளான் தேடு

அதிகாரப் பசிபிடித்தவர்கள் வரலாற்றிலிருந்து பாடம் படித்ததில்லை, மீண்டும் மீண்டும் முட்டாள்தனமாகவே ஆட்சி நடத்துகின்றனர் என்ற பொது உண்மையைத்தான் இப்பாடல் அழுத்திக் கூறுகின்றது.

பொட்டியின் குட்டிகள் குரங்கு அப்பம் பிரித்த பழைய கதையை அடிப்படையாகக் கொண்டு உருவகப் பாணியில் இன்றைய அரசியலைப் பேசுகின்றது. அதுபோல் பாவம் அண்ணாமார் என்ற கவிதையும் இலங்கையில் மேலோங்கியுள்ள இனமேலாண்மைப் போக்கைக் குறியீடாகப் பேசுகின்றது. காதல் பறவைகளும் இவ்வகையில் குறிப்பிடத்தக்கது. உயிர்த்த ஞாயிறு அன்று நிகழ்ந்த பயங்கரவாதத் தாக்குதல் பற்றி அறிந்திருந்தும் அசமந்தமாய் இருந்த அரசு பற்றிய தீவிர விமர்சனத்தை முன்வைக்கும் கவிதை இது.

அரசியலுக்கு அப்பாலான தனிமனித அக உணர்வுகள் பற்றிய உபாவின் கவிதைகள் பல இத்தொகுப்பில் உள்ளன. குடும்ப உறவுகள் பற்றிய சில கவிதைகளும் இதில் அடங்கும். போய்

வாருங்கள் தங்க வாப்பா என்பது அவ்வகையில் ஒன்று. தன் தகப்பனார் இறந்தபோது அவரை நினைந்து எழுதிய ஒரு உருக்கமான கவிதை இது. தான் பெற்றெடுத்த பிள்ளைகளை எமது கவிதைகள் என்ற கவிதையில் உருவகிக்கின்றார் கவிஞர்.

>   நானும் அவளும்
>   நடுநிசி விழித்திருந்து
>   பாடுபட்டுப் பாடுபட்டுப்
>   படைத்தோம் இருகவிதை

என்று தொடங்கும் கவிதை குழந்தை வளர்ப்பின் இன்ப அனுபவங்களை விபரித்து

>   படைத்த கவிதைகளைப்
>   படித்து முடிக்கமுன்னர்
>   கவிதைகளும் கவி எழுதும்
>   காலமும் கனிந்துளதே

என்று முடிகிறது. வாழ்க்கை வட்டத்தைச் சுவைபட சொந்த அனுபவத்தின் ஊடாக விபரிக்கின்றது இக்கவிதை. இத்தொகுதியில் உள்ள எல்லாக் கவிதைகளையும் பற்றிச் சொல்ல வேண்டியதில்லை என்று நினைக்கின்றேன். எனினும் இறுதியாக நினைவின் நினைவு என்ற கவிதை பற்றிச் சில வார்த்தைகள் சொல்ல வேண்டும். போய் வாருங்கள் தங்க வாப்பா என்பதுபோல் இதுவும் ஒரு இரங்கற்பா. கவிஞரின் நெஞ்சுக்கு நெருக்கமான ஒரு நண்பனின் திடீர் மறைவு தந்த அதிர்ச்சியின் உருக்கம் இக்கவிதையில் ததும்பி நிற்கின்றது.

>   என்னைத் தவிக்கவிட்டு
>   இதயத்தை நொருக்கிவிட்டு
>   நெஞ்சைப் பிளந்து
>   நினைவுகளைப் புதைத்துவிட்டு
>   எங்கு சென்றாய் மாமனிதா
>   எங்குசென்றாய்?

என்று தொடங்கும் கவிதை

> வனவெளித் தோன்றும்
> வர்ணமென ஆனாயா? இல்லை
> கானமயிற் தோகைக்
> கற்றையாகிப் போனாயா?

என வினாக்களாக விரிந்து மீண்டும்

> நெஞ்சைப் பிளந்து
> நினைவுகளைப் புதைத்துவிட்டு
> எங்கு சென்றாய் மாமனிதா
> எங்குசென்றாய்?

என்ற வினாவோடு முடிகின்றது. இம்மாமனிதன் யார் என்று இக்கவிதை சொல்லவில்லை. என்றாலும், மாமனிதன் என்ற பிரயோகமும் கவிதையின் தொனியும் மர்மமான முறையில் வானூர்தி விபத்தில் திடீர் மரணமடைந்த முஸ்லிம் காங்கிரஸ் தலைவர் எம். எச். எம். அஷ்ரப் அவர்களின் இழப்பு பற்றிய கவிஞரின் உணர்வு வெளிப்பாடு என்று கருதலாம். இருவரும் அரசியலுக்கு அப்பால் இளமைக்கால நண்பர்களாய் இருந்தவர்கள் என்று நினைக்கின்றேன். உபாவின் நல்ல கவிதைகளுள் இதையும் ஒன்றாகக் கருதலாம்.

இது ஒரு சிறிய தொகுப்பு என்றாலும் இதில் பல நல்ல கவிதைகள் உள்ளன. அவர் இன்னும் அதிகம் எழுதியிருக்கலாமே என்ற ஆதங்கத்தை இவை ஏற்படுத்துகின்றன. உபாவின் கவிதைகள் எளிமையானவை. சொல் அலங்காரமும் படிமச் சிக்கல்களும் அற்றவை. சமூக மேம்பாட்டை நோக்கியவை. அதுவே அவரது சிறப்பும் தனித்துவமும் எனலாம்.

23.09.2020

ஐந்து கண்டங்களின் மண்: அஸீஸின் கவிதைகள்

உலக அளவில் கவிஞர்களாகவும், ராஜதந்திரிகளாகவும் (Diplomats), தூதர்களாகவும் (Ambassadors) புகழ்பெற்ற பலர் இருந்திருக்கிறார்கள். விக்கிபீடியா அத்தகைய சுமார் 50 கவிஞர்களின் பட்டியலைத் தருகின்றது. அவர்களுள் ஏழுபேர் கவிதைக்காக நோபல் பரிசு பெற்றவர்கள். இவர்களுள் பாப்லோ நெருடா (1904-1973) தமிழுக்கு நன்கு அறிமுகமானவர். சிலி நாட்டவரான இவர் உலகப் புகழ்பெற்ற இடதுசாரிக் கவிஞர். இலங்கை உட்பட பல நாடுகளில் இவர் தூதராகப் பணியாற்றியிருக்கிறார். அவருடைய கவிதை நூல்கள் பல தமிழில் வெளிவந்துள்ளன. 1971ல் இவருக்கு நோபல் பரிசு வழங்கப்பட்டது.

நெருடாவை அடுத்து தமிழக்கு அறிமுகமான பிறிதொரு கவிஞர் ஒக்டோவியோ பாஸ் (1914-1998). மெக்ஸிக்கோ நாட்டைச் சேர்ந்த ராஜதந்திரியும் கவிஞருமான இவரது சில கவிதைகள் தமிழில் மொழிபெயர்க்கப்பட்டுள்ளன. மெக்சிக்கோ ராஜதந்திர சேவையில் இவர் நீண்டகாலம் பணியாற்றியிருக்கிறார். நியுயோர்க், பாரிஸ், ஜெனீவா, டோக்கியோ, புதுடில்லி ஆகிய இடங்களில் மெக்சிக்கோ தூதராக இவர் சேவையாற்றியிருக்கிறார். 1990ல் இவருக்கு இலக்கியத்துக்கான நோபல் பரிசு வழங்கப்பட்டது. இவரே நோபல் பரிசுபெற்ற முதல் மெக்சிக்கோ நாட்டவர்.

சிலி நாட்டைச் சேர்ந்த கப்றியேலா மிஸ்றல் (1889- 1957) நோபல் பரிசுபெற்ற பிறிதொரு கவிஞரும் ராஜதந்திரியுமாவார். 1932 முதல் பல நாடுகளில் அவர் சிலிநாட்டுத் தூதராகப் பணியாற்றியிருக்கிறார். மட்றிட், லிஸ்பன், லொஸ் ஏஞ்சல்ஸ், நியுயோர்க் என்பன அவற்றுட் சில. 1945ல் இவருக்கு நோபல் பரிசு கிடைத்தது. இவரே நோபல் பரிசு யெற்ற முதல் லத்தீன் அமெரிக்கப் பெண் கவிஞர்.

சயின்ற் ஜோன் பெர்சே (1887-1975) ஃபிரான்ஸ் நாட்டைச் சேர்ந்த கவிஞரும், ராஜதந்திரியுமாவார். 1914 முதல் 1940வரை இவர் ஃபிரான்ஸ் நாட்டுத் தூதுவராகப் பணிபுரிந்திருக்கிறார். 1960ல் இவருக்கு இலக்கியத்துக்கான நோபல் பரிசு கிடைத்தது.

இவோ அன்ட்றிக் (1892-1975) யூகோஸ்லேவியா நாட்டவர். பொஸ்னியாவில் பிறந்த இவர்1923ல் யூகோஸ்லேவிய ராஜதந்திர சேவையில் இணைந்தார். 1941ல் ஜேர்மன் யூகோஸ்லேவியாவை ஆக்கிரமிக்கும்வரை இவர் பெர்லினில் பணியாற்றினார். கவிஞரும், நாவலாசிரியரும், ராஜதந்திரியுமான இவர் 1961ல் நோபல் பரிசுபெற்றார்.

புகழ்பெற்ற கிரேக்க நாட்டுக் கவிஞரும் ராஜதந்திரியுமான ஜோர்ஜ் செபெரிஸ் (1900-1971) 1925ல் கிரேக்க ராஜதந்திர சேவையில் இணைந்தார். அல்பேனியா, இங்கிலாந்து, இத்தாலி, எகிப்து, சிரியா, துருக்கி, தென்னாபிரிக்கா, லெபனான் முதலிய நாடுகளில் பணிபுரிந்திருக்கிறார். 1963ல் இவருக்கு நோபல் பரிசு கிடைத்தது.

கோதமாலா நாட்டவரான மிகுஎல் ஏஞ்சல் அஸ்ரூறியாஸ்(1889-1974) கவிஞரும், நாவலாசிரியரும், ராஜதந்திரியுமாவார். 1940ல் ராஜதந்திர சேவையில் இணைந்த இவர் மெக்சிக்கோ, பாரிஸ், சான் சல்வடோர் முதலிய இடங்களில் தூதராகப் பணியாற்றியிருக்கிறார். 1967ல் இவருக்கு இலக்கியத்துக்கான நோபல் பரிசு கிடைத்தது.

அபய குமார் இந்தியாவைச் சேர்ந்த ராஜதந்திரியும் புகழ்பெற்ற கவிஞருமாவார். ராஜதந்திரமும் கவிதையும் (*Diplomacy and poetry*) என்ற தலைப்பில் அவர் எழுதிய கட்டுரை ஒன்று

இணையத்தில் படிக்கக் கிடைத்தது. அவரது கட்டுரையிலிருந்தே மேல் குறிப்பிட்ட நோபல் பரிசுபெற்ற கவிஞர்கள் பற்றிய தகவல்களையும் பெற்றேன். ராஜதந்திரத்துக்கும் கவிதைக்கும் இடையே நெருங்கிய உறவு இருப்பதாக அவர் தன் கட்டுரையில் வாதிட்டிருக்கிறார். ஆர்வத்தைத் தூண்டும் ஒரு சிறிய கட்டுரை அது.

இப்பின்னணியில், தமிழில் வெளிநாட்டுத் தூதர்களாகவும் ராஜதந்திரிகளாகவும் கவிஞர்களாகவும் புகழ் பெற்றவர்கள் யாரும் இருக்கிறார்களா என்று தேடினேன். புதிதாகக் கவிதைத் துறைக்கு வந்துசேர்ந்துள்ள எச். ஏ. அஸீஸ் தவிர வேறுயாரும் எனக்குக் கிடைக்கவில்லை. அஸீஸ் ராஜதந்திர சேவையில் சேர்வதற்கு முன்பிருந்தே இடைக்கிடை கவிதை எழுதிவந்திருக்கிறார். ஆயினும், தனது கவிதைகளை அவர் பிரசுரத்துக்கு அனுப்பியது மிகவும் குறைவு. இப்போது வெளிவரும் ஐந்து கண்டங்களின் மண்தான் அவரது முதலாவது கவிதைத் தொகுப்பு. 1980களில் இறுதியிலிருந்து அவர் அவ்வப்போது கவிதைகள் எழுதிவந்தாலும், கடந்த சுமார் பத்தாண்டுகள்தான் அவரது தீவிர வெளிப்பாட்டுக் காலம் எனலாம்.

அஸீஸ் எனது ஊரவர். 'கல்லாரும் பாடும் கவி' மிகுந்த கல்முனைக் குடியில் பிறந்தவர். என்னைவிட 17 வயது இளையவர். நான் எழுபதைத் தாண்டிவிட்டேன், அவருக்கு இன்னும் ஐம்பத்தைந்து நிறையவில்லை. அஸீஸின் தந்தை சாகுல் ஹமீத் உள்ளூர் அரசியல்வாதியாகப் புகழ்பெற்றவர். கல்முனை நகரசபைத் துணைத் தவிசாளராகச் சில ஆண்டுகள் பணியாற்றியவர். 'வைஸ்சேமன்' என்றே ஊரில் பரவலாக அறியப்பட்டவர்.

1961ல் பிறந்த அஸீஸ் தனது ஆரம்பக் கல்வியை கல்முனைக்குடி அல் பஹ்றியா வித்தியாலயத்திலும், இடைநிலைக் கல்வியை கல்முனை சாஹிறாக் கல்லூரியிலும் பயின்றவர். யாழ்ப்பாணம் பலாலி ஆசிரிய பயிற்சிக் கல்லூரியில் ஆங்கில ஆசிரியராகப் பயிற்சி பெற்ற அஸீஸ், பல ஆண்டுகள் ஆங்கில ஆசிரியராகப் பணியாற்றிய பின்னர் இலங்கை நிருவாக சேவையில் இணைந்து சிறிதுகாலம் உதவி அரசாங்க அதிபராகப் பணியாற்றினார். அதன்பின்னர் அவர் வெளிநாட்டு ராஜதந்திர சேவையில் இணைந்தார். கடந்த சுமார் கால் நூற்றாண்டு காலமாக

இத்துறையில் முக்கிய பதவிகள் பலவற்றை ஏற்றுச் சிறப்பாகப் பணியாற்றி வந்திருக்கிறார். ஜெனிவாவில் உள்ள இலங்கையின் நிரந்தரத் தூதரகத்தில் இரண்டாவது செயலாளர் (1993 - 1996), கத்மண்டுவில் இயங்கும் சார்க் செயலகத்தில் உடன்படிக்கை, சுற்றாடல் மற்றும் சட்டம் தொடர்பான பணிப்பாளர் (1999-2001), கன்பரா இலங்கைத் தூதரகத்தில் அமைச்சு ஆலோசகர் (2003-2005), நியூயோர்க் ஐக்கிய நாடுகள் சபைக்கான இலங்கையின் பதில் நிரந்தப் பிரதிநிதி (2005-2008) என்பன இவற்றுள் சில. தற்போது வியன்னாவில் உள்ள ஐக்கியநாடுகள் சபை மற்றும் இதர சர்வதேச நிறுவனங்களுக்கான இலங்கையின் நிரந்தரப் பிரதிநிதியாகவும் தூதராகவும் பணியாற்றுகிறார். பல்வேறு சர்வதேச நிறுவனங்களின் தலைவராகவும், தவிசாளராகவும் தெரிவுசெய்யப்பட்டிருக்கிறார். கடந்த ஆண்டு ஐக்கிய நாடுகள் அபிவிருத்தி நிறுவனத்தின் பன்னாட்டு ராஜதந்திரக் குழு, கைத்தொழில் அபிவிருத்திச் சபை ஆகியவற்றின் தவிசாளராகப் பதவிவகிக்கும் வாய்ப்பு அவருக்குக் கிடைத்தது.

கடந்த கால் நூற்றாண்டுக்கு மேலான அஸீஸின் வெளியுறவுப் பணி ஐந்து கண்டங்களைச் சுற்றவும் உலகளாவிய அனுபவத்தைச் சேகரிக்கவும் தன் உலகப் பார்வையை விஸ்தரிக்கவும் அவருக்கு அரிய வாய்ப்பினை வழங்கியிருக்கிறது. இத்தகைய வாய்ப்பு தமிழ் எழுத்தாளர்களுள் மிகச் சிலருக்கே கிடைத்திருக்கிறது. அதன் மூலம் தமிழ் எழுத்து வளமும் வலுவும் பெற்றிருக்கிறது. அ. முத்துலிங்கம், ஆசி கந்தராஜா, சச்சிதானந்தம் சுகிர்தராஜா போன்ற ஈழத்தவர்களை இதற்கு உதாரணமாகத் தரலாம். இவர்களது உயர் பதவிகளும் உலகம் சுற்றும் வாய்ப்பும் எழுத்துத் திறனும் தமிழுக்குப் புதிய அனுபவங்களைக் கொண்டுவந்திருக்கின்றன. அஸீஸ் அந்தவரிசையில் புதிதாக வந்து சேர்ந்திருக்கிறார். அவர்களைப்போல் கட்டுரை, கதைகளையன்றி இவர் கவிதை வடிவத்தைக் கையேற்றிருக்கிறார். அவரது அனுபவத்தை அவரது கவிதைகள் செறிவாக வெளிப்படுத்துகின்றன.

ஐந்து கண்டங்களின் மண் என்ற நூலின் தலைப்புக் கவிதையை இவ்வகையில் முக்கியமாகக் குறிப்பிட வேண்டும். அஸீஸின் வெளியுறவுச் செயற்பாட்டு அனுபவங்களின் சாரமாக, அவற்றின்

அழகியல் வெளிப்பாடாக இக்கவிதையைப் பார்க்கலாம் என்று நினைக்கின்றேன்.

ஐந்து கண்டங்களின் மண்கொண்டு செய்த ஒரு கலப்புப் பாத்தியில் கவிஞர் மலர்ச் செடி ஒன்று நடுகிறார். சர்வதேச ஒற்றுமை, மனித ஒருமைப்பாடு என்பவற்றின் குறியீடாக அமைகிறது இது.

> ஐந்து கண்டங்களின் மண்
> அப்படியே சேர்ந்திருக்கும்
> இந்தக் கலவையிலே
> எந்த மண் என் நாட்டு மண்

மண்கலவையில் நாம் வேறுபாடு காணமுடியாது, இது என் நாட்டு மண், இது உன் நாட்டு மண் என்று பிரித்தறிய முடியாது. கவிஞர் மேலும் சொல்கிறார்:

> மண்ணோடு மண் ஒட்டும்
> மலர்ச் செடியோ வேர்கள் விடும்
> தண்ணீர் செல்ல மறுக்காது
> அது தாய்மண் மட்டும் இல்லை என்று
>
> வளர்ந்து அது மொட்டுவிட்டால்
> வரும் தேனீக்கள் கேட்காது
> இவை எத்தேசப் பூக்கள் என்று

மண்ணும் தண்ணீரும் மலர்ச் செடிகளும் தேனீக்களும் பேதம் பார்ப்பதில்லை. அவற்றின் ஒன்றிணைவில் பூக்கள் மலர்கின்றன, அழகு தருகின்றன, மணம் வீசுகின்றன. மண்ணுக்குக் கீழேயும் மலர்ச் செடிகள் உறவாடுகின்றன என்கிறார் கவிஞர்.

> மண்ணுக்குக் கீழேயும்
> மலர்ச்செடிகள் பேசுவது
> நம் கண்ணுக்குத் தெரிவதுண்டா

வேர்களால் கைகுலுக்கி அவை
விபரம் பரிமாறிக்கொள்ளும்
வெளியில் அவை பேசாதிருக்க
நம் வெறுப்புகளும் காரணமா

கவிஞரின் கேள்வி ஆழமான அர்த்தம் உடையது. வெறுப்புணர்வு மனிதருக்குரியது. இயற்கை அதற்கு எதிரானது. ஒருங்கிணைவும் ஒருமைப்பாடுமே இயற்கையின் இருத்தலுக்கு ஆதாரம். அதனாலேயே இயற்கை ஆக்கத்தின் சின்னமாக இருக்க, மனிதன் அழிவின் கருவியாக இருக்கிறான் என்பதைக் கவிஞர் உணர்த்துகிறார் என்று நினைக்கிறேன். என்றாலும், கவிஞருக்கு ஒரு நப்பாசையும் நம்பிக்கையும் இருக்கிறது. கவிதை இவ்வாறு முடிகிறது.

இது ஐந்து கண்டங்களின் மண்
இந்தக் கலவையிலே இவையெல்லாம் மாறிடுமா

ஒரு நப்பாசை
நம்புகிறேன்

இந்தச் செடி செழித்து வளரும்
மற்றச் செடிகளுடன் மனம் விட்டுப் பேசும்
மாற்றுச் சிந்தனைகள் சிலவேளை மலரும்

கவிஞரின் இந்த நம்பிக்கை முக்கியமானது. நம்பிக்கையே முன்னேற்றத்தின் அடிப்படை. மனிதன் இயற்கையிலிருந்து ஒற்றுமையையும் ஒருமைப்பாட்டையும் படிக்கவேண்டும், ஐந்து கண்டங்களின் மண்ணிலிருந்து செழித்து வளர்ந்து மலர்ந்து மணம் வீசும் பூச்செடிபோல ஐந்து கண்டங்களின் மக்களும் - முழு மனிதகுலமும் மலர வேண்டும் என்பதே கவிஞரின் நப்பாசை. நனவாக வேண்டிய நம் எல்லோரதும் கனவும் அதுதான். ஐந்து கண்டங்களையும் சுற்றிய ஒரு வெளிநாட்டுத் தூதர், ஒரு ராஜதந்திரி என்ற வகையில் மட்டுமன்றி, தான் ஒரு கவிஞரும் என்ற வகையில் ஐந்து கண்டங்களின் மக்களுக்கும் அவர் வழங்கும் இச் செய்தி மிகுந்த முக்கியத்துவம் உடையது.

எம். ஏ. நுஃமான்

அஸீஸ் தன் கவிதைகளில் ஒரு இயற்கை ரசிகராக, ஒரு இயற்கை உபாசகராகக் காட்சிதருகிறார். அவருடைய கவிதைகள் இயற்கை பற்றிய படிமங்களால் நிறைந்துள்ளன. மரங்கள் பற்றிய படிமம் இவற்றில் ஒன்று. இது குறியீடாகவும் உருவகமாகவும் அவரது கவிதைகளில் பயன்படுகின்றது. அர்ப்பணம் என்ற கவிதையில் வரும் மரம் கவிஞர்பற்றிய உருவகம் என்றே தோன்றுகின்றது. இக்கவிதையை 1992ல் எழுதியிருக்கிறார். அதற்குச் சற்று முன்னர்தான் அவர் இலங்கை வெளியுறவுச் சேவையில் இணைந்தார் என்று நினைக்கின்றேன்.

> எல்லா இலைகளையும்
> இழந்து நிற்கும் இந்த மரம்
> நல்லா வருமா
> சின்ன மரம் கொஞ்சம்
> செழிப்புற்று வளர்ந்துவிட்டால்
> என்ன தரும்

என்ற கேள்வியுடன் தொடங்குகின்றது கவிதை. வண்ணப் பூதருமா, எழில் தருமா, பழம் தருமா, மணம் தருமா, வண்டுகள் தேனருந்த வந்தால் என்ன சொல்லும் இந்த மரம், களைத்துவரும் பறவைகளுக்குத் தங்கி நிற்கக் கிளை தருமா, தெருவெல்லாம் அலைந்து அவதிப்படுவேருக்கு நிழல்தருமா என்ற கேள்விகள் அடுக்கடுக்காய் எழுகின்றன. கவிஞரின் பதில் இவ்வாறு அமைகின்றது:

> வாப்பா நீங்க வைத்த மரம்
> உம்மா உரம் போட்ட மரம்
> வாப்பம்மா முந்தானையால்
> வரித்துவைத்து
> வளர்த்த மரம்
> நீரூற்றி மாமிமார்கள்
> நிழல் தந்து காத்த மரம்
>
> இந்த மரம் இலை பழங்கள்
> பூக்களெல்லாம் எல்லோருக்கும்

தன்னையே மரமாக உருவகித்து அதன் பயன்கள் எல்லாவற்றையும் எல்லோருக்கும் அர்ப்பணிக்கும் இப்பிரதிக்ஞை ஓர் உயர்ந்த மனோபாவமாக இக்கவிதையில் வெளிப்படுகின்றது.

அஸீஸ் தூக்கணாங்குருவி என்ற தலைப்பில் ஒரு கவிதை எழுதியிருக்கிறார். அதுவும் அவரைப்பற்றிய கவிதைதான். தன்னையே தூக்கணாங்குருவியாக அவர் அதில் உருவகித்திருக்கிறார் என்று நினைக்கிறேன். இதை சமீபத்தில், 2014ல் எழுதியிருக்கிறார்.

அது கூட்டைவிட்டுப் பறந்து கொஞ்சதூரம் போய், திரும்பிவர நினைத்த குருவி. ஆனால் அது உலகம் சுற்றும் குருவியாகிவிட்டது. ககனப் பெருவெளியில் பறந்தது. ஒவ்வொரு நாடும் ஒவ்வொரு மரமாகியது. ஓவ்வொரு மரத்திலும் கொஞ்சம் கொஞ்சம் காலம் தங்கியது

குருவி மரங்களைக்
கொஞ்சம்
உற்றுப் பார்த்தது
காய்கள் கனிகளைக்
கொத்திப்பார்த்தது
விசயங்கள் ஒருசில
கற்றுப்பார்த்தது

எனினும், அது தன் வாழ்விடம் வந்துசேரவே நினைத்தது. அது ஒரு கூண்டுச் சிறையாக இருந்தாலும் தன் சொந்த இடமே அதன் கனவாக இருந்தது. அது உயரப் பறந்த குருவி என்பதில் அதன் ஊராருக்கு மிகுந்த பெருமை. அதை வாழ்த்தி வரவேற்க ஊரில் சிலர் விரும்புகின்றனர். 'இது ஊருக்குள்ளே உயரப் பறந்த குருவி' என எழுதி, அதன் புகைப்படத்தைப் பெருப்பித்துத் தொங்கவிடுகின்றனர். கவிஞர் தன் கவிதையை இவ்வாறு முடிக்கிறார்

தொங்குகிறது
இப்போது
அந்த பெருமை யென்னும்
பகைவன் போட்ட
மின்சாரக் கம்பிகளிடையே
இந்தக் குருவி

பெருமை என்னும் மின்சாரக் கம்பிகளிடையே சிக்குண்டு உயிரிழந்து தொங்கும் தூக்கணாங் குருவியின் உருவகம் தனக்கும் நமக்கும் ஒரு பாடமாக அமைய வேண்டும் என்பதே கவிஞரின் நோக்கம் போலும். அஸீஸை நான் அறிந்தவரையில் அவர் புகழ், பெருமை என்பவற்றுக்கு அப்பாலானவர், பணிவு அவருடைய இயல்பாக, இயற்கையாக இருக்கிறது.

அஸீஸ் இயற்கையின் ரசிகர், உபாசகர் என்று சொன்னேன். இத்தொகுப்பில் உள்ள பல கவிதைகளில் நாம் அதைக் காணலாம். மரங்களுடன் மனம்விட்டுப் பேசியபோது, குளிரும் அழகு, ஒரு புழு கண்ட புதையல், மனிதக் காட்டுக்குள்ளே ஒரு மரமாக, உள்ளும் புறமும் யௌவனமும், அலைகளின் சிரிப்பொலி, மனதில், எங்குமே அவை இல்லை, விஞ்ஞாபனத்தில் கீச்சானும் மாம்பாஞ்சானும் போன்ற கவிதைகளில் இதனைக் காணலாம். இக்கவிதைகளில் உலகில் தான் கண்டு ரசித்த இயற்கை பற்றிய வியப்பு மட்டுமன்றி இயற்கையின் மெய்யியல், சூழலியல் அரசியல் என்பனவும் உட்புதைந்திருக்கக் காணலாம்.

இலங்கையின் சமூக, அரசியல் யதார்த்தம் பற்றிய ஆழ்ந்த அக்கறையும், விமர்சனமும் உடையவர் அஸீஸ். தொடக்க காலத்திலிருந்தே அவருடைய கவிதைகளில் இதன் வெளிப்பாட்டைக் காண முடிகின்றது. 1984ல் அவர் எழுதிய பூமி கரியைப் பூசும் நேரம் 1983 கலவரப் பின்னணியில் சிங்கள பௌத்த பேரினவாதம் பற்றிய விமர்சனமாகவும் அமைகின்றது. கடந்த பத்தாண்டுகளில் இன நல்லுறவை அழுத்தும் பல கவிதைகளை அஸீஸ் எழுதியிருக்கிறார். 'இடிந்த சமூகத்தை மீள எழுப்புவது எப்படி' என்று தொடங்கும் ஏலம் நமக்கு வாழ்வா என்ற கவிதை இவ்வகையில் முக்கியமானது. புதிய சமூகத்தைக் கட்டியெழுப்ப இளைய தலைமுறைக்கு அழைப்பு விடுகிறார் கவிஞர். 'முடிந்த வரைக்கும் முயற்சிசெய் மகனே முயல்கிறேன் நானும்' என்கிறது அவர் குரல்.

ஒரு காலம் இருந்தது
உறவுப்

பாலமாக இருந்தோம்
பாலத்தின் கீழும்
பயணித்தோம் படகுகளில்
மற்றவர்
கனவுகளைக் கரைசேர்க்க

அமானிதம் என்பது
நம் ஆளுமையின்
அடையாளமாய் இருந்தது
நிதானம் நமது நிழல், ஒரு
நீள் விருட்சம் தருவதுபோல்

பாலம் எங்கே இப்போது
படகுகள் தான் எங்கே
......
ஏலம் நமக்கு வாழ்வானால்
எல்லாம் பொருளாய்த்தான் தெரியும்
கீழாம் நிலைமை இதுவென்றால்
கிழக்கு வெளுக்கும் எப்போது

இக்கேள்விகள் நம் உணர்வை உலுப்பவல்லன. நீயும் நானும் பட்டபாடு, விதிவிலக்கு, மசகுப் பிசாசு, கண்ட பெரும் புதிர், உறவுப் பாலம் முதலிய கவிதைகள் இன முரண்பாடு, இன உறவுப் பிரச்சினைகள் பற்றியே பூடகமாகப் பேசுகின்றன. ஆதத்துடைய மக்களும் பூதத்துடைய மக்களும், அந்த நீளமான கோடு, ஆகிய கவிதைகள் வடகிழக்கில், குறிப்பாகக் கிழக்கிலங்கையில் தமிழ், முஸ்லிம் உறவின் அவசியத்தை அழுத்துகின்றன. அனுமான் வால் தீ அண்மையில் அழுத்கமையில் நடந்த முஸ்லிம்களுக்கு எதிரான வன்முறையைப் பதிவுசெய்கிறது.

இலங்கையில் இன உறவின் பிறிதொரு அம்சமான யுத்தம், வன்முறை பற்றிய தனது உணர்வுகளையும் அஸீஸ் தன் கவிதைகள் சிலவற்றில் குறியீட்டு மொழியில் பதிவுசெய்திருக்கிறார். குண்டுச்சட்டிக்குள் கிடந்துகொண்டு என்ற கவிதையை பேரழிவை

ஏற்படுத்திய இறுதியுத்தம் பற்றியதாகவே நான் வாசிக்கிறேன்.

> பசுபிக்கைக் குறுக்கறுத்தும்
> பாக்கு நீரிணையைக் கடந்தும்
> வந்த மிருகங்கள்
> பார்த்து ரசிக்க
> பரிகசிக்க
> குள்ளர்கள் ஆகினோம்
> எவ்வாறு நாங்கள்

என்ற கவிஞரின் கேள்வி அவரது யுத்த எதிர்ப்பின் வெளிப்பாடு. மரணப் பயிற்சி என்ற கவிதையும் யுத்தம், வன்முறை என்பவற்றுக்கு எதிரானதுதான்.

> அவன் பேசிக்கொண்டிருந்தான்
> பெருமையாக:
> புறாக்களைச் சுட்டுத்தான்
> நாங்கள்
> பயிற்சி எடுத்தோம்

சமாதானத்தின் சின்னமான புறாக்களைச் சுட்டு சுடுகலப் பயிற்சி பெறுவது பற்றிய இப்படிமம் யுத்தம், வன்முறை பற்றிய மிகத் தீவிரமான விமர்சனமாகவே அமைகின்றது.

சமகால அரசியல், அரசியல் வாதிகள் பற்றியும் அஸீஸின் கவிதைகள் தீவிரமான விமர்சனத்தை வெளிப்படுத்துகின்றன. சர்வாதிகார அரசியல் தலைமையின் அகங்காரத்தையும் அவர்களை வழிபடும் அரசியல் அடிமைகளையும் ஒரு பையத் என்ற கவிதை மிக அழுத்தமாக அம்பலப்படுத்துகின்றது. மௌத்துக்கும் வராத நண்பனுக்கு என்ற கவிதையும் இத்தகையதே. அரசியல் வாதிகள் தங்களுக்குள் மோதிக்கொண்டாலும் போலியாகவேனும் வெளியில் ஒற்றுமை காட்டுகின்றனர். அவர்களின் தொண்டர்களோ தங்கள் விசுவாசம் காரணமாக சாவிலும் கூட எதிரிகளாகவே உள்ளனர். இந்த யதார்த்தத்தை ஒரு தொண்டனின் குரலில் விபரிக்கின்றது கவிதை.

> கோபத்தில் கூட நாம்
> உண்மையாய் இருந்தோம்

இப்போது நாம் என்ன நினைக்கிறோம்
நண்பா
இவர்களும் கூட அப்படி என்றா

உனது தலைவரும் அவரும் இன்னும்
ஒற்றுமையாகவே உள்ளனர் நண்பா
பண்டாரநாயக்க மெமோரியல்
ஹோலிலோ
ஐந்து நட்சத்திரத் திருமண விழாவிலோ
பாராளுமன்றக் கொரிடோர்களிலோ
மேதகு எங்கள் ஜனாதிபதி
முன்னிலோ
மனம்விட்டு அவர்கள்
சிரிக்கிறார்கள்

அவர்களின் கைவசம்
எல்லாமே உள்ளன
கார்கள் ஜீப் ரெலிபோன்
வேறு சொகுசுகள் இன்னும் பற்பல
அவர்கள் இப்போது வேறொரு சமூகம்
அவர்கள் இப்போது வேறாரு குடும்பம்

நீயும் நானும்தான் பேசுவதில்லை
மௌத்துக்குக் கூட வராத அளவுக்கு
கோபத்தில் கூட நாம்
உண்மையாய் இருப்பதால்
அவர்கள் இன்னும் மேடையில் உள்ளனர்.

வண்டி குடையடித்து விழுந்த கதை என்ற கவிதை 2015 ஜனவரியில் நடந்த அரசியல் மாற்றத்தை உருவகமாகப் பேசுகின்றது. தலைகள் பிடிக்கும் என்ற கவிதை புதிய பாராளுமன்றத்தில் நிலவிய பதவிக்கான போட்டியைச் சுவாரஸ்யமாக விபரிக்கின்றது. நெகிழ்ந்து விரியுங்கள் மனங்களே என்ற கவிதை அரசியல் பழிவாங்கலுக்கு எதிராகப் பேசுகின்றது.

எம். ஏ. நுஃமான்

பொதுப்படையாக நோக்கினால் அஸீஸின் பெரும்பாலான கவிதைகள் அவரது சமூக அரசியல் பிரக்ஞையின் வெளிப்பாடாக உள்ளன எனலாம். எல்லாக் கவிதைகளிலும் மனித நேயம் ஊடுபாவாக உள்ளுறைந்திருப்பதாகச் சொல்லலாம். அவர் மிக அண்மையில் எழுதிய மீண்டும் நீளும் மௌனம் இவ்வகையில் மிக முக்கியமானது. மத வரம்புகளைக் கடந்த மனித நேயம் பற்றி அது பேசுகின்றது எனலாம்.

> சுவர்க்கம் நரகம் பற்றிய சுவாரசியமான விவாதம்
> ஒரு கிழ மனிதர் எழுந்து நின்று
> கேள்வி கேட்க வேண்டும் என்றார்
> மனிதர்களை நேசித்து நேசித்து ஒரு மனிதன்
> மரணித்துப் போகிறான்
> நேசத்தின் வாசத்தை மட்டும் சுவாசித்தவன்
> அவன் போகும் இடம் எங்கே
> உயிர் அவனின் உடல் எனும் கூடு விட்டு
> பெயர்ந்து மெல்ல பயணிக்கும் போது
> அவன் போகும் இடம் எங்கே

இஸ்லாமியர் மத்தியில் குறுகிய மத உணர்வு இறுகிப்போயுள்ள இன்றையச் சூழலில் இக்கேள்வி மிக முக்கியமானது. இந்தக் கேள்விக்கான பதில் அதைவிட முக்கியமானது.

> நேசம் கொண்டு நாம் நடந்தால்
> நரகம் நமக்கு வாசம் இல்லை

என்பதுதான் கிழவரின் பதில். இந்தப் பதில் மத வரம்புகளைக் கடந்தது. மனிதப் பொதுமையானது.

அஸீஸின் கவிதைகள் பற்றிய இச் சிறு அறிமுகத்தில் அவரது கவிதைகளில் வெளிப்படும் சில பிரதான கருத்துநிலை அம்சங்களை எடுத்துக்காட்டினேன். கருத்துநிலை அடிப்படையில் அவரது கவிதைகள் முக்கியமானவை. எல்லாப் பேதங்களையும் கடந்த மனித ஒருமையை வலியுறுத்துபவை. அவ்வகையில் அஸீஸின் கவிதைக் குரல் இன்றைய உள்நாட்டு மற்றும் உலக சமூக அரசில் சூழலில் மிகுந்த முக்கியத்துவம் உடையவை.

கவிதையின் மொழி, அதன் வெளிப்பாட்டு முறைகளைப் பொறுத்தவரை அவற்றில் இன்னும் மெருகேற வேண்டும் என்றே நினைக்கிறேன். அதற்குரிய ஆற்றலும் திறனும் அவரிடம் உண்டு என்பதே என் நம்பிக்கை.

அஸீஸின் கவிதைகள் தமிழ் இலக்கிய உலகுக்குப் புது வருகை. தமிழ் கவிதைக்கு ஒரு புதுப் பரிமாணத்தைத் தரும் அவரது கவிதைகளை இலக்கிய உலகு வரவேற்கும் என்றே நம்புகிறேன்.

08-09-2015

அமைதி குலைந்த நாட்கள்: புதுசு கவிதைகள்

1980களின் தொடக்கத்தில் என்னை வியப்பில் ஆழ்த்திய இலக்கிய நிகழ்வுகளுள் ஒன்று புதுசு சஞ்சிகையின் வரவு. இதற்குப் பிரதானமான காரணம் இச்சஞ்சிகை க.பொ.த. உயர்தர வகுப்பு மாணவர்கள் சிலரின் முயற்சி என்பதுதான். எனது அனுபவத்தில் -சில விதிவிலக்குகள் இருந்தாலும்- நமது பாடசாலை மாணவர்களின் நவீன இலக்கியப் பரிச்சயம், ஈடுபாடு, முதிர்ச்சி என்பன நம்பிக்கை ஊட்டுவதாக இருந்ததில்லை. நமது பாடசாலைக் கல்வியமைப்பு மாணவர் மத்தியில் இலக்கிய உணர்வை ஊட்டி வளர்ப்பதாக இல்லை என்பதே எனது பொதுவான நம்பிக்கை. ஆனால், புதுசு இதனை உடைத்துக்கொண்டு தெல்லிப்பளை மகாஜனாக் கல்லூரி உயர்தர வகுப்பு மாணவர்களின் முயற்சியால் இலக்கிய முதிர்ச்சியுடன் வெளிவந்தமை ஒரு வியப்பூட்டும் நிகழ்வுதான்.

மகாஜனாக் கல்லூரிக்கு ஒரு நீண்ட இலக்கியப் பாரம்பரியம் இருக்கின்றது என்பதையும் நாம் இங்கு மனங்கொள்ள வேண்டும். பாவலர் துரையப்பாபிள்ளை முதல் இன்றையப் பால சூரியன் வரை இம்மரபு தொடர்கிறது. அ.செ.முருகானந்தன், மஹாகவி முதலிய பல ஈழத்து இலக்கிய முன்னோடிகள் இக்கல்லூரியில் பயின்றவர்கள். இவர்களது இலக்கிய விகசிப்புக்கு நமது கல்வியமைப்பை விட, இவர்களது தனிப்பட்ட ஆர்வம், இலக்கிய ஈடுபாடும் அர்ப்பண உணர்வும் கொண்ட

ஆசிரியர்களின் தூண்டுதல், வெளிச்சூழலின் தாக்கம் என்பன பிரதான காரணிகளாக அமைந்தன எனில் அது தவறாகாது.

புதுசு முதல் இதழ் தெல்லிப்பளை மகாஜனாக் கல்லூரியில் க.பொ.த. உயர்தர வகுப்பு மாணவர்களான நா. சபேசன், பாலசூரியன், அ. ரவி, இளவாலை விஜயேந்திரன் ஆகியோரை ஆசிரியர்களாகக் கொண்டு 1980 ஜனவரியில் வெளிவந்தது. தமது மாணவப் பருவத்தில் புதுசு இதழைத் தொடங்கிய இந்நால்வரும் இன்று புலம் பெயர்ந்து ஐரோப்பிய நாடுகளில் வாழ்கின்றனர். புலம் பெயர்ந்த சூழலிலும் ஈழத்து இலக்கியத்தை வளப்படுத்தி வருகின்றனர். அ. ரவி இன்று முக்கியமான சமகால ஈழத்துச் சிறுகதை ஆசிரியர்களுள் ஒருவராக வளர்ச்சிபெற்றுள்ளார். இளவாலை விஜயேந்திரன் புலம் பெயர் சூழலிலும் தன்னை ஒரு தனித்துவமான கவிஞனாக நிலைநிறுத்திக்கொண்டவர். பாலசூரியன், நா. சபேசன் இருவரும் குறிப்பிடத்தகுந்த கவிஞர்களாகத் தம்மை இனங்காட்டிக் கொண்டவர்கள்.

இவர்களது பாடசாலைக் காலத்தில் இரண்டு அல்லது மூன்று இதழ்களே வெளிவந்தன என்று நினைக்கிறேன். இவர்களுள் சிலர் பல்கலைக் கழகங்களுக்குச் சென்ற பின்னரும், அதன் பின் இவர்கள் யுத்தம் காரணமாக வெவ்வேறு திசைகளில் சிதறும் வரை கிரமமாக இல்லாவிட்டாலும் 11 இதழ்களை இவர்களால் கொண்டுவர முடிந்திருக்கிறது. பதினோராவது இதழ் 1987ல் வெளிவந்தது. கடைசிச் சில இதழ்களை அ. ரவி தனியாக வெளிக்கொண்டுவந்தார் என்று தெரிகிறது. 11 இதழ்களே வெளிவந்துள்ளபோதிலும் சமகால ஈழத்து இலக்கிய வரலாற்றில் வலுவான தடம் பதித்த இதழ்கள் வரிசையில் புதுசும் தனக்கென ஒரு இடத்தினை உறுதிப் படுத்திக்கொண்டது.

1980கள் ஈழத்து அரசியல், இலக்கிய வரலாற்றில் ஒரு முக்கிய திருப்பு முனையாக அமைகிறது. தமிழ்த் தேசியவாதம் ஆயுதம் தாங்கிய விடுதலைப் போராட்டமாக இக்காலத்திலேயே எழுச்சியடைந்தது. மாணவர் இயக்கங்களிலிருந்தே முதலில் விடுதலை இயக்கங்கள் உருப்பெற்றன. மார்க்சியக் கோட்பாடுகளிலிருந்து இவை வெவ்வேறு அளவில் ஊட்டம் பெற்றன. புதுசு இளைஞர்கள் சிலர் பெரிதும் மார்க்சியச்

சார்புடைய என்.எல்.எஃப்.ரி ஆதரவாளர்களாக அல்லது அநுதாபிகளாக இருந்தனர் என்பதும் இங்கு குறிப்பிடத்தக்கது.

இக்காலப் பகுதியிலேயே விடுதலை இயக்கங்களுக்கு எதிரான குரூரமான ராணுவ அடக்குமுறைகளை வடக்கில் அரசு கட்டவிழ்த்துவிட்டது. 1979ல் அமுல்படுத்தப்பட்ட பயங்கரவாதத் தடைச்சட்டம் இதற்கு அனுசரணையாக இருந்தது. நூற்றுக்கணக்கில் இளைஞர்கள் கைதுசெய்யப்பட்டார்கள், கொல்லப்பட்டார்கள், சித்திரவதை செய்யப்பட்டார்கள் அல்லது காணாமற்போனார்கள். இதன் இயக்கவியல் இயல்பாகவே தமிழ்த்தேசிய உணர்வுக்கு ஊட்டமளித்தது. இளைஞர் மத்தியில் எதிர்ப்புணர்வு பொங்கிப் பிரவகித்தது. இளைஞர்கள் ஆயிரக்கணக்கில் இயக்கங்களில் சேர்ந்தனர். அல்லது ஆதரவாளர்களாக, அநுதாபிகளாக மாறினர். இந்த எதிர்ப்புணர்வு கலை இலக்கியங்களிலும் வெளிப்பட்டது. 1980களிலேயே அரசியல் சார்பான எதிர்ப்பிலக்கியம் அதன் பரந்த பொருளில் எழுச்சியடைந்தது. ஏராளமான இளைஞர்கள் இலக்கியக் களத்தில் இறங்கினர். முதலில் கவிதைகளிலேயே இது தீவிரமாக வெளிப்பட்டது. பின்னர் சிறுகதை, நாவல், நாடகம் என விரிவடைந்தது. அலை, புதுசு முதலிய சஞ்சிகைகள் இவ்விலக்கியப் போக்கின் வெளியீட்டுக்களமாக அமைந்தன. புதுசு முற்றிலும் புதிதாகத் தோன்றிய இளந் தலைமுறையின் அரசியல், கலை இலக்கியக் குரலாகவே அமைந்தது எனில் மிகையாகாது.

அமைதி குலைந்த நாட்கள் என்ற தலைப்பில் வெளிவரும் புதுசு கவிதைகளை இப்பின்னணியிலேயே நாம் விளங்கிக்கொள்ளவேண்டும். புதுசு 11 இதழ்களிலும் 10 மொழிபெயர்ப்புக் கவிதைகள் உட்பட சுமார் 70கவிதைகள் வெளிவந்துள்ளன. முந்திய தலைமுறையைச் சேர்ந்த தா. இராமலிங்கம், சண்முகம் சிவலிங்கம், எம். ஏ. நுஃமான், அ. யேசுராசா முதலியோர் தவிர புதுசுவில் எழுதியோர் அனைவரும் புதிய இளந் தலைமுறையினரேயாவர். சேரன், வ.ஐ.ச. ஜெயபாலன், சு.வில்வரத்தினம், உமா வரதராஜன் ஆகியோர் 1970களின் பிற்பகுதியில் முன்அரங்கிற்கு வந்தவர்கள் எனினும்,

80களின் புதிய இலக்கிய மரபின் தோற்றுவாய்களாகவும் கருதப்படவேண்டியவர்கள். ஏனையோர் 80களின் புது விளைச்சல்.

1980கள் ஈழத்து இலக்கியத்தில் பெண்களின் வருகையையும் குறித்து நிற்கின்றன. 1980க்கு முன்பும் இலங்கையில் பெண் படைப்பாளிகள் இருந்தனர் எனினும், அரசியல் உணர்வும் பெண்ணிய நோக்கும் கொண்ட இளம் தலைமுறையினரின் இலக்கிய வருகை 80களிலேயே நிகழ்கிறது. விடுதலை இயக்கங்களில் பெண் போராளிகளின் வருகையின் உடன் விளைவாக பண்பாட்டுத் துறையிலும் இது நிகழ்ந்ததெனலாம். இவ்வகையில் 80களில் உருவாகிய இரண்டு முக்கியமான கவிஞைகளான ஊர்வசி, ஔவை ஆகியோரின் சில கவிதைகள் இதில் இடம்பெற்றுள்ளன. போரின் உக்கிரம் இவர்களின் கவிதைகளில் வெளிப்படக் காணலாம்.

எல்லாத் தீவிர சிறு சஞ்சிகைகளையும் போலவே புதுசும் மொழிபெயர்ப்புக் கவிதைகளில் அக்கறை காட்டியுள்ளது. புதுசு வெளியிட்டுள்ள பெரும்பாலான மொழிபெயர்ப்புக் கவிதைகளின் அரசியல் உள்ளடக்கம் தேர்வுக்குரிய முக்கிய காரணியாக இருக்கக் காணலாம். இங்கு இடம்பெற்றுள்ள ஸ்பானிய, நைஜீரிய, ஆபிரிக்கக் கவிதைகள் போரின் எதிர்வினையாகவே அமைந்துள்ளன.

அமைதி குலைந்த நாட்கள் பாலசூரியனின் ஒரு கவிதைத் தலைப்பு. எனினும் இது 1980க்குப் பிந்திய கடந்த சுமார் இரண்டு தசாப்தங்களின் பொதுக் குறியீடாகவும் உள்ளது. வாழ்வும் மரணமும் பொருதிக்கொண்ட காலம் இது. ஆயினும் மரண வாடையின் இடையே வாழ்வின் உயிர்ப்பும் தொடர்ந்தது. இத்தொகுப்பில் உள்ள கவிதைகளில் மரண வாடையை மட்டுமன்றி வாழ்வின் உயிர்ப்புகளையும் நாம் தரிசிக்கின்றோம்.

இத்தொகுப்பில் இடம்பெற்றுள்ள கவிதைகளில் பல ஏற்கனவே கவிஞர்களின் தனித் தொகுதிகளிலும், மரணத்துள் வாழ்வோம், சொல்லாத சேதிகள் போன்ற பொதுத் தொகுதிகளிலும் இடம்பெற்றுள்ளன. எனினும், இப்போது வெளிவரும் புதுசு கவிதைகளின் இம்முழுத் தொகுப்பு 1980களில்

உருவான புதிய கவிதைப் போக்கின் ஒரு வரலாற்று ஆவணமாக அமைவதோடு அந்தப் போக்கின் உருவாக்கத்தில் புதுசுவின் பங்களிப்பையும் அடையாளப்படுத்துகின்றது.

இத்தகைய தொகுப்புகளின் தேவை பரவலாக உணரப்படும் இன்றையச் சூழலில் பல சிரமங்களுக்கு மத்தியில் இதனை வெளியிடும் சபேசனுக்கும் ஏனைய புதுசு நண்பர்களுக்கும் எனது பாராட்டுகள். தமிழ் இலக்கிய உலகு இம்முயற்சியை வரவேற்கும் என்று நம்புகின்றேன்.

2003

●

இளவாலை விஜயேந்திரன் கவிதைகள்

1980களின் தொடக்கத்தில் தெல்லிப்பழை மஹாஜனாக் கல்லூரியில் கபொத உயர் வகுப்பில் படித்துக்கொண்டிருந்த மாணவர்கள் சிலர் ஒரு புதிய காற்றாக இலக்கிய உலகில் பிரவேசித்தார்கள். புதுசு என்ற சஞ்சிகை ஒன்றையும் (1980-1987) வெளியிடத் தொடங்கினார்கள். இவர்கள் எல்லோரும் முளைக்கும்போதே இடதுசாரி சார்புடையவர்கள். தோழர் விசுவானந்த தேவனின் தமிழ் ஈழத் தேசிய விடுதலை முன்னணியால் கவரப்பட்டவர்கள். அவர்களுள் ஒருவர்தான் இளவாலை விஜயேந்திரன்.

மஹாஜனாவில் இருந்து புதுசு மூலம் வெளி உலகுக்கு அறிமுகமான கவிஞர்களுள் விஜயேந்திரனின் சக பயணிகளான பாலசூரியன், சபேசன், ரவி, ஹம்சத்வனி, ஊர்வசி, ஔவை ஆகியோர் குறிப்பிடத்தக்கவர்கள். 1970களின் பிற்பகுதியிலும் 80களிலும் யாழ்ப்பாணத்திலிருந்து கவிதைத் துறைக்குள் வந்தவர்களை போரின் புதல்வர்கள் என்று நான் சொல்வதுண்டு. இன முரண்பாடும், விடுதலை இயக்கங்களின் எழுச்சியும், போரும், வன்முறையும் இவர்களைக் கவிதைக்குள் இழுத்துவந்தன. இவர்களுடைய கவிதைகள் பெரும்பாலும் இவற்றுக்கான இலக்கிய எதிர்வினைகளாகவே அமைந்தன. தமிழ்த் தேசியக் கருத்துநிலையும், மார்க்சிய இடதுசாரி இலட்சியங்களும் வெவ்வேறு அளவில் இவர்களது கவிதைகளில் தொனிப்பொருளாகக் கலந்திருக்கக்

காணலாம். இவர்கள் யாரும் ஏராளமாகக் கவிதைகள் எழுதிக் குவித்தவர்கள் அல்ல. ஆனால், கணிசமான எண்ணிக்கையில் நல்ல கவிதைகள் எழுதியிருக்கிறார்கள்.

பொதுப்படையான இச்சிறிய அறிமுகத்தோடு விஜயேந்திரன் கவிதைகளைப் பற்றிப் பார்க்கலாம். கடந்த சுமார் 40 ஆண்டுகளில் விஜயேந்திரன் நூற்றுக்குக் குறைவான கவிதைகள்தான் எழுதியிருக்கிறார் என்று நினைக்கிறேன். அவருடைய முதலாவது கவிதைத் தொகுதி நிறமற்றுப்போன கனவுகள் மிகவும் காலம் தாழ்த்தி 1999ல் வெளிவந்தது. 1987 முதல் 1992 வரை அவர் எழுதிய கவிதைகளுள் 53 கவிதைகள் அத்தொகுப்பில் இடம்பெற்றுள்ளன. அதில் இடம்பெறாத அவருடைய ஆரம்பகாலக் கவிதைகளும், பிற்காலத்தில் எழுதிய சில கவிதைகளுமாக 33 கவிதைகளும், சில இசைப் பாடல்களும் சேர்க்கப்பட்ட விஜயேந்திரன் கவிதைகளின் ஒரு முழுத் தொகுப்பாக எந்தக் கங்கையில் இந்தக் கைகளைக் கழுவ என்ற தலைப்பில் இத் தொகுப்பு இப்போது வெளிவருகின்றது. காலம் தாழ்த்தியேனும் இவற்றைத் தேடித் தொகுத்துக் கரிசனையுடன் வெளியிடும் விஜயேந்திரனின் நண்பர்கள் நமது நன்றிக்கும் பாராட்டுக்கும் உரியவர்கள்.

1980க்குப் பிந்திய ஈழத்துக் கவிதைகள் பெரும்பாலும் அரசியல் கவிதைகள்தான். வன்முறை அரசியலின் எதிர்வினையாக அமைந்த கவிதைகள். யுத்தத்தின் குரூர வடுக்களைச் சுமந்த கவிதைகள். அடக்குமுறை, கொலை, கடத்தல், காணாமற்போதல், சிறை, சித்திரவதை, துப்பாக்கி, கண்ணிவெடி, எறிகணை, குண்டுவீச்சு, புலப்பெயர்வு, அகதிவாழ்க்கை என்பவற்றைப் பேசும் கவிதைகள். விஜயேந்திரனின் பெரும்பாலான கவிதைகள் இவற்றைத்தான் பேசுகின்றன.

> நேற்றும் தலை உயர்த்தி
> நடந்த தெருக்கள்தான்
> இப்போது நெஞ்சிடிக்க
> எவனெவனோ
> கைகொண்டு கழுத்தை நெரிக்கும் கனவுகள்

இது 1980ல் அவர் எழுதிய சுதந்திர நாட்டின் பிரஜைகள் என்ற கவிதையின் சில வரிகள். நெஞ்சை அதிரவைக்கும் வன்முறைக்

கனவுகள் அன்று முகிழத் தொடங்கிய யதார்த்தத்தின் படிமமாக வெளிப்படுகின்றது இக்கவிதையில். 1990ல் விஜயேந்திரன் எழுதிய நிறமற்றுப்போன கனவுகள் அடுத்த பத்தாண்டு காலம் நாம் அனுபவித்த வன்முறையின், சிந்திய குருதியின் மொத்த அறுவடை எனலாம். இது அன்று தென்னிலங்கையில் அரசுக்கும் மக்கள் விடுதலை முன்னணிக்கும் இடையில் நிலவிய மோதலைப் பேசுகின்றது. எனினும், நாடு முழுவதும் நிலவிய வன்முறையின் கூட்டுப் படிமமாக இதைக் கருதுவதில் பிழையில்லை. நிறமற்றுப் போன கனவுகள் என்ற படிமமே பல அர்த்தங்களைக் கொண்டிருப்பதை நாம் உணரலாம். விஜயேந்திரனின் மிகச் சிறந்த கவிதைகளுள் இதுவும் ஒன்று. அதை நான் இங்கு முழுமையாகத் தருகிறேன்

மாலை
நெடுநேரம் நடந்து திரிந்தலுத்துக்
கட்டிலில் வீழ்கையில்
நடு நிசி

நாசமாய்ப்போன கனவுகள்
புத்தரின் பாதங்களில்
யாரோ
செவ்விரத்தம் பூ வைக்கிறார்கள்

பள்ளி நாட்களில்
எனக்குச் சிநேகமான
அழகிய வஜிராவின் முகத்தில்
கண்ணீர் வடிகிறது குருதியாய்
அவளிடமிருந்து வெள்ளலரியை
யாரோ பறிக்கிறார்கள்
ஓலமிட்டுக் கிளர்ந்தெழவும்
அவளது வாயை மூடுகின்றன
முரட்டுத் துப்பாக்கிகள்
இறந்துபோன மனிதர்கள்

துப்பாக்கிகளோடு திரிகிறார்கள்
மாவலியில் மூங்கில்
குருதி நீரை முத்தமிட்டு
முகம் சுளிக்கிறது

செத்துப்போன எல்லோரும்
"இயற்கை மரணம்"
எய்தியதாகச்
சான்றிதழில்
ஒப்பமிடுகிறார்கள்

அழுதுகொண்டிருந்த வஜிரா
திடீரெனச் சிரிக்கிறாள்

கனவு அறுபடச்
சற்று முன்பாய்த்
தெளிவாகத் தெரிகிறது
அவளது கையிலும்
துப்பாக்கி

விஜயேந்திரன் துப்பாக்கியின் ஆதரவாளன் அல்ல. இடதுசாரிகள், மார்க்சிய ஆதரவாளர்கள் என்ற வகையில் துப்பாக்கி பற்றி பலருக்கும் இருந்த கனவுகள் துப்பாக்கி உண்மையில் வெடிக்கத் தொடங்கியபின்னர் நிறமற்றுப் போயின. நானும் எனது துப்பாக்கியும் என்ற தலைப்பில் விஜயேந்திரன் ஒரு கவிதை எழுதியிருக்கிறார். தன்மையில் சொல்லப்பட்டது எனினும், துப்பாக்கி தூக்கியவரைப் பற்றிய ஒரு ஆழமான கிண்டல்தான் அது.

எனது இருப்பை
அங்கீகரியாதவன்
எதிரியே ஆவான்
எவர்க்கும் அதுவே பொதுவிதி
சரி
ஆகவே சுடலாம்

கோட்பாடுகளில்
குழம்பியிருந்தால்
தூசு படிந்துபோம்
துப்பாக்கி

செத்துப்போனவர்களின் சம்பாசனை இப்படித் தொடங்குகின்றது:

உனது கையில்
இருந்தது துப்பாக்கி
எனது கையிலும்
இருந்தது துப்பாக்கி

நீ சுட்டு
நான் சாக
நான் சுட்டு
நீ சாக
நேர்ந்தவை மரணங்கள்

இந்த மரணங்கள் ஏன் நிகழ்ந்தன? அது யாருக்கும் தெரியாது என்கிறார் கவிஞர்.

உன்னை நான்
சுட்டதற்கும்
என்னை நீ
சுட்டதற்கும்
காரணங்கள்
எமெக்கென்றால் தெரியாது

வன்முறையின் இந்த அபத்தத்தைத் தன் கவிதைகளில் பரவலாகப் பதிவுசெய்திருக்கிறார் கவிஞர். மறந்திடுதல் என்ற தலைப்பிலும் இத்தொகுப்பில் ஒரு கவிதை உண்டு. இலக்கற்றுப்போன போராட்டத்தை மறதிக் குழப்பத்தால் நையாண்டிசெய்வது அதன் நோக்கமாய் இருக்கலாம். கவிதை இப்படித்தான் முடிகிறது:

> இன்னும்
> எங்களது பெடியள்
> துப்பாக்கி தூக்கியது
> எதுக்கென்றும் நான் மறந்தேன்

சொல்லப்படாத ஒரு செய்தி 1985ல் எழுதப்பட்ட கவிதை. புலிகளின் அனுராதபுர படுகொலைக்கு எதிரான கவிதை என்று நினைக்கிறேன். 146 அப்பாவிச் சிங்களவர்கள் அன்று படுகொலை செய்யப்பட்டார்கள். இக்கவிதையிலும் துப்பாக்கிக்கு எதிரான கவிஞரின் குரலைக் கேட்கிறோம்.

> எந்தக் கங்கையிலே
> இந்தக் கைகளைக் கழுவுவது? ...
> எல்லோரும் தலைகளைக் குனிவோம்
> தொலைவில்
> நூறு வீடுகளில் அழுகைகளில்
> வானை எட்டுகிற ஓலத்தில்
> விம்மி வெடிக்கிற கண்ணீர்த்துளிகளில்
> எமது துயரத்தைப்
> பாதி கலக்கவைப்போம்

அந்தக் கவிதை இவ்வாறு முடிகிறது:

> வெறியில் திரியும்
> ஒவ்வொரு முகத்திலும்
> காறி உமிழ்வோம்
> மண்ணை மனிதனைவிட
> மேலாகிவிட்ட துவக்குகளை
> வீசியெறிவோம் கடலுக்குள்
>
> நாங்கள்
> பகலுக்காய்க் காத்திருக்கிறோம்

இவ்வாறு வன்முறைச் சூழல்கள் எழுப்பும் மனநெரிசல்களை, உணர்வலைகளை, மனித மீட்சிக்கான ஏக்கத்தை விஜயேந்திரன்

கவிதைகளில் பரக்கக் காணலாம். மூடப்படாத மலை முகடுகள், ஆண்ட பரம்பரை, கோடை இரவு, ஒரு கவிதை, இறப்பது எப்படி, இலக்கத்து மரணங்கள், மீண்டும் வாழுதல், மறுபடி எழல், இன்னும் வளராத பெரியவர்களுக்கு, மண் வாசம், மனக்கணக்கும் பிணக்கணக்கும், காணாமற்போன சிநேகிதிக்கு எழுதியது, கனவிலும் தொடர்வது, கேள்விகளைக் கேட்காதே முதலிய இன்னும் பல கவிதைகளை நான் இங்கு சுட்டிக்காட்டலாம். இவையெல்லாம் யுத்தத்தின் பல பரிமாணங்களை, அதன் குரூரத்தை, அதன் வலியைப் பேசுபவை. அதற்குள் அமுங்கி அழிந்துவிடாது மனிதம் முகிழ்த்து எழவேண்டும் என்ற வேட்கையை நமக்குள் எழுப்புபவை. அவ்வகையில் மீண்டும் வாழுதல் என்ற கவிதை பற்றியும் இங்கு குறிப்பிட வேண்டும். தோழர் விசுவானந்த தேவனின் கொலைபற்றி நினைவுகூருகின்றது அக்கவிதை. "துப்பாக்கிகள் மட்டும் பேசித்திரிந்த எமது மண்ணிலே தோழமையோடு" எழுந்த குரல் கடலில் மூழ்கடிக்கப்பட்ட துயரத்தைப் பேசும் அக்கவிதை,

> எனது தேசம்
> கண்கள் பிடுங்கப்பட்டுக்
> காட்டில் அலைக்கழிக்கப்பட்டாலும்
> இன்னமும்
> உயிர்த்தெழுதல் பற்றி
> நம்பிக்கையோடிருக்கிறது

என்ற நம்பிக்கைக் குரலையும் எழுப்புகின்றது. இனிவரும் முளைகள் என்ற கவிதையில் நமது எதிர்காலச் சந்ததியினருக்குக் கவிஞர் சொல்லும் செய்தியுடன் இக்குறிப்பை முடிக்கிறேன்.

> மின்னலாய் வெடிக்கிற
> துவக்கினை
> மிருகமாய் வதைக்கிற படையினை
> .....
> மண்ணினை மீட்கிற கனவிலே
> மற்றவர் கால்களால்

மிதித்ததை
எம்மரும் தோழர்கள்
இரத்தத்தில்
எவரெவர் சுகம்பெற நினைத்ததை
இவையெலாம்
அவரிடம் சொல்லுவோம்
தடைகளை உடைக்கிற வலுவினை
எதனையும் எதிர்க்கிற துணிவினைக்
கொண்டதாய் அவர்களை
மாற்றுவோம்.

உள்ளடக்கத்தில் நேர்மையும் உருவத்தில் எளிமையும் விஜயேந்திரனின் அழகியல் எனலாம். தமிழ்த் தேசியத்தின் சுமையில் அவருடைய நேர்மை அமுங்கிப் போய்விடவில்லை. அநீதிக்கு எதிரான, நீதிக்கான, மனித விடுதலைக்கான, மனித மேன்மைக்கான குரலாக அவருடைய கவிதைகள் ஒலிக்கின்றன. இதில் சொல் விளையாட்டுக்கு இடம் இல்லை. வார்த்தைகளில் அலங்காரம் இல்லை. இயல்பான, நேரடியான படிமங்களால் அவர் தன் உணர்வுகளை வெளிப்படுத்துகிறார். அவை நம்முள் ஆழமான தாக்கத்தைச் செலுத்த வல்லவை. இத்தொகுப்பில் உள்ள கவிதைகள் எல்லாம் நாம் கடந்துவந்த வலிமிகுந்த காலத்தின் பதிவுகள். சமகால ஈழத்துக் கவிதையில், குறிப்பாக அரசியல் கவிதையில் விஜயேந்திரனின் இடத்தை இத்தொகுப்பு உறுதிப்படுத்துகின்றது என்பதை நான் அழுத்திக் கூறலாம்.

-ஏப்ரல் 2023

•

கவிஞனாகிய அகதி: உவைஸ் கனியின் கவிதைகள்

கடந்த இருபது வருடகால யுத்தம் சொல்லில் அடங்கா அழிவுகளையும் அவலங்களையும் மட்டுமன்றி சில நல்ல கவிஞர்களையும் நமக்குத் தந்திருக்கிறது. அவர்களுள் ஒருவராக சற்றுப் பிந்திவந்து சேர்ந்த ஓர் இளம் கவிஞர் உவைஸ் கனி. யுத்தம் கவிஞர்கள் சிலரை அகதிகளாக்கியது. அதுபோல் அகதிகள் சிலரையும் கவிஞர்களாக்கியது. உவைஸ் கனி கவிஞராக மாறிய அகதி. அவ்வகையில் அவரை ஒரு அகதிக் கவிஞர் என்றும் கூறலாம்.

1990ல் வடக்கில் தம் சொந்த மண்ணில் இருந்து வேரோடு பிடுங்கி வீசப்பட்ட இளஞ்செடிகளுள் ஒன்று அகதி மண்ணில் ஒருவாறு வேரூன்றிக்கொண்டது. உவைஸ் கனியின் கவிதை வரிகளில் சொல்வதானால்

<blockquote>
பல்வேறுபட்ட இடைவெளிக்குள்
திகிலோடு பிறந்ததுதான்
இந்த நிலா
</blockquote>

திகிலோடு பிறந்த நிலா என்ற உவைஸ் கனியின் படிமம் தற்புதுமையானது. இது அகதி அனுபவத்தின் வெளிப்பாடு. இந்த நிலவின் மங்கிய ஒளிச் சிதறல்கள்தான் உவைஸ் கனியின் கவிதைகள்.

எம். ஏ. நுஃமான்

இடம் பெயர்ந்து
சிதறிப்போனாலும்
காட்டுமல்லிகையாய்
இன்று
பூத்துக் கிடக்கிறோம்

இவையும் உவைஸ் கனியின் கவிதை வரிகள். அகதிகளின் உயிர்த்தெழுகையைக் கூறும் வரிகள். காட்டுமல்லிகை அகதிகளின் நிலையைக் குறியீடாக்கும் ஒரு நல்ல படிமம். காட்டுமல்லிகை பூத்துக் குலுங்கினாலும் கவனிப்பாரற்றது. அன்னியப்படுத்தப்பட்டது. வீட்டுத் தோட்டத்துக்குள் அனுமதி மறுக்கப்பட்டது. வாசமற்றது. வெறுமையில் இருந்து உயிர்த்தெழுந்தாலும் அகதிகளின் கவனிப்பாரற்ற நிலையை இந்தப் படிமம் உணர்த்துகின்றது. உவைஸ் கனியியன் கவிதைகள் இந்தக் காட்டு மல்லிகைக்கு வாசம் ஊட்ட முயல்வன. மற்றவரின் கவன ஈர்ப்பைக் கோருவன. அகதிகளின் உணர்வை அவர்களின் இருப்பை வெளி உலகுக்கு அறிவிப்பன.

உவைஸ் கனியின் முதலாவது தொகுதி மனிதனோடு நடந்தபடி 2002ல் வெளிவந்தது. அதற்கு நான் ஒரு முன்னுரையோ அணிந்துரையோ எழுத வேண்டும் என்று அவர் விரும்பினார். என்னால் முடியாது போயிற்று. நூல் வெளிவந்த பின்னர் அதற்கு ஒரு மதிப்புரையாவது எழுதுவேன் என்று சொன்னேன். அதுவும் முடியாது போயிற்று. இப்போது அவருடைய இரண்டாவது தொகுதி கல் உயிர் வெளிவருகின்றது. இதற்கு நான் ஏதாவது எழுதவேண்டும் என்று அவர் கேட்டபோது சுருக்கமாகவேனும் இரண்டு தொகுதிகளையும் ஒன்றாகவே நோக்கலாம் என்று தோன்றியது. மேலே நான் எடுத்தாண்ட கவிதை வரிகள் அவருடைய முதல் தொகுப்பில் உள்ளவை.

இந்தத் தொகுப்பில் உள்ள ஒரு பரதேசிப் பாடல் இவ்வாறு தொடங்குகின்றது

வெண்பனி இங்கு விழவில்லை
வேறெங்கும் போர்வைக்கு ஓடவில்லை

வேட்கைக்குள் அனல் அடிக்க
வாழ்வதற்கே துயர் ஈந்தோம்

இன்றைய ஈழத்து அனுபவத் துயரின் நிழல்கள் இவரது கவிதை வரிகளில் இவ்வாறு பரவலாகப் படிந்திருக்கின்றன. இங்கு மேலும் சில உதாரணங்கள் தரலாம்.

"முறிந்த மனத்திலும்
பனை ஓலைகளிலும்
பூவரசின் மேனியிலும்
பூக்களைக் காணவில்லை"

"இன்று புல்லுக்கு ஏமாந்து
சவமாகிப் போய்விட்டதா
எனதருமைச் செம்மறிகள்"

"கோடைகாலத்தின்
வரண்ட நதிக்கரையில்
நானுமோர் தாவரமாகிவிட்ட தகிப்பு"

இருள் பூத்துத்
துருவேறி
நதியற்ற புவியின்மேல்
களிமண் மனிதர்கள்"
"விழி வடித்த கண்ணீர் முடிந்தவுடன்
உப்பாக மனசுவிடும் ஊமை மூச்சு"

இன்றைய ஈழத்து வாழ்வின் பல்வேறுபட்ட அரசியல், சமூக நெருக்கடிகளின் எதிரொலிகளாகவே உவைஸ் கனியின் பெரும்பாலான கவிதைகள் அமைந்துள்ளன. போரும் ஒரு கவிஞனும் என்ற கவிதையில் இடம்பெறும் பின்வரும் வரிகள் இவரது கவிதைகளுக்கும் பொருந்தும்.

கருப்பொருளின் விசைக் காம்புகளில்
மானுட அலறல்களின் துயரினை

எம். ஏ. நுஃமான்

மெல்லிய கண்ணீரால் வடித்தெழுதி
துடிக்கும் உள்ளக் கொதிப்புகளை
தொடராய் எழுதிச் செல்கின்றான்.

துயரும், உள்ளக் கொதிப்பும் மட்டுமன்றி, நம்பிக்கையின் குரலும் இவரது கவிதைகளில் ஒலிக்கத்தான் செய்கிறது. பின்வருவன சில உதாரணங்கள்.

"கயிறறுந்துபோன வாழ்க்கைக்
கிணற்றிலிருந்து
விம்மலை எடுத்து வெளியே விடு"

"கோணிப்போன புரிதலோடும்
நேசம் போய்விட்ட கசப்பிலிருந்தும்
பிரியங்களை நுனிமுறித்து
முள்வேலி கட்டிவைத்த – அந்தத்
துக்கங்களைத் துரத்திவிடுகிறேன்."

நிழல் பூத்து வியாபித்து
நெஞ்சருகே குடியிருந்த
நேசக் கதவுகளைத் திறவுங்கள்"

"நடுநிசியில் எழுந்த நேரம்
நம்பிக்கையோடு
விடிகிறது உலகம்"

அவநம்பிக்கைக்கும் நம்பிக்கைக்கும் இடையே ஊசலாடும் நமது இன்றைய யதார்த்தம் உவைஸ் கனியின் கவிதைகளில் பிரதிபலிப்பதைக் காண்கின்றோம். இது இவரது கவிதையின் பலம் என்று எனக்குத் தோன்றுகின்றது.

தற்புதுமையான படிமங்களிலும் தனது எண்ணங்களை, உணர்வுகளை, அனுபவங்களை வெளிப்படுத்தும் திறன் உவைஸ் கனியிடம் இருக்கிறது. இத்திறன் இன்னும் வளர்ந்து வளமும் முதிர்ச்சியும் பெற வேண்டும்.

மண்புழுக்களின் மாநாட்டுக்கு
நேற்றும் போனது கருவண்டு
வற்றிய நதிகளிலும்
நம்பிக்கையோடு நடக்கிறதாம்
அவர்களின் அரசு"

இதுபோன்ற தெளிவும், இறுக்கமும், மொழிச் செம்மையும், கவித்துவ மர்மங்களும் மிக்க நல்ல கவிதைகளை உவைஸ்கனி மேலும் தரவேண்டும் என்று வாழ்த்துகிறேன்.

2005

சுல்பிகாவின் விலங்கிடப்பட்ட மானுடம்

எண்பதுகளில் ஈழத்து தமிழ் இலக்கிய வளர்ச்சியில் பெண்கவிஞர்கள் முக்கிய இடம் பெறுகின்றார்கள். முன் எப்போதும் இல்லாத வகையில் இக்காலப் பகுதியிலேயே இங்கு இளம் பெண்கள் பெரும் எண்ணிக்கையில் இலக்கியத் துறையில், குறிப்பாகக் கவிதைத் துறையில் பிரவேசித்தனர். இவர்களில் பெரும்பாலோர் பல்கலைக்கழகங்களில் பயின்றவர்கள்; பெண்கள் தொடர்பான சமூக இயக்கங்களுடனும் நிறுவனங்களுடனும் தொடர்புடையவர்கள்; வெவ்வேறு அளவில் பெண்நிலைவாதச் சிந்தனைகளின் செல்வாக்குக்கு உட்பட்டவர்கள். எண்பதுகளில் ஈழத்தில் உருவாகிய ஒரு புதிய சமூக, அரசியல், கலாசாரப் பிரக்ஞையின் ஒரு முக்கிய கூறாக இவர்களது இலக்கியப் படைப்புக்கள் அமைகின்றன. இவர்களது கவிதைகளில் இன்றையச் சூழலில் பெண்களின் இருத்தல் பற்றிய பிரச்சினைகளே பிரதான இடம் பெறுகின்றன. இவ்வகையில் இக்காலப் பகுதியில் எழுதத் தொடங்கிய பதினொரு பெண்கவிஞர்களின் 24 கவிதைகளைக் கொண்ட கவிதைத் தொகுதி ஒன்று சொல்லாத சேதிகள் என்ற தலைப்பில் எண்பதுகளின் பிற்பகுதியில் (1986) யாழ்ப்பாணத்தில் வெளியிடப்பட்டது. இன்றைய ஈழத்துப் பெண்களின் கலாசார விழிப்புணர்வையும் சமகாலப் பிரச்சனைகள் பற்றிய அவர்களது பிரக்ஞையையும்

வெளிப்படுத்தும் இத்தொகுப்பு அதன் முக்கியத்துவம் கருதி உடனடியாக தமிழகத்தில் மறுபிரசுரம் பெற்றது.

விலங்கிடப்பட்ட மானுடம் என்னும் இக்கவிதைத் தொகுப்பின் ஆசிரியர் சுல்பிகா சமூகப் பிரக்ஞை கொண்ட ஈழத்துப் பெண்கவிஞர் வரிசையில் எண்பதுகளின் பிற்பகுதியில் வந்து சேர்ந்தவர். யாழ்ப்பாணப் பல்கலைக் கழகத்தின் விஞ்ஞானப் பட்டதாரியான இவர், சுமார் பத்து ஆண்டு காலம் விஞ்ஞான ஆசிரியையாகப் பணிபுரிந்தவர். கொழும்புப் பல்கலைக் கழகத்தின் கல்வியியல் டிப்ளோமாப் பட்டமும் பெற்ற இவர் தற்போது இலங்கைத் தேசிய கல்வி நிறுவகத்தில் செயல்திட்ட அதிகாரியாகவும் கொழும்புப் பல்கலைக் கழகத்தில் அதிதி விரிவுரையாளராகவும் பணிபுரிகிறார். பெண்களின் முன்னேற்றம், விஞ்ஞானக் கல்வி, கல்விச் சிந்தனைகள் என்பன தொடர்பாக ஆய்வுக் கட்டுரைகளும் எழுதிவரும் இவர் கவிஞராக மட்டுமன்றி ஓர் இளம் ஆய்வறிவாளராகவும் முகிழ்த்துள்ளார். விலங்கிடப்பட்ட மானுடம் என்ற இத்தொகுப்பில் உள்ள கவிதைகள் ஈழத்துப் பெண்கவிஞர் வரிசையில் சுல்பிகாவுக்கும் ஓர் முக்கிய இடம் உண்டு என்பதை உறுதிப்படுத்துகின்றன.

இத்தொகுப்பில் 20 கவிதைகள் உள்ளன. 1983இல் எழுதப்பட்ட பெண் என்ற கவிதையைத் தவிர பிற கவிதைகள் அனைத்தும் கடந்த நான்கு ஆண்டு காலத்தில் எழுதப்பட்டவை. சுல்பிகாவின் எல்லாக் கவிதைகளுமே சமகால வாழ்வின் பல்வேறு அம்சங்களை அடிப்படையாகக் கொண்டவை. அவரது சமூகப் பிரக்ஞையின் வெளிப்பாடாக அமைபவை. பெண்மையின் உயிர்ப்பை மட்டுமன்றி, முழு மானுடத்தின் உயிர்ப்பையும் அவர் அவாவி நிற்கின்றார். அவ்வகையில் மனிதத்துவத்தின் உயிர்ப்பே இவரது கவிதைப் பொருளின் சாரம் எனலாம். இன்றைய வாழ்நிலை அழுத்தத்தில் விலங்கிடப்பட்டுக் கிடக்கும் மானுடம் சகல தளைகளில் இருந்தும் அடக்கு முறைகளில் இருந்தும் விடுபட்டு உயிர்த்தெழ வேண்டும் என்பதே இவரது கவிதைகளின் அடிக்குரலாக ஒலிக்கின்றது.

இவரது பெரும்பாலான கவிதைகள் இன்றைய ஈழத்தின் அன்றாட வாழ்க்கை அனுபவத்தில் இருந்து பிறந்தவை. கடந்த

பத்தாண்டுகளில் துப்பாக்கிகளின் எழுச்சியும் மனிதத்துவத்தின் அழிவும் எமது அன்றாட அனுபவத்தின் பிரதான பகுதியாகி விட்டது. சமகால ஈழத்துத் தமிழ்க் கவிதையில் இந்த அனுபவம் பிரதான இடம் பெற்றிருப்பது இயல்பானதுதான். கறைபடிந்த அதிகாலை, ஒரு புற்று நோயாளியும் நானும், இருப்பின் மறுப்பு, போர் இரவுகளின் சாட்சிகள் முதலிய கவிதைகளில் சுல்பிகா தன் நோக்கில் இந்த அனுபவத்தை பதிவுசெய்திருக்கிறார். துப்பாக்கி மனிதன் மனித நேயத்துக்கு எப்போது அடிமையாகப் போகிறான் என்பதே இவரது ஆதங்கம். கடந்த பத்தாண்டு கால அனுபவத்தில் ஈழத்துக் கவிதை பெரும்பாலும் துப்பாக்கியின் எதிரியாகி விட்டது. அது இப்போது மனித நேயத்தைப் பற்றியே பாடவேண்டியுள்ளது. இத்தொகுப்பில் உள்ள கவிதைகள் மனிதநேயத்தின் குரலாகவும் உள்ளன.

மனித சமூகம் நெடுங்காலமாக ஆணாதிக்க சமூகமாகவே இருந்து வந்திருக்கிறது. எல்லா நிலைகளிலும் ஆணாதிக்கக் கருத்து நிலையே சமூகத்தில் வேரூன்றியுள்ளது. 'தாயில் சிறந்ததொரு கோயிலும் இல்லை. தந்தை சொல் மிக்க மந்திரம் இல்லை' என்பது அங்கீகரிக்கப்பட்ட கருத்து நிலையின் வெளிப்பாடாகும். தாய் (பெண்) புனிதமானவள், பூசிக்கத் தக்கவள் எனினும், தந்தையே (ஆண்) அதிகாரம் உள்ளவன் என்பது இதன் பொருள். இதனை ஆண் ஆதிக்கக் கருத்து நிலையின் சாரம் எனலாம். இக்கருத்து நிலை நெடுங்காலமாகக் கேள்விக்கு இடமாக்கப் படவில்லை. ஆனால் நவீன சமூகத்தில் பெண்களும் கல்வி அறிவு பெற்று சமூக வாழ்க்கையில் முக்கிய இடம் பெறத் தொடங்கியதும் பெண்களின் இருத்தலுக்கும் இந்தக் கருத்து நிலைக்கும் இடையே முரண்பாடு தோன்றத் தொடங்கியது. இந்த முரண்பாட்டின் அடிப்படையில் பெண்களின் தனித்துவம், பெண்விடுதலை பற்றிய உணர்வும் பெண்நிலைவாதச் சிந்தனைகளும் தோன்றின. பெண் எவ்வகையிலும் ஆணுக்குத் தாழ்ந்தவள் அல்ல; அவனுக்கு அடிமைப்பட்டவள் அல்ல; சொந்த விருப்பு வெறுப்புகள் உள்ள, சுயமான வளர்ச்சிக்கு உரிமை உள்ள ஒரு சுதந்திர உயிரி என்பது இச்சிந்தனைகளின் சாராம்சம் எனலாம். 'ஆணுக்கு இன்பம் தருபவளே பெண்'

என்ற பெண்பற்றிய பாலியல் படிமத்தை இந்த நவீன சிந்தனை நிராகரிக்கின்றது; எல்லாத் துறைகளிலும் பெண்ணும் ஆணுக்குச் சமாந்தரமாக சுயேச்சையாக வளர்ச்சியடைவதை வேண்டி நிற்கிறது. இக்கருத்து நிலையின் வெளிப்பாடுகளை சுல்பிகாவின் பல கவிதைகளில் காணலாம். 'பெண் ஒரு பாலியல் பிண்டம் அல்ல. இந்தப் பிரபஞ்சத்தின் உயிர்ப்பே அவளுள் உறைந்து கிடக்கின்றது' என 'திரைகளின் பின்னால்' என்ற கவிதை உரத்துக் கூறுகிறது.

இறந்தவர் அல்லர் நாம்
இதயம் துடிக்கும் ஏழைப் பெண்கள்
மண்ணின் குழந்தைகள்
மானிடப் பெண்கள் நாம்
இனியும் சகியோம்
இருளின் ஆட்சியை
எதற்கும் அஞ்சோம் துன்பம் ஏற்றிடோம்
துயர்மிகக் கொள்ளோம்
வென்று இவ்வுலகில் நிலைத்திட வந்தோம்
இன்று பிறந்தோம்
இன்று பிறந்தோம்
வென்று வாழ்ந்திட
இன்று பிறந்தோம்

சுல்பிகாவின் இவ்வரிகள் பெண்களின் எழுச்சிக் குரலாகவே ஒலிக்கின்றன.

இவ்வுலகில் தீயனவெல்லாம்
செயலிழக்கச் செய்வேன்
தோல்வி என்னைத்
தோற்கடிக்க முடியாது
தேவைகள் எதுவரினும்
தேறிநான் செல்வேன்
இவ்வாழ்வை வெல்வேன்

என்ற கவிஞரின் பிரகடனம் பெண்குலத்தின் பிரகடனமாக மட்டுமன்றி முழு மனித குலத்தின் பிரகடனமாகவும்

அமைகின்றது. இந்த நம்பிக்கைக் குரல் இருள்மண்டிய இன்றையச் சூழலில் நமக்கு ஆறுதல் தரும் குரலாகும்.

இது கவிஞரின் முதல் தொகுப்பு. கவித்துவ முதிர்ச்சி அவருக்கு இன்னும் கைவர வேண்டும். வார்த்தையில் கூர்மையும், கவித்துவச் செழுமையும் இன்னும் அகன்ற உலகப் பார்வையும் கொண்டு கவிதை உலகில் நிலைபெற கவிஞருக்கு என் வாழ்த்துகள்.

18.2.1994

யாருக்கும் இல்லாத பாலை: லதா கவிதைகள்

இலங்கையில் பிறந்து சிங்கப்பூரில் வாழும் லதா (கே.கனகலதா) சமகாலத் தமிழ் இலக்கிய உலகில் ஒரு முக்கியமான ஆளுமை. கவிஞர், சிறுகதை ஆசிரியர், பத்திரிகையாளர் என்ற வகையில் கடந்த கால்நூற்றாண்டு காலமாக இயங்கிவருபவர். 1990 முதல் சிங்கப்பூர் தமிழ்முரசு பத்திரிகை ஆசிரியர் குழுவில் பணியாற்றிவருகிறார்.

நான் கொலைசெய்யும் பெண்கள் என்ற இவருடைய முதலாவது சிறுகதைத் தொகுப்பு 2008ல் சிங்கப்பூர் தேசிய இலக்கிய விருது பெற்றது. அவருடைய 14 சிறுகதைகளின் ஆங்கில மொழிபெயர்ப்பு *The Goddess in the Living Room* என்ற தலைப்பில் சிங்கப்பூர் தேசிய கலைக்கழகத்தின் அனுசரணையில் 2014ல் வெளிவந்துள்ளது. ஆற்றல் மிக்க சிறுகதையாசிரியர் எனினும், பிரதானமாக ஒரு கவிஞராகவே அறியப்பட்டவர் இவர். 1990களிலிருந்து கவிதை எழுதிவரும் இவருடைய முதல் கவிதைத் தொகுதியான தீவெளி சிங்கப்பூர் கலைக்கழகத்தின் உதவியுடன் 2003ல் வெளிவந்தது. இதில் உள்ள பெரும்பாலான கவிதைகளையும் உள்ளடக்கிய இவருடைய இரண்டாவது கவிதைத் தொகுதி பாம்புக் காட்டில் ஒரு தாழை காலச்சுவடு வெளியீடாக 2004ல் வெளிவந்தது. அடுத்த ஆண்டே இது

இரண்டாவது பதிப்பைக் கண்டது. இப்போது வெளிவரும் யாருக்கும் இல்லாத பாலை இவரது மூன்றாவது தொகுதி. இதில் 55 கவிதைகள் உள்ளன. மூன்று தொகுதிகளிலும் மொத்தமாக நூற்றுக்குச் சற்று அதிகமான கவிதைகளே உள்ளன. கடந்த கால்நூற்றாண்டுகால இவரது படைப்புகள் இவ்வளவுதான். கண்டபடி எழுதித்தள்ளுபவர் அல்ல இவர் என்பதை இது காட்டுகின்றது. குறைவாக எழுதி அதிக கவனத்தைப் பெற்ற படைப்பாளிகளுள் இவரும் ஒருவர். தரம் பற்றிய பிரக்ஞை இவரது படைப்புகள் எல்லாவற்றிலும் வெளிப்படக் காணலாம்.

லதா மிக நுட்பமான கவிஞர். முதல் பார்வைக்கு மிக எளிமையாகத் தோன்றுபவை இவரது கவிதைகள். இவரது மொழி மிகை அலங்காரங்கள் அற்ற சாதாரண மொழிதான். ஆனால் இவருடைய எளிமை ஒரு மயக்கும் எளிமை, நம்மை இடறவைக்கும் எளிமை. அவரது முதலாவது தொகுதியின் முதலாவது கவிதை இவ்வாறு தொடங்குகின்றது:

> மழை பெய்கிறது
> மண்வாசம் வெளி நிரப்புகிறது
> இலை உதிர்த்த மரங்கள்
> குளிர்போர்த்த தளிர் விடுகின்றன
> பறவைகள் கூட்டுக்குள் முயங்க
> சுவர்களில் எறும்புகள்

மழைக்காலம் காட்சிப் படிமங்களாகின்றது இங்கு. மிகவும் எளிமையான சித்திரிப்பு. அடுத்துவரும் வரிகளில் மழைக்கால வருணனை இவ்வாறே விரிகின்றது. எல்லாம் காட்சிகள்தான். ஆனால் கவிதை இவ்வாறு முடிகின்றது:

> வெளியே மழை
> சன்னல் திரையையேனும்
> கொஞ்சம் விலக்கு
> விழும் விரல்களை எண்ணுவதை விட்டு.

வெளியே மழை. சன்னல் திரை மூடி உள்ளே இருப்பது யார்?

அவன் என்ன செய்கிறான்? விழும் விரல்களை எண்ணுகிறானா? விழும் விரல்கள் எதைக் குறிக்கின்றன இங்கு? சன்னல் திரையை என்று இல்லாமல் சன்னல் திரையையேனும் என்று ஏன் சொல்லவேண்டும்? இவ்வாறு சிந்திக்கும் போதுதான் லதாவின் எளிமை மயக்கும் எளிமை என்பது புரியும். சாதாரணமான மொழியை அசாதாரணமாக்கும் திறமை லதாவுக்குக் கைவந்திருக்கின்றது. இதுவே அவரது கவிதையின் பலம் என்று சொல்லலாம்.

இத்தொகுப்பிலுள்ள முதலாவது கவிதை 'யாருக்கும் இல்லாத பாலை'யை லதாவின் மயக்கும் எளிமைக்குப் பிறிதொரு உதாரணமாகக் கொள்ளலாம். இத்தலைப்பே ஒரு மயக்கும் அழகுடையது. கவிதைக்கும் இத்தலைப்புக்கும் உள்ள பெருத்தப்பாடு இன்னும் மயக்குறுத்துவது.

> போர் களைத்து நிற்கிறாள் காளி
> மணல் காற்றின்
> வெம்மை வாட்டும்
> எல்லையற்ற வெளியில்
> ஒவ்வொரு கையாய் வீசுகிறாள்
> ஒலியுடன் விழுகின்றன ஆயுதங்கள்

எனத் தொடங்குகின்றது கவிதை. போர், கோபம், வன்முறை என்பவற்றின் சின்னம் காளி. இங்கு அவள் போர் களைத்து நிற்கின்றாள். கைளிலிருந்து ஆயுதங்கள் விழுகின்றன. பாடிச் செல்லும் பெண்கள் அவள் வெற்றுக் கரங்களில் கொடிகளைக் கட்டிச்செல்கின்றனர். அவளது பதினெட்டுக் கரங்களிலும் பல பாடல்கள். காளி வேறு ஒரு அவதாரம் எடுக்கிறாள் இக்கவிதையில். 'செம்மை களைந்த வண்ணங்கள் பூசி' மென்மையடைகிறாள்.

மென்மையேறிய கரங்களில் வலிக்க வலிக்க இறுக்கிக் கட்டிய தேசக் கொடிகளின் இடுக்குகளில் துப்பாக்கிகள் சொருகி, எவருமற்ற கடற்பரப்பில், உடலெங்கும் உயிர் சுமந்து, திணை களைந்து நீந்தும் காளியின் புதிய படிமம் ஒன்றைத் தந்து முடிகிறது கவிதை.

காளியின் இந்த உருமாற்றத்தின் அர்த்தம் என்ன? இவள் நவீன

யுகத்தின் போர்க் காளியா? செம்மை களைந்து, வண்ணங்கள் பூசி மென்மையுற்று, உயிர் சுமந்து, திணை களைந்து நீந்தும் காளி போர்க்காளியாக இருக்க முடியாது. அப்படியாயின் அவள் ஏன் துப்பாக்கி சொருகியிருக்கிறாள்? புராணப் படிமம் ஒன்று முற்றிலும் உருமாற்றம் பெற்றிருக்கிறது இக்கவிதையில். போர் களைத்துவிட்ட எங்களுக்கு போர் களைத்து, ஆயுதங்களை வீசிவிட்டு யாருமற்ற கடற்பரப்பில் உயிர் சுமந்து நீந்தும் காளியின் படிமம் ஆறுதல் தருவது. ஆயினும் அவள் தேசக் கொடிகளின் இடுக்குகளில் சொருகியுள்ள துப்பாக்கி நம்மை அச்சுறுத்துவது.

யாருக்கும் இல்லாத பாலை இம்முழுக் கவிதையையும் போலவே மிகுந்த கவித்துவமான தலைப்பு. போரையும் வெற்றியையும் குறிக்கும் சங்ககாலப் பாலைத் திணையையும் இது நினைவூட்டுகின்றது அதுவே இத்தொகுப்புக்கும் தலைப்பாகின்றது. பொருள் மயக்கின் அழகியல் (aesthetics of ambiguity) இத்தலைப்பிலும் கவிதையிலும் மேலோங்கியிருக்கின்றது. இத்தொகுப்பிலுள்ள பெரும்பாலான கவிதைகளில் நாம் இதைக் காணலாம். எப்போதும் கவிதைகளில் வெளிப்படையான பொருளைத்தேடும் வாசகர்களுக்கு இது ஒரு சவாலாக அமையலாம். லதாவின் கவிதைகள் வாசகரின் பங்குபற்றலையும்; நுண்மதியையும் அதிகம் வேண்டிநிற்பவை. ஏமாற்றும் எளிமைக்குள் மர்மங்களைப் புதைத்துவைத்திருக்கும் கவிதைகள் இவை. மென் உணர்வின் சுகந்தமும், தனிமையின் நெருடலும், முள்ளிவாய்க்கால் படுகொலைகளின் வலியும், வன்முறைக்கு எதிரான குரலும் செறிவான படிமங்களின் ஊடாக இக்கவிதைகளில் வெளிப்படுகின்றன.

இத்தொகுப்பிலுள்ள ஒரு சிறிய கவிதை ஈரலிப்பு. கவிதை ஆறு வரிகள்தான்

ஒரு வாழ்வுக்கும் மறுவாழ்வுக்கும்
இடையே நடக்கிறேன்
கனவு காமம் கவிதை வாழ்தல்

கால்மாற்றித் தொடர்கிறேன்

> அலையில் மிதக்கும் காற்றெனக்
> கனக்கிறது காலம்

இறுக்கமும் செறிவும் மிக்க கவிதை இது. வாழ்தலின் சுவையைப் பேசுகிறதா இல்லை அதன் சுமையைப் பேசுகிறதா இக்கவிதை? கால்மாற்றிக் கால்மாற்றித் தொடரும் வாழ்வு பற்றியதுதான் இது என்று நினைக்கிறேன். இதில் கனவு, கவிதை, காமம் எல்லாம் இருக்கிறது. இதில் எங்கே ஈரலிப்பு? அலையில் மிதக்கும் காற்றின் ஈரலிப்பா? அதுபோல் காலம் கனக்கிறது என்று கவிதை முடியும்போது ஒரு இனம்தெரியாத கனம் நம் நெஞ்சில் இறங்குகின்றது.

லதாவின் கவிதை மொழி பெரும்பாலும் பெருள்மயக்கின் அழகியல் வெளிப்பாடே எனலாம். குருஷேத்திரம், இரண்டாவது காலனித்துவத்தின் சில காட்சிகள் போன்ற ஈழப்போர் பற்றிய கவிதைகளிலும் நாம் இதைக் காணலாம். இவ்வகையில் பெரும்பாலும் நேரடியான உணர்ச்சி வெளிப்பாடாக அமையும் பெரும்பாலான போர்க்கால ஈழத் தமிழ்க் கவிதைகளிலிருந்து லதாவின் கவிதைகள் வேறுபடுகின்றன.

> பேரலையில் சீரழிந்த கடல்
> அயர்ந்திருந்தது
> நாரைகள் மீன் பிடித்துக்கொண்டிருந்த
> அந்நேரத்தில்
> போர் முடிவானது

இறுதி ஈழப்போர் பற்றிய 'குருஷேத்திரம்' இப்படித்தான் தொடங்குகின்றது. குருஷேத்திர யுத்தப் படிமங்களை ஈழ யுத்தக் காட்சிகளுடன் இணைக்கிறார் கவிஞர். பாண்டவர்கள், கௌரவர்கள், திரௌபதி, சகுனி, கிருஷ்ணர் எல்லோரும் வருகின்றனர். கவிதையில் அவர்கள் சமகால அர்த்தம் பெறுகின்றனர்.

> தாயம் ஆடிக் காலம் கடத்திய
> நொண்டிச் சகுனியைக்
> கொன்றுவிட்டு

நாள் குறித்தனர்
கௌரவரும் பாண்டவரும்
பிணைந்திருந்த களத்தில்
உலகப் பேரரசர்களும் இணைந்தனர்

இங்கு பாரதப்போர் ஈழப்போராகின்றது. தாயம் ஆடிக் காலம் கடத்திய நொண்டிச் சகுனி யார் என்பது ஈழப்போர்ப் பின்னணியில் நமக்குப் புரிகின்றது.

வானமும் பூமியும் நீரும் காற்றும் விரட்ட
பத்ம வியூகத்திற்குள்
மக்கள்

மந்திரம் மறந்த அபிமன்யூக்கள்
பீரங்கி வாயில் புகுந்தோடினர்.
இறந்தவரையும் இழுத்தழித்தனர்
சக்கரத்தில் சிக்கியவர்கள்

வெடித்துச் சிதறிய கணவனுக்காய்
இனமழித்தாள்
திரௌபதை

என்று தொடர்கிறது கவிதை. புத்தராய்ப் பிறந்த கிருஷ்ணர் பிசாசாக மாறி கீதோபதேசம் செய்யும் அதிர்ச்சியும் நிகழ்கிறது இக்கவிதையில். இன்னும் ஏவப்படாத பிரமாஸ்த்திரம் பற்றிய எள்ளலுடன் கவிதை முடிந்தாலும் போரின் உக்கிரத்தையும் அவலத்தையும் அது வெளிப்படுத்துகின்றது.

பிள்ளைகளை
நாடு தின்னக்கொடுத்த
அன்னையரின் பஞ்சடைந்த கண்களிலும்
அவர்களின் கோணிப் பைக்குள்
நிறைந்துள்ள
குழந்தைகளுக்கான கதைகளிலும்

எக்களிக்கிறது
இன்னும் ஏவப்படாத
பிரம்மாஸ்திரம்.

இறுதி ஈழப்போர் பற்றி எழுதப்பட்ட மிகச் சிறந்த கவிதைகளுள் இதுவும் ஒன்று என்பது என் கருத்து. கவிஞரின் கோபமும் ஏமாற்றமும் இதில் உள்ளூறைந்து இருக்கிறது. இவ்வகையில் யுத்தத்துக்குப் பிந்திய சில காட்சிகளை விபரிக்கும் 'இரண்டாவது காலனித்துவத்தின் சில காட்சிகளும்' ஒரு முக்கியமான கவிதைதான். யாருக்கும் இல்லாத பாலையையும் ஈழப் போரோடு தொடர்புபடுத்திப் பார்க்கலாம் என்று தோன்றுகின்றது. கரை சுருங்கி விரியும் வாழ்வு, இல்லாதுபோன நாள் போன்றனவும் இத்தகைய வாசிப்புக்குரியன.

லதா எழுதிய நேரடியான அரசியல் கவிதைகள் குறைவு எனினும் அவருடைய பெரும்பாலான கவிதைகளில் ஒரு நுண் அரசியல் இழையோடுவதைக் காணலாம். பெண் பற்றிய நுண் அரசியல் இதில் முக்கியமானது. என்றாலும் ஆண் பெண் என்ற எதிர்நிலை இவரது மிகச் சில கவிதைகளிலேயே முனைப்பாக வெளிப்படுகின்றது. அவருடைய முதல் தொகுதியிலுள்ள 'உனக்குமல்ல' என்ற கவிதையில் இடம்பெறும் பின்வரும் வரிகளை எடுத்துக்காட்டாகத் தரலாம்:

என் அருமை ஆணே
வாழ்க்கையெழுத
நினைவுகள் மட்டுமே
எனக்கென்று எண்ணிவிட்டாயே

நுண்ணோக்கி தீண்டா
விண்கோள் நான். இன்றைப் பகலோடு
எரிந்து வீழுமொரு
எரிகல் நீயெனக்கு

பால்வீதியின் நீள்வட்டங்கள்

சுருக்குப் பைகளல்ல
அதில் இறுகிப்போகுமோர்
அனுபவமல்ல என்பாதை

இவருடைய இரண்டாவது தொகுதியில் இடம்பெற்றுள்ள 'விழிக்க மறுக்கும் இளவரசி' பெண்ணிய அரசியல் பேசும் ஒரு நல்ல கவிதை எனலாம். தலைப்பே கவிதையின் பொருளைப் பேசுகின்றது: பெண்களுக்குச் சாதகமில்லாத சமூகச் சூழலில் தங்கள் ஆற்றலை உணராது வாழ்ந்து கழியும் பெண்களைப் பற்றியதாக இக்கவிதையை வாசிக்கலாம். அதன் சில வரிகள் இவை:

எல்லா உயிர்களையும் போலவே உனது
இலக்கும் சுவாசித்தல்தான்
வாசல்களும் சன்னல்களும் நிறைந்த
இந்த உலகத்தின் எந்த இடத்திலும்
உனக்கு மூச்சு முட்டுகின்றது
காற்றே இல்லாத உன் கருவறை தவிர.
இருள் நிறைந்த கூட்டுக்குள் நீ
சுருண்டுகொள்ள முயலும்போது
தொடுவான் விளிம்பைத்
தொட்டுவிடும் உன் கால்கள்

இத்தொகுப்பிலுள்ள பாஞ்சாலி பற்றிய 'விலக்கப்பட முடியாதவள்', 'நனவில் நடப்பவள்' முதலிய கவிதைகளையும் இவ்வாறு பெண்ணிய அரசியல் பேசும் கவிதைகளாக வாசிக்க முடியும்.

சொற்கள் என்ற தலைப்பில் ஐந்து கவிதைகள் உள்ளன இத்தொகுப்பில். பொருள் மயக்கின் அழகியல் மிளிரும் கவிதைகள் இவை. சொற்களுக்கும் நமது வாழ்வுக்கும் இடையிலான உறவைப் பேசுகின்றன இவை. சொற்கள் நம்மை வருத்துகின்றன, மகிழ்விக்கின்றன. சொற்கள் இல்லாத - மொழி இல்லாத - வாழ்வை நம்மால் சிந்திக்க முடியாது. 'உள் வலியின் ஆகுதியில் வளர்கின்றன வார்த்தைகள்' என்கிறார் லதா. 'இதமான சொல்லும் வலியேற்றித் திரிகிறது' என்றாலும், 'மொழி துறப்பது எமக்குச் சாத்தியமா' என்று கேட்கிறார். 'இல்லாத சொற்களில் தானா உயிர்

வாழ்கிறோம் நீயும் நானும் அனைவரும்?' என்று இன்னுமொரு கவிதையில் கேட்கிறார். 'குரலற்ற ஒலியில் கொழுந்துவிட்டெரியும் உளமறியா நேசம்' என்று முடிகின்றது ஒரு கவிதை.

நேசம் பற்றிப் பேசுகையில் 'அன்பினாலானது' என்ற கவிதையைக் குறிப்பிட வேண்டும். மனித நேசத்தின் ஆழம் பற்றிப் பேசுகின்ற கவிதை அது.

நேசிப்பது எப்படி யென்பதை
அறிந்துகொண்ட பொழுதில்
காற்றும் அறியாது முகிழ்த்தன

என்று தொடங்குகின்றது கவிதை. ஆனால் நேசத்துக்கு வேலிகட்ட முயன்றபோது உலகம் குழம்பிவிட்டது என்கிறார்; கவிஞர். கவிதை இவ்வாறு முடிகின்றது:

கனிந்து பெருகும் அன்பை
எனதாகவும் உனதாகவும்
சுவரெழுப்பிக் கதவடைக்க
சிறகொடிந்து துடித்தது நமதன்பு

நேசத்தை அளக்கத் துடித்த
இருளடர்ந்த இரவில்
குழம்பிப் பிறழ்ந்தது
நம் உலகு.

நேசத்துக்கும் வெறுப்புக்கும் இடையில் பயணிக்கின்றன லதாவின் கவிதைகள். வன்முறையின் குரூரம் நிறைந்த உலகில் நேசத்தைப் பாடும் இத்தகைய கவிதைகள் நமக்கு ஆறுதல் தருவன.

2016

•

ஆதித் துயர்: ஃபஹீமா ஜஹான் கவிதைகள்

ஃபஹீமா ஜஹான் 1990களின் பிற்பகுதியில் எனக்கு அறிமுகமானார் அப்போது அவர் அட்டாளைச்சேனை ஆசிரிய கலாசாலை மாணவி. கலாசாலை ஆண்டுமலருக்காக என்னிடமிருந்து ஒரு பேட்டி எடுக்கவேண்டும் என அவர் விரும்பினார். என் மனைவி மூலம் தொடர்புகொண்டு பேட்டிக்கான வினாக்களை எழுதி அனுப்பியிருந்தார். அந்த வினாக்களைப் படித்தபோது அவர் ஒரு சராசரி ஆசிரியை அல்ல, நன்கு விபரம் தெரிந்தவர்தான் என்று நினைத்தேன். அவரை நேரில் சந்திக்காமலே தபால்மூலம் நிகழ்ந்த அந்தப் பேட்டி கலாசாலைச் சஞ்சிகையான கலையமுதத்தில் வெளிவந்தது.

அப்போது அவர் கவிதைகளும் எழுதுபவர் என்று எனக்குத் தெரியாது. பின்னர் பத்திரிகைகளில் அவ்வப்போது வெளிவந்த அவரது சில கவிதைகளைப் படித்தபோது அவர் மேலெழுந்துவரக்கூடிய கவிஞர் என்பது உறுதிப்பட்டது. மிக அண்மையில்தான் ஒரு கடல் நீரூற்றி என்ற அவரது முதலாவது தொகுப்புப் படிக்கக் கிடைத்தது. அதில் இடம்பெற்றுள்ள கவிதைகள் ஃபஹீமாவின் கவியாளுமை பற்றிய ஒரு மன நிறைவைத் தந்தன.

சமீபத்தில் வெளியான தனது இரண்டாவது தொகுப்பான 'அபராதி'க்கு ஒரு முன்னுரை தருமாறு அவர் கேட்டபோது

மகிழ்வுடன் ஏற்றுக்கொண்டேன். ஆயினும், பதிப்பகத்தாரின் அவசரம் காரணமாகவும், எனது அவகாசமின்மை காரணமாகவும் எனது முன்னுரை இல்லாமலே அபராதி வெளிவர நேர்த்தது. இப்போது தனது முன்னையத் தொகுப்புகளில் இடம்பெற்ற கவிதைகளையும் சேர்த்து தனது மூன்றாவது தொகுப்பை ஃபஹீமா வெளியிடுகிறார். இது எனது முன்னுரையோடு வெளிவரவேண்டும் என்பது அவரது விருப்பம். அவரது கவிதைகளைப் பற்றிய எனது அபிப்பிராயத்தைத் தெரிவிப்பதற்கு இது ஒரு சந்தர்ப்பமாக அமைவதால் அதை நானும் விருப்புடன் ஏற்றுக்கொண்டேன்.

ஃபஹீமாவின் உடனடியான இலக்கியச் சூழல் பற்றி எனக்கு எதுவும் தெரியாது. நான் அவரை இன்னும் நேரில் சந்தித்ததில்லை. அவர் இலங்கையில் சிங்களம் பேசுவோர் பெரும்பான்மையாக வாழும் குருணாகலை மாவட்டத்தில், தமிழ் பேசும் முஸ்லீம்கள் சிறுபான்மையினராக வாழும் மெல்சிரிபுரவில் பிறந்து வளர்ந்தவர். அங்கேயே கல்வி கற்று அங்கேயே கணித ஆசிரியராகப் பணிபுரிகிறார். இடையில் ஆசிரிய பயிற்சிக்காக கிழக்கு மாகாணத்தில் முஸ்லீம்கள் பெரும்பான்மையினராக வாழும் சூழலில் இரண்டு ஆண்டுகளைக் கழித்திருக்கிறார். என்றாலும் அவரது தமிழ் மொழி ஆளுமையும் இலக்கிய ஆர்வமும் அபாரமானது. சமீபத்தில் நான் படித்த ஃபஹீமாவின் சில கட்டுரைகளும் விமர்சனக் குறிப்புகளும் அவருக்கு ஒரு பரந்துபட்ட வாசிப்புத் தளமும், இலக்கியப் பரிச்சயமும், சுய நிலைப்பாடும் இருக்கின்றன என்பதை உணர்த்தின. இது பெரிதும் அவரது சுயமுயற்சியின் அறுவடை என்று நினைக்கிறேன். எனினும் பள்ளியில் தனக்குத் தமிழ் கற்பித்த யாழ்ப்பாணத்தைச் சேர்ந்த தனது ஆசிரியை பராசக்தி இளைய தம்பியை நினைவுகூர்ந்து அவருக்குத் தனது இரண்டாவது தொகுதியை சமர்ப்பணம் செய்திருக்கிறார். தனது மொழித் திறனின் மூல வேரை தனது தமிழாசிரியரிடம் இனங்காணும் இவரது மனப்பாங்கு மகிழ்ச்சிக்குரியது.

ஃபஹீமா 90களின் நடுப்பகுதியிலிருந்து கவிதை எழுதிவருகிறார் என்று நினைக்கிறேன். என்றாலும் கடந்த சுமார் பத்துப் பதினைந்து ஆண்டுகளில் இவர் ஏராளமாக எழுதிக் குவித்தவர்

அல்ல. அவரது முதல் தொகுதியில் (ஒரு கடல் நீரூற்றி) 28 கவிதைகள் இடம் பெற்றுள்ளன. இரண்டாவது தொகுப்பில் (அபராதி) 30 கவிதைகள் உள்ளன. பத்திரிகைகளில் வெளிவந்த, வானொலியில் ஒலிபரப்பாகிய அவரது ஆரம்பகாலக் கவிதைகளையும் சேர்த்தால் அவரது மொத்தக் கவிதைகள் சுமார் இருநூறைத் தாண்டியிருக்கா என்று நம்புகிறேன். இத்தொகுப்பில் அவர் தன் எல்லாக் கவிதைகளையும் சேர்த்துக்கொள்ளவில்லை. தான் எழுதிய வரிகள் எல்லாம் பொன் வரிகள் என்று கருதும் மனப்பான்மை அவரிடம் இல்லை. தன் வளர்ச்சிப் போக்கில் ஒரு சுயமதிப்பீட்டையும் சுய விமர்சனத்தையும்கூட வளர்த்திருக்கிறார் என்பது இன்றைய இலக்கியச் சூழலில் முக்கியமானது.

இத்தொகுப்பில் அவர் எழுதியவற்றுள் அவரே தேர்ந்தெடுத்த 60 கவிதைகள் உள்ளன. சுமார் 15 ஆண்டுகால அறுவடை இவை. ஆண்டு ஒன்றுக்கு சராசரி நான்கு கவிதைகள். இலக்கிய உலகில் ஒரு படைப்பாளியின் நிலை எண்ணிக்கையால் தீர்மானிக்கப்படுவதில்லை, தரத்தினாலேயே தீர்மானிக்கப்படுகின்றது. அந்தவகையில் குறைவாக எழுதி தன் இருத்தலை உறுதிப்படுத்திக்கொண்டவர்களுள் ஃபஹீமாவும் ஒருவராகிறார். இளம் தலைமுறையைச் சேர்ந்த ஈழத்தின் முக்கியமான கவிஞர்களுள் ஃபஹீமாவும் ஒருவர் என்பதை இத்தொகுப்பில் உள்ள அவரது கவிதைகள் உறுதிப்படுத்துகின்றன என்பதை நான் அழுத்திக் கூறலாம்.

ஃபஹீமாவை ஒரு பெண்கவிஞர் என்றோ, பெண்ணியக் கவிஞர் என்றோ நான் அடையாளப்படுத்த விரும்பவில்லை. அவர் ஒரு பெண் என்ற உயிரியல் அம்சமும், ஆணாதிக்கச் சமூகச் சூழலில் அவர் தான் பெண் என்ற பெண்ணிய அரசியல் சார்ந்த சமூகநிலைப்பட்ட பிரக்ஞை பெற்றிருப்பதும் அவரது கவிதைகளில் அழுத்தமாக வெளிப்படுவது உண்மைதான். ஆனால், பெண் என்ற அடையாளத்துக்கு அப்பாலும் அவரது கவிதைகள் விரிவுபெற்றுள்ளன. தனது சமூகத்தின், தனது தேசத்தின், தான் வாழும் உலகத்தின் ஒரு உறுப்பினர் என்ற வகையில் அவரது கவிதைகளின் உணர்வுத்தளம் இவை எல்லாவற்றையும் தழுவி நிற்கின்றது.

2

1980க்குப் பிறகு தமிழ்க் கவிதையில் வலிமையாக ஒலிக்கத் தொடங்கிய பெண்ணின் குரல் - பல ஆண் கவிஞர்களையும், ஆண் முதன்மைச் சிந்தனை வட்டத்தினரையும் அசௌகரியப்படுத்திய அதே குரல் - ஃபஹீமாவின் கவிதைகளிலும் தீர்க்கமாக ஒலிப்பதை நாம் காண்கிறோம். பெண் என்ற வகையில் தனக்கு ஆண்களால் வரையறுக்கப்பட்ட எல்லையை அவர் உடைக்கிறார். அதை அவர் கேள்விக்கு உட்படுத்துகிறார். 'அவள் அவளாக' என்ற கவிதை இதுபற்றிய ஒரு பிரகடனமாகவே அமைகின்றது

உனது தேவதைக் கனவுகளில்
அவளுக்குக் கிரீடங்கள் வேண்டாம்
உனது இதயக் கோவிலில்
அவளுக்குப் பூசைப்பீடம் வேண்டாம்
உனது ஆபாசத் தளங்களில்
அவளது நிழலைக்கூட
நிறுத்திவைக்க வேண்டாம்.
வாழ்க்கைப் பாதையில்
அவளை நிந்தனை செய்திட
உனது கரங்கள் நீளவே வேண்டாம்

அவளது விழிகளில்
உனது உலகத்தின் சூரிய சந்திரர்கள் இல்லை
அவளது நடையில்
தென்றல் தவழ்ந்துவருவதில்லை
அவளது சொற்களில்
சங்கீதம் எழுவதும் இல்லை
அவள் பூவாகவோ தளிராகவோ
இல்லவே இல்லை

காலம் காலமாக நீ வகுத்த
விதிமுறைகளின் வார்ப்பாக

எம். ஏ. நுஃமான் ○ 393

அவள் இருக்கவேண்டுமென்றே
இப்போதும் எதிர்பார்க்கிறாய்........

எல்லா இடங்களிலும்
அவளது கழுத்தை நெரித்திடவே
நெருங்கிவருகிறது உனது ஆதிக்கம்

அவள் அவளாக வாழவேண்டும்
வழிவிடு

'கிரீடங்களை அவமதித்தவள்' என்ற கவிதையிலும் இதே குரல் இன்னும் உரத்து ஒலிக்கின்றது.

எக்காலத்திலும் இனி
உங்கள் பீடங்களில் முழந்தாளிட வரமாட்டேன்
நீங்கள் ஆராதிக்கும் நாமங்களிலும் சேரமாட்டேன்.

ஆதிமுதல் போற்றிவரும்
அந்தக் கிரீடங்களின்மீது
அவமதிப்பை விட்டெறிகிறேன்
உங்கள் அலங்காரப் பட்டினங்களின்
துர்வாடையையும் பேரிரைச்சலையும்
சகித்திட முடியாமல் அகன்று போகிறேன்.

இந்த வகையான எதிர்ப்புணர்வு ஃபஹீமாவின் பல கவிதைகளில் வெளிப்படுகிறது. பெண்ணின் துயரத்துடனும், குமுறலுடனும், கோபத்துடனும் அது பதிவாகியுள்ளது. அம்மா, அவளை வழியனுப்பிய இடம், எல்லைக் கோட்டில் தடுக்கப்பட்டவள், காட்டுமிராண்டியிடம் சிக்குண்டவள், ஊற்றுக்களை வரவழைப்பவள், பேய்களால் தின்னப்படுபவள், பேறுகள் உனக்குமட்டுமல்ல, எனது கைமாற்றி ஏந்திக்கொள், அவளுக்குச் சட்டம் வகுத்தது யார்? தற்கொலை, வயற்காட்டுக் காவற்காரி போன்ற கவிதைகளை இதற்கு உதாரணமாகக் காட்டலாம். விழிப்புற்ற பெண்மைபற்றிய பிரக்ஞையின் வெளிப்பாடாக நாம் இக்கவிதைகளைப் புரிந்துகொள்ள முடியும்.

ஆதித் துயர், ஆதித் திமிர் ஆகிய தொடர்களை சமூகத்தில் வேரோடியுள்ள நெடுங்காலப் பால்நிலைப் பிளவின் குறியீடுகளாகத் தன் கவிதைகள் சிலவற்றில் ஃபஹீமா கையாண்டுள்ளார். இவ்வகையில் 'ஆதித் துயர்' என்ற கவிதை மிகவும் கவனிப்புக்குரியது. பாலை வெய்யிலில் ஒரு மூதாட்டியின் வழிநடைப் பயணத்தின் ஊடாக துயர் படிந்த பெண்ணின் வாழ்வு இக்கவிதையில் சித்திரமாகின்றது. பெண்ணின் நெடுங்காலத் துயரின் குறியீடாகவே இச்சிறிய கவிதை அமைகின்றது எனலாம்.

> நிழல் மரங்களற்றுச்
> சூரியன் தவித்திடும் நெடுஞ்சாலையோரம்
> வெய்யிலை உதறி எறிந்தவாறு
> நடக்கிறாள் மூதாட்டி
>
> குதி கால்களால்
> நெடுங் களைப்பை நசுக்கித் தேய்த்தவாறு
> காற்றைப் பின் தள்ளிக்
> கைகளை வீசுகிறாள்
>
> வெய்யில்
> மிகப் பெரும் தண்டனையை
> வழி நீழப் பரவ விட்டுள்ளது
> வேட்டை நாய்போல
> அவள் முன்னே ஓடிச் செல்கிறது நிழல்
>
> பதிந்தெழும் ஒவ்வொரு சுவட்டிலும்
> தேங்கித் துடிக்கிறது
> ஆதிமுதல் அவளைத் தொடரும் துயர்

பெண்ணின் துயர் ஆதித் துயரெனின், ஆணின் திமிர் ஆதித் திமிராகின்றது. ஃபஹிமாவின் கவிதைகளில். 'தற்கொலை' ஆணால் வஞ்சிக்கப்பட்ட பெண்ணைப்பற்றிய கவிதை. வலுவான மொழியில் ஆணின் ஆதித் திமிர் பற்றி அது பேசுகிறது:

அற்ப புழுதான் - நீயெனினும்
வலுத்த குரலுடனும்
ஓங்கிய கரங்களுடனும்
எப்பொழுதும் அவளை விரட்டினாய்
ஆதித் திமிரின் அடங்காத ஆங்காரத்துடன்
எளியவளின் தேவைகளை
எட்டி உதைத்தாய்.....

நீ கொடுத்த சுமைகளையும்
அந்த உடலையும்
உன்னிடமே எறிந்துவிட்டாள்
இனி எக்காலத்திலும்
உன்னெதிரே வரப்போவதில்லை
நீ துன்புறுத்திய அவள் ஆத்மா

ஆணின் ஆதித் திமிரை நிராகரிக்கும் பிறிதொரு கவிதை 'கடைசிச் சொல்.' 'நம்மெதிரே வீழ்ந்து கிடக்கிறது காலத்தின் பிறிதொரு முகம்' என கவித்துவ வீச்சோடு தொடங்குகிறது கவிதை.

நீ உரிமை கொண்டாடிய
எல்லாவற்றிலிருந்தும்
எனை விடுவித்துக்கொண்டேன்
துயரத்தில் பதைபதைத்த சொற்களையும்
துரோகத்தால் நசுங்குண்ட சத்தியங்களையும்
உனது சுவர்களுக்குள்ளேயே விட்டுவிட்டு
வெளியேறிப் போகிறேன்

இப்பொழுதும்
ஆதித்திமிர் தடுத்திட உன்னிடம் எஞ்சியுள்ளது
ஒரு சொல்
விதி தன் கண்ணீரை வழியவிட்ட சொல்
நாம் நமக்குக் கிடைத்திடக்
காத்திருந்த கடைசிச் சொல்

அந்தக் கடைசிச் சொல் எதுவாகவும் இருக்கலாம். அது அவ்விருவரின் இழப்பையும் மீட்டெடுக்கக்கூடிய சொல். ஆதித் திமிர் அதையும் தடுத்துவிட்டது என்கிறாள் பெண். இவ்வாறு ஆணின் ஆதித் திமிருக்கு எதிரான, பெண்ணின் ஆதித் துயரிலிருந்து மீழ்வதற்கான விழிப்புற்ற பெண்ணின் குரலாக அமைகின்றன ஃபஹீமாவின் பெரும்பாலான கவிதைகள்.

காதல் உணர்வு சார்ந்த அவரது சில கவிதைகளிலும்கூட ஆண்மைக்கு அடிமைப்பட்டுப் போகாத சமத்துவமான காதலுக்கான குரலே ஒலிக்கின்றது. மிகையுணர்ச்சியற்று வாழ்வின் முரண்பாடுகளை எதிர்கொள்ளும் குரல் இது.

அன்பு பொங்கிப் பிரவகித்த அபூர்வ நாட்களில்
நிழல்போலப் பிரிவைச் சொல்லிப் பின்வந்தது காலம்
நான் வரச் சாத்தியமற்ற இடங்களில் நீயும்
நீ வரத் தேவையற்ற இடங்களில் நானும்

வாழ்வின் விதிமுறைகள்
எனதுலகையும் உனதுலகையும் வேறு பிரித்தவேளையில்
விடைபெற்றோம்
ஒன்றித்துப் பறந்த வானத்தையிழந்தோம்
இறுதியாக அன்றுதான் அழகாகச் சிரித்தோம்

எனது சூரியனும் தனித்துப் போயிற்று
உனது சந்திரனும் தனித்தேபோயிற்று

(எனது சூரியனும் உனது சந்திரனும்)

உனது மகிழ்ச்சிகளையெல்லாம்
என்னிடமிருந்தே பெற்றுக் கொண்டாய்
எனது துயரங்களையெல்லாம்
நீயன்றோ ஏற்படுத்தித் தந்தாய்?
தாங்க முடியாத வலிதருகின்ற உன்
தளைகளிலிருந்து

எம். ஏ. நுஃமான்

என்னை விட்டுவிடேன் - போகிறேன்...

உனது அதிகாரங்களையும்
எனது அண்டிவாழ்தலையும்
கீழிறக்கிவைத்துவிடுவது
சாத்தியமெனில் ஒன்று சேர்வோம்
(நீ அவனைக் காதலித்தாயா)

நெடுங்காலத் தாமதத்தின் பின்
இப்போது அழைக்கிறாய்
எந்த மன்னிப்புமற்ற வியாக்கியானங்களோடு
பதுங்கிப்பதுங்கி வந்திருக்கிறாய்

முதன் முறையாக உன்னை எறிந்தேன்
இதயத்திலிருந்து சாக்கடைக்கு
மாசுற்றவைகளைத் தூக்கியெறிந்திட
இருதடவைகள் சிந்தித்ததேயில்லை நான் ...

சொல்
அன்பானவனாக இருந்தாயா? ..

தாரை வார்த்துத் தந்திட
எவருமே முன்வராத வாசலொன்றில்
தாகித்துக் கிடந்தவளைக்
கைவிட்டுச் சென்றபோதும்
அன்பானவனாக இருந்தாயா?

எனக்கும் உனக்குமான உலகின்
கடைசி வாசலையும் மூடி
முத்திரையிட்டாயிற்று
அந்தப் பிசாசை இருகூறாக்கி
நெஞ்சத்துச் சீசாக்களில் அடைத்தாயிற்று
(உன்னால் நான் நனைந்த மழை)

3

இனத்துவ மோதல், அரசியல் வன்முறை, யுத்தம் என்பவற்றால் நேரடியாகப் பாதிக்கப்படாத தென்னிலங்கைக் கிராமம் ஒன்றை வாழிடமாகக் கொண்டவர் ஃபஹீமா ஜஹான். ஆயினும், ஒடுக்குமுறைக்கு எதிரான, யுத்தத்துக்கும் வன்முறைக்கும் எதிரான மனச்சாட்சியின் குரலாக அவரது கவிதைகள் சில அமைந்திருப்பது அவரது அரசியல் பிரக்ஞையின் விசாலத்தைக் காட்டுகின்றது எனலாம். 1980களிலிருந்து ஈழத்தில் வளர்ச்சியடைந்த - தமிழ் இலக்கிய வரலாற்றில் முற்றிலும் புதுமையான, இன விடுதலை சார்ந்த அரசியல் போராட்ட - எதிர்ப்புக் கவிதைகளில் ஃபஹீமாவின் பங்கு சிறிதெனினும் இது தொடர்பான குறிப்பிடத் தக்க சில கவிதைகளையேனும் அவர் எழுதியுள்ளார்.

இலங்கையின் இனத்துவ அரசியல் சூழல் சிக்கலானது, குழப்பங்கள் மலிந்தது. இனத்துவ முரண்பாட்டையும் மோதலையும் வெள்ளை, கறுப்பு என மிகை எளிமைப்படுத்தி, அதன் ஒரு பக்கத்தைச் சார்ந்து நிற்பது இனத்தேசியவாதிகளைத் தவிர நிதானமான அரசியல் பார்வை உடையவர்களுக்குச் சாத்தியமல்ல. இது தொடர்பான ஃபஹீமாவின் ஒரு சில கவிதைகளில் ஒரு புறச் சார்பு, அதாவது தமிழ்த் தேசிய நோக்குநிலை, வெளிப்படுகின்றது எனினும், பொதுவாக அரசியல் வன்முறைக்கும் ஒடுக்கு முறைக்கும் எதிரானவராகவே அவர் இருக்கிறார். 'அவர்களுக்குத் தெரியும்' கவிதை அமைதி நிலவிய தமிழ்ப் பிரதேசத்தில் அரச வன்முறை புகுந்தமை பற்றிப் பேசுகின்றது.

> அறிமுகமற்ற பேய் பிசாசுகளையெல்லாம்
> அழைத்துக்கொண்டு இரவுகள் வந்தடைந்தன
> எமது வான வெளியை
> அவசரப்பட்டு அந்தகாரம் ஆக்கிரமித்தது
> அடர்ந்து கிளைவிரித்துக் காற்றைத் துழாவியபடி
> எம் மீது பூச்சொரிந்த வேம்பின்
> கிளைகள் முறிந்து தொங்கிட அதனிடையே

அட்டுப்பிடித்த கவச வாகனங்கள்
யாரையோ எதிர்கொள்ளக் காத்திருந்தன

எமதண்ணன்மார் அடிக்கடி காணாமல் போயினர்
எமது பெண்களின் வாழ்வில் கிரகணம் பிடித்திட
எதிர்காலப் பலாபலன்கள் யாவும்
சூனியத்தில் கரைந்தன

தற்போதெல்லாம் குழந்தைகள்
இருளை வெறுத்துவிட்டு
சூரியனைப் பற்றியே அதிகம் கதைக்கிறார்கள்
அவர்தம் பாடக் கொப்பிகளில்
துப்பாக்கிகளை வரைகிறார்கள்
பூக்களும் பொம்மைகளும் பட்டாம்பூச்சிகளும்
அவர்களைவிட்டும் தூரப் போயின

இத்தகைய சித்திரத்தை 1980க்குப் பிந்திய ஈழத்துக் கவிதைகளில் நாம் அடிக்கடி காணலாம். அரச வன்முறையின் வருகை ஆயுதப் போராட்டத்தின் உடன் விளைவுதான். கடந்த சுமார் முப்பது ஆண்டுகளில் வன்முறை, வன்முறைக்கு எதிரான வன்முறை என தொடர்ச்சியாக ஈழத்து வாழ்வு சிதறடிக்கபப்பட்டது. அரச வன்முறையினால் வெஞ்சினமுற்ற இளைஞர்கள் ஆயிரக்கணக்கில் விடுதலை இயக்கங்களில் இணைந்து விடுதலைக்காகத் தம் வாழ்வைத் தியாகம் செய்ய முன்வந்தனர். (இன்னும் ஆயிரக் கணக்கானோர் சுயவிருப்பற்று பலாத்காரமாக இயக்கங்களுள் உள்வாங்கப்பட்டனர் என்பதையும் நாம் நினைவில் கொள்ளவேண்டும்.) முகவரியற்ற நெருப்பு நிலவுக்கு, ஒரு கடல் நீரூற்றி அகிய ஃபஹீமாவின் கவிதைகள் இவ்வாறு உயிர்த்தியாகம் செய்ய முன்வந்த தமிழீழ விடுதலைப் போராளிகளை மகிமைப்படுத்தி அங்கீகரிக்கும் கவிதைகளாக உள்ளன. முகவரியற்ற நெருப்பு நிலவுக்கு என்ற கவிதையில் ஆதிரை என்ற பெண் போராளி அவளது சக மாணவியால் நெருப்பு நிலவாக உருவகிக்கப் படுகிறாள். அதன் சில வரிகள்;

....

ஆதிரை
கடைசியாக நீ கல்லூரி வந்த தினம்
அதுவென்றுதான் நினைக்கிறேன்
அன்று சிரித்திடவே இல்லை நீ
சிந்தனை வயப்பட்ட முகத்துடன்
கல்லூரி வளவெங்கும் அலைந்து திரிந்தாய்

பின்னர் நான் பார்க்க நேர்ந்த
போராளிகளின் படங்களிலெல்லாம்
உன் முகத்தைத் தேடித் தோற்றேன்...

துப்பாக்கி வரைந்த
உன் இரசாயனக் குறிப்பேட்டைப்
பத்திரப்படுத்திவைத்துள்ளேன்
பாடத்தை விட்டு
உன் கவனம் திசைமாறிய தருணங்களில்
ஓரங்களில் நீ எழுதியுள்ள வாசகங்கள்
விட்டுவிடுதலையாகும்
உன் சுதந்திரக் கனவைச் சொல்கின்றன
உன் நகர்வுகளை மோப்பம் பிடிக்கும்
அறிமுகமற்ற சப்பாத்துக்கால்கள்
சனியன்களால் ஆட்டுவிக்கப்படும் நாளைகளிலும்
எமது வாழிடங்களில் பதிந்துசெல்லலாம்
நீ கவனமாயிருந்து இலட்சியத்தை வெற்றிகொள்

ஒருகடல் நீரூற்றி என்ற கவிதை கடற்போரில் மாண்ட போராளிக்காக இரங்கும் அவனது காதலியின் ஆழ்ந்த சோகக் குரலாக அமைந்துள்ளது. அக்கவிதையின் இறுதிப்பகுதி:

பரணி..
உன் நினைவுகள் தேய்ந்துகொண்டிருந்த வேளை
மாரிக்கால அந்திப்பொழுதொன்றில்
நனைந்த சீருடைகளிலிருந்து நீர் சொட்டச்சொட்ட

மீளவும் வந்தாய்
அலையெழுப்பும் கடல்பரப்பினில்
உனக்கான பணி முடிக்கவென விடைபெற்றுப் போனாய்
வாழ்த்துச் சொல்ல வாயெழவுமில்லை
ஆரத்தழுவிட நீ விரும்பவுமில்லை
வெளியே பெய்த மழை என் கன்னங்களில் வழிந்தோட
மழைப் புகாரினூடே மறைந்து போனாய்

திரைகடல் சென்ற திரவியமானாய்
ஆழிப்பரப்பெங்கும் ஊழித் தீ எழுந்து தணிந்தது - நீ
திரும்பிவரவே இல்லை

இன்று வீரர்கள் துயிலும் சமாதிகள் மீது
காலத்துயரின் பெருமௌனம் கவிந்துள்ளது
சமுத்திரத்தையே சமாதியாகக் கொண்டவனே!
இங்கு ஏதுமற்ற உன் கல்லறையில்
ஒரு கடல் நீரூற்றி நிரப்பிடவோ?

தமிழ் ஈழ விடுதலைப் போராட்டம் அதன் முளையிலேயே மக்கள் விரோத அம்சத்தையும் கொண்டிருந்தது. அரச அடக்குமுறைக்கு எதிராக எழுச்சியடைந்த போராட்டம் விரைவிலேயே சகோதர இயக்கங்களுக்கு எதிரானதாகவும், அப்பாவித் தமிழ், சிங்கள, முஸ்லிம் மக்களுக்கு எதிரானதாகவும் வளர்ச்சியடைந்தது. இதன் ஊடாக விடுதலைப் போராட்டம் ஒரு பயங்கரவாதக் குணாம்சத்தைப் பெற்றுக்கொண்டது. அரச பயங்கரவாதம் அதற்கு எதிரான தமிழ் தேசிய பயங்கரவாதம் என இது விரிவடைந்தது. இதுபற்றிய ஃபஹீமாவின் எதிர்வினைகள் தாக்கமானவை. 'ஒரு மயானமும் காவல் தேவதைகளும்' என்னும் கவிதை முஸ்லீம்களுக்கு எதிரான விடுதலைப் புலிகளின் வன்முறை பற்றிப் பேசுகின்றது. புலம் பெயர்ந்த ஒரு இளைஞனை முன்னிறுத்திப் பேசுவதாக அது அமைந்துள்ளது. அதேவேளை பொதுவாக வன்முறையின் கொடூரம் பற்றியும் பேசுகின்றது. அக்கவிதையின் சில பகுதிகள் இவை:

சுழலும் சோகச் சூழலிடை
உனக்கு எதை எழுத?
ஆடிப்பாடி பின் அவலம் சுமந்து நீங்கிய
சோலை வனத்தைத் தீயின் நாக்குகள் தின்று தீர்த்தன
நெற்கதிர்கள் நிரம்பிச் சலசலத்த வயல்வெளிகளை
இரும்புச் சக்கரங்கள் ஊடுருவித் தகர்த்தன
எஞ்சிய எமது பள்ளிவாசல்களும் அசுத்தமாக்கப்பட்டன

மண்ணை மீட்டெடுக்கும்
போராட்டத்தில் மனிதர்கள் வீழ்ந்திட
பேய்கள் உலாவிடும் பூமிமாத்திரம்
தரிசுதட்டிக் கிடக்கிறது
இரத்தம் உறிஞ்சிய மண்ணில்
எத்தகைய வசந்தம் துளிர்த்திடுமினி ...

தளைகளை வெட்டியெறிந்திடப் புறப்பட்ட விடுதலைப்
பிரவாகம் உனை வீடுதுறக்கவைத்தது
நீ வாழ்ந்த தேசம் இன்றுன்னை
எந்தப் பாடலைக் கொண்டும்
வரவேற்கும் நிலையிலில்லை ...

உங்கள் மொழியும் எங்கள் வாழ்வும் வேறாக்கப்பட்டபின்... என்னும் கவிதையும் முஸ்லிம் விவசாயிகள்மீது கட்விழ்த்துவிடப்பட்ட புலிகளின் வன்முறைபற்றியே பேசுகின்றது.

அந்த வயல்வெளி மீது வாழ்வும் மொழியும்
வேறுபிரிக்கப்பட்டது
வானமும் திசைகளும் விக்கித்து நின்றிட
விதியெழுதப்பட்டது

எனத் தொடங்கும் கவிதை இவ்வாறு முடிகின்றது:

மாலைப் பொன்னொளி கவியெழுத வரும்

அழகிய வயல்வெளியைச்
சனியன்கள் தம் துயரப் போர்வை கொண்டு மூடின
மரணப் பீதியுடனான ஓலம் திசைகளை உலுப்பிற்று
வயல்வெளி கடந்து அவ்வதிர்வு
நீலம் பூத்த மலைகளையும் அடிவானையும்
நீண்டு தொட்டது

அறுவடைக்குச் சென்ற அப்பாவிகள்
அறுவடை செய்யப்பட்டனர்
பின் உழவு இயந்திரப் பெட்டிகளில்
நெல் மூடைகளுக்குப் பதிலாகத்
துண்டாடப்பட்ட சடலங்கள்
எடுத்துவரப்பட்டபோது
எல்லாம் தடுமாறி நின்றன
இவ்வாறு வன்மமும் வெறுப்பும்
வாரியிறைக்கப்பட்ட
வரலாற்றுக்காயம் நிகழ்ந்தது
எல்லாவற்றையும் வீழ்த்திச் சிதைத்து
அள்ளிப்போனது பிரளயத்தின் பெருங்காற்று

பொதுவாக வன்முறைக்கு எதிரான கவிதை வரிகள் ஃபஹீமாவின் கவிதைகளில் விரவிக்கிடக்கின்றன. என்றாலும், ஈழத்தின் வன்முறைச் சூழல் பற்றிய ஒரு மொத்தமான சித்திரத்தைத் தருகிறது அவரது அடவி-2007 என்ற சிறிய கவிதை. செறிவான படிமங்களால் நிரம்பிய இக்கவிதை ஈழத்தின் அவலம் பற்றிய ஒரு முழுமையான குறியீடு எனலாம்.

தீ மூட்டப்பட்ட
வனத்தை விட்டுத்
தப்பித்துப் பறக்கிறது
பறவை

சிங்கத்தோடு நரிகளும்
புலியோடு ஓநாய்களும்

அணிதிரண்ட அடவியில்
அபயம் தேடியலைகிறது
மான்குட்டி

வற்றிய குளத்தில்
வந்திறங்கிய கொக்குகள்
நீர் ததும்பும் நதிகளில்
சேர்ப்பிக்கும் கதைகள் பேசி
மீன்களைக் காவிப்
பறக்கின்றன மலையுச்சிக்கு

தேனீக்களை விரட்டியடித்துத்
தேன் சொட்டும் வதையை
அபகரித்துக்கொண்டது
கரடி

அடவியெங்கும்
அதிர்ந்து ஒலிக்கிறது
என் தேசத்து
மானுடத்தின் பேரவலம்

சிங்கத்தோடு நரிகளும் புலியோடு ஓநாய்களும் அணிதிரண்ட அடவியில் அபயம் தேடி அலையும் மான்குட்டி ஈழத்து வாழ்க்கையைக் கச்சிதமாக உருவகிக்கும் படிமமாகும்.

4

ஃபஹீமாவின் கவிதைகள் இயற்கையின் வண்ணங்கள் பற்றிய காட்சிப் படிமங்களால் நிறைந்திருக்கின்றன. அவை தனித்து நிற்காது சங்கக் கவிதையியல் கூறுவதுபோல் முதல், கரு, உரி மூன்றும் பின்னிப் பிணைந்தனவாக உரிப்பொருளுக்கு ஊட்டம் கொடுப்பனவாக அமைகின்றன.

இனிய குரலெடுத்துப் பாடும் உன் பாடலுடன்
வசந்தகாலமொன்று என் அடவிகளில் வந்துவிழும்
துயரங்கள் நிரம்பித் தாக்கும் வேளைகளில்
வேதனையில் உன் சிரிப்பொலி எழும்போது
அகால இடிமுழக்கத்தில் என் வானம் அதிரும்
ஏதோ ஓர் ஆறுதலில்
நீ என் கிளைகளில் தாவிக் குரலலெழுப்பும்போது
கார்காலமொன்று என் வேர்களைச் சூழும்

மரணத்தைப் பற்றியும்
நிலையற்ற வாழ்வின் நியதிகள் பற்றியும்
மகானைப்போல் நீ போதிக்கும் தருணங்களில்
கடும் கோடைகாலமொன்று என்
கால்களைச் சுற்றிவந்து பெருமூச்செறியும்

ஆனாலும் அன்பே!
இலையுதிர் காலத்தில் விக்கித்து நின்றபோது
ஓராயிரம் இலைகளும் உதிர்ந்துபோகையில்
என்னிடம் புன்னகைக்கக் கெஞ்சிய
உன் கீச்சலுடன் பனித்துளிகள் சொரிந்திடலாயின
(குரங்குகள் பிய்த்த கூடு)

பொன்னந்திக் கிரணங்கள் படியத்தொடங்கிய
மாலையில்
குளிர்ந்த மலையை விட்டுக் கீழிறங்கித்
தும்பிகள் பறந்து திரிவதும்
தங்கநிறக் கதிர்கள் ஆடுவதுமான வயல் நிலங்களையும்
நீரோடைகளையும் தென்னந் தோப்புகளையும் ஊடுருவி
மனிதர்கள் வடிந்துபோன சந்தைக் கட்டடங்களையும்
மஞ்சள் வண்ணப் பூச்சொரியும் பெருவிருட்சத்தையும்
தாண்டி நீ சந்திக்கு வந்தாய்

(எனது சூரியனும் உனது சந்திரனும்)

பகல் முழுதும்
மலைகளின் சாம்பல் நிறப் போர்வைகள்
தேங்கிக்கிடக்கும் இருள்
மாலையில் பதுங்கிப்பதுங்கி மலையிறங்கி
ஊரின் திசைகளெங்கிலும்
உறைந்திட ஆரம்பிக்கும் கணங்களில்
என்னை வழியனுப்பிவைப்பாய்

(இரகசியக் கொலையாளி)

நட்சத்திரங்கள் பூத்த வானம் விரிந்திருந்தது
எமக்குப் பின்னால்
பாதியாய் ஒளிர்ந்த நிலவு தொடர்ந்து வந்தது
தூரத்து வயல்வெளியை மூடியிருந்தது வெண்பனி
தென்னைகளில் மோதி குடியிருப்புகளை ஊடுருவி
எம் செவிவழி நுழைந்தது
வங்கக் கடலில் எழுகின்ற அலையோசை
சந்தடி ஓய்ந்த தெருவழியே
நீயும் நானும் விடுதிவரை நடந்தோம்

(ஒரு கடல் நீரூற்றி)

அழகிய படிமங்களால் நிறைந்த மழை, வெயில் ஆகிய கவிதைகள்கூட தனியே மழையையும் வெயிலையும் பற்றியவை அல்ல. அவையும் பெண்ணுடனும் சமூக யதார்த்தத்துடனும் உறவுபடுத்தப்படுகின்றன.

இறுக மூடப்பட்ட
வீட்டினுள் வரமுடியாது
நனைந்துகொண்டிருக்கிறது
மழை
எனத் தொடங்கும் 'மழை' கவிதை

ஓய்ந்திட மாட்டாமல்
இன்னொரு

வெப்ப மழை பெய்துகொண்டிருந்த
அவள் முகத்தில் வீழ்ந்த கணத்தில்
தனது ஆவேசமெல்லாம்
ஒடுங்கிப்போய்விடப்
பெய்வதை நிறுத்திப்
பெருமூச்செறிந்து போயிற்று
அந்த மழை

என முடிகிறது. வெயில் கவிதையின் சில பகுதிகள் வருமாறு:

வெட்டியகற்றப்பட்ட மரம்
விட்டுச்சென்ற வெளியில்
அதிரடியாக
இறங்கிக்கொண்டிருக்கிறது வெயில்...

தாய்த்தேசத்தில் அனாதையாக்கப்பட்ட மகள்
புகலிடம் ஒன்றைத் தேடிப் போகிறாள்
நிழல்களை விரட்டும் பிறிதொரு வெயில்
அவள் பின்னே போகிறது

கண்ணீர் வற்றாத இத்தீவையும்
குறுகுறுக்கும் மனதுடன்
கடக்கிறது வெயில்
ஈரத்தை உறிஞ்சிக்கொண்டு
இரத்தக்கறைகளை அப்படியே விட்டுவிட்டு

'நஞ்சூட்டப்பட்ட மரம்', 'அழிவின் பின்னர்' ஆகிய கவிதைகள் இயற்கை அழிக்கப்படுவதை மிகுந்த கோபத்துடனும் சோகத்துடனும் பேசுகின்றன. பெண்ணுக்கும் இயற்கைக்கும் இடையிலான பிணைப்பையும் உறவையும் ஃபஹீமாவின் கவிதைகள் மிக நுட்பமாகச் சித்திரிக்கின்றன. 'ஊற்றுக்களை வரவழைப்பவள்', 'அவள் வளர்க்கும் செடிகள்', 'நிலம்' ஆகிய கவிதைகள் நிலத்தை உயிர்ப்பிக்கும் பெண்களைப் பற்றி மிகுந்த கவித்துவத்துடன் பேசுகின்றன. இந்தக் கவிதைகள் அவரின்

இளமைக்கால அனுபவங்களின் வெளிப்பாடு என நினைக்கிறேன். இந்தக் கவிதைகளில் வரும் சிறுமி அவராகவே இருக்கலாம். இயற்கையை ரசிக்கும் உள்ளத்தில் இருந்துதான் கவிதை ஊற்றெடுக்கும். அவள் வளர்க்கும் செடிகள் ஃபஹீமாவின் சிறந்த கவிதைகளுள் ஒன்று எனலாம். ஃபஹீமாவின் கவிதைகளிலே மிகவும் நீளமானது நிலம் என்னும் கவிதை. இதுவும் அவருடைய சிறந்த கவிதைகளுள் ஒன்று எனத் தயக்கமின்றிக் கூறலாம். நிலத்தை உயிர்ப்பித்து, நிலத்துக்கே தன் வாழ்வை அர்ப்பணித்து, அந்த நிலத்திலேயே அடங்கிப்போன ஒரு பெண்ணைப் பற்றிய 'காவியம்' என இதனைக் கூறலாம். இதில் வரும் பெண் அவருடைய அம்மம்மாவாக இருக்கலாம் என்று நினைக்கிறேன். தன் சிறு பராயத்தோடு பிணைந்திருந்த அம்மம்மா பற்றி உணர்வு கொப்பளிக்கும் கவிதைகள் சிலவற்றை ஃபஹீமா எழுதியிருக்கிறார். 'இரகசியக் கொலையாளி' அதில் முக்கியமானது. அம்மம்மாவின் மரணத்தின் துயர் வழிந்தோடும் கவிதை அது. நிலம் என்னும் கவிதை நிலத்தோடு பிணைந்த பாட்டியைப் பற்றிய சிறுமியின் நினைவுகளாக விரிகிறது. பாட்டி நிலத்துக்கு உயிர் கொடுத்த வரலாற்றையும் அவளது அன்றாட உழைப்புச் செயற்பாடு பற்றியும் பேசுகிறது. அவளது 'வியர்வையையும் நீரையும் பருகிப்பருகி அவளைச் சூழப் புதிது புதிதாய்' செழிப்படைந்த நிலத்தோடு அவளுக்கு இருந்த பிணைப்பு பற்றிப் பேசுகிறது. கடைசியாக அவளுடை தனிமைத்துயர் பற்றிப் பேசுகிறது.

இறுதியில்,
ஓயாது அழைத்துக் கொண்டிருந்த
அரூபக் குரல் ஒன்றுக்குப் பதில் அளித்து
அவள் போனாள்
புற்களையும் செடிகளையும் வளரவிட்டு
அந்த நிலம்
அவளைப் பத்திரப்படுத்திக் கொண்டது

என முடிகிறது கவிதை. விழிப்படைந்த பெண்மையின் குரலாகவும், அதிகாரத்துக்கும் அடக்குமுறைகளுக்கும் எதிரான குரலாகவும், அன்பு, பாசம், சமத்துவமான காதல் என்பவற்றின் குரலாகவும்,

இயற்கையின் குரலாகவும் அமையும் ஃபஹீமாவின் கவிதைகள் எளிமையானவை, நேரடியானவை, அதிக அலங்காரங்கள் அற்றவை. அதேவேளை, படிமச் செறிவு மிக்கவை. இவை இவரது கவிதைகளின் பலம் என்று சொல்வேன். இளம் தலைமுறையைச் சேர்ந்த முக்கியமான ஈழத்துக் கவிஞர்களுள் ஒருவராக ஃபஹீமாவின் கவிதைகள் அவரை அடையாளப்படுத்துகின்றன.

இன்று எழுதும் பெரும்பாலான கவிஞர்களைப்போல் ஒரேவகையான மொழி நடையையே இவரும் கையாள்கின்றார். பன்முகப்பட்ட கவிப் பொருளும் பன்முகப்பட்ட மொழி நடையும் கவிதைக்கு ஒரு பன்முகத் தன்மையைத் தருவன. ஃபஹீமாவின் எதிர்காலக் கவிதை இப்பன்முகத்தன்மையைப் பெற்று தமிழ்க் கவிதைக்கு மேலும் வளம் சேர்க்கும் என்று நம்புகிறேன்.

01.12.2009

•

அனார் கவிதைகள்: எளிமையும் இருண்மையும்

அனார் 1990 களின் நடுப்பகுதியில் கவிதை எழுதத் தொடங்கினார் என்று நினைக்கிறேன். கடந்த சுமார் பதினைந்து ஆண்டுகளில் ஒவியம் வரையாத தூரிகை (2004) உட்பட அவரது ஐந்து கவிதைத் தொகுப்புகள் வெளிவந்துள்ளன. எனக்குக் கவிதை முகம் (2007), உடல் பச்சை வானம் (2009), பெருங்கடல் போடுகிறேன் (2013), ஜின்னின் இரு தோகை (2017) என்பன அவை. இந்த ஐந்து தொகுதிகளிலும் மொத்தம் 151 கவிதைகள்தான் உள்ளன. கடந்த சுமார் இருபத்தைந்து ஆண்டுகளில் அவர் எழுதியவை அதிகம் இல்லை. ஆயினும், இன்று அவர் இலங்கையில் மட்டுமன்றி "தமிழ் கூறும் நல்லுலகு" எங்கும் நன்கு அறியப்பட்டவராக, ஈழத்து முன்னணிக் கவிஞர்களுள் ஒருவராக அங்கீகாரம் பெற்றிருக்கிறார். கவிதைக்கான கனேடிய இயல்விருது, விஜய் தொலைக்காட்சியின் இலக்கியத் துறைக்கான சாதனைப் பெண் விருது, கவிஞர் ஆத்மாநாம் விருது, ஸ்பரோ இலக்கிய விருது என பல உயர் விருதுகள் பெற்றிருக்கிறார். அவருடைய கவிதைகளைப் பற்றி பல கட்டுரைகளும், மதிப்புரைகளும், ரசனைக் குறிப்புகளும் வெளிவந்துள்ளன. சேரன் , சுகுமாரன் ஆகிய இன்றைய முக்கியமான கவிஞர்கள் அவரைப் பற்றி சிலாகித்து எழுதியிருக்கிறார்கள். எஸ். ராமகிருஷ்ணன், இமையம் போன்ற முக்கிய எழுத்தாளர்களும் அவரைப் புகழ்ந்திருக்கிறார்கள். அவ்வகையில்

அவருக்குப் புதிதாக அறிமுகம் எதுவும் தேவையில்லை.

அனாரின் கவிதைகள் பற்றி இதுவரை நான் எதுவும் எழுதவில்லை. அதற்குரிய அவகாசமும் சந்தர்ப்பமும் கிடைக்கவில்லை என்பதுதான் அதற்குக் காரணம். இப்போது நண்பர் நடேசன் அதற்குரிய சந்தர்ப்பத்தை ஏற்படுத்தியிருக்கிறார். இப்போதுகூட விரிவாக எழுதுவதற்கு அவகாசம் இல்லை எனினும் அனார் கவிதைகளின் பொருளும் மொழியும் பற்றிய எனது கருத்துகளைச் சுருக்கமாக இங்கு கூற முயல்கின்றேன்.

2

அனாரின் கவிதைகள் பெரும்பாலும் தன்னுணர்ச்சி வெளிப்பாடுகள்தான். அவரைப் பொதுவாக ஒரு தன்னுணர்ச்சிக் கவிஞர் (lyrical poet) என்று சொல்வது தவறில்லை. சமூகம் தன்மீது சுமத்தியுள்ள பெண் என்ற வரையறையை மீறும் குரல் அவருடைய கவிதைகளில் ஓங்கி ஒலிக்கின்றது. இது கோபம், விரக்தி, பெருமிதம், சோகம், காதல், வேட்கை, தனிமை என பல வகைகளில் வெளிப்படுகின்றது. ஒரு வகையில் இதை பெண் அல்லது பெண்ணிய அரசியல் எனலாம். அவ்வகையில் பெண் உடலும், பெண் மனமும் இவரது கவிதைகளின் மையம் எனலாம்.

அனாரின் கவிதைகளைப் பொருள் அடிப்படையில் வகைப்படுத்திப் பேசுவது சாத்தியம் அல்ல. அவரது பெரும்பாலான கவிதைகள் ஒரே மையத்தின் வெவ்வேறு முகங்களாக, வெவ்வேறு வடிவங்களாக இருப்பதே அதற்குக் காரணம். ஏனைய சமூக, அரசியல் பிரச்சினைகளுக்கு இவரது கவிதையில் இடம் இல்லை என்பது இதன் பொருளல்ல. அத்தகைய கவிதைகள் எண்ணிக்கையில் குறைவே. அதிகம் பேசப்பட்ட அவருடைய 'மேலும் சில இரத்தக் குறிப்புகள்' இத்தகையது. 'நிருபரின் அறிக்கை', 'முந்திரி மரத்தில் மழைத்துளிகள்' போன்ற வேறு சில கவிதைகளையும் இவ்வகையில் சேர்க்கலாம். எனினும் பொதுவாக

அனாரின் பெரும்பாலான கவிதைகள் பெண் என்ற தன்னிலை பற்றியவை என்றே கூறலாம். பெண்ணின் மேன்மை, வலிமை பற்றிய கற்பனாரீதியான படிமத்தைக் கட்டமைக்கும் நல்ல கவிதைகள் சிலவற்றை அனார் எழுதியிருக்கிறார். இவ்வகையில் சுலைஹா அவருடைய மிகச் சிறந்த கவிதைகளுள் ஒன்று என்பது என் கருத்து. அதை நான் இங்கு முழுமையாகத் தருகிறேன்.

மேலும்
உங்களுக்குச் சொல்லவேண்டுமென்றால்
நான் அர்த்தங்களுக்கு வெளியே வளர்பவள்
கல்லும் கல்லும் மோதிவரும்
நெருப்புப் பொறிகளால் உருவானவள்

இங்கிருந்தும் அங்கிருந்தும்
தாவுகிற மின்னொளி

கடந்தகால சாபங்களிலிருந்து மீண்டவள்
எதிர்கால சவால்களை வென்றவள்

ஒட்டகங்களைப்போல்
மலைகளைக் கட்டி இழுத்துவரும் சூனியக்காரி

ஒளியை அணிந்திருப்பவள்
உப்புக் குவியலைப்போல் ஈரலிப்பானவள்

இறுமாப்பு என்னும் தாரகைகளாக
வீசியெறிந்திருக்கிறேன் என் பருவங்களை

கண்களிலிருந்து காதலைப் பொழியச் செய்பவள்
கனவுகாண ஏங்கும் கனவு நான்
என் உடம்பு செஞ்சாம்பல் குழம்பு
கத்திகளால்
கைகளையோ கனிகளையோ

வெட்டிக்கொள்ளாதவள்
காதலால் கத்தியை உடைத்தவள்
நான் யூசூப்பைக் காதலிப்பவள்
சுலைஹா

(பெருங்கடல் போடுகிறேன்)

அரசி என்பதும் பெண்ணை ஒரு பேராளுமையாகக் கட்டமைக்கும் இதுபோன்ற ஒரு கவிதைதான். அது பின்வருமாறு

அயல் நாட்டு மகாராஜாக்களின் சூரியனுக்கு
சவால்விடும் பேரரசி
அடிபணிய அல்ல
கட்டளையிடப் பிறந்தவள்
ஆணையிடுகிறேன் மந்தைகளுக்கு
குகைகளிலிருந்து தப்பிச் செல்லுங்கள்
ஆணையிடுகிறேன் சூரியனுக்கு
ஓர் இனத்தையே விழுங்கிக்கொண்டிருக்கும்
சமையலறையின் பிளந்த வாயை பொசுக்கிவிடுமாறு
பெரும் மலைகளை நகர்த்தித் தளர்ந்துவிட்ட
மூதாட்டிகளின் பாரித்த பெருமூச்சுகளை
வருடிவிடுமாறு பறவைகளைப் பணிக்கிறேன்.

(எனக்குக் கவிதை முகம்)

நான் பெண் என்ற தலைப்பிலான சிறிய கவிதையும் பெண்பற்றிய இதுபோன்ற ஒரு பிம்பத்தையே கட்டமைக்கிறது. பெண்ணை ஐம்பூதங்களாகவும் இயற்கையாகவும் காணும் பார்வை இது.

ஒரு காட்டாறு
ஒரு பேரருவி
ஓர் ஆழக்கடல்
ஓர் அடைமழை
நீர் நான்....
கரும்பாறை மலை
பசும் வயல் வெளி

ஒரு விதை
ஒரு காடு
நிலம் நான்...

உடல் காலம்
உள்ளம் காற்று
கண்கள் நெருப்பு
நானே ஆகாயம்...
நானே அண்டம்...
எனக்கென்ன எல்லைகள்
நான் இயற்கை
நான் பெண்

(எனக்குக் கவிதை முகம்)

யதார்த்த உலகில் அடக்கி ஒடுக்கப்பட்ட பெண்மையை மறுத்து, பெண்ணை ஓர் பேராளுமையாகக் காணும், பெண்பற்றிய ஒரு அழகிய கற்பனைப் புனைவாக, யதார்த்தத்துக்கான ஒரு எதிர்வினையாக நாம் இக்கவிதைகளைக் காணலாம். ஒடுக்கப்பட்ட பெண்மையின் விடுதலைக் கனவு என்றும் நாம் இவற்றை நோக்கலாம். இதற்கு மாற்றாக யதார்த்தத்தில் பெண் எவ்வாறிருக்கிறாள், சமூகத்தில் அவளுடைய உண்மை நிலை என்ன என்பது பற்றிய கவிதைச் சித்திரங்களையும் அனார் தீட்டியுள்ளார். பெண் பலி என்ற தலைப்பிலான ஒரு கவிதையை மட்டும் நான் இங்கு எடுத்துக்காட்ட விரும்புகிறேன்.

அது போர்க்களம்
வசதியான பரிசோதனைக் கூடம்
வற்றாத களஞ்சியம்
நிரந்தரச் சிறைச்சாலை
அது பலிபீடம்
அது பெண் உடல்

உள்ளக் குமுறல்
உயிர்த்துடிப்பு

இருபாலாருக்கும் ஒரேவிதமானது எனினும்
பெண்ணுடையது என்பதனாலேயே
எந்த மரியாதையும் இல்லை அதற்கு
என் முன்தான் நிகழ்கிறது
என்மீதான கொலை

(எனக்குக் கவிதை முகம்)

3

கவிதையின் மொழியைப் பொறுத்தவரை அனார் எளிமையில் இருந்து இருண்மையை நோக்கி நகர்ந்திருக்கிறார் என்று சொல்லலாம். எளிமை என்பதன் மூலம் கவிதையின் பொருளும் உணர்வும் வாசகனுக்கு எளிதில் எட்டக்கூடியதாக இருப்பதையும், இருண்மை என்பதன் மூலம் அவ்வாறு எளிதில் எட்ட முடியாதிருப்பதையும் நான் குறிப்பிடுகின்றேன். இதில் ஒன்று உயர்ந்தது மற்றது தாழ்ந்தது என்ற கருத்தில் அல்ல. இரண்டும் கவிதையின் வெவ்வேறு வகைகள், வெவ்வேறு முகங்கள், கவிதையின் வெவ்வேறு அழகியல் போக்குகள் என்றே கொள்ள வேண்டும். அனாரின் ஓவியம் வரையாத தூரிகை தொகுப்பில் உள்ள பெரும்பாலான கவிதைகளை முதல் வகைக்கும் ஏனை தொகுப்பிலுள்ளவற்றுள் கணிசமான கவிதைகளை இரண்டாம் வகைக்கும் உதாரணமாகக் காட்டலாம்.

வனாந்தரத்து
விருட்சமொன்றில் குந்தி
வீரிட்டுப் பாடும்
தனித்த பறவையின்
பாட்டினில் கசியும் என் உணர்வு

என்ற வரிகளை எளிமையின் அழகியலுக்கு உதாரணமாகக் காட்டலாம். அவருடைய பிந்திய தொகுப்புகளிலிருந்து நான் மேலே எடுத்துக்காட்டிய சுலைஹா, அரசி, நான் பெண்,

பெண் பலி ஆகிய கவிதைகளையும் இதற்கு உதாரணமாகக் கொள்ளலாம். இவற்றில் சிக்கலான படிமங்கள் எவையும் இல்லை.

> மெழுகுக் கனாத் தூண்களில் சாய்ந்திருக்கிறேன்
> கண்களே தியான மண்டபம்
> இமைகள் சுமந்தாடுகிற கடலின்
> நீர் ஊஞ்சல்களில் தாவி ஆடுகிறோம்

என்ற வரிகளை இருண்மையின் அழகியலுக்கும் எடுத்துக்காட்டாகத் தரலாம். இயற்கை உலகிலிருந்து நமக்குப் பரிச்சயமான படிமங்களைப் பயன்படுத்தும்போது எளிமையும், இயற்கை உலகில் நமக்குப் பரிச்சயமில்லாத, இல்பொருட் படிமங்களைப் பயன்படுத்தும்போது ஒருவகை இருண்மையும் கிடைக்கின்றது. மெழுகுக் கனாத் துண்கள், கண்களே தியான மண்டபம், இமைகள் சுமந்தாடுகிற கடல் நீர் ஊஞ்சல்களில் தாவி ஆடுதல் ஆகிய படிமங்கள் இருண்மையின் புகைமூட்டத்தால் போர்த்தப்பட்டவை எனலாம். புதிய தலைமுறையைச் சேர்ந்த சில கவிஞர்கள் இருண்மையின் அழகியலைக் கவிதையின் அடுத்த கட்ட வளர்ச்சி என்றும் கருதுகிறார்கள். இது விவாதிக்கப்பட வேண்டியது. என்றாலும் கவிதையில் இருண்மையின் அழகியலுக்கும் முக்கிய இடம் உண்டு என்பதை மறுக்க முடியாது.

கவிதையில் எளிமை, இருண்மை ஆகிய எண்ணக் கருக்கள் சிக்கலானவை. அதுபற்றித் தனியாகப் பேசவேண்டும். இந்த அறிமுகக் குறிப்பில் அது அவசியம் இல்லை. அனாரின் பல கவிதைகள் இருண்மையின் மயக்கும் வசீகரம் உடையவை என்பதைமட்டும் நான் இங்கு சொல்ல விரும்புகிறேன். உடல் பச்சை வானம், பெருங்கடல் போடுகிறேன், ஜின்னின் இரு தோகை முதலிய தலைப்புகளே இத்தகையவைதான். அனார் தன் கவிதையில் வெளிப்படுத்தும் உணர்வுகளை, "காலை வெயிலின் வெம்மைக்குள் இசையில் நீர் உறிஞ்சும் வண்ணத்துப் பூச்சி, அவள் கண்களில் நீல விஷத்தின் கனவுகள்" போன்ற புதிய புதிய சிக்கலான இல்பொருட் படிமங்களாலான இருண்மைத் திரைகளால் போர்த்திவிடுகிறார்.

அனாரின் வசீகரமான இல்பொருட் படிமங்களுக்கு மேலும் சில உதாரணங்களாக முத்தம் பற்றிய அவரது படிமங்கள் சிலவற்றை இங்கு எடுத்துக்காட்டலாம்.

நீல முத்தம்
'முத்தம் விசித்திரமான நீர்ப்பறவையாக அலைகிறது'
'காட்டுப் பூவிலிருந்து எடுத்த முத்தம்'

'காற்றினுள்ளிருந்த எடுத்த முத்தங்கள் வெள்ளமாய்ப்
பெருக்கெடுத்திருக்கின்றன'

'உன் குரலில் வைத்திருக்கிறாய்
முத்தங்களால் நிரம்பிய மாயப் புரம்'

'விஷமத்துடன் உதட்டைக் கடித்து
நெளியும் இவ்விரவில்
ஒரு முத்தத்தைப் பற்றவை
எரிந்துபோகட்டும் என் உயிர்க்காடு'

'மீன் குஞ்சுகளின்
அபூர்வ நிறங்களால் முத்தம் வரைந்து'

முத்தம் பற்றிய இத்தகைய ஏராளமான படிமங்கள் அவரது கவிதைகளில் விரவிக்கிடக்கின்றன. மொழியின் இலக்கண வரையறையை மீறிச் செல்லாத இத்தொடர்கள், அதன் பொருண்மையின் எல்லைகளை மீறிச் செல்கின்றன. முத்தம் இங்கு எவற்றின் குறியீடாக அல்லது குறியீடுகளாக அமைகின்றது என்பதை வாசகன் தீர்மானிக்கத் திணறுவதில் அதன் இருண்மை தங்கியுள்ளது எனலாம். இவைபோன்றனவே

'சொற்களின் ஏணி'
'அமாவாசையின் ஏணி'
'பூமியின் கண்கள்'
'கண்களின் வாசற் கதவுகள்'
'உறக்கத்தின் அந்தரங்கத்தில் மிதக்கும்
திரைகளில் படிந்த நெருப்பு'

'கறுப்பு மொழியின் கரைகள்'
முதலிய படிமங்களும் மொழிப் பொருண்மையின் எல்லைகளை மீறுவன.

மொழிப் பொருண்மையின் எல்லைகளை மீறுவது கவிதை மொழியின் ஒரு முக்கியமான அம்சம் என்பதை கவிதையியலாளர் பலரும் வலியுறுத்திக் கூறியுள்ளனர். கவிதையின் மொழி எப்போதும் நேர் பொருள் உடையதாய் இருப்பதில்லை. "கண்முன்னே ஆடிவரும் தேன்" "உயிர்த் தீயினிலே வளர் சோதி"போன்ற பாரதியின் படிமங்கள் நேர் பொருள் உடையன அல்ல. நேர் பொருளில் புரிந்துகொள்ளப்போனால் அது அபத்தத்தில் முடியும். அவற்றின் கவித்துவப் பொருளை உள்வாங்குவதற்குச் சற்றுப் பயிற்றப்பட்ட கவித்துவ மனம் வேண்டும். மொழியின் சொற்பொருளை மீறித்தான் கவித்துவப்பொருள் கட்டமைக்கப்படுகின்றது. உருவகம் குறியீடு முதலிய படிமங்கள் இவ்வாறுதான் அமைகின்றன. "சாரளம் தோறும் பூத்தன தாமரை மலர்கள்" என்ற கம்பனின் வரிகளில் தாமரை மலர்கள் அதன் நேர்பொருளில் வரவில்லை. ராமனின் வருகையை மகிழ்ச்சியோடு சன்னலால் எட்டிப்பார்க்கும் பெண்களின் முகத்துக்கு அது குறியீடு. தாமரை மலருக்கு பெண்களின் முகம் என்ற அகராதிப் பொருள் இல்லை. அவ்வகையில் அது பொருண்மை மீறல்தான். எனினும் கவிதை மொழியில் ஓரளவு பரிச்சயம் உடையவர்களுக்கு இவற்றைப் பொருள்கொள்வதில் அவ்வளவு சிரமம் இருக்காது. அனாரின் படிமங்கள் பல இவ்வாறு எளிதில் பொருள்கொள்ளக் கூடியவைதான். ஆனால் எல்லாம் அப்படி அல்ல. ஏற்கனவே நான் எடுத்துக்காட்டிய படிமங்கள் பல பொருள்கோடலுக்கு எளிதில் அகப்படுவன அல்ல. "மெழுகுக் கனாத் தூண்களில் சாய்ந்திருக்கிறேன்" அப்படி ஒன்றுதான்.

> கறுப்பு மொழியின் கரைகளிலே
> எங்கோ ஒதுங்கிக் கிடக்கும்
> ஒரு கூவல் சங்குகள்
> என்னுடைய காதுகள்

என்ற வரிகளும் அத்தகையதுதான். இதில் உள்ள ஒவ்வொரு சொல்லும் மிகச் சாதாரணமானதுதான். ஆனால் முழு வாக்கியமும் இருள் திரையால் போர்த்தப்பட்டுள்ளது. இந்த இருண்மைத் திரையை விலக்கி அதன் உள்நுழைவது வாசகருக்கு ஒரு சவால்தான். பிரதிக்கு என்று ஒரு பொருள் இல்லை. வாசகன் கொள்வதுதான் அதன் பொருள் என்று கூறும் பின்நவீனத்துவ வாசகரை நான் இங்கு குறிப்பிடவில்லை.

அனாருடைய கவிதைகளில் இத்தகைய மீறல்களை நாம் அதிகம் சந்திக்கலாம். அது அவரது கவிதைகளுக்கு ஒரு வசீகரத்தைத் தருவதோடு, கவிதையில் எளிமையைத் தேடும் என்போன்ற வாசகர்களுக்கு ஒரு சவாலாகவும் அமைந்து விடுகின்றது. நீர்த்துப்போன எளிமையைவிட சவாலாக அமையும் இருண்மையும் நல்ல கவிதையின் ஒரு அம்சம்தான் என்பதை நாம் ஏற்றுக்கொள்ளலாம். ஆனால் இந்த இருண்மை சற்று ஒளி ஊடுருவக்கூடிய அளவு மென்மையாக இருந்தால் இன்னும் நல்லது என்பதையும் நான் சேர்த்துக்கொள்ள விரும்புகிறேன்.

பாரதிக்குப் பின் வளர்ந்த தற்காலகத் தமிழ்க் கவிதை பன்முகப்பட்டது. அதற்குப் பலமுகங்கள் உண்டு. அனாரின் கவிதைகள் தனித்துவமானவை. வேறுயாருடையவையும் போன்றவை அல்ல அவை. அவ்வகையில் தமிழ்க் கவிதைக்கு அவர் ஒரு புது முகத்தை அறிமுகப்படுத்தியிருக்கிறார். குறுகிய காலத்தில் பரவலான கவன ஈர்ப்பையும் புகழையும் பெற்றிருக்கிறார். அவரது கவிதைப் பொருளைவிட அவரது கவிதை மொழி அதற்குப் பிரதான காரணம் என்று நினைக்கிறேன். அவரது கவிதைப் பொருள் இன்னும் விசாலமும் ஆழமும் பெறும் என்று எதிர்பார்க்கிறேன்.

(அனார் கவிதைகள் பற்றி அவுஸ்திரேலிய தமிழ் இலக்கியக் கலைச்சங்கம் டிசம்பர் 2020ல் நடத்திய இணையவழிக் கருத்தரங்கைத் தொடக்கிவைக்கும் முகமாக நிகழ்த்திய அனார் பற்றிய சுருக்கமான அறிமுக உரையின் சற்று விரிவாக்கப்பட்ட கட்டுரை.)

•

நீயாகப் படரும் முற்றம்:
ஷமீலா யூசுப் அலி கவிதைகள்

ஷமீலா யூசுப் அலி பன்முக ஆளுமை கொண்ட ஒரு படைப்பாளி. கவிஞர், ஓவியர், புகைப்படக் கலைஞர், பத்திரிகையாளர், விமர்சகர் என பல்வேறு துறைகளில் அவருடைய திறமை கண்டு நான் வியப்பும் மகிழ்ச்சியும் அடைந்திருக்கின்றேன். இலங்கை - மாவனல்லையைப் பிறப்பிடமாகக் கொண்ட இவர், கடந்த சுமார் ஒரு தசாப்தகாலமாக இங்கிலாந்தைத் தன் புகலிடமாகக் கொண்டுள்ளார். பேராதனைப் பல்கலைக் கழகத்தில் சமுகவியலில் எம். ஏ. பட்டம்பெற்ற ஷமீலா, கொழும்புப் பல்கலைக் கழகத்தில் ஊடகவியலிலும் எம் ஏ பட்டம் பெற்றவர். தற்போது இங்கிலாந்தில் கலாநிதிப் பட்டத்துக்கான ஆய்வில் ஈடுபட்டுள்ளார்.

தமிழிலும் ஆங்கிலத்திலும் சமமான எழுத்தாற்றல் உள்ளவர் ஷமீலா. கடந்த சில ஆண்டுகளாக *FemAsia* என்னும் பெண்களுக்கான ஆங்கில இணைய இதழின் பிரதம ஆசிரியராக இருந்து அதனைச் சிறப்பாக வெளிக்கொண்டுவருகின்றார். இவருடைய ஆங்கிலக் கவிதைகளின் தொகுப்பு *The Quest* என்ற தலைப்பில் ஏற்கனவே வெளிவந்துள்ளது.

கடந்த சுமார் இருபது ஆண்டுகளாக ஷமீலா தமிழில் கவிதைகள் எழுதிவருகிறார் என்று நினைக்கிறேன். ஆயினும், அவர் அதிகம் எழுதியவர் அல்ல. நீயாகப் படரும் முற்றம் என்ற தலைப்பில் வெளிவரும் இதுவே அவரது முதலாவது தமிழ்க் கவிதைத் தொகுப்பு. குறைவாக எழுதி நல்ல கவிஞர் எனப் பெயர்பெறக்கூடிய சிலருள் இவரும் ஒருவராக இடம்பெறுவார் என்ற நம்பிக்கையை இத்தொகுப்பு தருகின்றது. இதில் நாற்பது கவிதைகள் உள்ளன. இக்கவிதைகள் எல்லாம் கடந்த சுமார் பத்தாண்டுகளுக்குள் எழுதப்பட்டவை.

1980க்குப் பிந்திய ஈழத்துக் கவிதைகள் பெரும்பாலும் வெளிப்படையான சமூக அரசியல் பிரச்சினைகள் பற்றியனவாகவே காணப்படுகின்றன. எனினும், வெளிப்படையான சமூக அரசியல் பிரச்சினை பற்றிய கவிதைகள் என்ற வகையில் ஷமீலாவின் இத்தொகுப்பில் அதிகம் இல்லை என்பது ஒரு குறிப்பிடத்தக்க அம்சமாகும். இத்தொகுப்பில் உள்ள "ஓர் அங்குலமும் அசையேன்" என்பதை அத்தகைய கவிதைக்குரிய ஒரே உதாரணமாகக் காட்டலாம். இது 2009ல் எழுதப்பட்டுள்ளது. இலங்கையில் இறுதி யுத்தத்தின் போது நிகழ்ந்த பேரழிவுக்கு எதிரான கவிஞரின் எதிர்ப்புக் குரலாக இதைக் கருதலாம். பலஸ்தீனக் கவிஞர்கள் தௌபீக் சையத், மஹ்மூட் தர்வீஷ் போன்றோரின் தாக்கம் இதில் தெரிகின்றது. இதுவே இத்தொகுப்பில் உள்ள காலத்தால் முந்திய கவிதை. இதைத் தவிர்த்துப் பார்த்தால், ஷமீலாவின் கவிதைகள் பெரும்பாலும் அவரது சுய அனுபவம், சுய உணர்வு சார்ந்தவையாகவே உள்ளன. அவருடைய அழகுணர்வு, அவருடைய ஆன்மீகம், பெண் என்ற பிரக்ஞை என்பன இக்கவிதைகளில் வெளிப்படுகின்றன. பல கவிதைகளில் பெண்ணிய அரசியல் உட்பொதிந்திருப்பதை அவதானிக்கமுடிகின்றது.

ஷமீலாவின் கவிதைகளில் காணப்படும் ஒரு முக்கியமான அம்சம் அவர் கையாளும் இயற்கை பற்றிய படிமங்கள் எனலாம். அவருடைய ஓவியங்களிலும், புகைப்படங்களிலும் காணப்படும் இயற்கையின் அழகிய விம்பங்கள் அவருடைய கவிதைகளிலும் பரவலாக இடம்பெறுகின்றன. தன் உணர்வுகளையும் அனுபவங்களையும் இவற்றின் ஊடாகவே அவர்

வெளிப்படுத்துகின்றார். கடலும் நதியும், கோடையும் மாரியும், மரங்களும் செடிகளும் மலர்களும், விலங்குகளும் பறவைகளும், வானமும் நிலவும் என அவரது கவிதைகள் இயற்கைப் படிமங்களால் நிறைந்துள்ளன. அவருடைய கவிதைகளில் அவை புது அர்த்தங்கள் பெறுகின்றன. கால் விரல்களுக்குள் ஒரு நதி என்ற கவிதையை இதற்கு ஒரு உதாரணமாகக் காட்டலாம்

சுற்றிவரும் கூச்சல்கள்
சப்தங்கள் சந்தடிகளுக்குள்ளால்
உள்ளம் நழுவி
எங்கோவொரு கனவின் மீன்தொட்டிக்குள்
அசைந்து திரிகின்றது

சமையலறை யன்னல் கட்டில்
வெண்ணிற ஓர்கிட்
எப்போதோ செத்துவிடுவேன் என்றழுத செடி
இப்போது பூத்திருக்கிறது

வெண்மைக்குள் இளஞ்சிவப்பு நரம்பு
அப்பழுக்கின்மையும்
ஜீவனும் ததும்பியபடி

கோடையின் வெம்பிய கரங்கள் ஊர்ந்து
வீட்டின் வெளிச்சுவரெங்கும் நிரப்பியிருக்கும்
நெருப்பு
அணைய இன்னும் நேரமெடுக்கும்

அடைத்திருக்கும் கண்ணாடிகளூடே
ஒரு சின்ன விரிசலுக்குள்ளால்
குளிர்
வெட்கத்தோடு உள்நுழைகிறது

செம்மஞ்சளும் சிவப்பும் கொட்டிய கோடைகால

அந்திவானம்
தாழப் பறக்கும் மழைக் குருவிகள் காவிச் செல்லும்
இரவின் மழை
என் விழிகளுக்குள் ஊறுகின்றது
பாதங்களின் விரல்களிடையே
ஒரு நதி
மடைதிறக்கிறது

கனவின் மீன்தொட்டிக்குள் அசைந்து திரியும் மனம், சமையலறை சன்னல் கட்டில் பூத்திருக்கும் ஓர்கிட், வெண்மைக்குள் இளம் சிகப்பு நரம்பு, கோடையின் வெம்பிய கரங்கள், வீட்டின் வெளிச்சுவரெங்கும் நிரப்பியிருக்கும் நெருப்பு, அடைத்திருக்கும் கண்ணாடிகளூடே ஒரு சின்ன விரிசலுக்குள்ளால் வெட்கத்தோடு உள்நுழையும் குளிர், செம்மஞ்சளும் சிவப்பும் கொட்டிய கோடைகால அந்திவானம், தாழப் பறக்கும் மழைக் குருவிகள், காவிச் செல்லும் இரவின் மழை என இயற்கை பற்றிய அழகிய படிமங்களால் இக்கவிதை நிரம்பியுள்ளது. இப்படிமங்களின் லயிப்பில் இன்னுமொரு அதிசயம் நிகழ்கின்றது. பாதங்களின் விரல்களிடையே ஒரு நதி மடைதிறக்கிறது. வெவ்வேறு மனநிலைகள், உணர்வுகள் ஒரு நதிபோல் இக்கவிதைக்குள் ஊற்றெடுப்பதை நம்மால் உணரமுடிகின்றது.

ஷமீலாவின் சில கவிதைகளில் ஆன்மீகம் இளையோடுகின்றது. பயணம், ஆன்ம விசாரணை, ஆகிய கவிதைகளை உதாரணமாகக் காட்டலாம். பயணம் மரணத்தின் பின்னான 'ஆன்மாவின் நெடும்பயணம்' பற்றியது எனக் கருதலாம். உடலைப் பிரிந்த ஆன்மாவின் குரலாகக் கவிதை விரிகின்றது. 'தளையறுந்த விடுதலையின் சங்கீதம்தான் எவ்வளவு மதுரமாய் இருக்கிறது' என்கிறது ஆன்மாவின் குரல். 'என்னைப் படைத்தவன் பற்றிய சந்திப்புக் கற்பனைகள் புது மணப்பெண்ணின் நாணங்களையும் படபடப்புக்களையும் மிகைக்கின்றன. என்னுடல் கப்றுக்குள் இறக்கப்படுகின்றது..... மிக மென்மையாகப் பிடிமண்ணை அள்ளித் தூவுகிறார்கள். நான் இன்னும் மேலேழுகிறேன்' என்று முடிகிறது கவிதை. இஸ்லாமிய சூபித்துவச் செல்வாக்கையும் நாம் இதில் காணமுடிகின்றது.

காலங்களுக்கு அப்பால், அவளுடைய இறக்கைகள், கண் அழகர்கள், ஒருநாட்குறிப்பும் ஒரு பாடலும், வர்ணங்கள் விற்பவள் முதலிய கவிதைகள் பெண்ணின் விடுதலைக் குரலாக ஒலிக்கின்றன. காலங்களுக்கு அப்பால் கவிதையை ஓர் எடுத்துக்காட்டாகத் தரலாம்.

நெரிக்கப்பட்ட சிந்தனைகளும் கசங்கிய கனவுகளும்
முடிவுறா ஒளிகொண்ட என் ஆன்மா
சபிக்கப்பட்டிருக்கிறது.
வழமையான மூலைகளில்
என்னைக் கட்டிவிடாதீர்கள்.

நான் இரவின் நட்சத்திர ஓடைகளில் கிடக்கும் போது
வானத்தின் வளைவில் தாரகைகள் சுவாசிக்கும்போது
அடர் இருளில்
தேடலின் செடியை நடுகிறேன்

தங்கமும் வெள்ளியும் கொண்டமையினும்
கைவிலங்குகள்
இன்னும் என் கனவின் முற்றுப் புள்ளியே

கடும் பச்சை நிறத்தில் கரையில்லாச் சமுத்திரம்
காலங்கள் தாண்டி விரிகிறது

நான் எவருக்காகவும் காத்திருக்கவில்லை
என் இலட்சியம் நோக்கி நடந்திட.

ஏதிலி மரமும் அவள் முத்தங்களும் ஷமீலாவின் மிகச் சிறந்த கவிதைகளுள் ஒன்று எனலாம். ஏதிலி மரம் இக்கவிதையில் ஒரு குறியீடாக இருக்கிறது. பெண்மை உயிர்ப்பிக்கும் ஒரு குறியீடாகின்றது. அவளது செவ்வூதா உதடுகளில் சுரக்கும் தேன் சொற்களும், முத்தங்களும்; அநாதித் தனிமையில் வலித்திருந்த ஏதிலி மரத்தைக் கிளர்ச்சி ஊட்டி உயிர்ப்பிக்கின்றன. கற்பனை ததும்பும் அதன் கடைசி வரிகளை இங்கு தருகின்றேன்:

வெடித்துக் கிடந்த தண்டுப் பாளங்களில்
ஆண்டுகள் கனத்தன
அதன் வைரம் பாய்ந்த பிளவுகளில்
அவள் மிக மெதுவாய் முத்தமிட்டாள்

மரம் பூக்களை
வியர்க்கத் தொடங்கியது
அவள்
விரல்களாகி ஊர்ந்தாள்
மரம் மயிர்கள் குத்திட்டுச் சிலிர்த்தது

குறுங் கூதல் காற்றாகி அவள்
மரத்தின் கூந்தல் கோதினாள்
மரம் அசைந்து கொடுத்தது

அவள்
சிறு தூறலாகி அதை நனைத்தாள்

மரத்தின் உடம்பு
மழைக்காளான் போன்று
மென்மையாகிவிட்டது

அவள் அதன் வெப்பத்துக்குள்
தன்னை ஒதுக்கிக்கொண்டாள்
மழை வலுத்துப் பெய்யத் தொடங்கியது.

ஷமீலாவின் கவிதைகள் பொதுவாக எளிமையானவை. அவற்றின் இருண்மைகூட மென்மையானவை. நாம் இலகுவாக அதற்குள் நுழையலாம். அவற்றின் கற்பனைச் செறிவில், பல்பொருண்மையில் நாம் லயிக்கலாம். அவர் இன்னும் பொருட் செறிவுடைய, சமூக, அரசியல் தளங்களில் அதிர்வுகளை எழுப்பக்கூடிய கவிதைகளைத் தருவார் என்ற நம்பிக்கையை இத்தொகுப்புத் தருகின்றது

2021

நளீம் கவிதைகள்

கல்முனைப் பிரதேசம் கிழக்கிலங்கையில் ஒரு முக்கியமான இலக்கிய மையம் என்றால் அதுபோல் பிறிதொரு முக்கியமான இலக்கிய மையமாக ஏறாவூர், வாளைச்சேனை, ஓட்டமாவடிப் பிரதேசம் விளங்குகின்றது. நவீன ஈழத்துத் தமிழ் இலக்கிய வளர்ச்சிக்குப் பங்களிப்புச் செய்த முக்கியமான படைப்பாளிகள் பலர் இப்பிரதேசத்தைச் சேர்ந்தவர்கள். 1950, 60களில் ஈழத்தில் மட்டுமன்றி தமிழகத்திலும் பிரபலம் பெற்றிருந்த, ஈழத்து நவீன கவிதை முன்னோடிகளுள் ஒருவரான புரட்சிக்கமால் ஏறாவூரைச் சேர்ந்தவர். அவரைத் தொடர்ந்து இப்பிரதேசத்தில் பல படைப்பாளிகள் உருவாகுவதற்கு அவர் ஒரு ஆதர்சமாக இருந்திருக்கிறார். 1970, 80களில் இப்பிரதேசத்திலிருந்து இலக்கிய ஆளுமைகளாக உருவாகியவர்களுள் எஸ். எல். எம். ஹனீபா, வை. அகமட், யு. எல். தாவூத் ஆகியோர் முக்கியமானவர்கள்.

1990களில் இப்பிரதேசத்திலிருந்து உருவாகிய முக்கியமான கவிஞர்கள், எழுத்தாளர்கள் பலர். அவர்களுள் அஷ்ரப் சிஹாப்தீன், ஓட்டமாவடி அறஃபாத் ஆகியோர் ஈழத்தின் முக்கிய படைப்பாளிகளாகப் பிரகாசிக்கின்றனர். இவர்களைத் தொடர்ந்து நம்பிக்கைதரும் படைப்பாளிகள் பலர்

இப்பிரதேசத்தில் உருவாகினர். அவர்களுள் முக்கியமான ஒருவர் எஸ். நளீம். '90களின் நடுப்பகுதியிலிருந்து கவிதை எழுதிவரும் நளீம், ஈழத்தின் குறிப்பிடத்தக்க கவிஞர்களுள் ஒருவராக வளர்ச்சியடைந்துள்ளார். இவர் ஒரு நல்ல ஓவியரும் கூட. தனது கோட்டுச் சித்திரங்களால் தனது கவிதைத் தொகுப்புகளை இவர் அலங்கரித்துள்ளார். இதுவரை கடைசிச் சொட்டு உசிரில் (2000), இலை துளிர்த்துக் குயில் கூவும் (2008) ஆகிய இரு கவிதைத் தொகுப்புகளை வெளியிட்டுள்ளார். இப்போது வெளிவரும் பல்லிகள் இல்லாச் சுவரில் மேயும் வண்ணத்துப் பூச்சிகள் இவரது மூன்றாவது தொகுப்பாகும். இவரது நூல் தலைப்புகளே இவரது கவிதைப்பாணியை நமக்கு உணர்த்துகின்றன.

சுமார் கால் நூற்றாண்டு காலமாகக் கவிதை எழுதிவரும் நளீம் அதிகம் எழுதிக்குவித்தவர் அல்ல. அவரது முதல் இரண்டு தொகுதிகளிலும் 90 கவிதைகள் இடம்பெற்றுள்ளன. இப்போது வெளிவரும் மூன்றாவது தொகுதியில் 30 கவிதைகள் உள்ளன. தொகுப்புகளில் இடம்பெறாத இன்னும் சில கவிதைகளும் இருக்ககூடும். எனினும் சத்தற்ற கவிதைகளை ஏராளமாக எழுதிக் குவிப்பதைவிட கொஞ்சமாகவேனும் சாரமுள்ள கவிதைகளை எழுதுவது நல்லதுதான்.

1980க்குப் பின்னர் தோன்றிய ஈழத்துக் கவிஞர்களை ஒருவகையில் போரின் குழந்தைகள் எனலாம். மிக மோசமான இன முரண்பாடும் மோதல்களும் யுத்தமும் நிலவிய வக்கிரமான வன்முறைச் சூழலில் தங்கள் இளமைக் காலத்தைக் கழித்தவர்கள் இவர்கள். நளீமின் கவிதைகளிலும் இதன் பிரதிபலிப்பைக் காணலாம். இவரது முன்னைய தொகுப்புகளில் உள்ள கணிசமான கவிதைகள் வன்முறைக்கு எதிரானவையாக உள்ளன. தனது கவிதைகள் கண்ணீரின் வெளிப்பாடுகள் என இவர் தனது முதலாவது தொகுதிக்கு எழுதிய முன்னுரையில் குறிப்பிட்டள்ளார். கண்ணீர் மட்டுமன்றி, கோபமும் கருணையும் காதலும் இயற்கையும் இவரது கவிதைகளில் வெளிப்படக் காணலாம். இவரது முதல் தொகுதியில் இடம்பெற்றுள்ள விரக்தி என்ற முதலாவது கவிதையை இவரது வன்முறை எதிர்ப்புக்கும் கோபத்துக்கும் எடுத்துக்காட்டாகத் தரலாம்.

எல்லோருக்கும்
ஹிட்லரிசத்தைப் போதியுங்கள்
பின்பு
பயங்கரவாதத்துக்கு நீரூற்றுங்கள்
இனப்படுகொலைக்கு உரம்போடுங்கள்
பிரிவினைவாதத்தை வளர்க்க
உயிரைக்கொடுத்து உதவுங்கள்

யுத்தங்களை எரியவிட்டு
எண்ணெய் ஊற்றுங்கள்
எடுத்ததற்கெல்லாம் மனிதனைச்
சுடுங்கள், வெட்டுங்கள், குத்துங்கள்
கொல்லுங்கள்
வீட்டோடு சேர்த்தே
குட்டி குருமானோடு எரியுங்கள்

மனிதன் அகதியென்றேனும்
ஒன்றுபடட்டும்.

இது நளீமின் ஆரம்பகாலக் கவிதைகளுள் ஒன்றாக இருக்கலாம். கவிதை சொல்லும் முறையில் சோலைக்கிளியின் செல்வாக்குத் தெரிகின்றது. இத்தொகுப்பிலுள்ள ஒப்பாரி ஓங்கிய தீவு இதிலிருந்து சற்று வேறுபடுகின்றது. அதன் சில வரிகள்:

காலில் மடியும்
ஒரு செடிமீது இல்லாத கருணை
ஒரு குழந்தைமீது படராது
வன்புணர்வு தொடரும்
வனப்புமிக எழில் நாட்டில்!
          ……..
குண்டுமணியின் பளபளப்போடு
துலங்கவில்லை வாழ்வு!
போரோய்ந்தும்
குயில்கள் வந்து கூவவில்லை

ஊரில்

"காலில் மடியும் ஒரு செடிமீது இல்லாத கருணை ஒரு குழந்தைமீது படராது"

"போரோய்ந்தும் குயில்கள் வந்து கூவவில்லை ஊரில்" ஆகிய வரிகளில் உள்ள கவித்துவச் செறிவு புதுமையானது.

வற்றிக்கிடக்கும் என் மனக்கடல் இத்தொகுப்பில் உள்ள நல்ல கவிதைகளுள் ஒன்று. பாசிக்குடாப் பிரதேசத்தில் உல்லாசப் பயணக் கைத்தொழில் மக்களிடம் இருந்து கடலை அபகரித்த கதையைப் பூடகமாகப் பேசுகின்றது இது. கடலுக்கும் மனிதருக்கும் இடையில் இருந்த உறவை, நெருக்கத்தைப் பேசும் கவிதை, உல்லாசப் பயணிகளிடம் அது பறிபோன துயரத்தையும் பேசுகிறது.

கடலை நேசிக்கும் கரை
கரையை நேசிக்கும் கடல்
இரவானால்
மனது நெகிழும்
ஓ.. என்ற ஓசை
அதன் முத்த சப்தங்கள்தான்
இரண்டிற்கும்
கணவன் மனைவி உறவு

வலை இழுக்கிறோம்
உழைப்புக்கு ஊதியம்
...
கடலோடு வாழ்வும்
வாழ்வோடு கடலுமாய்ப் பிணைந்த
எம் பிணைப்பு
எல்லாமே பறிபோச்சு..

எவனோ வந்து படுக்க
ஊத்தை தேய்த்துக் குளிக்க

உன்னில் மலம் கழுவ...

நெஞ்சு முட்டும் துயரில்
வார்த்தைகளின்றி
வற்றிக் கிடக்கின்றது
என் மனக்கடல்

'வற்றிக்கிடக்கும் மனக்கடல்' என்னும் படிமம் இழப்பின் துயரத்தைச் செறிவாக வெளிப்படுத்துகின்றது.

நளீமின் கவிதைகளில் இயற்கைபற்றிய படிமங்கள் நிறைந்து கிடக்கின்றன. அவற்றுள் சிலவற்றை இங்கு எடுத்துக்காட்டலாம்.

'நிலா வந்து இருள் தின்று
பால் பருகும் பூமி'

கசிந்துருகும் நிலவின்
ஒளி இளைகளைப் பிடுங்கி
ஒரு ஆடைநெய்து முடித்தான்
காற்றில் மிதக்கும்
மென்மையுடன் கூடிய ஒரு தேவதைக் கனவில்;'

'முட்டையிட்டு அடைகாக்க
குஞ்சு பொரித்துக் குஞ்சு வளர்க்க
எப்போதும் இருந்தேவருகின்றன
என் மனதுக்குள்
குருவிகளுக்கான ஒரு கூடு'

'உப்புடன் நன்னீர்
கைகுலுக்கும் கரை
கரையில் வயிறூன்றி
வரிசையாய்ப் படுக்கும் படகுகள்'

'வார்த்தைகளால் நான்
நிலவைக் கட்டித்தழுவும்

அந்த மல்லாந்த வெளியில்
யாருமற்ற மௌனம்

நளீமின் முதல் தொகுப்பிலுள்ள ஆரம்பகாலக் கவிதைகளில் அவரது மொழி நேரடியானதாகவும் எளிமையானதாகவும் இருக்கக் காணலாம். இரண்டாவது தொகுப்புக் கவிதைகளில் அவரது மொழிப்பயன்பாடு அரூபமானதாகவும் சற்று இருண்மையானதாகவும் காணப்படுகின்றது. இந்த மூன்றாவது தொகுப்பில் உள்ள கவிதைகளில் இருவகையான மொழிநடைகளையும் அவர் பயன்படுத்தியிருக்கிறார். தனக்கென்று ஒரு சுயமான வெளிப்பாட்டு முறையை உருவாக்க முயன்றிருக்கிறார்.

பெரும்பாலும் அவர் தன் கவிதைகளில் தன் மண்ணையும் மக்களையும் பற்றியே எழுதுகிறார். எதிர்காலத்தில் அவரது பொருட்பரப்பு இன்னும் விசாலமடைந்து அவரது கவிதையில் ஆழமும் மெருகும் இன்னும் அதிகரிக்கும் என்ற நம்பிக்கையை இத்தொகுப்பிலுள்ள அவரது கவிதைகள் தருகின்றன.

20.12.2021

படைகளின் வரவால்:
மகரிஷி கவிதைகள்

அன்புள்ள மகரிஷி,

உங்கள் கவிதைகளும் கடிதமும் கிடைத்து ஒரு வருடம் தாண்டிவிட்டது. நேரம் கிடைக்கும் போதெல்லாம் அவற்றைப் படித்து மகிழ்ந்திருக்கிறேன். "என்னுடைய கவிதைத் தொகுதியொன்று வெளிவருவதாக இருந்தால் அது உங்களுடைய முன்னுரையுடன்தான் வெளிவரவேண்டும் என்பது என்னுடைய நீண்ட நாள் விருப்பம்" என்றும் எழுதியிருக்கிறீர்கள். அது என் உணர்வுகளைக் நெகிழவைக்கும் விருப்பம். அதை நான் எப்போதோ நிறைவேற்றி இருக்கலாம். முடியவில்லை. எப்போதும் ஏதாவது ஒரு அவசர வேலைக்குள் சிக்குப்பட்டுக்கொள்கிறேன். அதைவிட்டு நிமிரும்போது இன்னுமொன்று என் கழுத்தைப் பிடித்துக்கொள்கின்றது. என் சொந்த எழுத்து வேலைகளைக் கூடச் செய்ய முடிவதில்லை. என் கவிதைகளையும் கட்டுரைகளையும் தேடித் தொகுத்து ஆண்டுக்கு ஒரு நூலாவது வெளிக்கொண்டுவர வேண்டும் என்பது என் நீண்ட காலக் கனவு. அது இன்னும் சாத்தியமாகவில்லை.

உங்கள் கவிதைத் தொகுதிக்கு ஒரு முன்னுரை எழுதுவதைவிட அக்கவிதைகளைப் படிப்பதானால் எனக்குக் கிடைக்கும் மகிழ்ச்சியும் மன நிறைவும் அலாதியானது. தன் மகனின்

எழுத்துகளைப் படித்து ஒரு தந்தைக்கு ஏற்படும் மகிழ்ச்சியையும் மன நிறைவையும் ஒத்தது அது. எனது அன்புக்குரிய நண்பர், உங்கள் அப்பா, சண்முகம் சிவலிங்கத்தை (சசி) நான் 1964 அல்லது 1965ல் சந்தித்தேன். அப்போதுதான் அவர் திருமணம் செய்திருந்தார். நீங்கள் ஆறு சகோதரர்களும் அதன் பிறகு பிறந்து என் கண்முன்னே வளர்ந்தவர்கள். உங்களைக் குழந்தைகளாக, சிறுவர்களாக, பள்ளி மாணவர்களாக நான் பார்த்திருக்கிறேன். 1970 முடியும்வரை நான் ஊரில் இருந்த காலங்களில் சசியும் நானும் பெரும்பாலும் ஒவ்வொருநாளும் சந்தித்திருக்கிறோம். கல்முனையில், கடற்கரையில் அல்லது உங்கள் வீட்டில் அல்லது நீலாவணையில் அல்லது எங்கள் வீட்டில் நாங்கள் சந்திக்காத நாள் பெரும்பாலும் இல்லை. கவிஞன் வெளியிட்ட அந்த இரண்டு ஆண்டுகளும் (1969,1970) இந்தச் சந்திப்பு இன்னும் நெருக்கமாக இருந்தது. சைக்கிளிலும் பஸ்ஸிலும் ஓடிக்கொண்டிருந்தோம்.

"நாங்கள் இரு தும்பிகள் பாடிவந்தோம்
நாங்கள் இரு தும்பிகள் பறந்து சென்றோம்
எங்கும் திரிந்தோம் -- புல் --வெளி -மலை - அருவி - ஆறு
எங்கும் பறந்தோம் -- கிறவல் -மணல் -- கடல் -- காற்று"

என்று சசி அதுபற்றி ஒரு கவிதையில் பதிவுசெய்திருக்கிறார். 1970க்குப் பின் என் வாழ்க்கைப் பாதை மாறியது. நான் ஊரைவிட்டுத் தூரமானேன். கொழும்பு, யாழ்ப்பாணம், கண்டி என என் வாழ்விடம் மாறியது. எங்கள் சந்திப்புக் குறைந்தது. இடைவெளி அதிகமாயிற்று. இது மன இடைவெளியல்ல, புவியியல் இடைவெளிதான். இப்போதுபோல் அப்போது தொலைபேசிகள் நம்மை இணைக்கவில்லை. இடையிலே இனமுரண்பாடும் யுத்தமும் புகுந்து நம் உறவை இன்னும் தூரமாக்கியது. ஊருக்கு வந்தாலும் முன்புபோல் பாண்டிருப்புக்குள் வர எனக்குத் தயக்கம் இருந்தது. சசியும் நானும் கல்முனையில்தான் சந்தித்திருக்கிறோம். நீங்கள் என் கண்காணாமலே வளர்ந்து வாலிபர்களானீர்கள்.

இடையில் உங்கள் தம்பி பிரகாஷ் புலிகள் இயக்கத்தில் இணைந்து போராளியானான் என்று அறிந்தேன். பின்னர் இந்திய ராணுவத்தால் அவன் கொல்லப்பட்டான். அது ஒரு ஆறாத

காயம். அவன் கொல்லப்படுவதற்கு இரண்டொரு ஆண்டுகளுக்கு முன் என்னையும் அவனையும் நினைவுகூர்ந்து சசி எழுதிய சில வரிகள் இப்போது ஞாபகம் வருகின்றது.

சரி..

இப்போது நீ வந்திருக்கிறாய்.

நேற்று உன்னைப் பார்க்கையிலே,

என் மகனின் நினைவு வந்ததோர் கணம்.

நீ தூக்கிய பாலகன்தான் -

எனினும்,

காலப் பரவளைவில் ஆளை ஆள் கடக்கையில்,

நீயும் அவனும் ஒரு புள்ளியில்

ஒரு சிறிய

காலப் பின்னத்தில்--

வாழ்க்கையின் கனவுகளைப் பொறுத்தவரை -

முன்னேறும் முனைவுகளைப் பொறுத்தவரை,

நீயும் அவன்போல் நெடுந்தூரம் செல்லுகிறாய்.

(மரியாத உயிர்ச் சுவடும் விலகிச்செல்லும் மையங்களும்)

அவர் சொல்லும் இந்த நெடுந்துரம் என்னைப் பொறுத்தவரை ஒரு புவியியல் நெடுந்தூரம்தான். என் இடம் மாறினாலும், என் பணி மாறினாலும், என் பதவி மாறினாலும் நான் அதே பழைய நுஃமானாகத்தான் இருந்தேன். கல்முனைக் கடற்கரையில் இருட்டும்வரை கதைத்திருந்து விட்டு, கல்முனையில் தேநீர்க்கடையில் 'இஞ்சிப் பிளைன்ரீ' குடித்துவிட்டுப் பிரிந்த அதே நுஃமான். ஆனால், காலம் எங்களை எங்கோ கொண்டு சென்றுவிட்டது. அச்சமும் ஐயமும் நம் எல்லோரையும் சூழ்ந்தன.

1987ல் இந்திய அமைதிப்படை உள்நுழைந்த பின்னர் உங்கள் குடும்பம் எதிர் நோக்கிய பிரச்சினைகளையும் துன்பங்களையும் சசி

தன் கதைகள் சிலவற்றிலும், கவிதைகளிலும் பதிவுசெய்திருக்கிறார். நீங்களும் பதிவுசெய்திருக்கிறீர்கள். சசி தன்னிடம் இருந்த பிரச்சினைக்குரிய புத்தகங்கள் சிலவற்றையும் தன் எழுத்துகளையும் அழித்திருக்கிறார். 'மரணத்துள் வாழ்வோம்' பிரதிகள் சிலவற்றை எங்கள் வீட்டில் பாதுகாப்பாக வைக்குமாறு என் மனைவியிடம் கொடுத்திருக்கிறார். அவற்றை உறையிட்டு எனது புத்தகங்களுடன் புத்தகமாக என் மனைவி மறைத்துவைத்திருக்கிறார் என்பதைப் பின்னர் அறிந்தேன். பின்னர் என்னிடம் இருந்த அவருடைய நீர் வளையங்கள் பிரதிகளை நான் மறைத்துவைத்தேன்.

1989ல் எங்கள் குடும்பத்தில் மிக நெருங்கிய உறவினர்கள் மூவரை, எனது மூத்த சகோதரன், மைத்துனர், அவரது மனைவி ஆகியோரை நாங்கள் காவுகொடுத்தோம் என்பதை நீங்கள் அறிந்திருப்பீர்கள். 1990ல் ராணுவம் உள்நுழைந்தபோது நீங்கள் எதிர்கொண்ட அவலத்தை நான் அறிவேன். பூனை குட்டிகளைக் காவிச் செல்வதுபோல் புகலிடம் தேடி அப்பா உங்களை ஊர் ஊராகக் காவிச்சென்றார். அந்த அநுபவம் பயங்கரமானது. அந்த நாட்களில்தான் நண்பர் பாண்டியூரன் கொல்லப்பட்டார். அந்தச் செய்தி தந்த அதிர்ச்சியுடன் சசி பற்றிய கவலை என்னை அலைக்கழித்தது. அவர் பிள்ளைகளுடன் படுவான்கரைப் பக்கம் போய்விட்டார் என்று அறிந்து சற்று ஆறுதல் அடைந்தேன். அந்த நாட்கள் கொடுமையானவை. மனிதர்கள் ஆளுமை அழிந்து எலிகளைப்போல் பொந்துகளைத்தேடி ஓடிக்கொண்டிருந்த நாட்கள். 1990ன் பின்னர் கிழக்கில் எரிந்த நெருப்பு கொஞ்சம் தணிந்தபோது நீங்கள் ஊருக்கு வந்து வழமையான வாழ்வுக்குத் திரும்பினீர்கள். நான் யாழ்ப்பாணத்திலிருந்து புலம்பெயர்ந்து ஒரு வருடத்துக்குமேல் புலம்பெயர்ந்த விரிவுரையாளனாக கண்டி, கல்முனை, கொழும்பு என்று அலைந்து திரிந்துவிட்டு 91 இறுதியில் பேராதனைப் பல்கலைக் கழகத்தில் நிரந்தரமாக இணைந்தேன்.

நீங்கள் ஐந்து சகோதரர்களும் வாலிபராகி, திருமணம் முடித்து எங்கெங்கோ சென்றுவிட்டீர்கள். அப்பாவும் அம்மாவும் மட்டும் பாண்டிருப்பில். நான் ஊருக்கு வரும்போதெல்லாம் அடிக்கடி இல்லாவிட்டாலும், இடைக்கிடை, சிலவேளை

நீண்ட இடைவெளிகளில், நானும் சசியும் சந்தித்திருக்கிறோம். அவருடைய இரண்டாவது கவிதைத் தொகுப்பை - சிதைந்துபோன தேசமும் தூர்ந்துபோன மனக்குகையும் - வெளிக்கொண்டு வருவதில், அவரை உசுப்பி எழுப்பி, அதைச் சாத்தியமாக்கியதில் எனக்கும் ஒரு பங்கு உண்டு என்பதில் ஒரு சிறுதிருப்தி உண்டு. அதன் வெளியீட்டு விழாவில் என்னால் கலந்துகொள்ள முடியவில்லை. அது சிலவேளை அவருக்கும் மனவருத்தமாக இருந்திருக்கலாம். அதற்குப் பிறகு அவர் இரண்டு ஆண்டுகள்தான் வாழ்ந்தார். அவருடைய மரணவீட்டில் அமைதியாக உறங்கும் அவருடைய உடலைப் பார்த்ததுதான் எங்கள் கடைசிச் சந்திப்பு. ஆனால், அன்றுடன் அந்த அரைநூற்றாண்டு உறவு முடிந்துவிடவில்லை. அவருடைய மறைவுக்குப் பிறகு, இன்று அவருடைய பிள்ளைகள், வித்தியானி, மஹரிஷி, சௌஜனன், கௌசிகன், நிருமிதன் எல்லாரும் என்னை மாமா என்று அழைத்து உறவுகொண்டாடுகிறீர்கள். மஹாகவியின் பிள்ளைகளுக்கும் நான் மாமா, நீலாவணனின் பிள்ளைகளுக்கும் நான் மாமா, சிவலிங்கத்தின் பிள்ளைகளுக்கும் நான் மாமா. அற்புதமான குடும்ப உறவு இது. மத, இன வேலிகளைத் தாண்டிய உறவு. கவிதையினால் ஏற்பட்ட உறவு.

அன்புள்ள மஹரிஷி, உங்கள் கவிதைகளைப் பற்றிப் பேசவந்த நான், அதை விட்டுவிட்டு வேறெங்கோ சஞ்சரிக்கத் தொடங்கிவிட்டேனா? இல்லை. உங்கள் கவிதைகள் என்னைப் பழைய நினைவுகளுக்குள் இழுத்துச் சென்றுவிட்டன. சசியை மறந்துவிட்டு உங்களைப்பற்றி என்னால் தனியே யோசிக்கமுடியவில்லை. வேறு யாரும் அப்படிச் செய்யக்கூடும். நுஃமான் மாமாவால் அப்படிச் செய்ய முடியவில்லை. உங்களில் நான் சசியைக் காண்கின்றேன். உங்களைச் சசியின் வாரிசாகத்தான் என்னால் பார்க்க முடிகின்றது. சேரனை மஹாகவியின் வாரிசாகப் பார்ப்பதுபோல.

நீங்கள் கவிதை எழுதிப் பழகிய வரலாற்றைப்பற்றி உங்கள் கடிதத்தில் குறிப்பிட்டிருக்கிறீர்கள். நானும் அப்படித்தான் பழகினேன். பெரும்பாலும் எல்லாக் கவிஞர்களுக்கும் இந்த அனுபவம் இருக்கும். எழுதி எழுதி, கிழித்து வீசி, மீண்டும்

எழுதி எழுதித்தான் நாம் நமக்கென்றொரு எழுத்து முறையை உருவாக்கிக் கொள்கின்றோம். இத்தொகுப்பிலுள்ள முப்பது கவிதைகளையும் படிக்கும்போது நீங்கள் சசியின் வாரிசாக உருவாகியிருக்கும் அதேவேளை உங்களுக்கென்றோர் எழுத்து முறையையும் உருவாக்கிக்கொண்டீர்கள் என்றே எனக்குச் சொல்லத் தோன்றுகின்றது.

உங்கள் கவிதைகள் உங்கள் வாழ்க்கையின், அனுபவங்களின் பதிவுகளாக இருக்கின்றன. அது சசியிடம் இருந்து நீங்கள் பெற்ற முதுசம் என்று நினைக்கின்றேன். 'இருத்தலுக்குப் பிரக்ஞையாக இருத்தல்' சசியின் கவிதைக் கொள்கையின் ஒரு முக்கியமான அம்சம். அதன் தாக்கம் உங்கள் கவிதைகளிலும் பளிச்சிடுகின்றது.

இத்தொகுப்பில் உள்ள முதலாவது கவிதை (நிலவிடம்) அன்றைய யதார்த்தத்தின் குரூரத்தை என் மனக்கண்முன் கொண்டுவருகின்றது. 1988ல் அதை எழுதியிருக்கிறீர்கள். அப்போது நீங்கள் ஒரு பள்ளி மாணவன். இந்திய ராணுவத்தின் பிரசன்னமும், அதன் பின்புலத்தில் இயக்கங்களின் சகோதரப் படுகொலைகளும் நிகழ்ந்த காலம் அது. இப்பின்னணியில் இரவு விடியக்கூடாது என்று நினைக்கும் ஒரு பள்ளி மாணவனின் ஆழமான மன உணர்வு இக்கவிதையில் பதிவாகியிருக்கிறது.

> "கரிய தென்னைகளின்
> கீற்றுகளிடையே தெரியும்
> என் பிரிய வெண்ணிலாவே
> நீ போய்விடாதே"

என்ற வேண்டுதலுடன் தொடங்குகின்றது கவிதை. 'நிலாவே நீ போய்விடாதே என்று ஏன் அவன் வேண்டுகிறான்? அழகிய காட்சி மறைந்துவிடக்கூடாது என்பதற்காக அல்ல. நிலவு போனால் இரவு விடியும். விடிந்தால் அவன் பள்ளிக்குப் போகவேண்டும். போனால் வழிநெடுகிலும் 'இரத்தம் சிதறி ஈக்கள் மொய்க்க' சகோதரர்களின் சடலங்கள் கிடக்கும் குரூரமான காட்சிகளை அவன் காணவேண்டியிருக்கும். அதைப் பார்த்துவிட்டுப் பள்ளிக்குப் போனால்

> "வகுப்பறையில்
> விலங்கியல் ஆசிரியர்
> வெண்கட்டியால் எழுத எழுத
> கரும்பலகையில்
> செங்குருதி வடியும்
> சிதறிய மூளைகளும் தசைப் பிண்டங்களும்
> எங்கள் மேசைகளில் கிடக்கும்"

அதனால்தான் நிலவைப் போகவேண்டாம் என்று வேண்டுகிறான் அந்த மாணவன். அவன் மகரிஷிதான். இந்தக் கவிதையில் உங்கள் மாணவப் பருவத்து அனுபவமும் அதன் மனப்பாதிப்பும் உணர்வு பூர்வமாக வெளிப்பட்டிருக்கின்றது. அதனூடாக யுத்தத்துக்கும் படுகொலைகளுக்கும் எதிரான உங்கள் அரசியலும் பளிச்சிடுகின்றது.

1980, 1990 களில் கவிதை எழுதத் தொடங்கிய உங்கள் தலைமுறையைச் சேர்ந்த நீங்கள் எல்லோரும் யுத்தத்தின் குழந்தைகள்தான். அதற்கூடாகவே வளர்ந்தவர்கள். உங்கள் பல கவிதைகள் யுத்தகால அவலங்களை, அந்த அனுபவங்களைப் பேசுகின்றன. இத்தொகுப்பில் உள்ள ஒரு செவ்வாய் இரவு, ஒற்றை நட்சத்திரம், மரணவிளிம்பில், அகாலத்தில் அவளுக்கு, என் பிரியமானவளுக்கு, வேதனைச் சுவடுகள், சிலுவை சுமப்பு, பதட்டமான பகற்பொழுது, எங்கள் இரவுகளில், நாய்கள் குரைத்து விடிதல், படைகளின் வரவால், ஊருக்கு வருவேன், எழுந்தே நின்ற எழுது கரத்துக்காக, முள்ளிவாய்க்கால் போன்றவை இத்தகையன.

எனினும், இன வெறுப்புக்கும் கொலை வெறிக்கும் ஆளாகாமல் உங்கள் ஆன்மாவைப் பாதுகாத்துக்கொள்ள முடிந்திருக்கின்றது உங்களால். அவற்றுக்கு எதிராகக் குரல்கொடுக்க முடிந்திருக்கின்றது உங்களால். இன்றைய யுகத்தில் கவிதையின், கவிஞனின் கடப்பாடுகளுள் இது முக்கியமானது என்று நான் நினைக்கிறேன். சசியும் அவ்வாறுதான் நினைத்தார். அவ்வகையிலும் நீங்கள் அவரின் வாரிசுதான்.

உங்கள் வேறுசில கவிதைகள் உங்களைப் பற்றியதாக, உங்களின் சுய தேடலாக உள்ளன. கல்லாகிவிட்டேன், எரிகிறது

எரிமலைப் பொறி, தேடல், மனம், வெறுமை = முழுமை, உயிர்த்தெழுதலுக்காய், உள்ளுக்குள்ளே, என் சின்ன மகளும் எங்கள் புழுதி மண்ணும், ஒளி கண்டும், சில்வண்டு நினைவுகள் போன்றவை இத்தகையன. சசி தன்னைப்பற்றி தன் சுயத்தை தேடுவதாக ஏராளமான கவிதைகள் எழுதியிருக்கிறார். அவரளவு தன்னைப்பற்றித் தன் கவிதைகளில் பதிவுசெய்த வேறு ஒரு கவிஞர் தமிழில் இல்லை என்றுதான் சொல்லவேண்டும். அந்தப் பாதிப்பின் சில துளிகளாக இக்கவிதைகளைச் சொல்லலாம். ஆனால் இது அப்பாவின் பிரதியல்ல, உங்களின் சுயம்.

கல்லாகி விட்டேன்
நான்
கல்லாகி விட்டேன்

கல்லாவதற்குச்
சிலகாலம் முன்பாக
காட்டுப் பூவாக இருந்தேன்

என்று தொடங்கும் கல்லாகிவிட்டேன் என்ற உங்கள் கவிதை

இந்தக் கல்லினுள்
ஓர் ஓவிய ஊற்றுக்கண்
அடைபட்டுள்ளது

கவிதைக் கால்வாயொன்று
மூடப்பட்டுள்ளது
என்று விரிந்து

என்றோ ஒரு நாள்
என்னை நானே செதுக்கி
சிறு சிற்பமாகவேனும்
எழுவேன்

என்று முடிகிறது. நம்பிக்கையூட்டும் இக்கவிதையின் தொனி என்கு மிகவும் முக்கியமாகப்படுகிறது.

எரிகிறது எரிமலைப் பொறி என்ற கவிதையிலும் நான் இக்குரலைக் கேட்கின்றேன்.

சிறு பொறிதான் நான்
ஆனால்
எரிமலையிலிருந்து
சிதறிய பொறி

என்று தொடங்கும் கவிதை

பனியிலும்
மழையிலும் எரிகிறேன்
பகலிலும்
இரவிலும் எரிகிறேன்

கடல் கொண்டு கவிழ்த்தாலும்
இனி அணையவே மாட்டேன்;
எனது சுவாலையின்
வெப்பக் கதிர்கள்
இப்போது உனக்கு
எரிவை ஏற்படுத்தக்கூடும்
எனினும்
கடல்கள் கடந்து
மலைகள் கடந்து
எனது சூட்டில்
சுகம் காண்பர் பலர்

என்று முடிகின்றது. இத்தொகுப்பில் உள்ள கடைசிக் கவிதை இது. எதிர்காலம் பற்றிய நம்பிக்கையின் குரலை நான் இதில் கேட்கிறேன். உங்கள் கவிதைகள் யுத்தத்தின் துன்பத்தையும் துயரத்தையும் மட்டுமன்றி உயிர்த்தெழுதலையும் பற்றிப் பேசுகின்றன. உயிர்த்தெழுதலுக்காக என்ற உங்கள் கவிதை எனக்கு இன்னும் முக்கிமானதாகப்படுகின்றது

என் பாலைவனத்தில்
நேற்று மழை தூறிற்று
கூடவே
குளிர் தென்றலும் வீசிற்று

என்று இதமான படிமத்துடன் தொடங்கும் கவிதை "முளைத் தெழுதலைவிட உயிர்த்தெழுதலைப்" பற்றிப் பேசுகின்றது.

அன்புள்ள மஹரிஷி, இத்தகைய கவிதைகள் மூலம் உங்கள் கவித்துவ முதிர்ச்சியை நான் காண்கின்றேன். அது எனக்கு மகிழ்ச்சி தருகிறது. கவிதை வார்த்தைச் சோடனைகளால் உணர்வைப் போர்த்தி மூடாது நேரடியாகப் பேசவேண்டும் என்ற கொள்கை உடையவன் நான். ஈழத்து நவீன கவிதை மரபு இக்கொள்கை வழியில்தான் வளர்ந்துவந்திருக்கிறது. அதன் ஒரு இளம் வாரிசாக நான் உங்களைக் காண்கின்றேன்.

மகத்தான கவிதைகளைப் படைப்பது கவிஞனின் குறிக்கோளல்ல. தன் உணர்வுகளுக்கு நேர்மையாக இருப்பது, உண்மைக்கு அருகில் இருப்பது, மனிதத்தை நேசிப்பது, சமூக நீதியை நிலைநாட்ட முயல்வது, சிறந்த எதிர்காலத்தைக் கனவுகாண்பது, இவற்றுக்குக் கவிதை வடிவம் கொடுப்பது இவைதான் ஒரு கவிஞனின் குறிக்கோளாக இருக்கவேண்டும். அத்தகைய கவிதைகள் மகத்தானவைகளாகக் கொண்டாடப்படாவிட்டாலும் கவிதைகளாக இருக்கும்.

உங்கள் கவிதைகள் கவிதைகளாக இருக்கின்றன. தொடர்ந்து எழுதுங்கள்.

'படைகளின் வரவால்' இத்தொகுப்புக்குப் பொருத்தமான தலைப்புத்தான். இனியும் படைகள் வந்து நம் வாழ்வு சிதைபடாமல் இருக்கட்டும். வாழ்த்துகளும் பாராட்டுகளும்

மிக்க அன்புடன்
நுஃமான் மாமா
2019

•

செ. சுதர்சனின் தாயிரங்கு பாடல்கள்

கலாநிதி செல்லத்துரை சுதர்சன் கடந்த சுமார் இருபது ஆண்டுகளாக ஈழத்து இலக்கிய உலகில் தீவிரமாகச் செயற்பட்டுவரும் இளந் தலைமுறையைச் சேர்ந்த ஒரு முக்கியமான ஆளுமையாக அறியப்படுபவர். பேராதனைப் பல்கலைக்கழகத் தமிழ்த் துறையில் சிறப்புப் பட்டம் பெற்று, அங்கேயே சிரேஷ்ட விரிவுரையாளராகக் கடமையாற்றிவருகிறார். தஞ்சாவூர் தமிழ்ப் பல்கலைக்கழகத்தில் டாக்டர் பட்டம் பெற்றவர். தமிழ்நாட்டின் முக்கியமான எழுத்தாளர்கள், விமர்சகர்கள், அறிஞர்களுடன் நெருக்கமான உறவு உடையவர். ஒரு பல்கலைக்கழக விரிவுரையாளர் என்றவகையில் தமிழியல் ஆய்வில் ஆழமாகத் தடம்பதித்துவருபவர். முக்கியமான ஆய்வுக் கட்டுரைகள் பலவற்றை எழுதி வெளியிட்டிருக்கிறார். ஆசிரியர், பதிப்பாசிரியர் என்றவகையில் இதுவரை சுமார் இருபது நூல்கள் வெளியிட்டுள்ளார். இளந் தலைமுறையைச் சேர்ந்த பல்கலைக்கழக விரிவுரையாளர்களுள் இவரளவு தீவிரமாகச் செயற்படுபவர்கள் மிகச் சிலர் என்றே சொல்லவேண்டும்.

சுதர்சன் கடந்த சுமார் இருபது ஆண்டுகளில் குறிப்பிடத்தக்க கவிஞராகவும் தன்னை நிலைநாட்டிக்கொண்டவர். பல்கலைக்கழகத்தில் படிக்கும் காலத்திலேயே 2004ல் அவருடைய

முதலாவது கவிதைத் தொகுதி மற்றுமொரு மாலை வெளிவந்தது. அதே ஆண்டில் பல்கலைக்கழக மாணவர்களின் கவிதைகளைத் தொகுத்து என் தேசத்தில் நான் என்ற தொகுதியையும் அவர் வெளியிட்டார். நீண்ட கால இடைவெளியின் பின்னர் காலிமுகம் 22 என்ற அவருடைய இரண்டாவது தொகுதி சமீபத்தில் வெளிவந்தது. இப்போது, காலிமுகம் 22 தொகுப்புக் கவிதைகளையும் உள்ளடக்கிய அவரது மூன்றாவது கவிதைத் தொகுதி தாயிரங்கு பாடல்கள் என்ற தலைப்பில் வெளிவருகின்றது.

தற்காலத் தமிழ்க் கவிதை வளர்ச்சிக்கு ஈழம் வழங்கிய ஒரு முக்கியமான கொடை அதன் அரசியல் எதிர்ப்புக் கவிதைகள் எனலாம். முப்பது ஆண்டுகால யுத்தமும் அது ஏற்படுத்திய அவலமும் அதன் விளைவாக இன்றுவரை தொடரும் அரசியல் நெருக்கடிகளும் அதன் அடிப்படையாகும். அதிர்ஷ்டவசமாக தமிழ்நாட்டுக் கவிஞர்கள் இந்தக் குரூர அனுபவத்துக்கு ஆளாகவில்லை. அதனால் துரதிஷ்டவசமாகத் தமிழ்நாட்டுக் கவிதை இந்த அளவு அரசியல் கூர்மைபெறாது போயிற்று.

1980க்குப் பின்னர் கவிதைக்குள் நுழைந்த ஈழத்துக் கவிஞர்கள் எல்லோருமே ஒருவகையில் யுத்தத்தின் குழந்தைகள்தான். யுத்தத்தின் குரூர வடுக்களைச் சுமந்தவர்கள்; துப்பாக்கி அரக்கர்களால் சூழப்பட்டவர்கள். அடக்குமுறை, கொலை, கடத்தல், காணாமற்போதல், சிறை, சித்திரவதை, கண்ணிவெடி, எறிகணை, குண்டுவீச்சு, புலப்பெயர்வு என்ற நச்சுப் புகையினால் மூச்சுத் திணறியவர்கள். இவர்களுடைய கவிதை இவற்றின் விளைவாக, இவற்றின் அனுபவப் பதிவாக அமைவது ஒன்றும் ஆச்சரியம் அல்ல. வீடு எரிந்துகொண்டிருக்கையில் வானத்தை அண்ணார்ந்து பார்த்து நிலவை ரசிக்க முடியவில்லை இவர்களால். இவர்களுடைய கவிதை வெறும் அரசியல், இதில் கவிதையின் அழகியல் இல்லை என்பவர்கள் நெருப்பின் வெம்மையை உணராதவர்கள் என்றுதான் சொல்ல வேண்டும். இத்தொகுப்பில் உள்ள சுதர்சனின் கவிதைகள் எல்லாம் யுத்த நெருப்பின் வெம்மையை, இனமுரண்பாட்டின் கொடுமையை, இடப்பெயர்வின் அவலத்தை, சந்தர்ப்பவாத அரசியலின் இழிவை பேசுபவை. அவ்வகையில் ஈழத்து

அரசியல் கவிதை மரபில் ஒரு புதிய வருகை எனலாம்.

இத்தொகுப்பில் ஏழு பிரிவுகளில் மொத்தம் 47 கவிதைகள் உள்ளன. பெரும்பாலானவை கடந்த சுமார் பத்து ஆண்டுகளுள் எழுதப்பட்டவை. யுத்தகால அனுபவங்களையும், யுத்தத்துக்குப் பிந்திய போராட்ட கால அனுபவங்களையும் உரிப்பொருளாகக் கொண்டவை. துன்பமும் கோபமும் பின்னிப் பிணைந்த யதார்த்தத்தைப் பேசும் கவிதைகள் இவை.

சிங்கம் தின்ற நிலம் பிரிவில் உள்ள நான்கு கவிதைகளும் ராணுவத்தின் பிடிக்குள் சிக்கிய கிராமத்தைவிட்டு அகதிகளாகப் புலம்பெயர்ந்த மக்களின் துயரத்தின் பதிவுகளாக உள்ளன. யுத்தம் முடிந்த பின்னரும் சொந்த மண்ணில் கால்வைக்க முடியாது ராணுவம் 'குறிசுட்டு' வைத்திருக்கும் அவலம் இன்னும் தொடர்வதை ஒவ்வொரு கவிதையும் பூடகமாகவும் அதேவேளை அழுத்தமாகவும் பேசுகின்றது. தோலகட்டி பிரிவில் உள்ள ஐந்து கவிதைகளும் இவைபோன்று நம்மனதில் அதிர்வுகளை எழுப்புபவை. தோலகட்டி கிராமம் யாழ்ப்பாணத்தில் மட்டுமன்றி இலங்கை முழுவது பிரசித்தமானது. 1928ல் தோமஸ் அடிகள் (1886 - 1964) அங்கு உருவாக்கிய கிறிஸ்தவ ஆசிரமமும், அவர் அங்கு ஆரம்பித்த சுய தொழில்வாய்ப்பு நிலையமும் அதற்குக் காரணம். அவர்களின் உற்பத்தியான தோலகட்டி நெல்லிரசமும் ஏனைய பழரசங்களும் இலங்கை முழுவதும் புலம்பெயர் நாடுகளிலும் பிரசித்தி பெற்றவை. யுத்தத்தின்போது தோலகட்டியும் முற்றாக இடம்பெயர்ந்தது. "வெளியேறக் கால்களற்ற பொழுதில் தூதுரைக்கச் சம்மனசுகளும் வரவில்லை" "நெல்லிரசம் பெருக்கிய வாயில் குரலடைத்துப் போயிற்று" என்கிறார் கவிஞர்.

சுதந்திரத்துக்குப் பிந்திய இலங்கை வரலாற்றில் இவ்வாண்டு காலிமுகத் திடலில் நூறு நாட்களுக்குமேல் தொடர்ந்த மாபெரும் மக்கள் எழுச்சி ஒரு திருப்புமுனை எனல் வேண்டும். முழு நாடும் அதன் பின்னால் திரண்டது. பிரதமர் பதவி துறக்கவும் ஜனாதிபதி நாட்டைவிட்டுச் செல்லவும் நேர்ந்தது. இறுதியில் சந்தர்ப்பவாத அரசியல்வாதிகளால் போராட்டம் காட்டிக்கொடுக்கப்பட்டாலும் அதன் தாக்கம் இலங்கை அரசியலில் பெருமாற்றங்களைக் கொண்டுவரும் என்று

எதிர்பாக்கலாம். சுதர்சன் இந்த மக்கள் எழுச்சியை ஆர்வத்தோடு எதிர்கொண்டவர்களுள் ஒருவர். காலிமுகம் 22 பிரிவில் உள்ள 13 கவிதைகளும் அந்த அனுபவங்களின் பதிவுகளாக உள்ளன. அதில் ஒரு கவிதையை நான் இங்கு முழுமையாகப் பகிர்ந்துகொள்ள விரும்புகிறேன். இத்தொகுப்பில் உள்ள எனக்கு மிகப் பிடித்த கவிதைகளுள் இது மிகத் தனித்துவமானது என்பேன். சிறு குடிலின் பசி கவிதையின் தலைப்பு. போராட்டத்தின் வர்க்க வேரை இறுக்கமான படிமங்களால் வெளிப்படுத்தும் இக்கவிதை அரசியல் கவிதையின் அழகியலுக்கு ஒரு எடுத்துக்காட்டாகவும் அமையும் எனலாம்.

கடலருகில் எழும்
எதிர்ப்புச் சிறு குடில்கள்,
அரச மாளிகையை
விழுங்கத் துடிக்கின்றன!

இரும்பாலும்
இறுகிய செங்கல்லாலும்
பெருஞ் சுவராய்க் கட்டிய
மாளிகையை,
மழை கழுவும் துணிக் குடில்கள்
அச்சுறுத்துகின்றன.

மாளிகைச் சுவர்களில்
பீதி பொங்கி வழிகிறது.
பசியின் கரங்கள்
பறித்துண்ணுமோ எனும் அச்சத்தில்
அதன் ஓரங்களில்
உள்ளிருக்கும் இரும்புகள்
துருப்பிடிக்கின்றன.

சிறு குடில் பசியால் உண்டானது!
பசியோ மாளிகையால் உண்டானது!

எனின்,
சிறு குடில் பசியாற
மாளிகையை விழுங்குமன்றோ!

பேதுருவுக்கு எழுதிய திருமுகம் ஒன்றுதான் இத்தொகுப்பில் உள்ள சற்று நீண்ட கவிதை. இலங்கை அரசியலில் இருந்து விலகி சர்வதேச அரசியலைப் பேசும் கவிதை. கியூபா பற்றியது. இடதுசாரிகளுக்கு மட்டுமன்றி, பொதுவாகவே ஜனநாயக நாட்டமுடைய யாருக்கும் கியூபா ஒரு வியப்புக்குரிய பூமிதான். கோலியாத்தை வென்ற தாவீது போல அமெரிக்க ஏகாதிபத்தியத்தின் எல்லா வியூகங்களையும் முறியடித்துக்கொண்டு மேலெழுந்த மக்களின் தேசம் கியூபா. கொரோனா பெருந்தொற்றுக் காலத்தில் உலகின் பல நாடுகளுக்குக் கியூபா அளித்த மருத்துவ உதவி உலகை வியப்படையச் செய்தது. அந்த வியப்பில் எழுந்த கவிதைதான் இது. இத்தாலியை, ரோமாபுரியை நோக்கிப் பேசும் கவிதை இது. ஏகாதிபத்தியம் பற்றிய ஒரு விமர்சனமாக நாம் இதை வாசிக்கலாம்.

ஆட்டாகுதி: வேள்வி மறுக்கப்பட்டவனின் பாடல் பிரிவில் உள்ள 5 கவிதைகளும் இதுவரை நாம் பார்த்த ஏனைய கவிதைகளில் இருந்து வேறுபட்டவை. இவை மத மேலாதிக்கத்துக்கு எதிரான, மத நுண் அரசியல்பற்றிப் பேசுபவை. ஆகம மரபுக்குப் புறம்பான, சிறு தெய்வ வழிபாட்டுடன் தொடர்புடைய வேள்வி முறை மறுக்கப்பட்டதற்கான எதிர்ப்பை வெளிப்படுத்தும் கவிதைகள் இவை. தற்காலத் தமிழ்க் கவிதை வளர்ச்சிப்போக்கில் வேள்வி மறுப்புக் கவிதைகள் பலவற்றை நாம் பார்த்திருக்கிறோம். அவை மதச் சீர்திருத்த, ஜீவகாருண்ய நோக்கில் அமைந்தவை என்றால், சுதர்சனின் இந்தக் கவிதைகள் வேள்வி மறுப்புக்கு எதிரான, சிறு தெய்வ வழிபாட்டு உரிமைக்கான குரலை எழுப்புகின்றன. மதம் முற்றிலும் நம்பிக்கை சார்ந்தது. ஒரு சாராரின் நம்பிக்கையை இன்னொரு சாரார் நிராகரிப்பது கேள்விக்குரியதுதான்.

உதிரிகள் பகுதியில் உள்ள எட்டுக் கவிதைகளும் சமகால ஈழத்து அரசியலின் வெவ்வேறு முகங்களைப் பேசுவன. அதுபோல் மீசை பிடுங்கிகள் பிரிவில் உள்ள மூன்று கவிதைகளும் யாழ்ப்பாணச் சாதியமைப்பில் சாதிமான்களின் மேட்டிமைத்தனத்துக்கு

எதிராக ஓங்கி ஒலிக்கும் தாழ்த்தப்பட்டவனின் குரலை வெளிப்படுத்துகின்றன.

கடைசியாக தாயிரங்கு பாடல்கள் பிரிவில் உள்ள ஏழு பாடல்களும் சுதர்சனின் பரிசோதனை முயற்சி எனலாம். சங்ககால அகத்திணைப் பாடல் வடிவத்துள் தற்கால ஈழத்து அரசியலை உரிப்பொருளாக அமைத்துக் கூறும் முயற்சி இது. கடைசிப் பாடல் மட்டும் புறநானூற்றை அடி ஒற்றியது. இவை வாசகருக்கு ஒரு வித்தியாசமான அனுபவத்தைத் தரும் என்று நம்புகிறேன்.

சுருக்கமாகச் சொல்வதானால் 1970களின் இறுதிப்பகுதியிலிருந்து ஈழத்தில் வளர்ச்சியடைந்த அரசியல் எதிர்ப்புக் கவிதை மரபில் ஒரு புதிய வரவாக, ஒரு முக்கியமான ஆளுமையாக சுதர்சனை நாம் அடையாளப்படுத்தலாம். பெரும்பாலான அரசியல் கவிதைகளில் காணப்படும் ஒருமுகத் தன்மையை அன்றி ஒரு பன்முகத் தன்மையை அவருடைய கவிதைகளில் காணமுடிகின்றது. வெறும் கோசங்களாக அல்லாமல் அரசியல் கவிதைக்குரிய அழகியலை அவர் பெரிதும் பேண முயன்றிருக்கிறார். பல கவிதைகளை புரிந்துகொள்வதற்கு அவற்றை மீண்டும் மீண்டும் படிக்கவேண்டியிருக்கும். அவருடைய அரசியல் பார்வை ஒருபக்கச் சார்பான தேசியம் அல்ல. அநீதிக்கு எதிரான, விமர்சனபூர்வமான பார்வை அவருடைய கவிதைகளில் இழையோடுவது நம் கவனத்துக்குரியது. தமிழ் இலக்கிய உலகு இக்கவிதைத் தொகுப்பை வரவேற்கும் என்று நம்புகிறேன்.

04.10.2022

•

சிவனு மனோஹரனின் மலைகளின் பாடல்

சிவனு மனோஹரன் (1978) சமகால மலையக இலக்கியத்தின் இளந்தலைமுறையைச் சேர்ந்த முக்கிய ஆளுமைகளுள் ஒருவர். 1990களின் பிற்பகுதியில் எழுத ஆரம்பித்தவர். சமகால மலையகச் சிறுகதைக்கு வலுவும் வளமும் சேர்த்தவர். இதுவரை மூன்று சிறுகதைத் தொகுதிகள் வெளியிட்டுள்ளார். ஒரு மணல்வீடும் சில எருமை மாடுகளும் (2008), கோடாங்கி (2010), மீன்களைத் தின்ற ஆறு (2016) என்பன அவை. மலையகத்தின் மிகச் சிறந்த சிறுகதைகள் சில இவற்றுள் இடம்பெற்றுள்ளன.

சிவனு மனோஹரன் அவ்வப்போது கவிதைகளும் எழுதிவருகிறார். இப்போது வெளிவரும் மலைகளின் பாடல் அவரது முதலாவது கவிதைத் தொகுதி. கடந்த சுமார் இருபது ஆண்டுகாலத்தில் அவர் எழுதிய கவிதைகளுள் 30 கவிதைகள் இத்தொகுப்பில் அடங்கியுள்ளன. இவர் ஒரு நல்ல சிறுகதை ஆசிரியர் மட்டுமன்றி ஒரு நல்ல கவிஞரும்தான் என்பதை இத்தொகுப்பு உறுதிப்படுத்துகின்றது. மலையக மக்களின் துயரத்தை மட்டுமன்றி, அவர்களின் பண்பாட்டை, நேசத்தை, காதலை, எதிர்கால நம்பிக்கையை வெளிப்படுத்தும் கவிதைகள் இவை.

மலைகளின் பாடல் என்ற தலைப்புக் கவிதையே மலையக

மக்களின் துயர் சுமந்த வாழ்வையும் அதையும் தாண்டிய எதிர்கால நம்பிக்கையையும் வெளிப்படுத்தும் ஒரு கவிதைதான். அதன் சில பகுதிகளை நான் இங்கு தருகிறேன்.

    மலைகளின் பாடல்களில்
    கடந்த காலங்களின்
    துயரம் மட்டும்தான்
    மிச்சமிருக்கிறது
    ………
    காலம் செதுக்கிய உண்மைகளில்
    கூடைகளால் எழுதப்பட்ட வரலாறு
    மலைகளில் அலையும்
    காற்றும் எழுதும் காவியமாயிற்று
    மொழியில் கோர்க்கப்பட்ட வரலாறுகள்
    தீ பற்றி எரியும் உதடுகளால்
    எரிக்கப்படுவதால்
    நமக்கான வரலாறுகள்
    இனி
    உழைப்பால் எழுதப்படட்டும்
    ……
    ஆகவே
    நடந்துதான் பார்ப்போம்
    விரிந்திருக்கிறது உலகம்.

விரிந்திருக்கும் உலகில் உழைப்பால் புதிய வரலாற்றை எழுதும் வேட்கையே இக்கவிதையில் வெளிப்படும் கவிஞரின் குரல். இத்தொகுப்பில் முதலாவதாக இடம்பெறும் மீதமிருக்கும் இரவுகள் என்னும் கவிதையில் வரும் தேவதை மலையகம் பற்றிய ஒரு உருவகம்தான். அது இவ்வாறு சித்திரமாகின்றது.

    என் கனவில் வரும்
    தேவதை
    எப்போதும் கையில் பூக்கள்
    ஏந்தி வருவதில்லை

தரையைக் கூட்டும்
வெள்ளை அங்கியும் அணிவதில்லை
உன்னிப்பாய்க் கவனித்திருக்கிறேன்
அவள் தலையில் கிரீடம் சூடியிருக்கவேயில்லை
எண்ணெய் பிசுபிசுக்கும் முகமும்
பிறர் அழுக்குகள் கழுவி
துயரம் கோலமிட்ட கையுமாய் வருவாள்

மலைகள் இவரது கவிதைகளில் அடிக்கடி பயின்றுவரும் படிமம் எனலாம். மலைகளின் பாடல் மட்டுமன்றி, மலைகளின் விசித்திரம், மலை நல் வாடை, மலையில் வீழ்ந்த மழை முதலிய கவிதைகளும் இத்தகைய படிமங்களால் பின்னப்பட்டுள்ளன.

மலைகளைப் படிப்பதில்
எப்போதும்
விருப்பமுள்ளவனாய் இருக்கிறேன்

என்று தொடங்கும் மலைகளின் விசித்திரம்

மலைகளைப் பேசச் சொன்னவர்கள்
அதன் கதைகளுக்குக் காதுகொடுக்காமல்
கடந்துபோன தருணங்களில் மலைகளைப்
படிப்பதன் அவசியம் உணர்ந்தேன்

ஒருநாள் நானும் மலையேறுவேன்
அங்கு ஒலிக்கும் மலைகளின் குரல்
மரத்தில் கனிந்த பழத்தின்
விதை
மண்ணில் விழுந்து வேரூன்றி
விருட்சமாவதுபோல்
மக்களின் குரலாய் ஒலிக்கும்

என்று முடியும்போது மலைகளின் குரலில் ஒலிக்கும் அரசியலை நம்மால் உணரமுடிகின்றது. மலையில் வீழ்ந்த மழை கவிதையை மலையகத்தின் துயர வரலாற்றைப் பாடும்

பாடலாகத்தான் நம்மால் வாசிக்க முடிகிறது. கவிதையின் ஒரு பகுதி பின்வருமாறு –

கதை நிறைந்த மலைகளைச்
சுமந்து தேய்ந்துபோனோம்

காடு திருத்தி
அதைக்
கதிர்கள் கொட்டும் தலமாக்கி, பின்
காணாமல்போனோம்

அலைகள் அடித்தும்
கடலை வென்றோம்
துயர்ப் படகில் துணிந்தும்
சென்றோம்

உழுது மண்ணை உயிர்ப்பித்து
உரமாய் நிலத்தில் வியர்வை சிந்தி
உழைத்தும் களைத்தோம்

ஆனால் எமக்கான நிலத்தை
இதுவரையும் காணோம்

நெருப்பாய் ஓடும்
நீண்ட மணல் வெளியில்
பேசிக் கடந்த தூரமெங்கும்
பாலையாய் வாழ்வு விரிந்தாலும்
மலையில் வீழும் மழைக்காய்க்
காத்திருக்கிறோம்

மலை நல் வாடையை ஒரு நல்ல காதல் கவிதையாக நாம் வாசிக்கும் அதேவேள அதற்குள்ளும் மலையக அரசியல் ஒலிப்பதை நாம் உணரலாம்.

மலையக வாழ்வின் வறுமையும், வெறுமையும், எல்லாமே பறிபோய்விட்டதான விரக்தியும், துயரமும், இவற்றையும் தாண்டி முகிழ்க்கும் ஒரு நம்பிக்கைக் குரலும் சிவனு மனோஹரனின் இத்தொகுப்பில் உள்ள கவிதைகளில் பதிவாகியுள்ளன. கவிதை மொழி – அங்கங்கே சில இடறல்கள் இருந்தாலும் – அவருக்கு நன்கு கைவந்துள்ளது. இன்றைய மலையகத்தின் முக்கியமான கவிஞர்களுள் சிவனு மனோஹரனுக்கும் ஓர் இடம் உண்டு என்பதில் ஐயமில்லை.

20.06.2022

●

கீர்த்தியனின் நாளை வரும் மழை

கவிஞர்களுக்கு மழை ஒரு நல்ல குறியீடு. அது பசுமை, வளம் போன்றவற்றைக் குறிக்கிறது. அது கோடை, வரட்சி என்பவற்றுக்கு எதிரானது. மழை நாட்கள் வரும் என்ற தலைப்பில் நான் ஒரு கவிதை எழுதினேன். அதே தலைப்பில் எனது கவிதைத் தொகுப்பு ஒன்றும் வெளிவந்தது. ரவிக்குமாரின் கவிதைத் தொகுப்பு ஒன்றின் தலைப்பு மழை மரம். இப்போது நாளை வரும் மழை என்ற தலைப்பில் மு. கீர்த்தியன் தன் கவிதைகளைத் தொகுத்து வெளியிடுகிறார்.

உள் நனைதல் என்ற கவிதை இத்தொகுப்பின் முதல் கவிதை. இது மழை பற்றியது. எனினும் மழை என்ற இயற்கை நிகழ்வு பற்றியதல்ல. வாழ்க்கையின் மலர்ச்சி பற்றியது, பசுமையின் வருகை பற்றியது, வரட்சியின் நீக்கம் பற்றியது, நம் நெஞ்சை ஈரமாக்குவது பற்றியது. சமீபத்தில் நான் படித்த நல்ல கவிதைகளுள் ஒன்று என்று இதைச் சொல்வேன். இதுதான் கவிதை. நீங்களும் படியுங்கள்.

துளிகள் துளிகளாய்
நனைகிறது பூமி

உஷ்ணத்தில் கிறங்கி

வரண்டு தகித்த இடங்கள்
நீரை அள்ளிப்
போர்த்திக்கொள்கின்றன

நீரைப் புணர்ந்த மண்
கருத்தரித்து
மகிழ்கிறது
பூமித் தாளெங்கும்
பூக்கவிதைகள்
பூக்கின்றன

இருந்திருந்தாவது
மேகம் கவிழ்ந்து
நிலத்தைக் கழுவி
சுத்தமாக்கிவிடுகின்றது

மழை வருகையில்
நாமும் மனம் திறந்து வைப்போம்
ஈரமாக்கட்டும் மழை

கீர்த்தியன் இத்தொகுப்பு மூலம்தான் எனக்கு அறிமுகமாகிறார். இவர் மலையகத்தவர். பெரிதும் வறண்டுபோயுள்ள மலையகக் கவிதையில் நம்பிக்கையூட்டும் சில இளங்கவிஞர்கள் உருவாகி இருக்கிறார்கள். அவர்களுள் ஒருவராக, ஒரு புது மழையாக இவரும் உள்நுழைகிறார். இத்தொகுப்பில் 36 கவிதைகள் உள்ளன. எல்லாம் சிறிய கவிதைகள், ஒரு பக்கக் கவிதைகள்தான். பெரும்பாலும் எல்லாமே மலையக மக்களின் அனுபவங்களை, அவர்களது எதிர்பார்ப்புகளை, அவர்களது வாழ்க்கை யதார்த்தத்தைப் பேசுகின்றன. ஆர்ப்பாட்டமும் கோசங்களும் இல்லாத கவிதைகள் இவை. நாளை வரும் மழை என்ற நூலின் தலைப்புக் கவிதை இப்படித் தொடங்குகின்றது.

பருவம் தவறி
ஒரு மழை விழுவதன் காத்திருப்பு

வயிற்றை ஏந்தி நிற்கும்
இறப்பர் மரக் குழந்தைகளின்
முகக் குறிப்புகளில்

இந்தக் காட்சி அல்லது படிமம் றப்பர்த் தோட்டத் தொழிலாளர்களின் வாழ்வின் வரட்சியை அவர்களின் எதிர்பார்ப்பைப் புலப்படுத்துகின்றது. கவிதையின் அடுத்த வரிகள் இவ்வாறு தொடர்கின்றன.

ஒரு நூற்றாண்டின்
துயர்க் கதைகளை
சலசலத்து உதிர்க்கின்றன இலைகள்

இறப்பர் மரத்தின் அடர்ந்த
கிளைகளின் நிழலிலே
வெளிச்சத்தோடு
அவர்களின் துயரங்களும்
மறைக்கப்பட்டிருக்கின்றன

அடுத்த நிமிடத்துக்கான வாழ்வை
தயார்படுத்தலிலேயே
கரைந்து முடிகிறது காலம்

இந்த வரிகள் அவர்களின் நீண்ட துயர வாழ்வைப் படம்பிடிக்கின்றன. அடுத்த நிமிடத்துக்கான வாழ்வைத் தயார்படுத்துவதிலேயே அவர்களின் காலம் கழியும் போது அவர்களுக்கென்று ஒரு வளமான எதிர்காலம் இல்லை, அதை அவர்களால் உருவாக்க முடியாது என்ற ஒரு எண்ணம் நமக்குள் உருவாகலாம். கவிஞர் அத்தகைய அவநம்பிக்கையில் நம்மை விடவில்லை. அடுத்த வரிகளில் அவர்களுக்கான ஒரு எதிர்காலக் கனவை அவர் சித்திரமாக்குகிறார். கவிதை பின்வருமாறு முடிகின்றது

எனினும் அவர்கள்
இறப்பர் காட்டின் நடுவே
பால் வெட்டும் கத்தியால்
புதிய பாதைகளை
தினமும் செப்பனிடுகின்றனர்
அதனூடே
பெரும் நம்பிக்கையோடு
தம் குழந்தைகள் பள்ளிக்குச் செல்வதைப்
பார்த்துக்கொண்டிருக்கின்றனர்

வாழ்வு மறுக்கப்பட்ட, கல்வி மறுக்கப்பட்ட சூழலில் பள்ளிக்குச் செல்லும் குழந்தைகளே அவர்களின் எதிர்கால நம்பிக்கை என்பதை கவிஞர் இங்கு வெளிப்படுத்துகிறார்.

மழை எதிர்பார்ப்பின், நம்பிக்கையின் குறியீடாக மட்டுமன்றி, தோட்டத் தொழிலாளரின் வாழ்க்கைச் சூழலில் அவலத்தின் சின்னமாகவும் அமைந்துவிடுகின்றது. மழை வந்து போகையில் என்ற கவிதையில் இதனைக் காண்கின்றோம்.

மழை வந்து கூரையின்மீது உடைகையில் வீடு முழுவதும் ஒழுகத் தொடங்குகிறது. ஒதுங்க இடமின்றி நனைந்த கோழிகள், ஒழுக்கைப் பிடிக்க அம்மா வைக்கும் பாத்திரங்களால் நிறைந்து வழியும் தரை, நனைந்த புத்தகப் பையும் வெள்ளைச் சட்டையும், அடைக்கலம் கேட்டுக் கதவைப் பிராண்டும் நாய், எரியாத ஈர விறகைப் பற்றவைக்க முடியாமல் புகையுள் திணறும் அக்கா, கட்டிலில் நனையாத பக்கமாய் ஒருக்களித்துப் படுத்தபடி முனகும் அப்பா. இந்தக் காட்சிகள் மழை காலத்தில் தோட்டத்தில் நாம் காணும் யதார்த்தம். இந்த யதார்த்தத்தின் அழுத்தத்தால் மழையைச் சபிக்கிறான் ஒரு தொழிலாளி.

நாளைக்காவது இந்த மழை
நின்னு தொலைச்சாலென்ன
இன்னைக்கும் அநியாயம்
ஒரு நாள் பேர்

இருள் சூழ்ந்த யதார்த்தமும் வெளிச்சத்துக்கான நம்பிக்கையும்

கீர்த்தியனின் கவிதைகளில் ஊடுபாவாக உள்ளன எனலாம். இன்றைய மலையகக் கவிதைச் சூழலில் கீர்த்தியனின் கவிதைகள் நம்பிக்கையூட்டும் புதுவருகை எனலாம். சமூக அக்கறையும் கவித்துவமும் அவரது பலம். அதை அவர் இன்னும் வளப்படுத்துவார் என்று நம்புகிறேன்.

2018

தமிழில் காஸி நஸ்ருல் இஸ்லாம் கவிதைகள்

இருபதாம் நூற்றாண்டின் முற்பகுதியில் இந்தியாவில் முக்கியமான கவிஞர்கள் பலர் உருவாகினர். ரவீந்திரநாத் தாகூர் (1861 - 1941), அல்லாமா இக்பால் (1877 - 1938), வள்ளத்தோள் நாராயண மேனன் (1878 - 1958), சுப்ரமணிய பாரதி (1882 - 1921), காஸி நஸ்ருல் இஸ்லாம் (1899 -1976) ஆகியோர் இவர்களுள் மிகப் பிரபலமானவர்கள். இவர்கள் எல்லோரும் சமகாலத்தில் தங்கள் தங்கள் மொழிகளில் கவிதைத் துறையில் புதுமையை நிலைநாட்டியவர்கள். இருபதாம் நூற்றாண்டின் முற்பகுதியில் இந்தியாவில் நிலவிய சமூக, அரசியல் சூழலின் விளைபொருளாக இவர்கள் அமைந்தனர். தம்காலத்தில் தாம் பிறந்து வளர்ந்த சமூக அரசியல் சூழலுக்கு எதிர்வினையாகவே இவர்களின் கவிதைகள் அமைந்தன. ஒவ்வொருவரும் எத்தகைய பிரச்சினைகளை எவ்வாறு எதிர்கொண்டார்கள், அவர்களது தனி ஆளுமைகள் எத்தகையன என்பதைப் பொறுத்து அவர்களின் கவிதைகள் வேறுபடுவதைக் காணலாம். இவர்கள் எல்லோரும் வெவ்வேறு அளவிலும் வகையிலும் இந்திய விடுதலைக் கருத்துநிலையின் செல்வாக்குக்கு உட்பட்டவர்கள். தேசிய விடுதலை, சமூக விடுதலை என்பன இவர்களது கவிதைகளின் அடிச்சரடாக அமைந்தன எனலாம். இந்தியக் கவிதையை நவீன யுகத்துக்குள் இட்டுவந்த முன்னோடிகள் என நாம் இவர்களைக் கருதலாம்.

எம். ஏ. நுஹ்மான்

தாகூரும் நஸ்ருல் இஸ்லாமும் சமகாலத்தில் வங்காளக் கவிதையை வளப்படுத்திய இரண்டு பெரும் கவிஞர்கள். நஸ்ருல் இஸ்லாம் தாகூர் அளவு சர்வதேசப் புகழ் பெறவில்லை எனினும் வங்காளத்தின் மிக முக்கியமான கவிஞர்களுள் ஒருவராகக் கொண்டாடப்படுபவர். தாகூர் தன் சமூக அரசியல் தொனிப்பொருளை இந்திய ஆன்மீக மரபின் ஊடாக வெளிப்படுத்தினார் என்றால், நஸ்ருல் அதை இடதுசாரிப் புரட்சிகர அழகியல் ஊடாக வெளிப்படுத்தினார். வங்காளதேசம் உருவாகியபின்னர் தாகூர் 1906ல் எழுதிய 'அமர் சொனார் பங்ளா' என்ற பாடலின் முதல் பத்துவரிகள் வங்காள தேசத்தின் தேசிய கீதமாக ஏற்றுக்கொள்ளப்பட்டது. அதேவேளை நஸ்ருல் 1928ல் எழுதிய இளைஞர் கீதத்தை (நொசுனே கான்) தேசிய அணிநடைப் பாடலாக ஏற்றுக்கொண்டது. இவ்வகையில் வங்காள தேசத்தின் தேசிய நிகழ்வுகளில் தாகூரும் நஸ்ருலும் ஒன்றாகவே நினைவுகூரப்படுகின்றனர்.

தாகூருக்கும் நஸ்ருலுக்கும் இடையே பல ஒற்றுமைகளை நாம் காணலாம். இருவரும் வங்காள இலக்கியத்தின் முக்கிய அடையாளமாகக் கருதப்படுகின்றனர். இருவரும் முக்கியமான கவிஞர்கள் மட்டுமன்றி பிரசித்திபெற்ற பாடலாசிரியர்களுமாவர். ரவீந்திரர் சங்கீதம்போல், நஸ்ருல் சங்கீதமும் இன்றும் வங்காள இசையின் பிரிக்கமுடியாத கூறுகளாக உள்ளன. தாகூர்போல் நஸ்ருலும் சிறுகதை, நாவல், நாடகம், கட்டுரை ஆகிய துறைகளிலும் கால்பதித்தவர். நஸ்ருல் சினிமாத் துறையிலும் ஈடுபட்டார். 'த்ருவ பக்த' என்பது அவர் இயக்கிய திரைப்படம். அவ்வகையில் வங்காளத்தின் முதலாவது முஸ்லிம் திரைப்பட இயக்குனர் என்றும் அவர் அறியப்படுகிறார்.

தாகூர் தான் மரணிக்கும்வரை வங்காள இலக்கியத்துக்குப் பங்களிப்புச் செய்தார். நஸ்ருலுக்கு அந்தப் பேறு கிடைக்கவில்லை. சுமார் இருபது ஆண்டுகள்தான் அவருடைய படைப்புக்காலம். அந்தக் குறுகிய காலத்துள் அசுர வேகத்தில் அவர் ஏராளமாக எழுதிக்குவித்தார். 1942ல் அவர் ஒருவகை நரம்பியல் நோய்க்கு ஆட்பட்டார், பேசும் சக்தியை இழந்தார். உயிர் இருந்தும் உணர்வற்றவராக 34 ஆண்டுகள் வாழ்ந்து 1976ல் மரணித்தார்.

நஸ்ருலை ஒரு இஸ்லாமியக் கவிஞர் என்ற வரையறைக்குள் அடக்கமுடியாது. சமூகப் புரட்சிக்காக உரத்துக் குரல்கொடுத்தவர் அவர். இஸ்லாமிய மரபில் காலூன்றி நின்ற அதேவேளை, மதவெறிக்கு எதிராக இருந்தார், இந்து முஸ்லிம் ஒற்றுமைக்காகக் குரல்கொடுத்தவர் அவர். அவருடைய மனைவி பிரமிளா தேவி ஒரு இந்து என்பதும் குறிப்பிடத் தக்கது. ஏராளமான இஸ்லாமிய பக்திக் கீதங்கள் எழுதியதுபோல் ஐநூற்றுக்கு அதிகமான இந்து பக்திக் கீதங்களும் எழுதியுள்ளார். இவ்வகையில் அவர் மத வரம்புகளைக் கடந்து சென்றவர் எனலாம்.

நஸ்ருல் இஸ்லாம் தமிழில் பரவலாக அறியப்படவில்லை என்றே நினைக்கின்றேன். 1977ல் கொழும்புப் பல்கலைக் கழக முஸ்லிம் மஜ்லிஸ் நஸ்ருல் இஸ்லாம் நினைவுமலர் ஒன்றை வெளியிட்டது. இந்திய இலக்கியச் சிற்பிகள் வரிசையில் நஸ்ருல் இஸ்லாம் பற்றி இந்திய சாகித்ய அகடமிக்காக கோபால் ஹால்டார் எழுதிய நூலின் கே. பி. எஸ் ஹமீதின் தமிழ் மொழிபெயர்ப்பு 2002ல் வெளிவந்துள்ளது. யாத்ரா கவிதை இதழ் 2005ல் நஸ்ருல் இஸ்லாம் சிறப்பிதழ் ஒன்றை வெளியிட்டது. இவற்றில் நஸ்ருல் இஸ்லாமின் கவிதை மொழிபெயர்ப்புகள் சில இடம்பெற்றுள்ளன. அவருடைய கவிதைகள் பரவலாகத் தமிழில் மொழி பெயர்க்கப்படவில்லை என்றே சொல்ல வேண்டும். நான் அறிந்தவரை இதுவரை மொழிபெயர்க்கப்பட்ட நஸ்ருல் இஸ்லாம் கவிதைகளில் பெரும்பகுதியை மொழிபெயர்த்த பெருமை நண்பர் பண்ணாமத்துக் கவிராயருக்கே உரியது.

ஈழத்து இலக்கிய உலகில் பண்ணாமத்துக் கவிராயர் என்று பரவலாக அறியப்பட்ட எஸ். எம் பாரூக் மாத்தளையைப் பிறப்பிடமாகக் கொண்டவர். மாத்தளைக்கு பண்ணாமம் என்று ஒரு பழைய பெயரும் உண்டு. அதையே அவர் தனக்கு ஒரு புனைபெயராகவும் கொண்டார். தானே ஒரு கவிஞர் எனினும் தனது சொந்தக் கவிதைகளின் தொகுதி எதையும் அவர் இதுவரை வெளியிடவில்லை. மொழிபெயர்ப்பிலேயே அதிக கவனம் செலுத்திவருகிறார். 1960களின் பிற்பகுதியிலிருந்து இவரது மொழிபெயர்ப்புப் பணி ஆரம்பிக்கின்றது. குறிப்பாக, முஸ்லிம் உலகின் முக்கியமான கவிஞர்களைத் தமிழுக்கு

அறிமுகப்படுத்துவது இவரது மொழிபெயர்ப்புப் பணியின் முக்கிய நோக்கமாகத் தெரிகின்றது. இவ்வகையில் பலஸ்தீனக் கவிஞர்கள் பலரின் கவிதைகளையும், ஃபைஸ் அகமத் ஃபைஸ், இஃப்திகார் ஆரிஃப் ஆகிய பாகிஸ்தானியக் கவிஞர்களின் கவிதைகளையும், 'ஹீதுல்லாஹ் கைஸர் என்னும் வங்காளதேசக் கவிஞரின் கவிதை ஒன்றையும் பாப்லோ நெரூடாவின் இரண்டு கவிதைகளையும் உள்ளடக்கிய முப்பது கவிதைகளின் மொழிபெயர்ப்புத் தொகுதி ஒன்றை காற்றின் மௌனம் என்ற தலைப்பில் 1996ல் வெளியிட்டுள்ளார். சமீபத்தில் மகாகவி அல்லாமா இக்பாலின் முப்பது கவிதைகளைக் கொண்ட காரவான் கீதங்கள் என்ற தொகுதியையும் வெளியிட்டுள்ளார். இப்போது வெளிவருகின்ற காஸி நஸ்ருல் இஸ்லாம் கவிதைகள் இவரது பிறிதொரு முக்கியமான பங்களிப்பு எனலாம். 1968 முதல் நஸ்ருல் இஸ்லாமின் கவிதைகளை இவர் மொழிபெயர்த்து வருகிறார் என்று தெரிகின்றது. இம்மொழிபெயர்ப்புகளில் பல ஏற்கனவே பல இலக்கிய இதழ்களில் வெளிவந்துள்ளன. இத்தொகுப்புக்காகப் புதிதாகப் பல கவிதைகளை மொழிபெயர்த்துள்ளார். இத்தொகுப்பில் சிறிதும் பெரிதுமாக 24 கவிதைகள் இடம்பெற்றள்ளன. நஸ்ருல் இஸ்லாமின் பன்முகக் கவி ஆளுமையைக் காட்டும் ஒரு தொகுப்பாக நாம் இதைக்கொள்ளலாம்.

ஆக்க இலக்கியங்களுள் கவிதையை மொழிபெயர்ப்பது மிகவும் சிக்கலானது. கோட்பாட்டு அடிப்படையில் கவிதை மொழிபெயர்க்க முடியாதது என்று சொல்பவர்கள் உள்ளனர். ஒரு கவிதையை மூலமொழியில் உள்ளதுபோல் அப்படியே மொழிபெயர்ப்பில் கொண்டுவருவது சாத்தியம் இல்லை என்பது உண்மையே. எல்லா மொழிபெயர்ப்பும் வடிகட்டப்பட்டே நமக்குக் கிடைக்கின்றது. கவிதை மொழிபெயர்ப்பில் இந்த வடிகட்டல் அதிகம் நிகழ்கின்றது. கவிதையின் மொழி அப்படி. அதிலும் ஒரு கவிதையை இரண்டாம் மொழியினூடாக மொழிபெயர்க்கும்போது இந்த வடிகட்டல் அல்லது இழப்பு மிக அதிகம் எனலம். பெரும்பாலான நமது மொழிபெயர்ப்புகள் மூல மொழியிலிருந்து நேரடியாகச் செய்யப்படாமல் இரண்டாம்

மொழியிலிருந்தே, குறிப்பாக ஆங்கிலம் வழியாகவே, செய்யப்படுகின்றன. அவ்வாறு செய்யப்படும்போது மூலமொழிக் கவிதைக்கும் இந்த மொழிபெயர்ப்புக்கும் இடையே அதிக இடைவெளி இருப்பது சாத்தியமே. இது தவிர்க்க முடியாதது. மொழிபெயர்ப்பே நமக்கு மூலமாக இருக்கும்போது அந்த மூலத்துக்கு நாம் எந்த அளவு விசுவாசமாக இருக்கிறோம் என்பதே முக்கியமானது. பண்ணாமத்துக் கவிராயர் இதில் முக்கிய கவனம் செலுத்துகிறார் என்பதை அவரது மொழிபெயர்ப்புகள் உணர்த்துகின்றன.

கடந்த ஐம்பது ஆண்டுகளுக்கு மேலாக மொழிபெயர்ப்பில் ஈடுபட்டுவரும் நண்பர் பண்ணாமத்துக் கவிராயர் தொடர்ச்சியாகத் தன் மொழிபெயர்ப்புத் திறனை மேம்படுத்தி வந்திருக்கிறார் என்பதை அவரது முன்னைய மொழிபெயர்ப்புகளையும் அண்மைய மொழிபெயர்ப்புகளையும் ஒப்பிட்டு நோக்கும்போது கண்டுகொள்ள முடிகிறது. உதாரணத்துக்கு புரட்சிவாதியிலிருந்து சில வரிகளைக் காட்டலாம். மிகவும் சரளமான இயல்பான வரிகள் இவை:

> நான்
> இந்திராணியின் புதல்வன்
> என் கைகளில் சந்திரன்
> நெற்றியில் சூரியன்
> ஒரு கையில் புல்லாங்குழல்
> மறு கையில் போர்ச் சங்கு
> நான்
> பதாயின்,
> ஜெங்கிஸ்,
> இடியேறு,
> உலகமுடிவில்
> இஸ்ராஃபீல் ஊதும் சூர்

எனக்குக் கிடைத்த இதன் ஆங்கில மொழிபெயர்ப்புப் பின்வருமாறு:

I am the son of Indrani

With the moon in my head

And the sun on my temple

In one hand of mine is the tender flute

While in the other I hold the war bugle!

I am the Bedouin, I am the Chengis,

I salute none but me!

I am thunder,

I am Brahma's sound in the sky and on the earth,

I am the mighty roar of Israfil's bugle,

இதன் தமிழ் மொழிபெயர்ப்பில் சில விடுபாடுகள் உள்ளன எனினும், மொழிபெயர்ப்பு சரளமாகவே அமைந்துள்ளதை அவதானிக்கலாம்.

கவிதை மொழிபெயர்ப்பில் மொழிபெயர்ப்பாளர் சிறிது சுதந்திரத்தை எடுத்துக்கொள்ள வேண்டியிருக்கின்றது. இலக்கு மொழிக்கு இசைவாக்கம் செய்வதற்கு வேண்டிய வகையில் இச்சுதந்திரத்தை அவர் எடுத்துக்கொள்ளலாம். சுதந்திரம் எல்லைமீறினால் அது மொழிபெயர்ப்பாக அன்றி தழுவலாக மாறிவிடும் அபாயம் உண்டு. கத்தி நுனியில் நடப்பதுபோன்ற வித்தை இது. இங்கு ஒரு உதாரணத்தைப் பார்ப்போம். நஸ்ருல் இஸ்லாமின் புகழ்பெற்ற பாடல்களுள் ஒன்றான 'வாலிபர் கீதத்தின் முதல் செய்யுளின் ஆங்கில வடிவம் பின்வருமாறு:

March March March

By a drum beat to a heavenly height

From earth beneath and soil's blight

Youth rise in the dawn's light

Left now, now right
March March March

பண்ணாமத்துக் கவிராயர் இதைப் பின்வருமாறு தமிழாக்கியிருக்கிறார்:

எழுவீரே எழுவீரே ஏகுவீரே
எழுந் தும்பர் வான் கடந்து ஏகுவீரே
குழலிசை நாதங்கள் முழங்கிடட்டும்
குவலயமேல் முரசொலிகள் ஆர்த்திடட்டும்
புதுவாழ்வு பெருவாழ்வின் அலைகளெங்கும்
புதுவெள்ளப் பெருக்கெனவே பாய்ந்திடட்டும்
எழில் பருதிப் புத்தொளியின் புதல்வர் நீரே
எழுவீரே எழுவீரே ஏகுவீரே

மொழிபெயர்ப்பாளர் ஆங்கில மூலத்தின் அடிக்கருத்திலிருந்து அதிகம் மாறவில்லை எனினும், அவர் அதிக சுதந்திரத்தை எடுத்திருக்கிறார் என்றே சொல்ல வேண்டும். அவ்வகையில் இதை ஒரு நல்ல தழுவல் என்று சொல்லலாமா? "அடிப்படையில் கவிதை மொழிபெயர்க்க முடியாதது, படைப்புரீதியான ஒரு உருமாற்றம் மட்டுமே சாத்தியம் (by definition poetry is untranslatable; only a creative transposition is possible)" என்று ரோமன் யகோப்சன் கூறுகிறார். அவ்வகையில் இதைப் படைப்புரீதியான உருமாற்றம் என்று சொல்லலாம். "மொழிபெயர்ப்பு மறுபடைப்பே" என்று மஹாகவியும் சொல்கிறார். அவ்வகையில் பண்ணாமத்துக் கவிராயரின் இம்மொழிபெயர்ப்பும் ஒரு மறுபடைப்புத்தான்.

ஒரு கவிதையைப் பலர் மொழிபெயர்க்கும்போது பல வேறுபட்ட வடிவங்கள் கிடைக்கின்றன. நமது மொழிபெயர்ப்புக்கு மூலத்தை அன்றி பிறிதொரு மொழியிலுள்ள மொழிபெயர்ப்பை மூலமாகக் கொள்ளும்போது நாம் எதிர்நோக்கும் முக்கியமான பிரச்சினை இது. பலஸ்தீனக் கவிதைகளை நான் மொழிபெயர்க்கும் போது இத்தகைய பிரச்சினையை நானும் எதிர்கொண்டிருக்கிறேன். ஒரு கவிதைக்குப் பெருமளவு வேறுபட்ட பல மொழிபெயர்ப்புகளை

நான் பார்த்திருக்கிறேன். இதில் எதை நம்பகமான மொழிபெயர்ப்பு எனக் கொள்வது என்பது பிரச்சினை. மூலமொழி தெரியாத நம்மால் இதைத் தவிர்க்க முடியாது.

ஒரு மொழிபெயர்ப்பாளர் மூலத்துக்கு மிகக் கிட்டிய, மூலத்தைத் திரிபுபடுத்தாத ஒருபிரதியைத் தருவதற்குக் கடமைப்பட்டுள்ளார். முழு நிறைவான மொழிபெயர்ப்பு *(perfect translation)* என்று எதுவும் இல்லை. சிறந்த மொழிபெயர்ப்பு, நல்ல மொழிபெயர்ப்பு, மோசமான மொழிபெயர்ப்பு என்றே மொழிபெயர்ப்புகளை வகைப்படுத்த முடியும். அவ்வகையில் ஒரு மொழிபெயர்ப்பு எப்போதுமே செப்பனிட்டு மேம்படுத்தக் கூடியது.

நண்பர் பண்ணாமத்துக் கவிராயர் நம்மத்தியில் வாழும் தேர்ச்சிபெற்ற, சிறந்த மொழிபெயர்ப்பாளர்களுள் ஒருவர். அவரது மொழிபெயர்ப்புகள் மூலம் இக்பாலும், நஸ்ருல் இஸ்லாமும் தமிழ்க் கவிதைக்கு வளமூட்டி இருக்கிறார்கள்.

(பண்ணாமத்துக் கவிராயர் **2019**ல் காலமானார். இந்நூல் இன்னும் வெளிவரவில்லை)

•

கவியரங்கக் கவிதைகள்

பல மாதங்களின் முன் நான் கலந்துகொண்ட ஒரு கவியரங்கில் ஒரு சம்பவம் நிகழ்ந்தது. ஒரு கவிஞர் தன் நீண்ட கவிதையை வாசித்துக் கொண்டிருந்தார். இடைக்கிடை பாடியும் காட்டினார். சபையில் பெரும்பாலோர் தம்பாட்டில் கதைத்துக்கொண்டிருந்தார்கள். இடைக்கிடை அநாமதேயமான கேலிக் குரல்களும் கேட்டன. இடையில் தலைவரிடம் ஒரு குறிப்பு அனுப்பப்பட்டது. 'தலைவா, கவிதை கசக்கிறது' என்று அந்தத் துண்டில் எழுதப்பட்டிருந்ததாகப் பின்னர் அறிந்தேன்.

அன்றைய கவியரங்கில் மட்டுமல்ல, நான் கலந்துகொண்ட பல கவியரங்க அநுபவங்களைத் திரட்டிப் பார்க்கும்போது எனக்கு ஓர் உண்மை புலப்படுகின்றது. கவிதையைக் கேட்பதில் இருந்து சபையோரின் கவனம் சிதைவதற்கும், அவர்கள் வேறு செய்திகள் பற்றிக் கதைக்கத் தொடங்குவதற்கும், சபையை விட்டும் வெளிநடப்புச் செய்வதற்கும் காரணம், சபையோரின் ரசனைக் குறைபாடு அல்ல என்பதுதான் அது. சபையை ஆட்சிப்படுத்தக்கூடிய திராணி கவிஞரிடம் இல்லாததும், சபையைக் கவரக்கூடியதாக அவர்களின் கவிதை இல்லை என்பதும் அதன் காரணங்களாகும்.

ஆனால், பல கவிஞர்கள் இதுபற்றி வேறு விதமாக நினைக்கிறார்கள். 'இவர்களுக்கு என்ன கவிதை?' இந்தச் சனங்களுக்கு கவிதையைப்

பற்றி என்ன தெரியும்? கவிதை உயர்ந்தவர்களுக்கு என்பது அவர்களின் கணிப்பு. ஆனால், இந்தக் கூற்றிலே உண்மை இல்லை. இது அவர்களின் ஆற்றாமையின் புலம்பல் என்று தான் சொல்லவேண்டும். ஏனெனில், நல்ல கவிதைகள் சபையில் அமைதியையும் மகிழ்ச்சி ஆரவாரத்தையும் ஏற்படுத்தியதைப் பல முறை நான் கண்டுள்ளேன்.

எமது கவியரங்குகளில் கலந்துகொள்ளும் மிகப்பெரும்பாலான கவிஞர்கள் சபையோருக்குக் கவிதை வாசித்துக் காட்டுவதில்லை என்பதை நாம் ஒப்புக்கொள்ள வேண்டும் கவிதை வாசிப்பதற்குப் பதிலாக அவர்கள் செய்யுட் சொற்பொழிவு நிகழ்த்துவதில் சமர்த்தர்களாக உள்ளார்கள்.

ஒரு விழாவை ஏற்பாடு செய்பவர்கள், உரையரங்கு, கவியரங்கு என்று நிகழ்ச்சிகளை ஒழுங்கு பண்ணுவது இப்போதெல்லாம் ஒரு மரபாகவே ஆகிவிட்டது. உரையரங்கில் பங்குபற்றும் சொற்பொழிவாளர் ஒரு தலைப்பில் தனது கருத்துகளைச் சரமாரியாகப் பொழிந்து தள்ளுவார். பெரும்பாலும் இந்த விழாமேடைகளில் உபயோகமில்லாத புளித்துப்போன செய்திகள்தான் மீண்டும் மீண்டும் சொல்லப்படும். அதிலே மக்களுக்கு எந்தக் கவர்ச்சியும் இருப்பதில்லை. பெரும்பாலும் அதை அடுத்தே கவியரங்கு நிகழும். பங்குபற்றும் கவிஞரோ தனக்குக் கொடுக்கப்படும் தலைப்பில், தனது கருத்துகளை — சொற்பொழிவாளர் பேச்சு மொழியில் சொல்லியது போலல்லாமல் - செய்யுள் நடையில் பொழிந்து தள்ளுவார். அரசியல் மேடைகளில் பேசுவதுபோல குரலுயர்த்தி மிகவும் ஆக்ரோசமாகச் சத்திமிடுபவர்களும் உண்டு. (கவி முழக்கம் என்பது அதுதான் போலும்.)

உரையாளர்களின் கருத்துச் சுமையினால் சலித்துப்போய் இருப்பவர்களுக்கு கவியரங்கில் எனினும் ஒரு கலை அநுபவம் கிடைக்கக் கூடாதா? பாவம், அவர்கள் கவிஞரின் செய்யுட் சொற்பொழிவின் கருத்துச் சுமையை தாங்கிக்கொள்ள முடியாமல் அலுப்புற்று வேறு கதைகளில் இறங்கிவிடுகிறார்கள்.

இந்த நிலையில் குற்றம் சுமத்தப்பட வேண்டியவர்கள்

கவிஞர்களே. ஏனெனில், அவர்கள் தங்கள் கடமையைச் சரிவரச் செய்யவில்லை. கருத்துகளைச் செய்யுள் நடையில் எழுதுவதுதான் கவிதை என்ற நம்பிக்கை எமது கவிஞர்கள் பலரிடம் இருக்கின்றது. ஆகையினால்தான் செய்யுள் நடையில் ஒரு கட்டுரையை அல்லது சொற்பொழிவை நிகழ்த்திவிட்டு தாங்கள் கருத்துச் செறிவுள்ள கவிதை இயற்றிவிட்டதாக நம்பிக்கொள்கிறார்கள். ஆனால், கருத்து நிலையில் இருந்து கட்டுரை எழுத முடியுமே தவிர, கவிதை எழுத முடியாது என்பது அவர்களுக்குத் தெரிவதில்லை. ஏனெனில், கவிதை ஒரு கலை. கலை சிருஷ்டியாவது அநுபவ உணர்வு தொழிற்படும் போதுதான். எங்களுடைய மிகப் பெரும்பாலான கவிஞர்கள் இந்த உண்மையை விளங்கிக்கொள்ள முயல்வதில்லை. எதுகை மோனையுடன் செய்யுள் எழுதும் திறமையே கவித்துவம் என்பது அவர்களது கருத்து. அதனால், கவிதை எழுதுவது என்பது அவர்களுக்கு மிகச்சுலபமான ஒரு வேலையாக இருக்கின்றது. இதற்கு நான் பல உதாரணங்கள் காட்டமுடியும்.

கவியரங்க மண்டபத்துள் வந்த பிறகும் நான் இன்னும் கவிதை எழுதவில்லை. இனித்தான் ஏதும் எழுதவேண்டும் என்று சொல்லும் பல கவிஞர்களை நான் சந்தித்துள்ளேன். கவியரங்கம் ஆரம்பித்த பிறகும் தலைவரிடம் வந்து, 'என் பெயரைக் கடைசியில் போடுங்கள், நான் இன்னும் எழுதிமுடிக்கவில்லை'. என்று சொன்ன கவிஞர்களையும் நான் கண்டிருக்கிறேன். இப்போதுதான் பஸ்ஸில் வரும்போது எழுதிக் கொண்டு வந்தேன் என்று சொன்னவர்களையும் நான் பார்த்துள்ளேன். சமீபத்தில் மலைநாட்டில் ஒரு கவியரங்கில் கலந்துகொள்ளச் சென்றபோது மூன்று கவிஞர்கள் 'நான் இன்னும் ஒன்றும் எழுதவில்லை' என்று ஒரே மாதிரி என்னிடம் சொன்னார்கள். இதில் ஆச்சரியம் என்னவென்றால் அவர்கள் எல்லோரும் மிகத் தூரத்தில் இருந்து கவியரங்கில் கலந்துகொள்வதற்கென்றே வந்தவர்கள் என்பதுதான். அவர்கள் அப்படிச் சொன்னது மட்டுமன்றி, உரை அரங்க மண்டபத்தில், பேச்சைக் கேட்டுக்கொண்டே பத்திரிகை நிருபர் குறிப்பெழுதிக் கொள்வது போல கவிதை எழுதிக்கொண்டிருப்பதாகவும்

காட்டி கொண்டார்கள். இத்தகையவர்களைப் பொறுத்தமட்டில் கவிதை ஒரு ரெடிமேட் பண்டமாக இருப்பதை நான் கண்டேன். இம்மென்னு முன்னே இருநூறும் முந்நூறும் அம்மென்றால் ஆயிரமும் பாடும் அசகாய சூரர்கள் தாங்கள் என்ற அசட்டுத்தனமான, கவிதைப் படைப்புக்குப் புறம்பான எண்ணம் அவர்களிடம் இருப்பதையே அது காட்டுகின்றது.

எனினும், இவ்வாறு எழுதப்படும் செய்யுட் சொற்பொழிவுகளைக் கொண்டே சபையைக்கவரும் இரண்டொரு கவிஞர்களை நாம் சில கவியரங்குகளில் சந்திக்கின்றோம். அது கவிஞருடைய வாசிக்கும் சாமர்த்தியத்தையும் அவர் செய்யுட் பொருளை நெறிபடுத்தும் முறையையும் அவர் விடும் விகடத் துணுக்குகளையும் பொறுத்தது. ஆனால், அத்தகைய செய்யுட் சொற்பொழிவுகள் பின்னர் பத்திரிகையிலோ புத்தகத்திலோ பிரசுரிக்கப்பட்டால் அவற்றின் கவிதைத் தன்மையற்ற போலித்தனத்தை நாம் கண்டு கொள்ளலாம்.

தமிழ் நாட்டில் திருச்சிற்றம்பலக் கவிராயர் கவியரங்குகளில் வெற்றி பெறுவதாகச் சொல்லப்படுகின்றது. ஆனால், அவரது கவியரங்கக் கவிதைகளை அவரது தொகுதிகளில் படிக்கும் போது நான் மேலே சொன்னதன் உண்மையை வாசகர்களே அவதானிக்கலாம். அவை செய்யுள் உருவத்தில் எழுதப்பட்ட கட்டுரைகளாக அல்லது சொற்பொழிவுகளாகவே இருக்கின்றன. கவிதைப் படைப்பின் எந்தப் பண்பையும் நாம் அவற்றில் கண்டுபிடிக்கமுடியாது – முற்போக்கான கருத்துகளைத் தவிர.

2

கவியரங்குகளில் வாசிக்கப்படும் இத்தகைய கவிதைகளால் ஏற்படும் முக்கிய விளைவுகள் மூன்று.

1. கவிதை தனது ஆக்கத்திறனை, அதாவது, கலைப்பண்பை இழந்து சடத்தன்மை பெறுகின்றது.

2. கவிதை அமைப்பிலே உள்ள இச்சடத்தன்மையின்

வெறுமை அது எவ்வளவு உயர்ந்த கருத்துகளைக் கொண்டிருந்த போதிலும் மக்கள் உணர்வில் ஓர் ஆழமான பாதிப்பை ஏற்படுத்துவதில்லை. அதனால் கவிதை தனது வலிமையை இழந்து போகின்றது.

3. பொதுமக்கள் கவிதை பற்றிய ஒரு தரக்குறைவான கருத்தைப்பெறுகிறார்கள். கவிதை என்பது தங்கள் வாழ்க்கையோடு தங்கள் உணர்வோடு நேரடியான தொடர்பு உடையதல்ல, அது தங்களுக்கு வெளியே நின்று தங்களை நோக்கிக் கூறப்படும் உபதேசம் என்ற அபிப்பிராயம் அவர்களுள் வலிமை பெறுகின்றது. உபதேசத்தை மக்கள் எப்பொழுதுமே விரும்பி ஏற்றுக்கொள்வதில்லை. அதனால் பொதுவாக கவிதைத் துறையையே மக்கள் ஓர் அந்நிய மனப்பான்மையுடன் நோக்கவும் வாய்ப்புண்டாகிறது. இவை விரும்பத்தக்க விளைவுகள் அல்ல. ஆகையினால் நாம் நமது கவிதையைத் திருத்தி அமைக்கவேண்டும்.

3

இன்றைய கவியரங்குகளில் வாசிக்கப்படும் பெரும்பாலான கவிதைகளால் ஏற்படும் விரும்பத்தகாத விளைவுகளை நீக்குவதற்கும் எமது கவிதையை மக்கள் விரும்பி ஏற்கும் கலையாக மாற்றி அமைப்பதற்கும் நாம் என்ன செய்யவேண்டும்?

முதலாவதாக, கவியரங்குகளில் செய்யுட் சொற்பொழிவுகள் முற்றாகக் கைவிடப்பட வேண்டும். அவை கைவிடப்பட வேண்டுமானால செய்யுளுக்கும் கவிதைக்கும் இடையில் உள்ள வித்தியாசத்தை நமது கவிஞர்கள் விளங்கிக்கொள்ள வேண்டும். இவை இரண்டுக்கும் இடையிலான வேறுபாடுகள் பற்றி நான் இங்கு விரிவாக எழுதமுடியாது. அது தனித்த ஒரு கட்டுரையாக பின்னர் எழுதப்பட வேண்டியது.

ஆனால், சுருக்கமாக நாம் இதை அறிந்து கொள்ளவேண்டும். வசனம் எவ்வாறு ஒரு மொழி ஊடகமோ அவ்வாறே

செய்யுளும் ஒருமொழி ஊடகமாகும். இன்று வசனம் எல்லாமாக இருப்பதுபோல் ஒரு காலத்தில் செய்யுளே எல்லாமாக இருந்தது. கவிதை, காவியம் என்பன மட்டுமன்றி இலக்கணம், தத்துவம், சமயம், வைத்தியம் என்பனவும் செய்யுளிலேயே எழுதப்பட்டன.

உரை நடையில் எழுதப்பட்டபோதிலும் ஒரு கட்டுரைக்கும் சிறுகதைக்கும் எவ்வளவு வேறுபாடு உள்ளனவோ அவ்வளவு வேறுபாடு செய்யுளில் எழுதப்பட்டபோதிலும் ஒரு கவிதைக்கும் வாகடத்துக்கும் இடையிலும் உண்டு. ஏனையவற்றில் இருந்து கவிதையை வேறு பிரித்துக்காட்டுவது அதன் செய்யுள் வடிவம் மட்டும் அல்ல. இந்த நீண்ட கட்டுரையைக் கூட வெண்பா யாப்பில் அல்லது அகவல் யாப்பில் நான் எழுதமுடியும். அவ்வாறு எழுதிவிட்டால் அது கவிதையாகி விடுமா? இல்லை. கருத்துகளின் செய்யுள் வடிவம் ஒருபோதும் கவிதையாகிவிடாது. ஆகையினால், கவிதையின் கலையாக்கம் பற்றிய பல்வேறு கூறுகளையும் நமது கவிஞர்கள் கற்றுக்கொள்ள வேண்டும். கவிதை அறிவு பூர்வமானதாக இல்லாமல் அநுபவ பூர்வமானதாக, உணர்வு பூர்வமானதாக இருக்கவேண்டும். நாங்கள் எதை எழுதவேண்டும் என்பது எவ்வளவு முக்கியமோ, அதை எப்படி எழுதவேண்டும் என்பதும் அவ்வளவும் முக்கியமானதாகும்.

கவிதை அநுபவ பூர்வமானதாக அமைக்கப்பட்ட போதிலும் அது இலகுவானதாகவும் சுலபமாகப் புரிந்துகொள்ளக் கூடியதாகவும் இருக்கவேண்டும். கவிதையின் இலகுத்தன்மை அதன் புறவடிவமாகிய செய்யுள் நடையின் எளிமையில் மட்டும் தங்கி இருக்கவில்லை. அதன் அகவடிவமான பொருள் அமைப்பிலும் தங்கி உள்ளது. செய்யுளின் புறவடிவ இலகுத்தன்மை பற்றி 'பேச்சு மொழியும் கவிதையும்' என்ற கட்டுரையில் சொல்லப்பட்டுள்ளது. இங்கு கவிதையின் பொருள் அமைப்பு பற்றிச் சிறிது குறிப்பிடவேண்டும்.

சிறுகதை, நாவல், நாடகம் போன்று கவிதையும் ஒரு தனித்துவமான இலக்கிய வடிவம். ஏனைய இலக்கிய வடிவங்களைப் போன்று கவிதையும் ஒரு மையப்பொருளை அதாவது தொனிப்பொருளை உடையதாக இருக்கும். சங்ககாலப்பாணியில் சொல்வதானால் அதை உரிப்பொருள் என்போம். இந்த உரிப்பொருள்,

கருப்பொருளின் இயக்கத்தினால் வெளிப்படுத்தப்படும். எந்தப் படைப்பிலக்கிய வடிவத்திலும் இந்த இரண்டுமே முக்கிய அம்சமாகும். இந்த இரண்டு அம்சங்களையும் கொண்டு இயங்கும் போதே கவிதை கலை வடிவம்பெறும்.

கலை வடிவம் பெறும் கவிதையில் கருப்பொருள் உரிப்பொருளைத் தன்மயப்படுத்திக் கொள்ளும். ஆனால் அவ்வாறு தன்மயப்படுத்தும் பொழுது கருப்பொருள் வெறுமனே குறியீடுகளாகவும் உருவகங்களாகவும் மட்டும் இருக்குமானால் கவிதையின் உரிப்பொருளை இன்னதுதான் என்று விளங்கிக்கொள்வதில் பல கோளாறுகள் ஏற்படும். அப்போது கவிதை தன் இலகுத்தன்மையையும் இழந்துவிடும். இத்தகைய கவிதைகள் கேட்போருக்கு மட்டுமின்றி அச்சிலே படிப்போருக்கும் புரியாத புதிராக இருக்கும். ஆனால், பொருள் அமைப்பிலும் மொழி அமைப்பிலும் இலகுத்தன்மை பெற்ற கவிதைகள் கவியரங்குகளில் பெரிய பாதிப்பை ஏற்படுத்துவதை நாம் அவதானிக்க முடியும். உதாரணமாக நீலாவணனின் 'பாவம் வாத்தியார்' என்ற கவிதையை எடுத்துக்கொள்வோம். இரண்டு கவியரங்குகளில் வாசிக்கப்பட்ட அந்தக் கவிதை சனங்கள் மத்தியில் ஒரு சலசலப்பை ஏற்படுத்தியதை நான் அறிவேன். அந்தக் கவிதையின் தொனிப்பொருள் என்ன? புதிய சிந்தனையாளர்களையும் சீர்திருத்தக்காரர்களையும் மக்களைச் சுரண்டி வாழும் கும்பல் எவ்வாறு முறியடிக்க முனைகின்றது என்பதை அம்பலப்படுத்துவதே அது. இந்த நோக்கம் அக்கவிதையில் செயற்படுத்தப்பட்டுள்ள முறை கலாபூர்வமானது. அறிவு பூர்வமாக அல்லாது அநுபவபூர்வமாக அது வளர்க்கப்பட்டுள்ளது. வாசகனின் அல்லது கேட்பவனின் அநுபவத்துடன் அது ஒன்றிணைகின்றது. தரமான கவியரங்கக் கவிதைக்கு அதை ஓர் உதாரணமாகக் காட்டுவதுபொருத்தமானதே.

4

அடுத்து நாம் கவனிக்க வேண்டியது கவியரங்கத் தலைப்புகள் பற்றியதாகும். கவியரங்கக் கவிதைகள் பெரும்பாலும் செய்யுட்

சொற்பொழிவாக இருப்பதற்கு ஒரு முக்கிய காரணம் கவிஞர்களுக்கு வழங்கப்படும் தலைப்புகளாகும். சொற்பொழிவுக்கு அல்லது கட்டுரை எழுதுவதற்கு கொடுக்கும் தலைப்புகளை எல்லாம் கவிதை எழுதுவதற்குக் கொடுக்கிறார்கள்! இலங்கையை விட இந்தத் தலைப்பு வறுமை தமிழ் நாட்டிலே அதிகம். தமிழ் நாட்டுக் கவியரங்கக் கவிதைகளைக் கேட்ட அல்லது படித்தவர்களுக்கு இது தெரியும். உதாரணத்துக்கு ரகுநாதன் கவிதைகள் என்ற புத்தகத்தில் உள்ள கவியரங்கக் கவிதைகளை நோக்கலாம். காற்று, கடல், மலை, ஆறு என்ற தலைப்புகளில் கூட அவர்கள் கவியரங்கு நடத்தி இருக்கிறார்கள். புவியியல் மாணவர்கள் கட்டுரை எழுதுவதற்கு உரிய தலைப்புக்கள் அல்லவா இவை? இந்தத் தலைப்பிலே கவிஞனை எழுதச் சொன்னால் அவன் என்ன செய்வான்? கவிதை பற்றித் தெரிந்த ஒரு கவிஞன் என்றால் அவர்கள் முகத்தில் அறைந்ததுபோல் பதில் சொல்லி அனுப்புவான். ஆனால் ரகுநாதன் காற்றின் புகழ்பாடி ஒரு செய்யுட் பேச்சு நிகழ்த்தி இருக்கிறார். 'பாரத நாட்டுக் கலை' என்ற தலைப்பில் அவர் வானொலியில் நிகழ்த்திய ஒரு செய்யுட் சொற்பொழிவும் தாமரையில் பிரசுரமாகி உள்ளது. அதை ஒரு கட்டுரையாக எழுதி இருந்தால் இன்னும் சிறப்பாக அமைந்திருக்கும்.

இலங்கையர்கள் தலைப்புக் கொடுப்பதில் தமிழ் நாட்டினரை விடச் சற்று திருத்தம் என்றாலும், இந்தத் தலைப்புகளில் நல்ல கவிதைகள் உருவாவது அபூர்வமாகவே இருந்து வந்திருக்கின்றது. ஆகையினால், கவியரங்குகளை ஏற்பாடு செய்பவர்கள் ஒரு குறிப்பிட்ட தலைப்புக் கொடுக்காமல் இருப்பது நல்லது. வள்ளுவர் தினத்தில், பாரதி தினத்தில் அல்லது கம்பன் விழாவில் இவர்களைப் பற்றிய சங்கதிகளைச் செக்குச் சுற்றிக் கொண்டிருக்காமல் கவிஞர்கள் தங்கள் சொந்த ஆக்கங்களை வாசித்துக் காட்டுவது உபயோகமாக இருக்கும்.

பிற நாடுகளில் கவிஞர்கள் தங்கள் சொந்த உணர்வுகளினால் உந்தப்பட்டு வேறுவேறு சந்தர்ப்பங்களில் எழுதிய கவிதைகளை மக்களுக்குப் படித்துக் காட்டுவதற்காகத்தான் கவியரங்குகளை ஏற்பாடு செய்கிறார்கள் என்று கேள்விப்பட்டுள்ளேன். அந்த

நிலையை நாங்கள் இங்கும் உருவாக்க வேண்டும். விழாக்களிலே கவியரங்குகளும் ஓர் அம்சமாக இருப்பதற்குப் பதிலாக கவிதைக்காகவே கவியரங்குகள் நடத்தப்பட வேண்டும். அப்போது இந்தத் தலைப்புச் சிக்கல்கள் இல்லாமல் போகும். அல்லது அவர்கள் கொடுக்கும் தலைப்பைப் பொருட்படுத்தாமல் கவிஞன் தான் எழுதிய ஒரு கவிதையைக் கொண்டுபோய் வாசிக்கவேண்டும்.

5

கவியரங்கக் கவிதைகள் பற்றிச் சொல்லவேண்டிய இன்னும் ஒரு விசயம், வாசிப்பு முறைபற்றியதாகும். கவிதையைப் படிப்பதா அல்லது பாடுவதா என்பது இப்போது ஒரு பிரச்சினைக்குரிய விசயம் அல்ல. பாடலைப் பாடுவது, கவிதையைப் படிப்பது என்பது தீர்க்கப்பட்டுப்போன ஒரு சங்கதி. இரண்டொருவர்தான் தங்கள் கவிதையை ராகத்தோடு பாடுகின்றார்கள். ஆனால் அவர்கள் பாடும்போது கவிதை சபையில் எந்தப்பொருள் உணர்வுத் தாக்கத்தையும் ஏற்படுத்துவதில்லை என்பது கண்கூடு. கவிதை இசைத் தமிழ் அல்ல, இயற்றமிழ்தான் என்பதை அவர்கள் ஒப்புக்கொள்ள மறுத்தால் நாம் ஒன்றும் சொல்ல முடியாது.

ஆனால் கவிதையை வாசிப்பவர்கள் கூட தங்கள் வாசிப்புக் குறைபாட்டினால் - தெளிவின்மையினால் தங்கள் நல்ல கவிதைகளைக் கூட சபையோர் ஈடுபாட்டோடு கேட்கமுடியாதவர்களாகச் செய்து விடுகிறார்கள். அது பயிற்சியினாலேயே சரிவர முடியும். அந்தவகையில் முருகையன், மஹாகவி, நீலாவணன், தான்தோன்றிக் கவிராயர், சத்தியசீலன் ஆகியோர் திறமைமிக்கவர் எனலாம்.

ஆனால், நாம் நமது எல்லாக் கவிஞர்களிடமும் காணக்கூடிய ஒருகுறை இவர்கள் எல்லோரும் (நான் உட்பட) தங்கள் கவிதைகளைப் பார்த்து வாசிக்கின்றார்கள் என்பதுதான். இதனால் சபையோருக்கும் கவிஞருக்கும் இடையே உள்ள நேரடித்

தொடர்பில் ஒரு திரை விழுகின்றது என்ற பொருள்பட ஒருமுறை கலாநிதி கைலாசபதி கூறினார். அதிலே உண்மை இருக்கின்றது. எழுதிய தாளை பார்க்காது சபையை நேரே பார்த்துக்கொண்டு கவிதை சொல்வதற்கு நினைவாற்றல் துணைசெய்யுமானால் அதில் பல சௌகரியங்கள் இருக்கவே செய்கின்றன. கவிதையை முழுப்பொருள் உணர்வோடு சொல்வதற்கு அது வாய்ப்பாக இருக்கும் நினைவுத் தொடர்பை ஏற்படுத்திக் கொள்வதற்காகக் கைப்பிரதியை அப்போதைக்கப்போது பார்த்துக்கொண்டால் போதும் என்ற அளவுக்கெனினும் கவிதை மனனமாக இருப்பது நன்று. இது பற்றிக் கவிஞர்கள் கவனம் செலுத்துவது நல்லது.

6

நான் கடைசியாக இதைத்தான் சொல்ல முடியும். கவியரங்கு என்பது கவிஞர்களுக்கு ஒரு வாய்ப்பான சாதனம். பொது மக்கள் மத்தியில தங்கள் கவிதையைக் கொண்டு போவதற்கும், பொது மக்களின் உணர்வு நிலையை அளந்தறிவதற்கும், அதைத்தூண்டி விடுவதற்கும் அது ஒரு சிறந்த களமாகும். இந்த வாய்ப்பான களத்தைக் கவிஞன் எவ்வாறு பயன்படுத்துகிறான் என்பதிலேயே கவியரங்கின் வெற்றியும் கவிதையின் வெற்றியும் தங்கி இருக்கின்றது. ஆனால், நடைமுறையில் பெரும்பாலும் எமது கவியரங்குகள் செய்யுட் சொற்பொழிவுக் களமாகவே இருக்கின்றன. எமது கவியரங்குகளில் வாசிக்கப்படும் கவிதைகளை நோக்குமிடத்து எமது கவிஞர்கள் கவியரங்கைச் சரியாகப் பயன்படுத்தவில்லை என்பது மட்டும் அன்றி கவிதைபற்றிக் கற்றுக்கொள்ள வேண்டியவையும் நிறைய இருக்கின்றன என்பதும் தெளிவாகின்றது.

கவிஞன் — *1970*

•

ஈழத்துக் கவிதை இதழ்கள்

அமெரிக்கா, இங்கிலாந்து போன்ற மேலைத் தேயங்களில் சுமார் அரை நூற்றாண்டுக்கு முன்பிருந்தே கவிதைக்கென்று தனிச்சஞ்சிகைகள் வெளிவரத் தொடங்கின. அமெரிக்காவில் இருந்து வெளிவரும் பொயற்றி, என்ற கவிதைச் சஞ்சிகை 1912ஆம் ஆண்டு முதல் வெளிவருகின்றது. 1909ஆம் ஆண்டு முதல் பொயற்றி றிவியு என்னுஞ் சஞ்சிகை இங்கிலாந்தில் இருந்து வெளிவருகின்றது. கவிதைகளையும், கவிதை பற்றிய விமர்சனங்களையும், புத்தக மதிப்புரைகளையும் இச் சஞ்சிகைகள் தாங்கி வருகின்றன.

தமிழில், கவிதைகளை மாத்திரம் தாங்கிய ஒரு இதழை வெளிக்கொண்டு வரும் முயற்சி, முதன்முதல் தமிழ் நாட்டிலேயே தொடங்கியது. பாரதிதாசனே இதைத் தொடங்கி வைத்தவர். அவர் வெளியிட்ட குயில் பத்திரிகையே தமிழின் முதலாவது கவிதை இதழ் என்று தெரிகின்றது. குயில், பாரதிதாசனின் படைப்புக்களையே பெரும்பாலும் தாங்கி வந்தது. குயிலைத் தொடர்ந்து கவிதை, சுரதா, வானம்பாடி முதலிய கவிதை இதழ்கள் தமிழகத்தில் இருந்து வெளிவந்தன. வானம்பாடி அண்மைக் காலத்து முயற்சியாகும். தமிழ் நாட்டுக் கவிதை உலகில் பரபரப்பை ஏற்படுத்திய வானம்பாடி, வானம்பாடிக் குழுவினருக்கிடையே ஏற்பட்ட முரண்பாடு காரணமாக நின்றுவிட்டதாகத் தெரிகின்றது.

ஆசிரியத் தலையங்கம் முதல் அடுத்த இதழுக்கான அறிவித்தல் வரை அனைத்தையும் செய்யுளிலேயே எழுதுவது தமிழ் நாட்டுக் கவிதை இதழ்களின் பிரதான பண்பாகக் காணப்பட்டது. பாரதிதாசனே இப்போக்கைத் தொடங்கி வைத்தவர் எனலாம். "சுரதா தன் கவிதைப் பத்திரிகையில் விளம்பரத்தைக் கூடக் கவிதையில்தான் பிரசுரிக்கிறார்" என்று நண்பர் ஒருவர் என்னிடம் சிலாகித்துப் பேசினார். அந்த அளவுக்கு ஆசிரியத் தலையங்கம், போட்டி அறிவித்தல், வர்த்தக விளம்பரங்கள் அனைத்தையும் அவை செய்யுளில் எழுதப்பட்ட காரணத்தால் கவிதையோடு சமமாக மதிக்கும் ஒரு சமரச மனப்பான்மை இவ்விதழ்களில் காணப்பட்டது. வானம்பாடி இதில் இருந்து வேறுபட்டது. முற்றிலும் புதுக்கவிதைக்கான ஒரு வெளியீட்டுக் களமாக அது அமைந்தது. ஆயினும் டாம்பீகமான மொழிப் பிரயோகம் அதன் பிரதான பண்பாகக் காணப்பட்டது. சமூக சமத்துவ நோக்கை வானம்பாடிக் குழுவினர் தங்கள் உட்பொருளாகக் கொண்டிருந்த போதிலும் சமூகத்தின் பொது வழக்குக்குப் புறம்பான மொழிப்பிரயோகத்தையும், சிந்தனை முறையையும், கற்பனைப் படிமங்களையும் பெருமளவு கையாண்டதால் வானம்பாடி எழுப்பிய குரல் சமூகத்தோடு ஒட்டாது அந்நியமாகவே ஒலித்தது. வானம்பாடியில் இதற்குப் புற நடைகள் உண்டு. எனினும் இதுவே பொதுப்பண்பு என எனக்குத் தோன்றுகின்றது.

தமிழ் நாட்டைப்போல், ஈழத்தில் இருந்தும் கவிதைக்கென்றே சில கவிதை இதழ்கள் வெளிவந்தன. ஈழத்துக் கவிதை இதழ்களுக்கு ஒரு இருபது வருட வரலாறு உண்டு. 1955ஆம் ஆண்டு புரட்டாதி மாதம் தேன்மொழியின் முதல் இதழ் வெளிவந்தது. தேன்மொழியே ஈழத்தின் முதலாவது தமிழ்க் கவிதை இதழாகும். மஹாகவி, வாதர் ஆகிய இருவரும் சேர்ந்து சோமசுந்தரப் புலவரின் நினைவுச் சின்னமாகத் தேன்மொழியை வெளியிட்டனர். "கட்டிளமை செட்டுகின்ற கன்னிகையும் காதலனும் ஒன்று சேர்ந்தது போல எமது உள்ளத்திலே தோன்றிப் பேராவலாய் நிறைந்த இரு எண்ணங்களின் சேர்க்கைதான் இந்த இதழ். கவிதைகளை மாத்திரமே தாங்கிய ஒரு இதழை வெளிக்கொண்டு வரவேண்டும் என்பது ஒரு எண்ணம். நவாலியூர் சோமசுந்தரப்

புலவருக்கு ஒரு நல்ல நினைவுச் சின்னம் உருவாக்க வேண்டும் என்பது மற்ற எண்ணம். இந்த இரண்டு எண்ணங்களும் சேர்ந்து தேன்மொழியை உருவாக்கிவிட்டன." என்று முதலாவது இதழில் ஆசிரியர்கள் குறிப்பிட்டனர்.

தேன்மொழி பதினாறு பக்கங்கள் கொண்ட சிறு சஞ்சிகையாக மாதம் தோறும் வெளிவந்தது. ஒவ்வொரு இதழின் அட்டையிலும் சோமசுந்தரப் புலவரின் ஒரு பாடல் இடம்பெற்றது. "பத்து ஆண்டுகளின் முன் பாடிய செல்வங்கள்" என்ற ஒரு பகுதி தொடர்ந்து வந்தது. தேன்மொழி வெளிவந்த காலத்தில் பிரபலமாக இருந்த கவிஞர்கள் பத்து வருடங்களின் முன்பு – அவர்களிற் பலர் எழுத ஆரம்பித்த காலத்தில் எழுதிய கவிதைகளில் ஒன்று அப்பகுதியில் இடம் பெற்றது. ஒவ்வோர் இதழின் பின் அட்டையிலும் சிறப்பாக ஒரு கவிஞர் அறிமுகப் படுத்தப்பட்டார். நாவற்குழியூர் நடராசன், சோ. நடராசன், அ. ந. கந்தசாமி முதலிய ஈழத்துக் கவிஞர்களும், ச. து. சு. யோகி, கலைவாணன், ரகுநாதன் முதலிய தமிழ் நாட்டுக் கவிஞர்களும், இப்பகுதியில் அறிமுகப்படுத்தப்பட்டனர். ஈற்றடிகள் கொடுத்துத் தனி வெண்பாப் பாடத்தூண்டும் முயற்சியையும் தேன்மொழி மேற்கொண்டது. "வேசிக்கும் உண்டோ விருப்பு", "வீட்டிலே வைத்த விளக்கு", "இல்லையோ கண்கள் இரண்டு", "எங்கழிலென் ஞாயிறெமக்கு" முதலிய ஈற்றடிகளைக் கொண்டு பலர் வெண்பாக்கள் எழுதினர். சில சீன, ஸ்பானிய, பிரான்சிய, ஆங்கிலக் கவிதைகளின் மொழிபெயர்ப்புக்களும் தழுவல்களும் தேன்மொழியில் வெளிவந்தன. தேன் மொழி இரண்டாவது இதழில் அ. ந. கந்தசாமி மொழிபெயர்த்த பின்வரும் சீனக் கவிதை நகைச்சுவை நிறைந்தது. கடைசி நம்பிக்கை என்பது இக்கவிதையின் தலைப்பு.

> புத்திரன் பிறந்தால் புத்திக்கூர்மை
> மெத்தவே அவனிடம் மேவுதல் வேண்டும்
> என்றே எவரும் எண்ணுவர், ஆயின்
> யானோ எனது புத்திக் கூர்மையால்
> வாழ்க்கை முழுவதும் வரண்டு கிடக்கிறேன்,

> இன்றென் நினைவு ஒன்றேயாகும் -
> என்சிறு பிள்ளை நன்கு வளர்ந்து
> அறியாமையிலும் மடமைச் சிறப்பிலும்
> எவர்க்கும் குறைவிலாதிலங்கி, அமைதி
> நிலவும் வாழ்க்கை நீள நடாத்தி
> ஈற்றில் இந்த நாட்டை இயக்கும்
> மந்திரி சபையிலும் குந்தி இருப்பான்
> என்ற ஆசை ஒன்றே
> என்னுளம் மன்னி இருப்பது வாமே!

இந்தக் கவிதையின் கீழே எந்த இலங்கை மந்திரியையும் குறிக்கவில்லை என்று அச்சிடப்பட்டிருந்தது. தேன்மொழியில் மொத்தம் ஆறு இதழ்களே வெளிவந்தன. முதல் நான்கு இதழ்களும் தொடர்ச்சியாக வந்தன. ஐந்தாம் இதழ் 56தை, மாசி மாதங்களுக்குச் சேர்த்து வந்தது. ஆறாவது இதழ் தட்டுத் தடுமாறி நான்கு மாதங்களுக்குப் பின் வெளிவந்தது. அதுவே தேன்மொழியின் கடைசிக்குரல். தேன்மொழி ஆறு இதழ்களே வெளிவந்த போதிலும் இருபது வருடங்களுக்கு முந்திய இலங்கைத் தமிழ்க் கவிதைப் போக்குகளை இனங்காட்டும் ஒரு சிறந்த பிரதிநிதியாக அது அமைந்தது. யாப்போசை கவிதையின் பிரதான அம்சமாகக் கருதப்பட்ட காலம் அது. ஆயினும், ஆசிரியத் தலையங்கத்திற்கும், போட்டி அறிவித்தல்கள், விளம்பரங்களுக்கும் செய்யுளைக் கையாள்வதைத் தேன்மொழி தவிர்த்துக்கொண்டதுடன், தற்காலப் பொதுசன வழக்கைப் பெரிதும் ஒத்த மொழி நடையைக் கையாண்டுள்ளதையும் நாம் அவதானிக்கலாம்.

தேன்மொழிக்கும் பிறகு எட்டு ஆண்டுகள் கழித்து 1964 முதல் வெளிவரத் தொடங்கிய நோக்கு தேன்மொழியில் இருந்து சில வகையில் வேறுபட்டது. மொழிநடையைப் பொறுத்தவரை நோக்கில் ஒன்றுக்கு ஒன்று முரணான இரு போக்குகள் செயற்பட்டதை அவதானிக்க முடிகின்றது. ஒன்று பழைய தமிழ் மொழியை அடி ஒற்றிய பண்டிதப் போக்கு, மற்றது தற்கால மொழிநடைப் போக்கு. நோக்கின் முதல் இதழில் இருந்தே

இதற்கு உதாரணங்கள் தரலாம்.

> "புதிய முயலுமோர் மீதூர் பெருநசை
> மையிதழ் விழித்தும், கண்ணினை நோக்கி
> வந்தனள் பெரும, வந்தவள் அயலவள்
> அகத்தவள் - பிறநோக்குக் கொள்ளாது
> அன்னவள்
> தம்வரவு ஏற்பதும் தவப்பயன்........"

நோக்கின் வரவுக்குக் கட்டியம் கூறி முதல் 'இதழ் அட்டையில் பிரசுரமாகிய மேற்காட்டிய வரிகள் நோக்கின் பண்டைய மொழிநடைப் போக்கைக் காட்டுகின்றன.

> "மனிதனின் தந்தை பிள்ளையே ஆவான்
> என்வாழ் நாட்கள் ஒன்றுடன் மற்றது
> இயற்கைப் பக்தியால் இணைவதை
> விரும்புவேன்........"

> "இன்னும் தலையை இழுத்தபடி இருந்தால்
> என்னென்று கோயிலுக்குப் போதல்?
> எழுந்திருங்கோ!
> பொன்னம்மா வீட்டாரும் போய்விட்டார்..."

மேற்காட்டிய வரிகள் நோக்கிற் செயற்பட்ட தற்கால மொழிநடைப் போக்கைக் காட்டுகின்றன. ஆயினும், நோக்கில் வழக்கிறந்த பண்டைய மொழிநடைப் போக்கின் செல்வாக்கே அதிகமாகக் காணப்பட்டது.

திரு.இ.இரத்தினம், முருகையன் ஆகிய இருவரும் சேர்ந்து காலாண்டுக்கு ஒருமுறையாக நோக்கை வெளியிட்டனர். தாய்மொழிக் கவிதை, கவிதை மொழி பெயர்ப்பு, கவிதை விமர்சனம் அகிய மூன்றையும் வளர்ப்பது நோக்கின் நோக்கமாக இருந்தது. மொழி பெயர்ப்புக்கு நோக்கில் அதிக இடம் கொடுக்கப்பட்டது. நோக்கில் பிரசுரமான கவிதைகளில், சுமார் அரைவாசி பிறமொழிக் கவிதைகளின் தமிழாக்கங்களே எனலாம்.

“கவிதையோடு விமர்சனம் நோக்கின் சிறப்பான அம்சமாக அமையும். கவிதையிலும் பிறநாட்டுக் கவிதைகளைத் தமிழில் ஆக்கித் தருவதும் எமது திட்டம்... பிறநாட்டுக் கவிதைகளின் தமிழாக்கங்களையும் திறனாய்வுரைகளையும் நோக்கு தாங்கிவரும். தமிழோடு அவற்றை ஒப்பிட்டு தமிழ் மக்கள் தம் இலக்கிய உலகைச் செம்மைப்படுத்த இவ்வமிசம் பெரிதும் பயன்படும்”.

என்று நோக்கின் முதல் இதழில் ஆசிரியத் தலையங்கம் கூறியதற்கேற்ப பிறமொழிக் கவிதைகளுக்கும், கவிதைபற்றிய பிறநாட்டர் கருத்துகளுக்கும் நோக்கு சிறப்பிடம் கொடுத்தது. நோக்கின் நான்காவது இதழ் முற்றாக சேக்ஸ்பியரின் கவிதைகளைத் தாங்கி வெளிவந்ததும் இங்கு குறிப்பிடத்தக்கது. சேக்ஸ்பியரை விட மயகோவ்ஸ்கி, இயூசினி எவ்டு செங்கோ முதலிய சோவியத் கவிஞர்கள், காசியா லோகா, மிகுவெல் உனாமுனோ முதலிய ஸ்பானியக் கவிஞர்கள், பூடிலியர், போல் வலரி முதலிய பிரஞ்சுக் கவிஞர்கள் போன்றோர் நோக்கில் அறிமுகப்படுத்தப்பட்ட பிறமொழிக் கவிஞர்கள் ஆவர். மாஓசேதுங்கின் இரண்டு கவிதைகளும் கூட நோக்கில் வெளிவந்தன. டி. எஸ். எலியட்டின் மரபும் தனித்திறமையும் என்ற புகழ் பெற்ற கட்டுரையின் ஒரு பகுதியும் நோக்கில் இடம் பெற்றது.

குறிப்பிடத்தகுந்த தாய்மொழிக் கவிதைகள் சிலவும் நோக்கில் பிரசுரமாகின. அறுபதுக்களில் பிரபல கவிஞர்களாக விளங்கிய மஹாகவி, முருகையன், நீலாவணன் ஆகியோர் நோக்கில் தொடர்ந்து எழுதினர். மஹாகவியின் திருவிழா பாநாடகம் முதல் இதழில் பிரசுரமாகியது. புலவர் சிவன் கருணாலய பாண்டியனாரின் அழகிய நூற்றைம்பது என்னும் வெண்பாத் தொடரும் காலவழுவாக நோக்கின் சில இதழ்களில் தொடர்ந்து பிரசுரிக்கப்பட்டது. இவ்வாறு புதுமைக்கும் பழமைக்கும் நோக்கு ஏககாலத்தில் ஒரு களமாக அமைந்தது.

தேன் மொழிபோல் நோக்கிலும் மொத்தம் ஆறு இதழ்களே வெளிவந்தன. **1964** என்று தேதியிட்டு நான்கு இதழ்கள் வந்தன. **1965**ல் ஐந்தாவது இதழ் வெளிவந்தது. பின்னர் ஐந்தாண்டுகால நீண்ட இடைவெளிக்குப் பிறகு பல்வகைப்பட்ட கவிதைப் போக்குகளை உடைய பலரையும் இணைத்துக்கொண்டு நோக்கின்

ஆறாவது இதழ் 1970ல் வெளிவந்தது. அதன் பிறகு நோக்கு வெளிவரவில்லை. தேன்மொழி, நோக்கு ஆகிய இதழ்கள் "கவிதை" என்ற தூய இலக்கிய வடிவத்தின் வளர்ச்சியையே தமது பிரதான இலட்சியமாகக் கொண்டிருந்தன எனலாம். வேறு வகையில் சொன்னால் இலக்கிய வடிவம் பற்றிய பிரக்ஞையே இவற்றில் முதன்மை பெற்றிருந்தது எனலாம். ஒரு வகையில் இதனை தூய கலைநோக்கு என்றும் கூறலாம். இலக்கிய வடிவத்தைச் சமூகச் செயற்பாட்டுடன் இயைபுறுத்தும் போக்கு இவ்விதழ்களில் பிரக்ஞை பூர்வமாகச் செயற்படுத்தப் படவில்லை. சமூக உணர்வு உடைய கவிதைகள் அவ்வப்போது இவ்விதழ்களில் வெளிவந்தன. எனினும் அதுவே அவ்விதழ்களின் பிரதான இலட்சியமாக அமையவில்லை. அக்கால ஈழத்து இலக்கியத்தில் - குறிப்பாகக் கவிதைத் துறையில் இன்றிருக்கும் அளவுக்குச் சமுதாயப் பிரக்ஞை அழுத்தமும் துலக்கமும் பெற்று இருக்கவில்லை என்பது இதற்கு ஒரு காரணம் ஆகும். ஆனால், 1965க்குப் பின் கவிஞர்கள் மத்தியிலும் சமுதாய நோக்கு வியாபிக்கத் தொடங்கியது எனலாம். எல்லோரும் இல்லை எனினும் ஒரு கணிசமான தொகைக் கவிஞர்கள் முற்போக்குச் சிந்தனையால் பாதிக்கப்பட்டனர். அது மட்டுமன்றி இவர்களுள் சிலர் கவிதையின் கலைநுட்பத்தில் கூடிய கவனமும் செலுத்தினர். கவிதையில் சமூகச் செயற்பாடும். கலைநுட்பமும் இயைபுறுத்தப்பட வேண்டும் என்ற நோக்கு இவர்களின் கொள்கையாய் அமைந்தது. இந்தக் கொள்கையின் வெளிப்பாடுகளுள் ஒன்றாகவே நோக்கைத் தொடர்ந்து வெளிவந்த ஈழத்தின் மூன்றாவது கவிதை இதழான கவிஞன் அமைந்தது.

நண்பர் சண்முகம் சிவலிங்கமும் நானும் சேர்ந்து 1969 பங்குனியில் கவிஞன் முதல் இதழை வெளியிட்டோம். காலாண்டுக்கு ஒன்றாகக் கவிஞன் நான்கு இதழ்கள் வெளிவந்தன. ஐந்தாவது இதழில் இருந்து ஒன்று விட்டு ஒரு இதழை ஒரு தனிக் கவிஞனுக்கு ஒதுக்குவது என்ற திட்டம் இருந்தது. அதன்படி ஐந்தாவது இதழ் மஹாகவியின் கோடை என்ற தனி நூலாக வெளிவந்தது. அதன் பிறகு கவிஞன் வெளிவரவில்லை. வெளியீட்டாளர்களைத் தவிர வேறு யாரும் கோடையை கவிஞனின் ஓர் இதழாகக் கருதுவதில்லை. ஆகையால்,

எம். ஏ. நுஃமான் ○ 483

கவிஞன் மொத்தம் நான்கு இதழ்கள் என்றே கொள்ளலாம். கவிதையின் சமூகப் பெறுமானம், கலைத்தரம் ஆகிய இரண்டு அம்சங்களைக் கவிஞன் முக்கியமாக வலியுறுத்தியது.

"கலையாக்கத்திலும், சமூகப் பெறுமானத்திலும் வாசகர் தொகையிலும் எமது கவிதையின் இன்றைய எல்லைகளை நாம் விரிவுபடுத்தவேண்டும்...." இன்றைய சமுதாய நிலையும் அதன் கோரிக்கைகளும் கவிதையின் உள்ளடக்கமாக அமைவது இன்றையக் காலகட்டத்தில் தவிர்க்க முடியாத அம்சமாகும். ஆனால், கவிதையின் உள்ளடக்கத்தை வலியுறுத்தும் பலர் அதன் படைப்பு நுட்பம் பற்றிக் கருத்துச் செலுத்துவதில்லை. ஆகையினால் ஏனைய இலக்கிய வடிவங்கள் போல கவிதையும் நுணுக்கமான படைப்புத் திறனில் தங்கியுள்ளது என்ற உண்மையைப் பல கவிஞர்கள் மறந்து போகின்றார்கள். அதனால் கவிதை ஒரு பிரசாரச் சாதனமாக – செய்யுட் கட்டுரையாக மலிவடைந்துள்ளது" போன்ற கருத்துக்கள் ஆசிரியத் தலையங்கத்தில் வெளியிடப்பட்டன. இது கவிஞனின் பொது இலட்சியமாக இருந்தபோதிலும் கவிஞனில் வெளிவந்த கவிதைகள் அனைத்தும் இவ்விலட்சியத்தைப் பிரதிபலித்தனவாக அமைந்தன எனக் கூறமுடியாது. கவிதையின் குணாம்சம் பற்றிய தெளிவு எமது கவிஞர்கள் மத்தியில் இன்னும் குறைவாகவே காணப்படுகின்றது.

முன்னைய இரு கவிதை இதழ்களையும் போலவே கவிஞனும் பிற மொழிக் கவிதைகளின் மொழிபெயர்ப்பின் அவசியத்தை உணர்ந்திருந்தது. சமகால வாழ்க்கையைப் பிரதிபிக்கின்ற மேலைத்தேய, கீழைத்தேயக் கவிதைப் பெயர்ப்புகள் நமது வாசகர்களுக்கும் கவிஞர்களுக்கும் உபயோகப்படும். இறந்த காலத்தைவிட நிகழ் காலத்தின் முக்கியத்துவம் அதிகமானது" எனக் கவிஞன் குறிப்பிட்டது. இதற்கேற்ப, ரஷ்ஷிய, ஜெர்மானிய, சீன, ஆங்கிலக் கவிதை மொழிபெயர்ப்புகள், கவிஞனில் பிரசுரிக்கப்பட்டன. சண்முகம் சிவலிங்கம் இவற்றை மொழிபெயர்த்து உதவினார். கவிதை பற்றிய கட்டுரைகளும் ஒவ்வோர் இதழிலும் இடம்பெற்றன. "பேச்சு மொழியும் கவிதையும்", "இன்றையத் தமிழ்க் கவிதை பற்றிச் சில அவதானங்கள்"

ஆகிய கட்டுரைகள் குறிப்பிடத்தகுந்த முக்கியத்துவம் உடையன.

நவீனமயப்படுத்தப்பட்ட யாப்புவழிக் கவிதைகளே கவிஞனில் பெரிதும் இடம்பெற்றன. எனினும் கவிதையின் பொருட்புலப் பாட்டுக்கு ஏற்ப செய்யுள் வரிகளைப் பிரித்து அச்சிடும் முறை கவிஞனின் பெரிதும் கையாளப்பட்டது. புதுக் கவிதைகளின் அச்சமைப்பும் கவிஞனில் பிரசுரமான பல கவிதைகளின் அச்சமைப்பும் வெளித்தோற்றத்தில் ஒன்றாகக் காணப்பட்டமையினால் யாப்பு முறை அறியாத பலர் கவிஞன் ஒரு புதுக்கவிதை ஏடு என்றே கருதினார்கள். ஆனால் புதுக் கவிதை, மரபுக் கவிதை என்ற பாகுபாட்டுக்குக் கவிஞன் முக்கியத்துவம் கொடுக்கவில்லை. இரு வகைக் கவிதைகளும் கவிஞனில் பிரசுரமாகின. தற்காலக் கவிதை (modern poetry) என்ற உணர்வே கவிஞனில் மேலோங்கி இருந்தது எனலாம்.

1970ஆம் ஆண்டுக்குப் பிறகு இலங்கைத் தமிழ்க் கவிதையில் ஒரு புதிய அலை தோன்றியது. இக்காலப் பகுதியில் ஏற்பட்ட அரசியல் இலக்கிய விழிப்புணர்வும், தென் இந்தியப் புதுக்கவிதைகளின் செல்வாக்கும் நூற்றுக்கணக்கான இளைஞர்களைக் கவிதை உலகுள் இழுத்து விட்டன. புதிய சமுதாய மாற்றத்துக்காகக் குரல் கொடுக்கும் புரட்சிகரச் சிந்தனை உடைய இவ்விளைஞர்கள் யாவரும் தங்கள் எண்ணங்களையும் கருத்துகளையும், வெளியிடுவதற்குப் புதுக்கவிதை ஒரு இலகுவான சாதனம் எனக் கண்டனர். கடந்த ஐந்து ஆண்டுகளுள் ஈழத்துக் கவிதை பெரும்பாலும் புதுக்கவிதையாகவே மாறிவிட்டது. முற்போக்கான கருத்துக்களே இன்றைய ஈழத்துப் புதுக் கவிதையின் பலம் என்று சொல்ல வேண்டும். கலைப்பெறுமானம் உடைய படைப்புக்கள் இவற்றுள் மிகச் சொற்பமாகவே காணப்படுகின்றன. புதுக் கவிதை உலகில் சில தனி ஆளுமைகள் வளர்ச்சியடையும் வரை நிலைமை இவ்வாறே இருக்கக்கூடும். இத்தகைய தனி ஆளுமையின் வளர்ச்சிக்கான அறிகுறிகளும் சமீபத்தில் தென்படத் தொடங்கியுள்ளன.

எழுபதுக்குப் பின்னர் தோன்றிய புதுக்கவிதைப் போக்கின் தளமாக இக்காலப்பகுதியில் சில கவிதை இதழ்களும் தோன்றியுள்ளன. இரண்டு ஆண்டுகளுக்கு முன் நீள்கரை நம்பி, பீ.எம். அப்துல்

சத்தார் ஆகியோரின் முயற்சியினால் தென்னிலங்கையில் இருந்து க-வி-தை என்ற மகுடத்தில் ஒரு புதுக்கவிதை ஏடு வெளிவந்தது. "மரபை உடைத்தெறிவதும், புதுமையை ஏற்பதும்" இதன் நோக்கம் என்று கூறப்பட்டது. பத்துக் கவிஞர்களின் இருபத்தி மூன்று புதுக் கவிதைகள் இவ்விதழில் இடம்பெற்றன. கவிதைப் பொருள், கவிதை வடிவம் என்பன பற்றிய ஒரு தெளிவான கோட்பாட்டை இவ்விதழ் வெளிக்காட்டவில்லை. க-வி-தை தொடர்ந்து வெளிவந்ததாகவும் தெரியவில்லை. ஆகவே, அதை ஒரு சஞ்சிகை என்பதை விடச் சஞ்சிகைப் பாங்கான ஒரு சிறு தொகுப்பு என்பதே பொருந்தும். (இத்தகைய சஞ்சிகைப் பாங்கான சிறிய புதுக்கவிதைத் தொகுப்புக்கள் சிலவும் இக்காலப் பகுதியில் வெளிவந்துள்ளன. அன்பு ஜவகர்ஷா தொகுத்த பொறிகள், சாவணையூர் சுகந்தன் தொகுத்த சுவடுகள், புத்தளம் விடிவெள்ளிகளின் விடிவெள்ளி என்பன இவற்றுள் சில)

இவ்வாண்டு ஜுலை மாதத்தில் இருந்து இரண்டு கவிதை இதழ்கள் மாசிகைகளாக வெளிவரத் தொடங்கியுள்ளன. ஒன்று தில்லையடிச் செல்வனை ஆசிரியராகக் கொண்டு புத்தளத்தில் இருந்து வெளிவரும் பொன்மடல். இது மனிதாபிமான கலை இலக்கிய விலையிலா மடலாக விநியோகிக்கப்படுகின்றது. முதல் இதழ் நான்கு பக்கங்களையும் இரண்டாம் இதழ் ஆறு பக்கங்களையும் கொண்ட சிறு பிரசுரமாக இது வெளிவந்துள்ளது. புதுக் கவிதைகளே இதன் பிரதான அம்சமாகும். மற்றது ஈழவாணனை ஆசிரியராகக் கொண்டு வெளிவரும் அக்னி. முப்பது பக்கங்களில் அழகிய சஞ்சிகை அமைப்பில் இது வெளிவருகின்றது. முன்னைய கவிதை இதழ்களைப் போல் சுய மொழிக் கவிதை. கவிதை மொழிபெயர்ப்பு, விமர்சனங்கள் ஆகியன அக்னியிலும் இடம்பெறுகின்றன. அக்னி நம்பிக்கை தருவதாக உள்ளது. கடந்த மாதம் தேதி இடப்படாமல் கல்முனைப் பகுதியில் இருந்து நவயுகம் என்ற பெயரில் ஒரு புதிய கவிதை இதழ் வெளிவந்துள்ளது. இதுவும் மாதம் தோறும் வெளிவரும் என்று தெரிகின்றது. பொன்மடல் போல் இதுவும் ஒரு விலையிலாக் கவி மடலே. இது ஒரு "பொறிகள்" வெளியீடு ஆகும். இதை வெளியிடுபவர் ஏ.எச்.சித்திக் காரியப்பர். இதுவரை

நவயுகம் கையெழுத்துப் பத்திரிகையாக வெளிவந்ததாகத் தெரிகின்றது. அச்சில் வந்துள்ள முதல் இதழில் பதினான்கு கவிதைகள் உள்ளன. இரண்டாம் இதழ் இருபது பக்கங்களில் வெளிவரும் எனத் தெரிய வருகின்றது. ஆக 1975ஆம் ஆண்டு புதுக் கவிதை இதழ்களின் ஆண்டாகவும் காட்சி அளிக்கின்றது.

தமிழ் நாட்டுக் கவிதை இதழ்களைப் போன்றே ஈழத்துக் கவிதை இதழ்களும் அற்ப ஆயுளில் மடிந்து விட்டன. இப்போது வெளிவருபவை எவ்வளவு காலம் நீடிக்கும் என்று திடமாகச் சொல்ல முடியாது. நமது கவிதை இதழ்கள் சிறு குழுவினருக்கு மட்டும் உரியதாக அமைவது இதற்கு ஒரு காரணம். கவிதை இதழ்களின் வாசகர் எல்லை இன்னும் விரிவுபடுத்தப்படாமலே உள்ளது. அச்சகச் செலவுகள் அதிகரித்துச் செல்வது பிறிதொரு முக்கிய காரணம். குறைந்த தொகைப் பிரதிகளைக் கூடிய செலவில் அச்சிட வேண்டி இருப்பதால் விலை கட்டுப்படியாவதில்லை. திட்டமிடப்படாத விற்பனை முறை இன்னுமொரு காரணமாகும். விற்பனைக்கு அனுப்பும் பிரதிகளுக்குரிய பணம் கிரமமாக வந்து சேராததினால் இதழாசிரியர்கள் தொடர்ந்தும் நஷ்டமடைகின்றனர். விலையிலாக் கவி மடல்களுக்கு இப்பிரச்சினை இராது. எனினும், பணப் பிரச்சினை பொதுப் பிரச்சினையே. ஆயினும், நாளொரு மேனியும், பொழுதொரு வண்ணமுமாக அச்சகச் செலவு அதிகரித்துச் செல்லும் போதிலும் - ஆர்வமுள்ள இளைஞர்கள் இதில் தொடர்ந்து முயலுகின்றனர். அவர்களின் ஆர்வம் மதிக்கத்தக்கதே. கவிதை ஆர்வலர்களும், வாசிகசாலைகள், சனசமூக நிலையங்கள், கல்வி நிலையங்கள் ஆகியனவும் அவர்களுக்குக் கைகொடுத்து உதவ வேண்டும்.

கல்முனை சாஹித்திய விழாமலர்—1975

(1975ன் பின்னர் இலங்கையில் பல கவிதை இதழ்கள் வெளிவந்துள்ளன. அவைபற்றித் தனியாக ஆராயப்பட வேண்டும்.)

சிங்கள இலக்கியத்தில் நிசந்தஸ் கவிதைகள்

தமிழில் புதுக்கவிதை, மரபுக் கவிதை என்ற இரட்டைப் பாகுபாட்டுக்கு சில விமர்சகர்களும் கவிஞர்களும் தொடர்ந்து அழுத்தம் கொடுத்துவருவது போல் சிங்களத்திலும் சந்தஸ், நிசந்தஸ் என்ற வேறுபாடு துலக்கமாகக் காணப்படுகின்றது. பழைய யாப்பு வடிவங்களில் எழுதப்படும் கவிதை 'சந்தஸ்' எனப்படுகின்றது. யாப்புக் கட்டற்ற கவிதை 'நிசந்தஸ்' எனப்படுகின்றது. சந்தஸ் பழமையின் அடையாளமாகவும் நிசந்தஸ் புதுமையின் சின்னமாகவும் கருதப்படுகின்றது. தமிழில் குறிப்பாக, இலங்கைத் தமிழில் யாப்பு வழிப்பட்ட கவிதை அதன் முழு அர்த்தத்தில் நவீனமயப்படுத்தப்பட்டதைப் போல சிங்கள யாப்பு வழிக்கவிதை இன்னும் நவீனமயப்படுத்தப்பட வில்லை. அதனால், யாப்புவழிப்பட்ட சிங்களக் கவிதை அதாவது, சந்தஸ் கவிதை பழமையின் சின்னமாகக் கருதப்படுவதில் ஆச்சரியம் இல்லை. உண்மையில், நவீன சிங்களக்கவிதை என்பது யாப்புக் கட்டற்ற நிசந்தஸ் கவிதையையே குறிக்கின்றது.

நவீன சிங்களக் கவிதை சுமார் பத்தாண்டுகாலமாகவே புத்துயிர் பெற்று வளர்ச்சியடைந்து வருவதாக சிங்களக் கவிதை விமர்சகர்கள் கூறுகின்றனர். 'கடந்த பத்து அல்லது பனிரெண்டு வருடங்கள் கவிதைத் துறையில் ஒரு பரிசோதனைக் காலம் என்பதை நாம் மறக்கக் கூடாது' என்று பேராசிரியர் சரத்சந்திர குறிப்பிட்டுள்ளார். இன்றையப் புத்திஜீவிகளின்

புனைவாற்றலை வெளிக்காட்டுவதற்கும் ரசிகர்களின் ரசனையைத் திருப்திப்படுத்துவதற்கும் ஏற்ற புதிய உள்ளடக்கத்தை ஏற்றுக்கொள்ளாமை யாப்பு வழிப்பட்ட சந்தஸ் கவிதையின் குறைபாடாக இருந்தது. அதன் உள்ளடக்கம் எல்லைப்படுத்தப் பட்டதாகவும் ரசனை குறைந்ததாகவும் இருப்பதாக நவீன புத்திஜீவிகள் கருதினார்கள். உயர்மட்ட அனுபவத்தை வெளிப்படுத்துவதற்கு சந்தஸ் கவிதை எவ்வகையிலும் வாய்ப்பான சாதனம் அல்ல என்றும் அவர்கள் கருதினார்கள். இக்காரணங்களால் சிங்களக் கவிதையில் புதிய மாற்றங்கள் அவசியப்பட்டன. கவிதை பரந்த ஓர் உள்ளடக்கத்தைக் கொண்டிருக்க வேண்டும். எல்லா வகையான சிங்களச் சொற்களையும் கவிதையில் பயன்படுத்த வேண்டும் என்பது புதிய தலைமுறையின் நோக்காக இருந்தது. இவ்வாறு நிகழும்போது பாரம்பரியம், சந்தம், ஈற்றெதுகை ஆகியவற்றைப் பாதுகாக்க முடியாது என்று சில நவீன கவிஞர்கள் கருதினார்கள்.

இக்கருத்தோட்டமே நிசந்தஸ் கவிதையின் பிறப்புக்கு அடித்தளமாக அமைந்தது. இதன் பயனாக மரபு ரீதியான ஈற்றெதுகைச் செய்யுட்களில் இருந்தும், மரபு ரீதியான உள்ளடக்கம், சொற் பிரயோகம், சொற்தொகுதி என்பவற்றில் இருந்தும் விடுபட்டு புதிய வடிவங்கள், புதிய உள்ளடக்கம், சொற் பிரயோகம், சொற்தொகுதி முதலியவற்றைக் கொண்ட நவீன சிங்களக் கவிதை தோன்றத் தொடங்கியது. யாப்போசையும், சந்தமும் மீறப்பட்டதனால் அது நிசந்தஸ் எனப்பட்டது.

தமிழில் புதுக்கவிதைக்கு பிச்சமூர்த்தியை முன்னோடியாகக் கருதுவது போன்று மரபுரீதியான சிங்களக் கவிதைக்கு எதிரான இயக்கத்தின் முன்னோடியாக சிறி குணசிங்க என்பவர் கருதப்படுகின்றார். நிசந்தஸ் என்ற புதிய கவிதைப் போக்கைச் சிங்களத்தில் அறிமுகப்படுத்தியவர் இவரே. யாப்புக் கட்டற்ற நிசந்தஸ் கவிதையை இவர் வெற்றிகரமாகக் கையாண்டார். இவர் காட்டிக் கொடுத்த வழியில் உள்ள புதிய சுதந்திரம் காரணமாக கவிஞர்களாவதற்கு இதற்கு முன்னர் நினைத்திராத பலர் கவிதை எழுதத் தொடங்கினார்கள் என்றும் அதனால் சிங்களக் கவிதையில் புதுயுகம் உதயமாகியது என்றும் பேராசிரியர்

சரத் சந்திர குறிப்பிடுகின்றார். சிறி குணசிங்க தனது ஆரம்ப பரிசோதனை முயற்சிகளில் காணப்பட்ட குறைபாடுகளைத் தானாகவே உணர்ந்துகொண்டு தான் கண்டு பிடித்த கவிதை ஊடகத்தைத் தாமே மேலும் மேலும் செப்பனிட்டவாறு பெருமளவு கவிதைகளைப் படைத்தார். சிறி குணசிங்கவைப் பின்பற்றிப் பலர், நிசந்தஸ் கவிதை எழுதத் தொடங்கினர். ஆயினும், அவரது வெளிப்பாட்டுக்குச் சமனாகச் சொல்லக்கூடிய வெளிப்பாட்டுத் திறன் மிகச்சிலரிடம் மட்டுமே காணப்பட்டது என்பது சரத் சந்திர போன்ற விமர்சகர்களின் கருத்து.

சிறி குணசிங்காவுக்கு அடுத்து நவீன சிங்களக் கவிதையில் முக்கிய இடம் பெறுபவர் குணதாச அமரசேகர ஆவார். பிரசித்தி பெற்ற நாவலாசிரியரான இவர் கவிதைத் துறையிலும் அதிகம் ஈடுபட்டார். இவரது கவிதைத் தொகுதியான 'பால கீத்' என்பது சிங்கள விமர்சகர்களின் கவனத்தை அதிகம் ஈர்த்தது. குணதாச அமரசேகர சிறி குணசிங்கவின் நிசந்தஸ் கவிதைகளை முற்றாக ஏற்றுக்கொள்ளவில்லை. இவர் அதற்குச் சற்று மாற்றமான பாதையில் சென்றார். மரபுக் கவிதையின் எல்லைப்படுத்தப்பட்ட உள்ளடக்கத்தில் இருந்தும் விடுபட வேண்டும் என்பதை ஏற்றுக்கொண்ட போதிலும், தான்தோன்றித்தனமான சுயேச்சையை இவர் விரும்பவில்லை. விருத்த யாப்புக்கள் இல்லாவிட்டாலும் குறைந்தபட்சம் கவிதையில் ஒத்திசையாயினும் அவசியம் என்று இவர் கருதினார். தனது கவிதைக்கான ஒத்திசையை இவர் நாட்டுப் பாடல்களில் இருந்து பெற்றார். நவீன சிங்களக் கவிதையில் சிறி குணசிங்கவின் பங்களிப்பைப் போலவே குணதாச அமரசேகரவின் பங்களிப்பும் முக்கியமானது.

இன்றைய சிங்கள இளம் கவிஞர்கள் இவ்விரு முன்னோர்களிடம் இருந்தும் அதிகம் பெற்றுக் கொண்டனர். விமல் திசாநாயக்க, சோமரத்தின பாலசூரிய, கமல் எஸ் ரத்னாயக்க, சுனில் குணவர்தன போன்றவர்கள் இன்று குறிப்பிடத் தகுந்த நவீன சிங்களக் கவிஞர்கள் ஆவர். இவர்கள் முற்றிலும் தூய நிசந்தஸ் கவிஞர்கள் அல்லர். இடையிடையே இவர்கள் புதியபுதிய ஒத்திசைக் கோலங்களையும் பழைய யாப்பு வடிவங்களையும் கூடக் கையாள்கின்றனர். ஆயினும், இவர்களின் பொருள், வெளிப்பாட்டு

முறை ஆகியன மரபு வழிவந்த சந்தஸ் கவிஞர்களில் இருந்தும் இவர்களைப் பெரிதும் வேறுபடுத்துகின்றன. நவீன சிங்களக் கவிதைகளுக்கு உதாரணமாக இரண்டு இளம் கவிஞர்களின் கொகுதிகளில் இருந்து சில கவிதைகள் கீழே தரப்பட்டுள்ளன.

கடல் பேசுகிறது

நீ
தினமும்
தூர இருண்ட வானை
பெரிய ஒரு பொருளாய் மதித்து
கரையற்ற
ஊமையான கடலை நோக்கி
அவன் வரும் வரை
சிறிய
குடிசையில் அமர்ந்து
சின்ன மகனை அணைத்தபடி
இரு கன்னங்களும் நனைந்தவாறு
இன்னமும்
காத்திருக்காதே.

கண்ணாடி

உனது பிரகாசிக்கும்
விழிகளென்னும்
கண்ணாடியின் ஊடாக
எனது எதிர்கால
உலகை என்னால் பார்க்க முடியும்
இதுவரை இதயத்துள்ளே
வரைந்திருந்த உருவத்தை
கிழித்துத் துண்டுகளாக்கி
உன்னிடம் வரும் போது
ஏன்
இருக்கிறாய் நீ

விழிகள் இரண்டையும்
மூடிக்கொண்டு

(கமல் எஸ். ரத்நாயக்கவின் அட்டைகளும் மலையும் (கூண்டல்லோ சக கந்தக்) என்னும் தொகுதியில் இருந்து)

நிலவையும் காதலியையும் மறந்துவிட்டேன்

ஏழைக் குழந்தைகளே,
நாங்கள் செல்லும் பெருந்தெருவில்
நடை பாதை நடுவில்
புழுதியில் புரண்டபடி
நெருப்பு வெயிலில் எரிந்தபடி
பசி நெருப்பைத் தணிப்பதற்காக
கால்களையும் கைகளையும் நீட்டி
நீங்கள் அழுது புரழும் போது
அழகிய நிலவுபற்றி எவ்வாறு
எழுதுவேன்?
உள்ளம் கவர்ந்தவளை எவ்வாறு
வர்ணிப்பேன்?

பெருந் தெருவில் கண்ட ஒரு குழந்தைக்கு

ஏன் சிறு குழந்தாய்
ஏன் சிறு குழந்தாய்
பெருந் தெரு அருகில்
தாயின் மடியில்
இருந்து கொண்டு
கண்ணீர் பெருக்கி
அழுது வடிக்கிறாய்

பேரோசையால்

கண்விழித்தாயோ?
கண்டு கொண்டிருந்த
கனவு கலைந்ததோ?
எதிர் காலம் பற்றி
நினைவு வந்ததோ?
வயிற்று நெருப்பை
அணைப்பதற்கு
தொண்டை சற்று
நனைப்பதற்கு
தாயின் மார்பில்
உறிஞ்சிக் குடிக்க
பால் துளி உனக்குக்
கிடைக்கவில்லையா?

முன்னர் கவிஞர்களும்
பெரும் பண்டிதர்களும்
சொன்னது போல்
புண்ணிய பூமியில்
நீ பிறந்திருக்கிறாய்
அந்த வார்த்தைகளை
நினைத்து
அழாதே
நீ அழாதே!

* (சுனில் குணவர்த்தனவின் 'நிலவையும் காதலியையும் மறந்து விட்டேன்'- (ஹந்தய் பெம்வதியய் அமதக்க களமி) என்னும் தொகுதியில் இருந்து) அக்னி. செப்டம்பர் 1975.